ഗ്രീൻ ബുക്ക്സ്

ചെമ്പകക്കൊമ്പിലെ പ്യൂപ്പ

ഫൈസൽ കൊണ്ടോട്ടി

1978ൽ കൊണ്ടോട്ടിക്കടുത്തുള്ള
നെടിയിരുപ്പ് ഗ്രാമത്തിൽ ജനനം.
വിദ്യാഭ്യാസം: കൊട്ടൂക്കര സ്കൂൾ, ഫാറൂഖ് കോളേജ്.
ഇപ്പോൾ സൗദി മിലിട്ടറിക്കു കീഴിലെ
റിസർച്ച് സെന്ററിൽ ജോലി ചെയ്യുന്നു.
പത്തോളം നാടകങ്ങൾ
എഴുതി സംവിധാനം ചെയ്തിട്ടുണ്ട്.
ഇ-മെയിൽ: faizalcp@gmail.com

നോവൽ

ചെമ്പകക്കൊമ്പിലെ പ്യൂപ്പ

ഫൈസൽ കൊണ്ടോട്ടി

ഗ്രീൻ ബുക്സ്

green books private limited
gb building, civil lane road, ayyanthole,
thrissur- 680 003, kerala, ph: +91 487-2381066, 2381039
website: www.greenbooksindia.com
e-mail: info@greenbooksindia.com

malayalam
chembakakkompile pupa
(novel)
by
faizal kondotty

first published september 2019

cover design : sajith peupa

branches:
thrissur 0487-2422515
palakkad 0491-2546162
thiruvananthapuram 0471-2335301
calicut 0495 4854662
ernakulam 8589095007

isbn : 978-93-88830-76-8

GBPL/1118/2019

മുഖക്കുറി

ഗ്രീൻബുക്സിന്റെ നോവൽ മത്സരത്തിൽ പ്രോത്സാഹനാർത്ഥം തെരഞ്ഞെടുക്കപ്പെട്ട കൃതിയാണ് 'ചെമ്പകക്കൊമ്പിലെ പ്യൂപ്പ'. ജഡ്ജിങ് കമ്മിറ്റിയുടെ തീരുമാനപ്രകാരം ഗ്രന്ഥകാരൻ വീണ്ടും എഡിറ്റ് ചെയ്തിട്ടാണ് ഈ കൃതി പ്രസിദ്ധീകരിക്കുന്നത്. ഫൈസലിന് അഭിനന്ദനങ്ങൾ.

കൃഷ്ണദാസ്
മാനേജിങ് എഡിറ്റർ

അഞ്ചു വർഷക്കാലമെടുത്താണ് ഈ നോവൽ പൂർത്തിയാക്കിയത്. ഒരു സ്ത്രീപക്ഷരചനയെന്ന നിലയിൽ കൂടി ഇത് പരിഗണിക്കപ്പെട്ടാൽ, അതിനു നന്ദി പ്രിയ വിദ്യാർത്ഥിനി അനു കെ ബോസിനോടും സഹപാഠിയും അധ്യാപികയുമായ ജഹനാരയോടുമാണ്. ഈ കൃതി അതിന്റെ പ്രാഥമിക രൂപത്തിലായിരിക്കെ വായിച്ചു പ്രോത്സാഹിപ്പിച്ച എം. നൗഷാദിനോടുള്ള നന്ദിയും കടപ്പാടും നിസ്സീമമാണ്. ബാല്യകാല സുഹൃത്ത് മാധവദാസ്, സലീം, ശബ്ന, സിദ്ധീക്ക്, ലീന, റസൂൽ, സംസീർ തുടങ്ങിയവർക്കും റിയാദിലെ നാടക, സർഗ്ഗവേദി സുഹൃത്തുക്കൾക്കും ഗ്രീൻബുക്സ് കുടുംബത്തിനും പ്രത്യേകം കൃതജ്ഞത പ്രകാശിപ്പിക്കുന്നു.

ആറാം ക്ലാസിൽ പഠിക്കവെ ഗ്രാമീണ വായനശാലയിൽ ചേർത്ത് പുസ്തകങ്ങളുടെ ലോകത്തേക്ക് കൺതുറപ്പിച്ച പിതാവിന്, ജീവിതത്തിലെ ഏറ്റവും വലിയ സമ്പാദ്യമായ മാതാവിന്, ഈ പുസ്തകം സമർപ്പിക്കുന്നു.

ഫൈസൽ കൊണ്ടോട്ടി

ഭാഗം ഒന്ന്

പുഴുക്കൾ പുഴുക്കളായി തന്നെ ജീവിച്ചു മരിച്ചിരുന്ന കാലഘട്ടത്തിൽ ഒരു പുഴു തന്റെ സങ്കടം ചെടിയോടു പങ്കു വെച്ചു.

"ഇലകൾ തിന്നുനശിപ്പിക്കുകയല്ലാതെ ഒരു ഉപകാരവും എന്നെക്കൊണ്ടില്ലല്ലോ..."

ചെടി പറഞ്ഞു "തിരിച്ചൊന്നും പ്രതീക്ഷിക്കാതെയാണല്ലോ ഞങ്ങൾ ലോകത്തെ ഊട്ടുന്നത്."

"എങ്കിലും എനിക്ക് പറക്കാൻ ചിറകുകളുണ്ടായിരുന്നുവെങ്കിൽ..."

"നിരാശ വെടിയൂ... ഓരോരുത്തരിലും നിരവധി കഴിവുകൾ ഉറങ്ങിക്കിടപ്പുണ്ട്, അവയെ ഉത്തേജിപ്പിക്കാൻ കഠിനമായ പ്രയത്നം വേണമെന്ന് മാത്രം."

പുഴു ചോദ്യഭാവത്തിൽ തലയുയർത്തി.

ഒരു ഇല നീട്ടിക്കൊടുത്ത് ചെടി തുടർന്നു. "നീ മാറ്റത്തിന് സ്വയം തയ്യാറാകൂ... തപസ്യയിലേക്ക് പ്രവേശിക്കൂ... എത്ര പീഡ തോന്നിയാലും ലക്ഷ്യത്തിലെത്താതെ പിന്തിരിയരുത്."

ഇല അരികു ചേർത്ത് മടക്കി പുഴു കൂടുണ്ടാക്കാൻ തുടങ്ങി.

ഒന്ന്

ദിവസവും പത്തിരുപതു തവണ മുറ്റത്തൂടെ നടക്കുന്നതാണ്. എന്നിട്ടും യാത്ര പോകുന്നതിന്റെ തലേന്നു മാത്രമാണ് രജനി അത് ശ്രദ്ധിച്ചത്. തൊടിയുടെ പടിഞ്ഞാറുവശത്തുള്ള ചെമ്പകമരത്തിന്റെ താഴെക്കൊമ്പിൽ കവചമുണ്ടാക്കി ഒരു ജീവി സമാധിയിൽ കഴിയുന്നു. അത്ര വലിയ പുഴുക്കൂട് അവൾ ആദ്യമായി കാണുകയാണ്. അമരക്കാ പോലുള്ള അതിന്റെ ആകൃതിയിൽ തന്നെയുണ്ട് പ്രത്യേകത. അതാര്യമായ ആ കൂടിനുള്ളിൽ ചിറക് മുളയ്ക്കുന്നതും മോഹിച്ച് കഴിയുന്നൊരു ജീവിയെ അവൾ തന്റെ അകക്കണ്ണിൽ കണ്ടു.

പിറ്റേന്ന് ഉച്ച കഴിഞ്ഞ് അവൾക്ക് പുറപ്പെടണം. ഈ പതിനെട്ട് വയസ്സിനിടയ്ക്ക് ആദ്യമായാണ് അവൾ കടൽ കടന്ന് ആകാശയാത്രയ്ക്കൊരുങ്ങുന്നത്. അതിന്റെ ആകാംക്ഷയും പരിഭ്രമവും കാരണം ഉറക്കം വഴി മാറി നിന്ന ആ രാത്രിയിൽ ജാലകം തുറന്നപ്പോൾ കണ്ടത് പുഴുക്കൂട് ഇരുട്ടത്തും മിന്നിത്തിളങ്ങുന്നതാണ്. പ്യൂപ്പകൾ ഇങ്ങനെ പ്രകാശിക്കുമോ..? അവൾക്ക് ആശ്ചര്യമായി. തണുത്ത കാറ്റു വന്ന് മുടിയിഴകളെ തൊട്ടിട്ടുംജനലടയ്ക്കാതെ അവൾ അതിനെ നോക്കി നിന്നു.

സമപ്രായക്കാരിൽ നിന്ന് വിഭിന്നമായി ജീവികളോട് മിണ്ടിയും പറഞ്ഞും നടന്ന ഒരു കുട്ടിക്കാലം രജനിക്കുണ്ടായിരുന്നു. അതിനു തുടക്കമിട്ടതാവട്ടെ ആറാം തരത്തിലായിരിക്കെ അവൾ വായിച്ച സോളമൻ രാജാവും തേനീച്ചയും തമ്മിലുള്ള സംഭാഷണ കഥയും.

അന്ന് രാത്രി ആ കഥ അവൾ പലതവണ വായിച്ചു. ഷേബാരാജ്ഞി സോളമന് സമ്മാനിച്ച അമൂല്യരത്നങ്ങളേക്കാൾ അവളെ ആകർഷിച്ചത് രാജ്ഞിയുടെ കുടുക്കുചോദ്യങ്ങളെ തേനീച്ചയുടെ സഹായത്തോടെ സോളമൻ ജയിച്ചതാണ്. അസംഖ്യം കൃത്രിമപ്പൂക്കളുടെ ഇടയിൽനിന്ന് ഒരേയൊരു യഥാർത്ഥ പൂവിനെ ചൂണ്ടിക്കാണിക്കാൻ രാജ്ഞി ആവശ്യപ്പെട്ടപ്പോഴായിരുന്നു കുഞ്ഞുതേനീച്ചയുടെ സഹായം സോളമന് ലഭിച്ചത്.

ജീവികളുമായി ഇങ്ങനെയൊക്കെ സംവദിക്കാൻ മനുഷ്യർക്ക് കഴിയുമോ? അതോർത്ത് അവൾക്ക് ഉറക്കമില്ലാതായി.

"ഒരേ ആകാശത്തിനു കീഴെ, ഒരേ മണ്ണിൽ ഒരേ വായു ശ്വസിച്ചു സഹജീവികളോടൊപ്പം വസിക്കുന്ന മനുഷ്യർക്ക് എന്തുകൊണ്ട് അവയോടൊക്കെ വർത്താനം പറയാനും ശ്രമിച്ചൂടാ?"

ഈ ചോദ്യം അവൾ പലരോടും ചോദിച്ചു, ആറാം ക്ലാസ്സുകാരിയുടെ ഭ്രമകല്പനയായി കണ്ട് അവരെല്ലാം അതിനെ ചിരിച്ചു തള്ളുകയായിരുന്നു.

"നിനക്ക് വട്ടാണ്." കൂട്ടുകാരികൾ.

"നിനക്ക് വേറൊന്നും ചെയ്യാല്യേടി കൊച്ചേ...? മൻശ്യന്മാരുടെ പ്രശ്നം തന്നെണ്ട് എടുത്ത പൊങ്ങാത്തത്ര." മുതിർന്നവർക്കെന്നും ഒരേ പ്രാരബ്ധ പല്ലവി തന്നെ.

അതിൽപിന്നെ അവളാരോടും ചോദിക്കാൻ നിന്നില്ല. സമയം കിട്ടുമ്പോഴൊക്കെ അമ്മയുടെ കണ്ണു വെട്ടിച്ച് പറമ്പിലും പാടവരമ്പത്തും കറങ്ങിനടന്ന് ജീവികളെ നിരീക്ഷിക്കാനും അവയുടെ ആംഗ്യങ്ങളും ശബ്ദവീചികളും മനസ്സിലാക്കാനും ശ്രമിച്ചു. തീർത്തും വിസ്മയകരമായ ഒരനുഭവമായിരുന്നു അവൾക്കത്.

തുമ്പികളുടെയും ഷഡ്പദങ്ങളുടെയും രീതികൾ അറിയാനായി സമീപത്ത് അനങ്ങാതെ നിന്ന് അവയെ നിരീക്ഷിക്കും. ഉറുമ്പുകൾക്കും കുഴിയാനക്കുഴികൾക്കും അടുത്ത് കുഞ്ഞുപാവാട തെരുത്തു വെച്ച് കാൽമുട്ടുകൾ മണ്ണിൽ കുത്തിയിരിക്കും. ഉടുപ്പിൽ ചളിയായാൽ അമ്മേടെ കൈയിൽനിന്ന് തല്ല് ഉറപ്പാണ്.

"ഇയ്യ് എന്തായീ മണ്ണീ കാണിക്ക്ണെ." അവളെ തേച്ചുകഴുകുമ്പോൾ അമ്മ അദ്ഭുതത്തോടെ ചോദിക്കും.

"ഒന്നുല്യന്റെ ദേവക്യെ." അതും പറഞ്ഞ് അവൾ ചിരിക്കും.

ജീവികളുടെ ആശയവിനിമയരീതികളെക്കുറിച്ച് അറിഞ്ഞ കാര്യങ്ങൾ വെവ്വേറെ തലക്കെട്ടുകളോടെ തന്റെ നോട്ടുപുസ്തകത്തിൽ അവൾ എഴുതിവെയ്ക്കാൻ തുടങ്ങി. എന്നാൽ സഹപാഠികൾക്ക് അവൾ പറഞ്ഞതൊന്നും മനസ്സിലായതേയില്ല.

ഒരിക്കൽ, ഓണപ്പരീക്ഷ തുടങ്ങിയ ദിവസം സ്കൂൾ വിട്ടു വരുന്ന വഴി തേനീച്ചകളെ കണ്ട് അവൾ പെട്ടെന്ന് നിന്നു. അടുത്തെവിടെയോ അവയുടെ കൂടുണ്ട്. തേനീച്ചകൾ കുത്തുമെന്നു പറഞ്ഞ് കൂടെയുള്ള കുട്ടികൾ നടക്കാൻ തിരക്ക് കൂട്ടി. മനുഷ്യനൊഴികെ ഒരു ജീവിയും അകാരണമായി ആരെയും ഉപദ്രവിക്കില്ലെന്ന് ഇതിനോടകം അവൾ മനസ്സിലാക്കിയിരുന്നതിനാൽ പേടിയൊന്നും കൂടാതെ കൂടിനു സമീപത്തേക്ക് ചെന്ന് ബാഗിൽനിന്ന് മഞ്ഞനിറമുള്ള പെൻസിലെടുത്ത് സ്കൂളിന്റെ ദിശയിൽ പ്രത്യേക രീതിയിൽ നൃത്തം ചെയ്യിച്ചു. പെൻസിൽ കൊണ്ട് വായുവിൽ വൃത്തം വരച്ചു കളിക്കുന്നതായി മാത്രമേ കണ്ടുനിന്ന കുട്ടികൾക്ക് തോന്നിയുള്ളൂ. എന്നാൽ സ്കൂൾമുറ്റത്ത് അവർ നനച്ചുണ്ടാക്കിയ

പൂന്തോട്ടത്തിൽ പൂക്കൾ വിരിഞ്ഞ സമയമായിരുന്നതിനാൽ തേനീച്ച കൾക്ക് അങ്ങോട്ടുള്ള വഴി കാണിച്ചുകൊടുക്കുകയായിരുന്നത്രെ. അതു കേട്ട് കൂട്ടുകാരികൾ അന്നും അവളെ കണക്കിന് കളിയാക്കി. എന്നാൽ പിറ്റേന്ന് സ്കൂളിൽ ചെന്നപ്പോൾ അതാ, പൂവുകൾക്ക് ചുറ്റും ഒരു പറ്റം തേനീച്ചകൾ. കുട്ടികൾ ആശ്ചര്യപ്പെട്ടു. അതിനുശേഷം അവളെ പരിഹ സിക്കുന്നത് അവർ നിർത്തി.

കാലത്തെണീറ്റ് പല്ലു തേക്കുന്നതിനിടെ അവൾക്ക് പ്യൂപ്പയെ വീണ്ടും ഓർമ്മ വന്നു. അനിയത്തിയും അനിയനും അപ്പോഴും ഉറക്കമുണർന്നി രുന്നില്ല. പല്ലുതേപ്പും കഴിഞ്ഞ് മുഖം കഴുകി ചെമ്പകമരത്തിനരികിലേക്ക് ചെന്നപ്പോൾ മരത്തിന്റെ കമ്പ് വിറകൊള്ളുന്ന രീതിയിൽ പുഴുക്കൂട് പ്രകമ്പനം കൊണ്ടു. അതവളുടെ ആകാംക്ഷ വർദ്ധിപ്പിച്ചു. പക്ഷിമൃഗാ ദികളിൽ നിന്നു രക്ഷ നേടാനായി ചിലതരം പ്യൂപ്പകൾ കമ്പനം ചെയ്യാ റുണ്ടെന്ന് അറിയാമെങ്കിലും താനടുത്ത് ചെന്നപ്പോൾ അസ്വാഭാവികമായി അത് വിറകൊണ്ടതിൽ അവൾക്ക് ആശ്ചര്യംതോന്നി. ജീവികളിൽ അവൾക്ക് മിത്രങ്ങളേയുള്ളൂ, ശത്രുക്കളില്ല.

"ശാന്തനാകൂ... ഞാൻ ഉപദ്രവിക്കാൻ വന്നതല്ല." മുന്നോട്ടാഞ്ഞ് ചെമ്പകക്കൊമ്പിനോട് ചേർന്നുനിന്ന് അവൾ ചുണ്ടനക്കി. പ്യൂപ്പയുടെ വിറയൽ ഒന്നടങ്ങി.

തന്നെ ശത്രുവായി കാണുന്നതുകൊണ്ടാവില്ല, കൂടിനുള്ളിലെ ഇരുട്ടും ഏകാന്തതയും അതിനെ വശം കെടുത്തുന്നുണ്ടാകും.

അതിനോട് ചുണ്ടുകളടുപ്പിച്ച് അവൾ മന്ത്രിച്ചു. "പേടിക്കേണ്ട... ഈയൊരു ഘട്ടത്തെ അതിജീവിക്കാൻ കഴിഞ്ഞാൽ ഭംഗിയുള്ള ഒരു ശലഭ മായി നീ രൂപാന്തരപ്പെടും."

അവളോട് പ്രതികരിക്കുന്ന പോലെ പ്യൂപ്പയിൽനിന്നും വീണ്ടും ചലന മുണ്ടായതായി അവൾ കണ്ടു. എന്തുകൊണ്ടോ കവചം ഭേദിച്ച് അതിനു ള്ളിലെ ജീവി പുറത്തുവരുന്നത് കാണാൻ അവൾക്കു മോഹമുണ്ടായി. ആ മോഹം പൂവണിയില്ലെന്ന് അവൾക്കറിയാം. ഉച്ചതിരിഞ്ഞ് അവളൊരു യാത്ര പോകുകയാണ്.

ജീവികളെ നിരീക്ഷിക്കുന്നതിനിടയിൽ ചില അമളികളും അവൾക്കു പിണഞ്ഞിട്ടുണ്ട്. ഒരിക്കൽ, ഒച്ചയുമനക്കവും കേൾപ്പിക്കാതെ അമ്പല ക്കുളക്കടവിൽ ചെന്ന് തവളകളുടെ സംഭാഷണരീതി പഠിക്കാൻ ശ്രമി ക്കവേ കാൽവഴുതി കുളത്തിന്റെ ആഴങ്ങളിലേക്ക് വീണുപോയതായിരുന്നു അതിലൊന്ന്. പായലുകൾക്കിടയിലൂടെ താഴ്ന്നു പോയി കുളത്തിന്റെ അടിത്തട്ടിൽ കാലുതൊട്ടു. വെള്ളത്തിനടിയിൽ നിന്ന് ഉയർന്നു വരു മ്പോഴും കണ്ണ് മിഴിച്ച് കുളത്തിന്റെ അകം നോക്കിക്കാണുകയായിരുന്നു അവൾ. അടുത്ത പറമ്പിൽ കിളയ്ക്കുകയായിരുന്ന പണിക്കാർ വെള്ളത്തി ലെന്തോ വീഴുന്ന ശബ്ദം കേട്ട് ഓടിവന്ന് അവളെ പിടിച്ചു കരയ്ക്കു കയറ്റി.

ഒന്ന് മുങ്ങി നിവർന്നുവെന്നതിനപ്പുറം അപകടമൊന്നും സംഭവിച്ചി ല്ലെങ്കിലും മറ്റൊരു പ്രശ്നത്തിന് അതു വഴിവെച്ചു. മനയ്ക്കലെ സ്ത്രീ കൾ കുളിച്ചുകയറിയതിനുശേഷമേ മറ്റുള്ളവർക്ക് അവിടെ കുളിക്കാൻ അനുമതിയുണ്ടായിരുന്നുള്ളൂ. പുലവേലയുള്ളവർക്കും കീഴ്ജാതി ക്കാർക്കും അതിൽ കുളിക്കാനേ പാടില്ല.

അതിനാൽ തന്നെ ഒരു പുലയപ്പെൺകുട്ടിയുടെ അമ്പലക്കുളത്തിലെ മുങ്ങിക്കുളി വലിയ ഒരു വിഷയമായി. കുളം അശുദ്ധപ്പെടുത്തിയെന്ന് പലരും മുറുമുറുത്തു. നാട്ടിലെ പ്രമുഖർ അവളുടെ അമ്മയോട് കഠിന മായി ദേഷ്യപ്പെടുകയും ഒരാഴ്ചക്കാലത്തേക്ക് അതൊരു സാമൂഹിക പ്രശ്നമായി ഗ്രാമാന്തരീക്ഷത്തിൽ തങ്ങി നിൽക്കുകയും ചെയ്തു.

അതിൽപിന്നെ പുറത്ത് കറങ്ങി നടക്കാൻ ദേവകി സമ്മതിക്കാറില്ലാ യിരുന്നു. തനിക്കെന്തെങ്കിലും ന്യൂനതയുണ്ടോയെന്നു ആ സംഭവത്തിനു ശേഷം രജനി ന്യായമായും സംശയിച്ചു.

“അമ്മന്നെ എന്നും കുളിപ്പിക്കാറില്ലേ?”

“ഉണ്ടല്ലോ... എന്തേ?”

“കുളം കേടാവാൻ മാത്രം എന്ത് അഴുക്കാ അമ്മേ ന്റെ മേലുള്ളത്?”

രജനിയുടെ ചോദ്യത്തിനു മുന്നിൽ ഒന്ന് പതറിയെങ്കിലും മകളുടെ ആത്മവിശ്വാസത്തെ തകർക്കുമാറ് ആ ചിന്ത വളരാൻ ദേവകി സമ്മതിച്ചില്ല.

“ഓരെ മനസ്സിലെ അഴുക്കോണ്ട് ഓർക്കു ഓരോന്ന് തോന്ന്ണെതാ മോളേ.”

ദേവകി അവളെ ആശ്വസിപ്പിച്ചു.

രണ്ട്

ഉച്ചയ്ക്കുശേഷം രജനി പുറപ്പെടാൻ തയ്യാറായി. കാലാവസ്ഥാ മാറ്റത്തെ ക്കുറിച്ച് സൂചന നൽകി ആകാശം മേഘാവൃതമായി കറുത്തിരുണ്ടിരുന്നു. മഴക്കോള് കണ്ടതിനാൽ ഇളയമക്കൾ രണ്ടുപേരെയും വീട്ടിൽ നിർത്തി സമീപത്തെ ജീപ്പ്ഡ്രൈവറെയും കൂട്ടി ദേവകി രജനിക്കൊപ്പം പോകാ നിറങ്ങി. ചേച്ചിയെ പിരിയുന്നതിലുള്ള സങ്കടം രാജിയുടെയും കുട്ടന്റെയും ശരീരഭാഷകളിൽ പ്രകടമായിരുന്നു. രജനി പെട്ടിയുമെടുത്ത് ഇറങ്ങിയ പ്പോൾ കുട്ടൻ നിറഞ്ഞ കണ്ണുകളോടെ ആർക്കും മുഖംകൊടുക്കാതെ ജനലഴി പിടിച്ചു വിദൂരതയിലേക്ക് നോക്കിനിന്നു. രാജി തലവേദനയെന്നും പറഞ്ഞു കട്ടിലിൽ പോയിക്കിടന്നു. ഇരുവർക്കും രജനിയെ അത്രമേൽ ഇഷ്ടമായിരുന്നു

എയർപോർട്ടിലേക്ക് രണ്ടുമണിക്കൂർ ദൂരമുണ്ട്. പാതിവഴിയെത്തിയതും മഴ ചാറാൻ തുടങ്ങി. പതിയെ മഴയ്ക്ക് ശക്തികൂടി. കാറ്റിനോടൊപ്പം

മഴത്തുള്ളികൾ ജീപ്പിന്റെ മുൻവശത്തെ ചില്ലിലേക്ക് വന്യമായ ഭാവത്തിൽ പെയ്തിറങ്ങി.

വർഷകാലത്തിന്റെ വരവറിയിച്ചുകൊണ്ട് ഇതുപോലെ മഴ പെയ്ത ദിവസങ്ങളിലൊന്നിലാണ് രജനിയുടെ വിദൂരസ്വപ്നങ്ങളിൽ പോലുമില്ലാതിരുന്ന ഈ യാത്രയിലേക്ക് വഴി തുറന്ന സംഭവമുണ്ടാകുന്നത്. രജനി പന്ത്രണ്ടാം തരം പരീക്ഷ കഴിഞ്ഞു നിൽക്കുന്ന സമയം. അവൾക്കിപ്പോഴും നല്ല ഓർമ്മയുണ്ട്. അന്ന് അവളും ദേവകിയും ടൗണിൽനിന്ന് സാധനങ്ങൾ വാങ്ങി വരുന്ന വഴിയാണ് വായനശാലയുടെ ഓടുമേഞ്ഞ ഇറയത്ത് മഴ കുറയാൻ കയറി നിൽക്കുകയായിരുന്ന ഷേക്ക്ഷാ തങ്ങളെ കാണുന്നത്. ഒരു വലിയ ഇടവേളയ്ക്കുശേഷമാണ് അവർ അദ്ദേഹത്തെ കാണുന്നത്.

ഷായ്ക്ക് രജനിയോട് ഒരു പ്രത്യേക വാത്സല്യമുണ്ട്. ദേവകിക്ക് ജന്മനാട്ടിൽ നിന്നും വടക്കൻ മലബാറിലെ പോസ്റ്റോഫീസിലേക്ക് സ്ഥാനക്കയറ്റത്തോടെ സ്ഥലം മാറ്റമായപ്പോൾ ഷാ തങ്ങളുടെ തറവാടിനടുത്താണ് താമസിക്കാൻ വീട് കിട്ടിയത്. ഷായുടെ കുടുംബവുമായി അന്നു തുടങ്ങിയ അടുപ്പമാണ്.

നാട്ടുകാർക്ക് ഷായെന്നാൽ നീളൻ ജുബ്ബയിട്ട് ഒരവധൂതനെപ്പോലെ അലഞ്ഞു തിരിഞ്ഞു നടക്കുന്ന സൂഫിയാണ്. കപ്പലിൽ യാത്ര ചെയ്തുള്ള എന്തോ കച്ചവടമാണെന്ന് കരുതുന്നവരും ഉണ്ട്. എന്നാൽ കെയ്റോ യൂണിവേഴ്സിറ്റിയിലെ ഭാഷാശാസ്ത്രവിഭാഗത്തിൽ വിസിറ്റിംഗ് അദ്ധ്യാപകനായി ജോലി ചെയ്യുന്ന ആളാണ് അദ്ദേഹമെന്ന് അയൽപ്പക്കത്തെ കുറച്ചു പേർക്കു മാത്രമേ അറിയൂ.

രജനിയെ നഴ്സിംഗിനു വിടാനാണ് ദേവകിയുടെ പദ്ധതിയെന്നറിഞ്ഞപ്പോൾ ഷേക്ക് ഷാ ചോദിച്ചു.

“ഇവൾടെ ഇഷ്ടം തെരക്കീനോ...?”

ഫിസിക്സായിരുന്നു രജനിയുടെ ഇഷ്ടവിഷയം. നഴ്സിംഗാണ് നല്ലതെന്നും അത് കഴിഞ്ഞാൽ ബാംഗ്ലൂരിൽ നഴ്സായി ജോലി ചെയ്യുന്ന തന്റെ പരിചയക്കാരിയുടെ മകളുടെ അടുത്തേക്ക് പോകാമെന്നും ദേവകിയാണ് അഭിപ്രായപ്പെട്ടത്. അമ്മയുടെ നിർബന്ധം കാരണം രജനി ആശയക്കുഴപ്പത്തിൽ നിൽക്കുകയായിരുന്നു.

“മോക്ക് വല്ല്യ താത്പര്യല്ലല്ല്യേ...?” അവളുടെ മനസ്സ് വായിച്ചപോലെ ഷാ ചോദിച്ചു.

രജനിയുടെ മുന്നിൽ വെച്ച് ഷാ അങ്ങനെ ചോദിച്ചതിൽ ദേവകിക്ക് നീരസം തോന്നി. അത് മറച്ചു വെയ്ക്കാതെ ദേവകി പറഞ്ഞു.

“ഇവിടല്ല... മംഗലാപുരത്താണ് ഇവക്ക് നഴ്സിംഗിന് നോക്ക്ണേ...”

ഷാ പുഞ്ചിരിച്ചു “ലോകത്തിന്റെ അതിര് അവടൊന്നും നിക്കൂല

ദേവക്യേ... അത്ങ്ങ്നെ പടച്ചോന്റെ കാരുണ്യം പോലെ പരന്ന് കെട ക്കാണ്... ഇവള് മിടുക്ക്യല്ലേ... കടല് കടന്നുപോയി പഠിക്കെട്ടെന്നെ."

ഷാ ഉദ്ദേശിക്കുന്നത് എന്തെന്ന് ദേവകിക്ക് പിടികിട്ടിയില്ല. എന്നാൽ ഇന്ത്യയ്ക്ക് പുറത്തുള്ള രാജ്യങ്ങളിലെ പഠനത്തെക്കുറിച്ചാണ് അദ്ദേഹം പറയുന്നതെന്ന് രജനിക്ക് മനസ്സിലായി. ദേവകിയുടെ താത്പര്യക്കുറവ് ശ്രദ്ധയിൽപ്പെട്ടെങ്കിലും രജനി കേൾക്കാൻ താത്പര്യപ്പെടുന്നുവെന്നു കണ്ടപ്പോൾ ഷാ തുടർന്നു.

"നോർവേ, സിംഗപ്പൂർ, ഫിൻലാൻഡ് തുടങ്ങി പല രാജ്യങ്ങളിലും ഇന്ത്യൻ വിദ്യാർത്ഥികൾക്ക് സ്കോളർഷിപ്പുണ്ട്."

അവൾ ആദ്യമായി കേൾക്കുന്ന ഒരു സ്ഥലമുണ്ടായിരുന്നു ഷാ പറ ഞ്ഞതിന്റെ കൂട്ടത്തിൽ. 'വോൾസാന റിപ്പബ്ലിക്'. രാജ്യത്തിന്റെ പേര് കേട്ട പ്പോൾ തന്നെ രജനിക്ക് വലിയ കൗതുകം തോന്നി. ഇന്ത്യൻ മഹാസമുദ്ര ത്തിൽ മഡഗാസ്കറിനും ദക്ഷിണാഫ്രിക്കയ്ക്കുമിടയിലായി രണ്ടു ദ്വീപു കൾ ചേർന്നുണ്ടായ രാജ്യമാണ് വോൾസാന. ലോകം ചുറ്റുന്നതിനിട യിൽ ഷാ ഒരിക്കൽ അവിടം സന്ദർശിച്ചിട്ടുണ്ട്.

മഴ തോർന്നു തുടങ്ങിയതിനാൽ ഷായെ വിട്ട് അവർ മുന്നോട്ട് നടന്നു. അയാൾ പറഞ്ഞത് മുഴുവൻ ദേവകി ശ്രദ്ധിച്ചിട്ടില്ലായിരുന്നു. അല്ലെങ്കിലും മകളെ മറ്റൊരു രാജ്യത്തേക്ക് പഠിക്കാൻ വിടുന്നതൊന്നും ദേവകിയുടെ ചിന്തയിൽ ഒതുങ്ങുന്നതല്ല. അവളെ നഴ്സിംഗിന് അയയ്ക്കാ നുള്ള ഒരുക്കങ്ങളെല്ലാം പൂർത്തിയാക്കിയിരിക്കുകയാണ്.

വീട്ടിലേക്ക് നടക്കവേ രജനി ചിന്തിച്ചത് പക്ഷേ വോൾസാന റിപ്പബ്ലി ക്കെന്ന രാജ്യത്തെക്കുറിച്ചാണ്. എന്തായിരിക്കും അവിടുത്തെ മണ്ണിന്റെ നിറം? അവിടെ കുന്നുകളും പുഴകളും ആന്തൂറിയ പൊയ്കകളും ഹിമ മണിഞ്ഞ കൊടുമുടികളുമുണ്ടാകുമോ? കാലാവസ്ഥ ചൂടോ തണുപ്പോ? ആളുകൾ തവിട്ടു നിറമുള്ളവരോ ചുവന്നവരോ? അവിടെ തുമ്പികളും ശലഭങ്ങളുമുണ്ടാകുമോ...?

വൈകീട്ട് അമ്മയോട് പറയാതെ അവൾ ഷായുടെ വീട്ടിൽ ചെന്നു. അവളുടെ വരവ് പ്രതീക്ഷിച്ചപോലെ ഷാ ഒന്ന് പുഞ്ചിരിച്ചു. "നീ വരൂന്ന് എനക്ക് അറ്യേനു."

ഷെൽഫിൽ നിന്ന് ഒരു ബുക്ക്ലെറ്റ് തിരഞ്ഞു പിടിച്ച് അത് അവൾക്കു നേരെ നീട്ടി അദ്ദേഹം പറഞ്ഞു,

"കോഴ്സിന്റെ വിവരോം അപേക്ഷിക്കേണ്ടതെങ്ങനേന്നും ഈലിണ്ട്."

ഒരു രഹസ്യനിധി കണക്കെ ബുക്ക്ലെറ്റ് മാറോടടക്കിപ്പിടിച്ചു വീട്ടി ലെത്തി സസൂക്ഷ്മം വായിച്ചു നോക്കവേ, മെക്കട്രോണിക്സ് എന്ന കോഴ്സിൽ അവളുടെ കണ്ണുടക്കി. അത്തരമൊരു കോഴ്സിനെക്കുറിച്ച് അവൾ മുൻപ് കേട്ടിരുന്നില്ല. ജിജ്ഞാസപ്പെട്ടു കൂടുതൽ വായിച്ച പ്പോൾ ഫിസിക്സുമായതിന് അഭേദ്യബന്ധമുണ്ടെന്ന് മനസ്സിലായി.

വോൾസാനയിലെ പ്രധാന യൂണിവേഴ്സിറ്റികളിൽ ഇന്ത്യൻ വിദ്യാർത്ഥികൾക്ക് ഈ കോഴ്സിന് പരിമിതമായ സീറ്റുകളുണ്ട്. ഇക്കാര്യം അമ്മയെ പറഞ്ഞു മനസ്സിലാക്കാൻ രജനി ശ്രമിച്ചു. ദേവകി പക്ഷേ, അമ്പിനും വില്ലിനുമടുക്കുന്നില്ല.

“ഇത്രേം ദൂരെ ഏതോ ഒരുനാട്ട്ല്... വേണ്ട വേണ്ട ഞാൻ സമ്മതിക്കൂല...”

“അമ്മ ഇതൊന്നു നോക്ക് ആദ്യം... സ്കോളർഷിപ്പൊക്കെയുണ്ട്.” അവൾ വിടാൻ കൂട്ടാക്കിയില്ല.

തുടർന്ന് അരങ്ങേറിയത് ഒരു മാരത്തോൺ ചർച്ചയായിരുന്നു. പാചകം ചെയ്യുമ്പോൾ അടുക്കളപ്പലകയിലിരുന്നും പത്രം വായിക്കുമ്പോൾ ചാരുപടിയിലിരുന്നും ദേവകി ജോലിക്ക് പോകാനൊരുങ്ങുമ്പോഴും കുളിമുറിക്കകത്തും പുറത്തും നിന്നും വരെ കെഞ്ചിയും ചിണുങ്ങിയും ആശയർപ്പിച്ചും പരിഭവിച്ചും രജനി അമ്മയുമായി സംവാദത്തിലേർപ്പെട്ടു. രാജിയും കുട്ടനും ഈ സംവാദങ്ങളുടെയൊക്കെ കാത് കൂർപ്പിച്ചുള്ള കേൾവിക്കാരായി. ചേച്ചി കണ്ണീരൊലിപ്പിക്കുമ്പോൾ അവരിരുവരും അമ്മ കാണാതെ പിറകിലിരുന്ന് അമർത്തിച്ചിരിക്കും. രജനിയുടെ നിർബന്ധമേറി വന്നപ്പോൾ സ്കോളർഷിപ്പൊക്കെയുണ്ടെങ്കിൽ ഒരു കൈ നോക്കാമെന്ന് ഒടുവിൽ ദേവകി സമ്മതം മൂളി.

കാര്യങ്ങൾ പിന്നെ പുരോഗമിച്ചത് ദ്രുതഗതിയിലായിരുന്നു. അപേക്ഷ അയയ്ക്കാൻ സ്കൂളിലെ അധ്യാപകരും സഹായിച്ചു. യോഗ്യതാപരീക്ഷയ്ക്കു ഇന്ത്യയിൽ മുംബൈയും ഡൽഹിയും രണ്ടു കേന്ദ്രങ്ങളുള്ളതിൽ രജനി തെരഞ്ഞെടുത്തത് ഡൽഹിയാണ്. ദേവകി അംഗമായ ദളിത് എംപ്ലോയീസ് സംഘടന വഴിയാണ് ദില്ലിയിലെ അംബേദ്കർ അസോസിയേഷനുമായി ബന്ധപ്പെടുന്നതും അവരുടെ ഹോസ്റ്റലിൽ താമസിച്ച് ഒരു മാസത്തെ പരീക്ഷാകോച്ചിങ്ങിനു പോകാൻ സൗകര്യം ലഭിക്കുന്നതും. ഒരു ദളിത് പെൺകുട്ടിക്ക് മുഖ്യധാരയിൽ മാറ്റുരയ്ക്കാൻ ലഭിക്കുന്ന അവസരമെന്ന നിലയിൽ അസോസിയേഷൻ അംഗങ്ങളും അവളെ നിർലോഭം പ്രോത്സാഹിപ്പിച്ചു.

ദില്ലിയിലെ തണുപ്പ് തുടക്കത്തിൽ പ്രയാസപ്പെടുത്തിയെങ്കിലും അതൊന്നും വകവെയ്ക്കാതെ അവൾ പരിശ്രമിച്ചു. ദില്ലിയിലെ ചാന്ദ്നി ചൗക്കിനടുത്തുള്ള ഒരു പ്രമുഖ കോച്ചിംഗ് സെന്ററിലായിരുന്നു പരീക്ഷാ പരിശീലന കോഴ്സ് തരപ്പെട്ടിരുന്നത്. പ്ലസ്ടു മാർക്കിനൊപ്പം യോഗ്യതാ പരീക്ഷയിലെ മികവും പരിഗണിച്ചാണ് പ്രവേശനം ലഭിക്കുക. യോഗ്യതാ പരീക്ഷ കഴിഞ്ഞതും അവൾ തിരിച്ചും മറിച്ചും കൂട്ടി നോക്കി. കഷ്ടിച്ച് രക്ഷപ്പെട്ടേക്കാം.

ഒടുവിൽ ഫലം വന്നപ്പോൾ രജനിയുൾപ്പെടെ എല്ലാവർക്കും ആശ്ചര്യമായി. നല്ല മാർക്കോടെ പ്രവേശനം ലഭിച്ചിരിക്കുന്നു. അസോസിയേഷൻ ഭാരവാഹികൾ കേക്ക് മുറിച്ചാണ് അവളുടെ വിജയമാഘോഷിച്ചത്.

ദേവകിക്ക് അപ്പോഴും ഉള്ളാലെ സംശയമായിരുന്നു, ഒറ്റയ്ക്ക് പുറത്ത് അധികം സഞ്ചരിച്ചിട്ടില്ലാത്ത തന്റെ മകൾ അന്യദേശത്ത് എങ്ങനെ തനിച്ചു കഴിയും? എന്നാൽ രജനി ധൈര്യമവലംബിച്ചു. ഷേക്ക്ഷാ പറഞ്ഞറിഞ്ഞത് മുതൽ വോൾസാനയിലെത്തി പഠിക്കുകയെന്നത് അവൾക്കൊരു ആവേശമായി തീർന്നിരുന്നു.

മൂന്ന്

പ്രദേശത്തെ മറ്റു ദളിത് കുടുംബങ്ങളിൽനിന്നും അല്പം വ്യത്യസ്തമായ ജീവിതസാഹചര്യമായിരുന്നു രജനിയുടേത്. അതിനു കാരണം ദേവകിയുടെ വിദ്യാഭ്യാസവും തുടർന്ന് ലഭിച്ച ജോലിയും തന്നെ. ദേവകി പത്താംതരം പാസായിട്ടുണ്ടെങ്കിലും ദേവകിയുടെ ജ്യേഷ്ഠത്തിമാർ വിദ്യാഭ്യാസത്തിന് അവസരം ലഭിക്കാത്തവരാണ്. ഒരു അടിയാള കുടുംബത്തിൽ ജനിച്ചിട്ടും കൂടപ്പിറപ്പുകളിൽ നിന്ന് വ്യത്യസ്തമായി ദേവകിക്ക് മാത്രം പഠനം സാധ്യമായതിനു പിന്നിൽ ഒരു കഥയുണ്ട്.

ബാല്യത്തിൽ സംഭവിച്ച മസ്തിഷ്കപ്പനിമൂലം ദേവകിയുടെ വലതു കൈക്ക് സ്വാധീനക്കുറവുണ്ടായി. ഏതായാലും ദേഹമനങ്ങിയുള്ള പണിക്കു പറ്റില്ല. "എന്നാ തറവാട്ടിലെ കുട്ടികളുടെ കൂടെ അവരെ സഹായിക്കാൻ പള്ളിക്കൂടത്തിൽ പോകട്ടെ." തൊഴിലുടമസ്ഥനായ മുതലാളി കല്പിച്ചു.

ഭൂപരിഷ്കരണ നിയമം നടപ്പിൽ വന്ന് കേരളത്തിന്റെ സാമൂഹിക മണ്ഡലങ്ങളിൽ ഗുണപരമായ മാറ്റങ്ങൾ പ്രകടമായ കാലമായിരുന്നു അത്. എന്നാൽ നിയമം പാസാക്കിയെടുക്കാൻ വേണ്ടിവന്ന നീണ്ട പതിമ്മൂന്ന് വർഷത്തെ കാലയളവിനിടയിൽ ജന്മിമാരും ഭൂവുടമകളും ചേർന്ന് മിച്ച ഭൂമിയുടെ നല്ലൊരു ഭാഗവും തോട്ടം, വനഭൂമികളാക്കി കൃത്രിമം കാണിച്ചും സ്വന്തക്കാർക്ക് ഇഷ്ടദാനം നൽകിയും നിലനിർത്തിയത് കാരണം വലിയൊരു വിഭാഗം വരുന്ന ദളിത് കുടുംബങ്ങൾ വെള്ളമോ വെളിച്ചമോ ഇല്ലാത്ത കോളനികളിലേക്ക് കൂട്ടത്തോടെ കുടിയിറക്കപ്പെട്ടു. ദേവകിയുടെ അച്ഛനമ്മമാർ എത്തിപ്പെട്ടതും ഇത്തരമൊരു കോളനിയിലാണ്. കടുത്ത ദാരിദ്ര്യത്തിൽ മക്കളെ സ്കൂളിൽ വിടുന്നതിനെക്കുറിച്ച് അവർക്ക് ആലോചിക്കാൻ കഴിയുമായിരുന്നില്ല.

ദളിത് ഇതര സമൂഹത്തിന്റെ മുന്നേറ്റത്തിന് ഭൂപരിഷ്കരണം കാരണമായിരുന്നു. അത്തരമൊരു പരിതസ്ഥിതിയിൽ മറ്റു ജാതിക്കാരായ തുണക്കാരികളെ കിട്ടാതെ വന്നപ്പോഴാണ് ദേവകിയെ കുട്ടികളുടെ സഹായത്തിന് അയയ്ക്കാൻ ജന്മിമുതലാളി തീരുമാനിച്ചത്.

കടുത്ത നിബന്ധനകൾ ദേവകിക്ക് മേലുണ്ടായിരുന്നു. തറവാട്ടിലെ കുട്ടികൾക്കൊപ്പം നടക്കാനോ അവരെ തൊടാനോ പാടില്ല. പുസ്തക

ഭാണ്ഡങ്ങൾ പെട്ടിയിലാക്കി വെച്ചത് പേറി മീറ്ററുകളോളം പിന്നിലായി നടക്കണം. ഒറ്റക്കൈക്ക് ബലം കൊടുത്തു അവയെല്ലാം ഏറ്റി നടക്കുമ്പോൾ ദേവകിയുടെ കൈ കഴയ്ക്കും. എന്നാലും താഴെ വെയ്ക്കാൻ സമ്മതമില്ല. ആദ്യമൊക്കെ വലിയ പ്രയാസമായിരുന്നെങ്കിലും പിന്നെ അത് ശീലമായി.

ദിനേന വന്ന് പള്ളിക്കൂടത്തിന് പുറത്തു നിൽക്കുന്നതുകണ്ട് പ്രധാന അധ്യാപകൻ അവളെയും ക്ലാസ്സിൽ ചേർത്തു. ഒരു കീഴാളപെൺകുട്ടിയെ പുറത്ത് നിർത്തുന്നത് അധികൃതരറിഞ്ഞാൽ നിയമനടപടിയുണ്ടാകുമോയെന്നും അയാൾ ആശങ്കപ്പെട്ടിരുന്നു.

അവിടെയും ഉപാധികളുണ്ടായി. ക്ലാസിലെ മറ്റു കുട്ടികളെ ബുദ്ധിമുട്ടിക്കാതെ ഏറ്റവും പുറകിൽ പോയി ഇരിക്കണം. ചില അധ്യാപകർ ഒരു പടികൂടി കടന്നു മുൻബെഞ്ചിലെ കുട്ടികളെ രസിപ്പിക്കാനായി അവളുടെ വേഷഭൂഷാദികളെ പരിഹസിക്കാറുണ്ടായിരുന്നു. അത് കേൾക്കുമ്പോൾ ക്ലാസിൽ കൂട്ടച്ചിരി ഉയരും. ശിക്ഷിക്കേണ്ടി വരുമ്പോൾ സാരിത്തലപ്പ് കൂട്ടിയാണ് അധ്യാപികമാർ അവളെ നുള്ളിയിരുന്നത്.

അക്ഷരലോകത്ത് എത്തിപ്പെട്ടതിന്റെ വിസ്മയത്താലും ജാത്യാധിക്ഷേപങ്ങൾ അക്കാലത്തും സാധാരണമായിരുന്നതിനാലും ദേവകി അതൊന്നും ശ്രദ്ധിച്ചില്ല. തന്റെ പാഠപുസ്തകങ്ങൾ നോക്കി ജ്യേഷ്ഠത്തിമാർ ദീർഘനിശ്വാസത്തോടെ നിൽക്കുന്നത് ചിലപ്പോഴെല്ലാം അവൾ കണ്ടിരുന്നു.

ഒടുവിൽ, തറവാട്ടിലെ കുട്ടികളുടെ കൂടെ പോയിപ്പോയി ദേവകി പത്താംതരം പാസ്സായി. ഗ്രാമത്തിനടുത്ത് എംപ്ലോയ്മെന്റ് എക്സ്ചേഞ്ച് വന്ന കാലമായിരുന്നു അത്. ആരോ പറഞ്ഞറിഞ്ഞ് ദേവകി തന്റെ സർട്ടിഫിക്കറ്റ് അവിടെ കൊണ്ടുചെന്ന് രജിസ്റ്റർ ചെയ്യിച്ചു. കുറച്ചു വർഷങ്ങൾ കഴിഞ്ഞ് ജീവിതത്തിലെ നിർണ്ണായകമായ ഒരു ഘട്ടത്തിലൂടെ കടന്നുപോകവേ തികച്ചും അപ്രതീക്ഷിതമായി ദേവകിക്ക് ഗ്രാമീണ പോസ്റ്റോഫീസിൽ താൽക്കാലിക നിയമനം കിട്ടി. പിന്നീടത് പ്രാതിനിധ്യ സംവരണത്തിലൂടെ സ്ഥിരപ്പെട്ടു. തന്റെയും മൂന്ന് മക്കളുടേയും ജീവിതത്തിലെ സുപ്രധാന വഴിത്തിരിവായത് അതാണെന്ന് ദേവകി കരുതുന്നു.

നാല്

എയർപോർട്ടിലെത്തിയതും മഴ ഏറെക്കുറെ ശമിച്ചിരുന്നു. നേരത്തെ മേഘങ്ങൾക്കിടയിലൂടെ പ്രകാശരശ്മികൾ പുറത്തേക്കു വരാൻ തുടങ്ങിയതു കാരണം സൂര്യന് ചുറ്റും ആകർഷകമായ ഒരു പ്രഭാവലയം ദൃശ്യമായി. ബന്ധുക്കളെ യാത്രയാക്കാനെത്തിയവരിൽ പലരും അത് നോക്കി നിൽപ്പുണ്ടായിരുന്നു.

സഹയാത്രികനായി സന്ദീപ് എന്ന ആലപ്പുഴക്കാരൻ കൂടിയുണ്ട്. യോഗ്യതാപരീക്ഷയ്ക്കു പോയപ്പോൾ രജനി അവനെ പരിചയപ്പെട്ടിരുന്നു. ആൾക്കൂട്ടത്തിനിടയിൽ അവളെ തിരിച്ചറിഞ്ഞതും അവൻ വന്നു സംസാരിച്ചു. ചുരുണ്ട മുടിയും നേർത്ത മീശയുമൊക്കെയായി ഒരു മെലിഞ്ഞ പയ്യൻ. കടൽ കടന്നുള്ള യാത്രയിൽ മകൾക്ക് കൂട്ടിനൊരാളുണ്ടല്ലോ. സന്ദീപിനെ കണ്ടപ്പോൾ ദേവകിയുടെ മനസ്സിലും ആശ്വാസത്തിന്റെ നേർത്ത പ്രഭാവലയമുണ്ടായി.

യാത്ര പറയാൻ നേരത്ത് രജനി തന്റെ കൈവിടാൻ വൈകിയപ്പോൾ ദേവകിയുടെ ഉള്ളം പിടച്ചു. കാതങ്ങൾ ദൂരെ, തന്റെ കണ്ണെത്താത്ത ഒരു നാട്ടിലേക്കാണ് മകൾ പോകുന്നത്. എങ്കിലും അതിന്റെ ആധി മനസ്സിലടക്കിവെച്ച് രജനിയെ ദീർഘമായി ആലിംഗനം ചെയ്ത്എയർപോർട്ടിനുള്ളിലേക്ക് യാത്രയാക്കി.

മുംബൈ വഴിയാണ് വിമാനം വോൾസാനയിലേക്ക് പോകുന്നത്. എമിഗ്രേഷൻ നടപടികൾ കഴിഞ്ഞ് ഒരു മണിക്കൂറിനുശേഷം, അവളുടെ കാത്തിരിപ്പിന് വിരാമമിട്ടു വിമാനം റൺവേയിൽനിന്നും പറന്നുയർന്നു. ആഗ്രഹിച്ച പോലെ ജാലകത്തിനരികിൽ സീറ്റ് കിട്ടിയിരുന്നു. പുഴകളെയും കുന്നുകളെയും ചെറുതാക്കിയും പിന്നിലാക്കിയും വിമാനം ഉയരത്തിലേക്കു പറന്നു. തൂവെള്ളമേഘങ്ങൾ പഞ്ഞിക്കെട്ടുകൾ കണക്കെ അങ്ങിങ്ങായി ചിതറിക്കിടക്കുന്നു. മേഘങ്ങൾക്കിടയിലൂടെ ഇളകിയും ഉലഞ്ഞും മുന്നോട്ടു പോകുന്ന വിമാനത്തിന്റെ കൊച്ചുജാലകത്തിലൂടെ, തെല്ലൊരു കൗതുകത്തോടെ അവൾ ആകാശക്കാഴ്ചകൾ കണ്ടുകൊണ്ടിരുന്നു.

അവളുടെ ആദ്യആകാശയാത്രയാണെങ്കിലും രണ്ടാമത്തെ പറിച്ചുനടലാണിത്. അവൾ ഒമ്പതാംതരത്തിൽ പഠിക്കുമ്പോഴാണ് അച്ചൻകോവിലാറിന് സമീപത്തുള്ള കരുപ്പാട് ഗ്രാമത്തിൽനിന്നും വടക്കൻ മലബാറിലേക്ക് ദേവകിക്ക് പ്രമോഷനോടെ ജോലിമാറ്റം ലഭിക്കുന്നത്. അമ്മയുടെ കൂടെ പോരേണ്ടി വന്ന രജനിയും സഹോദരങ്ങളും മലബാറിലെ ഒരു പബ്ലിക് സ്കൂളിൽ ചേർന്നു.

പുതിയസ്ഥലം, പുതിയ സഹപാഠികൾ, പുതിയ അധ്യാപകർ, പുതിയ അയൽപക്കങ്ങൾ, പുതിയ നിരത്തുകൾ, അടുത്തുതന്നെ ഒരു ഗ്രാമീണ ഗ്രന്ഥാലയം, അധികമകലെയല്ലാതെ പ്രശാന്ത സുന്ദരമായ കടൽത്തീരം, അവിടെനിന്നും വീശിയടിക്കുന്ന തണുത്ത കാറ്റ്, ചുവന്നു തുടുത്തു കടലിലേക്കിറങ്ങുന്ന അസ്തമനസൂര്യൻ. ഈ മാറ്റം രജനിക്കും പതിയെ ഇഷ്ടമായി. സ്കൂൾ വിട്ടുവരുന്ന വഴി വായനശാലയിൽ കയറി അവൾ പുസ്തകങ്ങളെടുക്കും.

“ഇപ്പൊ ഇതായോ ഭ്രാന്ത്? ഹൈസ്കൂളിലാണെന്ന ഓർമ്മണ്ടായിക്കോട്ടെ.”

ദേവകിക്ക് അവൾ എപ്പോഴും പഠിക്കണം. പരീക്ഷ കഴിയുന്നത് വരെ ലൈബ്രറി പുസ്തകങ്ങൾ തൊടാൻ പാടില്ല. പക്ഷേ, അമ്മയെ

പറ്റിക്കാനാണോ പാട്? അവളുടെ കട്ടിയുള്ള ടെക്സ്റ്റ് ബുക്കിനുള്ളിൽ വെച്ച് മജീദും സുഹ്‌റയും ആശ്ലേഷിച്ചു, ബേബിയുടെ കുഞ്ഞുപെങ്ങൾ കുടയില്ലാതെ മഴ നനഞ്ഞു. നീർമാതളം പൂക്കുകയും മയ്യഴിപ്പുഴയൊഴുകുകയും ചെയ്തു. ദേവകി വന്നുനോക്കുമ്പോൾ അവൾ എപ്പോഴും പഠിക്കുകയാണ്. നല്ല അനുസരണയുള്ള മകൾ, ദേവകി ആലോചിക്കും.

എന്നാൽ ദേവകി ആശങ്കപ്പെട്ട പോലെയല്ല, പുസ്തകവായന പഠന പരമായും രജനിയെ സഹായിക്കുകയാണുണ്ടായത്. അവളുടെ പഠന നിലവാരം മെച്ചപ്പെട്ടു വന്നു. ജന്മഗ്രാമം വിട്ടു ദൂരെയൊരു നഗരത്തിലേക്ക് ചേക്കേറിയതു തന്നെ അവർക്ക് പുത്തനുണർവ് നൽകിയിരുന്നു.

എത്ര ഉയർന്ന് ജീവിച്ചാലും ദളിതരെ രണ്ടാംതരക്കാരായി കാണുന്ന മനോഭാവമായിരുന്നു ജനിച്ച പ്രദേശത്തെ നാട്ടുകാർക്കിടയിൽ. ഗ്രാമങ്ങൾ ഗൃഹാതുരമായല്ല, അംബേദ്കർ പറഞ്ഞപോലെ വിവേചനത്തിന്റെ ചളിക്കുണ്ടുകളായാണ് ദളിതർക്ക് പൊതുവിൽ അനുഭവപ്പെടാറുള്ളത്.

രജനിയുടെ ജീവിതത്തിലും സമാനമായ അനുഭവങ്ങളുണ്ട്. അമ്പലക്കുളത്തിൽ കാൽവഴുതി വീണതിന്റെ പ്രത്യാഘാതം കണ്ട് അവൾ പേടിച്ചുപോയിരുന്നല്ലോ. സ്കൂളിൽ കളിച്ചുകൊണ്ടിരിക്കെ മറ്റു കുട്ടികളെ പോലെ ചുറ്റുവട്ടത്തെ വീടുകളിൽ കയറി വെള്ളം കുടിക്കാനാവാത്തതെന്തെന്നചോദ്യത്തിനും അവൾക്കുത്തരം കിട്ടിയിരുന്നില്ല. ഉച്ചഭക്ഷണം കഴിക്കുമ്പോൾ അവളുടെ ചോറ്റുപാത്രത്തിൽനിന്നും പങ്കുപറ്റാൻ ഗ്രാമത്തിലെ സഹപാഠികളാരും തയ്യാറായിരുന്നുമില്ല.

അമ്മയുടെ ജോലിമാറ്റവുമായി ബന്ധപ്പെട്ട് പട്ടണത്തിലേക്ക് പോന്നതും ഇവിടെ പരിചയക്കാർ ആരുമുണ്ടായിരുന്നില്ലെന്നതും അവളുടെ ജന്മപ്രശ്നങ്ങളെ ഏറെക്കുറെ വിസ്മൃതിയിലാക്കി. ദേവകിയുടെ നിറവും ജോലിയും കാരണം അയൽവാസികളാരും അവരുടെ ജാതിയിൽ സംശയിച്ചില്ല. നഗരത്തിലെ തിരക്കുപിടിച്ച ജീവിതത്തിൽ ഇതെല്ലാം ചുഴിഞ്ഞന്വേഷിക്കാൻ ആളുകൾക്ക് സമയവും കുറവായിരുന്നു. അതുകൊണ്ടായിരിക്കണം ഗാന്ധിയിൽനിന്ന് വിഭിന്നമായി ഗ്രാമങ്ങളെ ഉപേക്ഷിച്ച് നഗരങ്ങളിലേക്കു ചേക്കേറാൻ ബാബാസാഹിബ് പ്രോത്സാഹിപ്പിച്ചത്.

കഥകളിലൂടെയും പാഠപുസ്തകങ്ങളിലൂടെയും ഗാന്ധിജിയെക്കുറിച്ച് രജനിക്ക് ഒരുപാട് അറിയാം. അതിനാൽ തന്നെ ഏതൊരു ഇന്ത്യൻ പെൺകുട്ടിയേയും പോലെ അവൾക്കും ബാപ്പുജിയോടു പ്രത്യേക ഇഷ്ടമുണ്ട്. കണ്ണടവെച്ചു പുഞ്ചിരിക്കുന്ന ഗാന്ധിചിത്രങ്ങൾ അവൾ ശേഖരിച്ചു വെച്ചിട്ടുണ്ട്. എന്നാൽ അംബേദ്കറെക്കുറിച്ച് ഭരണഘടനാശില്പിയെന്നതല്ലാതെ അധികമൊന്നും അവൾക്കറിയില്ല. ദില്ലിയിൽ വെച്ച് അസോസിയേഷൻകാർ ചില പുസ്തകങ്ങൾ സമ്മാനിച്ചിരുന്നുവെങ്കിലും ബാഗിലെ സ്ഥലപരിമിതി കാരണംകൊണ്ട് വരാൻ കഴിഞ്ഞില്ല. ഷേക്ക്ഷാ സമ്മാനിച്ച പുസ്തകം തന്നെ വസ്ത്രങ്ങളോടൊപ്പം ബാഗിൽ കുത്തിനിറച്ചുവെച്ചിരിക്കുകയാണ്.

ഷായെ മറക്കാൻ അവൾക്ക് കഴിയില്ല. അദ്ദേഹമാണ് ഈ യാത്രയ്ക്ക് നിമിത്തമായത്. സഞ്ചാരമെല്ലാം കഴിഞ്ഞ് ഷാ അദ്ദേഹത്തിന്റെ തറവാട്ടിൽ വരുമ്പോൾ വിശേഷങ്ങൾ കേൾക്കാൻ രജനിയും ചെല്ലുമായിരുന്നു. മുറ്റത്ത് ചാരുകസേരയിട്ട് അതിലിരുന്നു ചായ മൊത്തിക്കുടിച്ചാണ് ഷാ കുട്ടികളോട് യാത്രാനുഭവങ്ങൾ പറയാനിരിക്കുക. അവ വിവരിക്കുമ്പോൾ ഷായുടെ കണ്ണുകൾക്ക് പ്രത്യേക തെളിച്ചമാണ്. യാത്ര... അതിരുകളില്ലാത്ത യാത്ര... അതാണ് അദ്ദേഹത്തിന് ഏറ്റവും പ്രിയം. ഓരോ യാത്രയ്ക്കു ശേഷവും അദ്ദേഹം ഹർഷോന്മാദനായി കാണപ്പെടും.

ഷാ പാതി വായിച്ചുവെച്ച പുസ്തകങ്ങൾ മിക്കപ്പോഴും ടീപ്പോയിയിൽ കിടപ്പുണ്ടാകും. ഇടയ്ക്ക് രജനി അവ കൗതുകത്തോടെ മറിച്ചു നോക്കുന്നത് ഷാ കണ്ടിട്ടുണ്ട്. പുസ്തകങ്ങളോടുള്ള അവളുടെ ഇഷ്ടം അദ്ദേഹം ശ്രദ്ധിച്ചിരുന്നു. അതായിരിക്കണം അവളുടെ കാര്യത്തിൽ പ്രത്യേകം താത്പര്യം കാണിക്കാൻ അയാളെ പ്രേരിപ്പിച്ചത്.

വോൾസാനയിലേക്ക് പോകുന്നതിന്റെ തലേന്ന് യാത്ര പറയാൻ ചെന്നപ്പോൾ മേശപ്പുറത്ത് കിടന്ന സൂഫിക്കഥകളുടെ പുതിയ സമാഹാരം എടുത്തു കൊടുത്ത് ഷാ അവളോട് പറഞ്ഞു. "അനക്ക് യാത്രേല് വായിക്കാം... അന്നിൽ എവ്ടെയോ ഞാൻ റാബിയേനെ കാണുന്നു."

റാബിയ ആരെന്ന് രജനിക്കറിയാം. സഹോദരിമാരുൾപ്പെട്ട യാത്രാസംഘത്തോടൊപ്പം റാബിയ സഞ്ചരിക്കവേ കൊള്ളക്കാരുടെ നേതാവ് അവളെ പിടിച്ചുകൊണ്ടുപോയി അടിമയാക്കിയതും അവളുടെ ആത്മീയ ചൈതന്യം കണ്ട് ഭയന്ന് സ്വതന്ത്രയാക്കിയതും രജനി മുൻപ് വായിച്ചിട്ടുണ്ട്. പക്ഷേ സൂഫിവനിതയായ റാബിയയുമായി ഷാ തങ്ങൾ തന്നെ ബന്ധിപ്പിച്ചു പറഞ്ഞതിന്റെ പൊരുൾ എത്രയാലോചിച്ചിട്ടും അവൾക്ക് മനസ്സിലായില്ല.

ഒരു മണിക്കൂറിനുള്ളിൽ വോൾസാനയിൽ ഇറങ്ങുമെന്ന പൈലറ്റിന്റെ അറിയിപ്പ് വന്നതും രജനി ഓർമ്മകളിൽ നിന്നുണർന്നു. വിമാനം താഴ്ന്നു പറന്നു തുടങ്ങിയപ്പോൾ ഇളം നീലനിറത്തിൽ പരന്നു കിടക്കുന്ന സമുദ്രം അവൾ ജാലകത്തിലൂടെ കണ്ടു. പതിയെ കര പ്രത്യക്ഷപ്പെട്ടു തുടങ്ങി. ഹിമം മൂടിയ കൊടുമുടിയും കഴിഞ്ഞു പിന്നെയും താഴ്ന്നു പറന്ന് ചതുപ്പ് നിലങ്ങളും സികുമോ മരക്കൂട്ടങ്ങളും പൈൻകാടുകളും പിന്നിട്ട് പച്ചപ്പ് നിറഞ്ഞ സമതലത്തിലേക്ക് ഒരു വലിയ ശബ്ദത്തോടെ വിമാനം ഇറങ്ങി.

അഞ്ച്

സ്വാതന്ത്ര്യം നേടി കുറഞ്ഞ കാലംകൊണ്ട് വികസിതമായി മാറിയ രാജ്യമാണ് വോൾസാന. പോർച്ചുഗീസുകാരായിരുന്നു വോൾസാനയിലെത്തിയ ആദ്യത്തെ പാശ്ചാത്യർ. ഇന്ത്യൻ സുഗന്ധദ്രവ്യങ്ങൾ തേടിയുള്ള

കപ്പൽ യാത്രയ്ക്കിടെ ആകസ്മികമായാണ് പോർച്ചുഗീസുകാർ ഗുഡ് ഹോപ്പ് മുനമ്പിലും തുടർന്ന് തണുത്ത കാറ്റ് വീശുന്നതും പ്രശാന്തസുന്ദരവുമായ വോൾസാനയിലുമെത്തുന്നത്. പോർച്ചുഗീസുകാരെ പിന്തുടർന്ന് ഡച്ചുകാരും ഇതേ രീതിയിൽ കടൽമാർഗ്ഗം ഇവിടെയെത്തി.

ഡച്ചുകോളനിയായിരിക്കെ ജർമ്മനി, ഫ്രാൻസ്, ഹോളണ്ട് എന്നിവിടങ്ങളിൽ നിന്ന് വോൾസാനയിലേക്ക് വ്യാപക കുടിയേറ്റമുണ്ടായി. ഡച്ചുകാർക്കുശേഷം ഏറ്റവും ഒടുവിലായാണ് കച്ചവടത്തിന്റെ മറവിൽ ബ്രിട്ടീഷ് അധിനിവേശമുണ്ടാകുന്നത്.

ജനകീയ വിപ്ലവത്തിലൂടെ വോൾസാന സ്വാതന്ത്ര്യം നേടുന്ന സമയത്ത് ബ്രിട്ടീഷ് പിന്തുണയുള്ള സ്വേച്ഛാധിപതിയായിരുന്നു ഇവിടം ഭരിച്ചിരുന്നത്. സ്വാതന്ത്ര്യാനന്തരം നാൽപതു വർഷം കൊണ്ട് വോൾസാന വികസിതരാജ്യമായി മാറി. തുർന്ന് ഇവിടുത്തെ വിദ്യാഭ്യാസരംഗം അന്താരാഷ്ട്ര നിലവാരത്തിലേക്കുയർന്നു. ഇന്ത്യയുമായുള്ള നയതന്ത്രത്തിന്റെ ഭാഗമായി എല്ലാ വർഷവും തിരഞ്ഞെടുക്കപ്പെട്ട നിശ്ചിത എണ്ണം ഇന്ത്യൻ വിദ്യാർത്ഥികൾക്ക് വോൾസാനയിലെ വിവിധ യൂണിവേഴ്സിറ്റികളിൽ സ്കോളർഷിപ്പോടെ പഠിക്കാനുള്ള സൗകര്യമുണ്ടായിരുന്നു. അതിൽ പ്രധാനപ്പെട്ട ഒന്നായ നൊബറ്റ്സിയ യൂണിവേഴ്സിറ്റിയിലാണ് രജനിക്കും സന്ദീപിനും പ്രവേശനം ലഭിച്ചിരുന്നത്.

കേപ്പ്ടൗണിലേക്ക് പിന്നെയും ഒന്നരമണിക്കൂർ യാത്രയുള്ളതിനാൽ സൗത്താഫ്രിക്കയിലേക്കുള്ള യാത്രക്കാർ ഇറങ്ങാതെ അവരുടെ സീറ്റുകളിൽ തന്നെ ഇരിപ്പുണ്ടായിരുന്നു. കാബിൻക്രൂ വന്ന് സീറ്റിന് മുകളിലെ ഡാഷ്ബോർഡിൽ തുറന്നതും രജനി ധൃതിപ്പെട്ട് ബാഗുമെടുത്ത് സന്ദീപിനെ തിരഞ്ഞു. ഇതിനിടെ വിമാനത്തിൽവെച്ച് സന്ദീപിന് പുതിയൊരു കൂട്ടുകാരനെ കിട്ടിയിരുന്നു. മുംബൈക്കാരനായ കിരൺ. നൊബറ്റ്സിയ യൂണിവേഴ്സിറ്റിയിൽ തന്നെയായിരുന്നു കിരണിനും അഡ്മിഷൻ ലഭിച്ചിട്ടുള്ളത്.

ഇമിഗ്രേഷൻ നടപടികൾ കഴിഞ്ഞ് മൂവരും പുറത്തിറങ്ങി. യൂനിവേഴ്സിറ്റിയുടെ മീറ്റ് & ഗ്രീറ്റ് വകുപ്പയച്ച വാഹനം അവരെ കാത്തുകിടപ്പുണ്ടായിരുന്നു. എയർപോർട്ടിന്റെ പുറത്തെ കവാടത്തിൽ യൂണിവേഴ്സിറ്റിയുടെ പേരെഴുതിയ ബോർഡ് പിടിച്ച് ഡ്രൈവർ നിൽപ്പുണ്ടായിരുന്നതിനാൽ കണ്ടെത്താൻ ബുദ്ധിമുട്ടുണ്ടായില്ല. രോമത്തൊപ്പിവെച്ച അയാൾ വോൾസാനയിലേക്ക് സ്വാഗതം ചെയ്ത് സ്വയം പരിചയപ്പെടുത്തി. ബർമ്മക്കാരനായ അയാളുടെ കൂടെ തണുത്ത കാറ്റേറ്റ് നടന്ന് അധികം അകലെയല്ലാതെ പാർക്ക് ചെയ്തിരുന്ന വാഹനത്തിൽ മൂവരും കയറി. മറ്റൊരു വിമാനത്തിൽവന്ന രണ്ടു വിദ്യാർത്ഥികളും കൂടെയായപ്പോൾ ഡ്രൈവർ വാഹനം മുന്നോട്ടെടുത്തു. ഉയരം കുറഞ്ഞ് ചുമന്നു തുടുത്ത് മൂക്ക് പതിഞ്ഞിരിക്കുന്ന അവരെ കണ്ടിട്ട് ഏതു രാജ്യക്കാരാണെന്ന് തിരിച്ചറിയാൻ രജനിക്ക് കഴിഞ്ഞില്ല.

വാഹനം പതിയെ മുന്നോട്ട് നീങ്ങി. വഴിയിലുടനീളം അംബരചുംബികളായ കെട്ടിടസമുച്ചയങ്ങൾ. നഗരമധ്യത്തിലായി ചില സ്തൂപങ്ങൾ. അവ എന്തിനെ പ്രതിനിധാനം ചെയ്യുന്നുവെന്നു മനസ്സിലായില്ലെങ്കിലും ആ രാജ്യത്തിന്റെ സ്വാതന്ത്ര്യസമരചരിത്രത്തെ സൂചിപ്പിക്കുന്ന പ്രതീകങ്ങളാകുമെന്ന് രജനി ഊഹിച്ചു. സമീപത്തായി, പട്ടാളവേഷത്തിലുള്ള സ്ത്രീയുടെയും പൂക്കളുമായി നിൽക്കുന്ന ഒരു ബാലികയുടെയും വെണ്ണക്കൽ രൂപവുമുണ്ട്.

പുതിയ കെട്ടിടങ്ങൾക്കൊപ്പം പഴമയുടെ പ്രൗഢി വിളിച്ചോതുന്ന സൗധങ്ങളും സംരക്ഷിക്കപ്പെട്ട നിലയിൽ കാണപ്പെട്ടു. അവയോടു അരികുപറ്റി ആധുനികവും പാരമ്പര്യവുമായ വസ്ത്രമണിഞ്ഞ ആളുകൾ ഇടകലർന്നു നടന്നുനീങ്ങുന്നു. വിസ്തൃതമായ ആറുവരി പാതകൾ, തൂക്കുപാലങ്ങൾ, അവയിലൂടെ ഒഴുകിപ്പോകുന്ന പലതരം വാഹനങ്ങൾ. ബസ്സിന്റെ ഒരു വശത്തിരുന്ന് അവളെല്ലാം നോക്കി കാണുകയായിരുന്നു.

എന്നാൽ ഇത്തരം കാഴ്ചകൾ നൽകുന്ന കൗതുകങ്ങളേക്കാൾ അവളിൽ പ്രതിഫലിച്ചത് ഒരു ഇന്ത്യൻ പെൺകുട്ടിക്ക് അന്യദേശത്ത് ആദ്യ ദിനങ്ങളിൽ സംഭവിക്കാനിടയുള്ള അപരിചിതത്വം തന്നെയായിരുന്നു. നൊബറ്റ്സിയ പട്ടണത്തിനു മുകളിലെ ആകാശം അവൾക്ക് അപരിചിതമായി തോന്നി. ചുറ്റുമുള്ള ദൃശ്യങ്ങളും പതിയെ അവ്യക്തങ്ങളായി.

ബസ്സിറങ്ങിയപ്പോഴും ആ അപരിചിതത്വം അവളെ ചൂഴ്ന്നു നിന്നു. രജനിയോട് കൈവീശി യാത്ര പറഞ്ഞ് സന്ദീപും കിരണും മെൻസ് ഹോസ്റ്റലിലേക്ക് നടന്നു. രജനി ലേഡീസ് ഹോസ്റ്റലിനുള്ളിലേക്ക് ആനയിക്കപ്പെട്ടു. റോഡിന് ഇരുവശങ്ങളിലുമായി അഭിമുഖമായാണ് മെയിൽ, ഫീമെയിൽ ഹോസ്റ്റലുകൾ സ്ഥിതി ചെയ്യുന്നത്. രണ്ടിനും പൊതുവായി ഒരു ബസ്‌വെയിറ്റിംഗ് ഷെഡ്ഡ് മാത്രം.

ഹോസ്റ്റലിലെ അഡ്മിഷൻ രജിസ്റ്ററിൽ ഒപ്പുവെക്കുമ്പോൾ രജനിയുടെ കൈ വിറച്ചു. ഇപ്പോൾ സന്ദീപുമില്ല, താനിവിടെ തീർത്തും ഒറ്റയ്ക്കാണ്.

പുതുതായി എത്തിച്ചേരുന്ന വിദ്യാർത്ഥികളുടെ വിവരങ്ങൾ ഹോസ്റ്റലിലെ നോട്ടീസ് ബോർഡിലുണ്ടായിരുന്നതിനാൽ ഇന്ത്യക്കാരായ സീനിയർ വിദ്യാർത്ഥികൾക്ക് സന്ദീപിനെയും കിരണിനെയും തിരിച്ചറിയാൻ പ്രയാസമുണ്ടായില്ല. ഇരുവർക്കും ഭേദപ്പെട്ട സ്വീകരണം തന്നെ കിട്ടി. നല്ല അന്തരീക്ഷം! പാചകത്തിനും മറ്റും സൗകര്യം, ടെന്നീസ് കോർട്ടുകൾ, ഹോസ്റ്റലിന്റെ മധ്യത്തിലായി അത്ര വലുതോ ചെറുതോ അല്ലാത്ത സ്വിമ്മിംഗ്പൂൾ. എല്ലാം നടന്നു കണ്ടപ്പോൾ അവർക്ക് സമാധാനമായി.

രജനിയുടെ അവസ്ഥ പക്ഷേ വ്യത്യസ്തമായിരുന്നു. ഏഷ്യാക്കാരുടെ ബ്ലോക്കിലായിരുന്നു അവളുടെ താമസം. സഹമുറിയരായി രണ്ടു ചൈനക്കാരികൾ, ചെൻവാഗ് ജിങ്ങ്ഫിയും മിഹുലുലിയും.

പേരുകൾ തന്നെ കഠിനം, പരിചയപ്പെട്ടപ്പോൾ രജനിക്ക് തോന്നി. ആശയവിനിമയമായിരുന്നു അവൾ അഭിമുഖീകരിച്ച പ്രധാന പ്രശ്നം. അവരും ഇംഗ്ലീഷാണ് പറയുന്നതെങ്കിലും സംഭാഷണ രീതിയിലെ വ്യത്യാസം കാരണം ഒന്നുമങ്ങോട്ട് മനസ്സിലാകുന്നില്ല.

സാധനങ്ങളെല്ലാം ഒതുക്കി വെച്ച് മുഖംകഴുകി വന്നപ്പോൾ അവർ അവളെ ഭക്ഷണം കഴിക്കാൻ ആംഗ്യം കാണിച്ചു വിളിച്ചു. നല്ല വിശപ്പുണ്ടായിരുന്നതിനാൽ അധികം ഔപചാരികത കാണിക്കാതെ കൂടെ ചെന്നിരുന്നു.

വെളുത്ത നിറമുള്ള കൊഴുത്ത ഒരു ദ്രാവകം നിറച്ച ഗ്ലാസ്സ് അവർ അവൾക്കു നേരെ നീട്ടി.

“റിബ്സ് സൂപ്പ്... ബക് കുദെ.” അവളുടെ സംശയം കണ്ട് ജിങ്ഫി അതിന്റെ പേര് പറഞ്ഞു.

“ബക് കുദെ?” പേര് തന്നെ വിചിത്രമായി തോന്നി. വിശക്കുമ്പോൾ എന്ത് പേരായാലെന്ത്? രജനി സൂപ്പ് അല്പാല്പമായി കഴിക്കാൻ തുടങ്ങി. നല്ല ചവർപ്പുണ്ട്. ഇടയ്ക്കെപ്പോഴോ അവർ കഴിക്കുന്ന ബർഗറിലേക്ക് അവൾ സൂക്ഷിച്ചു നോക്കി. ചെറിയ പ്രാണികളെ വേവിച്ചു നടുവിൽ വെച്ചിരിക്കുന്നു. രജനിക്ക് മനംപുരട്ടി... അവൾക്കായി പ്ലേറ്റിലെടുത്തുവെച്ച ഭക്ഷണത്തിലേക്കു ദൃഷ്ടികൾ പായിച്ചു. ഇന്ത്യക്കാരിയായ തനിക്ക് ജീവികളെയൊന്നും തരില്ലെന്ന വിശ്വാസത്തോടെയായിരുന്നു അവളുടെ നോട്ടം. എന്നാൽ കണ്ടതോ ഒരു വലിയ പാറ്റയെ ബ്രെഡിനു മുകളിൽ വൃത്തിയായി വേവിച്ചു വെച്ചിരിക്കുന്നു.

അപ്പോൾ താൻ കഴിച്ചുകൊണ്ടിരിക്കുന്ന ഈ റിബ്സ് സൂപ്പും? പഴുതാരയോ അതോ പാമ്പോ?

ശരീരം വല്ലാതെ ഉടുമ്പിച്ചപ്പോൾ വായ അമർത്തിപ്പിടിക്കാൻ അവൾ ശ്രമിച്ചു. കാര്യങ്ങൾ എത്രത്തോളം മൂടിവെയ്ക്കാൻ ശ്രമിക്കുമോ, അതിലേറെ ശക്തിയിൽ ബഹിർഗമിക്കുമെന്ന സത്യത്തിനു അടിവരയിട്ട്. വായിലെ സൂപ്പ് മുഴുവൻ പുറത്തേക്ക് തെറിച്ചു. അഭിമുഖമായിരുന്ന ലുലിയുടെ മുഖം ബ്യൂട്ടിപാർലറുകളിൽനിന്ന് ചെലവ് കുറഞ്ഞ ഫേഷ്യൽ ക്രീം തേച്ചുപിടിപ്പിച്ച പോലെയായി.

“വ്ഹാട്ട് ദി ഹെല്ൽ...” ചൈനീസ് കലർന്ന ഇംഗ്ലീഷിൽ ജിങ്ഫി അട്ടഹസിച്ചു.

ആറ്

പിറ്റേന്ന് കാലത്ത് യൂണിവേഴ്സിറ്റിയിലെത്തിയപ്പോഴും അവളുടെ പരിഭ്രമം വിട്ടുമാറിയിരുന്നില്ല. ക്യാമ്പസിനുള്ളിലേക്ക് പ്രവേശിച്ചപ്പോൾ അതിന്റെ വിശാലത കണ്ട് അവൾ അമ്പരന്നു പോയി. നടവഴികൾ പോലും

വൃത്തിയിൽ പരിപാലിച്ചിരിക്കുന്നു. വഴിയരികിൽ പടർന്നുനിൽക്കുന്ന ഓക്ക് മരങ്ങൾ, താഴെ മജന്തയും മുകളിൽ ഐവറിയും ചായമടിച്ച ബഹു നില കെട്ടിടങ്ങൾ, പ്രവേശനകവാടത്തിനടുത്ത് വലതുവശത്തായി ലൈ ബ്രറിസമുച്ചയം, അതിനോട് ചേർന്ന് ബൊട്ടാണിക്കൽ ഗാർഡൻ. അതിൽ നിന്നും അവളിതുവരെ കണ്ടിട്ടില്ലാത്ത തരം ചെടികൾ ഇരുമ്പ് വേലിയും ഭേദിച്ച് പുറത്തേക്ക് തലനീട്ടി നിൽക്കുന്നു.

സന്ദീപും കിരണും അവളെ തിരഞ്ഞുനടക്കുന്നുണ്ടായിരുന്നു. ഒടു വിൽ പ്രധാന കെട്ടിടത്തിന്റെ താഴെ വെച്ച് അവൾ അവരെ കണ്ടു. ഉടനെ സന്ദീപിന്റെ മൊബൈൽ ഫോൺ വാങ്ങി അവൾ നാട്ടിലേക്ക് വിളിച്ചു. വിവരങ്ങളറിയാഞ്ഞ് വിഷമിച്ചിരുന്നതിനാൽ ഒരു ദീർഘനിശ്വാസ മാണ് അമ്മയിൽനിന്ന് ആദ്യം കേട്ടത്. വിവരങ്ങൾ ചുരുക്കി പറഞ്ഞു ഫോൺ സന്ദീപിന് നൽകി.

മൂവരും മെയിൻ ഓഫീസിൽ ചെന്ന് രേഖകൾ കൈപ്പറ്റി. അവളുടെ ബാഡ്ജിൽ രജനി കെ ദാസ്, റോബോട്ടിക്സ്, ബാച്ച് 45 എന്ന് ചെരിഞ്ഞ അക്ഷരങ്ങളിൽ പ്രിന്റ് ചെയ്തിരിക്കുന്നു. സന്ദീപും കിരണും കമ്മ്യൂണി ക്കേഷനായിരുന്നു തിരഞ്ഞെടുത്തിരുന്നത്.

അവർ രണ്ടു വഴിക്കായി പിരിഞ്ഞു. മെക്കട്രോണിക്സ് ഡിപ്പാർട്ടു മെന്റ് തിരഞ്ഞു പിടിച്ചുചെന്നപ്പോൾ ഒരു അനധ്യാപക ജീവനക്കാരൻ രേഖകൾ നോക്കി ഉറപ്പുവരുത്തി അവളെ മറ്റു കുട്ടികളുടെ അടുത്തേക്ക് കൂട്ടിക്കൊണ്ടു പോയി. ക്യാമ്പസിലെ അവരുടെ ആദ്യ ദിവസമായതിനാ ലാവാം ആരും പരസ്പരം സംസാരിച്ചു കണ്ടില്ല. ജീവനക്കാരനു പിറ കിലായി മറ്റു വിദ്യാർത്ഥികൾക്കൊപ്പം അവളും പിരിയൻ ഗോവണി കയറി. ഒന്നാമത്തെ നിലയിൽ ക്ലാസ് മുറികളാണ്. വെർച്വൽ സ്ക്രീൻ ഘടിപ്പിച്ച സ്മാർട്ട് റൂമുകളും കാണാം. അവയിൽ മടക്കി വെയ്ക്കാവുന്ന കയ്യോടു കൂടിയ ചെയറുകൾ കൃത്യമായ അകലത്തിൽ നിരത്തിയിട്ടിരി ക്കുന്നു.

മുകളിലത്തെ നിലയിലായിരുന്നു റോബോട്ടിക് സ്ലാബ്. ചെരിപ്പിന് മുകളിൽ ഒരു ആവരണം ധരിച്ചാണ് അതിനകത്തേക്കു കയറിയത്. ലാബിൽ കയറിയതും അവൾ അന്തിച്ചു പോയി. എയറോനോട്ടിക്സ് ലാബും റോബോട്ടിക്സ് ലാബും ഒന്നിച്ചായിരുന്നതിനാൽ അതിന്റെ വിസ്തൃതി അമ്പരപ്പിക്കുന്നതായിരുന്നു. ഉള്ളിൽ വലിയൊരു എയർ ക്രാഫ്റ്റ് നിർത്തിയിട്ടിട്ടുണ്ട്. അതിന് ചുറ്റിലും വശങ്ങളിലായി നിരത്തി യിട്ട വിശാലമായ മേശകളിൽ സങ്കീർണ്ണവും നീളമുള്ളതുമായ റോബോ ട്ടിക്സ് പ്രോഗ്രാമിംഗ് ഉപകരണങ്ങളും ചെറുതും വലുതുമായ കമ്പ്യൂ ട്ടർ സ്ക്രീനുകളും അസംബ്ലിംഗ് യൂണിറ്റുകളും ഡയോഡുകൾ, കപ്പാ സിറ്ററുകൾ, ട്രാൻസിസ്റ്ററുകൾ തുടങ്ങിയവയും നിരത്തിയിരിക്കുന്നു.

കേട്ടിട്ടുപോലുമില്ലാത്ത പഠനോപകരണങ്ങളും നൂതന സാങ്കേതി കതകളും പിന്തുടരാൻ കഴിയുമോ എന്ന ഭയം അവളെ പിടികൂടി.

ലാബിന്റെ ഉയരവും വിസ്തൃതിയും തന്നെ അവളുടെ കാഴ്ചയ്ക്ക് ഉൾക്കൊള്ളാൻ കഴിയുന്നതിലും അപ്പുറമായിരുന്നു. ബാച്ചിൽ ഒരു ഇന്ത്യൻ വിദ്യാർത്ഥി പോലുമില്ല. മറ്റു രാജ്യക്കാരാരും മിണ്ടാൻ അടുത്തേക്ക് വന്നതുമില്ല. അപരിചിത്വം ഒരു സർപ്പം പോലെ ചുറ്റും ഫണം വിടർത്തിയാടാൻ തുടങ്ങി.

ഓറിയന്റേഷൻ കഴിഞ്ഞ് ഉച്ചയോടെ അവരെല്ലാം ഹോസ്റ്റലിലേക്കു തിരികെ പോന്നു. ചൈനക്കാരികൾക്കൊപ്പമിരുന്ന് ഉച്ചഭക്ഷണം പങ്കിട്ടു കഴിക്കാൻ തോന്നിയില്ല. പുറത്തിറങ്ങി കഴിക്കാനുള്ള, ഇന്ത്യൻ ഭക്ഷണം ലഭിക്കുന്ന ഹോട്ടലുകൾ സമീപത്തുണ്ടോ എന്നുപോലും ഉറപ്പില്ല.

രാത്രി ഉറങ്ങാൻ കിടന്നപ്പോൾ അവളുടെ മനസ്സ് വീണ്ടും അസ്വസ്ഥമായി. രാജിക്കും കുട്ടനും രാത്രി കൂടുതൽ സങ്കടം വരില്ലേ? ഉണ്ടാകും. മലബാറിലേക്ക് മാറുന്നതുവരെ ഒരു പായയിലായിരുന്നു തങ്ങൾ മൂവരും കിടക്കാറുണ്ടായിരുന്നത്.

വൈകിയാണ് രജനി എണീറ്റത്. മുടിയുടെ കെട്ടഴിച്ചു പല്ലുതേപ്പിനും കുളിക്കുമായി അവൾ കുളിമുറിയിലേക്ക് നടന്നു. നീണ്ട ഒരു വരാന്തയും പിന്നിട്ടുവേണം കുളിമുറിയിലെത്താൻ. കുളികഴിഞ്ഞു വരാന്തയിലൂടെ നടന്നുവരുന്ന വിദ്യാർത്ഥിനികളുടെ ശരീരത്തിൽ തീരെ ചെറിയ അടിയുടുപ്പുകൾ മാത്രമേയുള്ളൂ എന്നവൾ ശ്രദ്ധിച്ചു. ഒരു ഇന്ത്യൻ പെൺകുട്ടിയെന്ന നിലയിൽ അതിനോട് സമരസപ്പെടാൻ കഴിഞ്ഞില്ല. കുളിമുറിയിൽ വെച്ച് തന്നെ വസ്ത്രം മാറിയേ അവൾ പുറത്തിറങ്ങിയുള്ളൂ.

കുളി കഴിഞ്ഞു വന്നപ്പോൾ അവളുടെ മുടിയുടെ നീളം കണ്ട് ആശ്ചര്യപ്പെട്ടു നിൽക്കുകയായിരുന്നു ചൈനക്കാരികൾ. ചൈനീസ് ഭാഷയിൽ എന്തൊക്കെയോ പറഞ്ഞു ചിരിക്കുന്നുണ്ട്. തന്നെ കളിയാക്കുകയാണെന്നാണ് രജനിക്കപ്പോൾ തോന്നിയത്.

ജിങ്ങ്ഫിയോട് എന്തോ പറഞ്ഞു ലുലി രജനിയുടെ സമീപത്തേക്ക് നടക്കാൻ തുടങ്ങി. മുഖത്ത് ഒരു കള്ളച്ചിരിയുണ്ട്. വസ്ത്രം അടുക്കിവെയ്ക്കാനുള്ള അലമാരയും പിന്നിട്ടു ലുലി രജനിയുടെ അടുത്തെത്താറായി. എന്തിനാണ് ആ ചൈനക്കാരി തന്നെ ലക്ഷ്യമാക്കി വരുന്നെന്ന് രജനിക്ക് ഊഹിക്കാനായില്ല. തൊട്ടടുത്ത് എത്തിയതും ലുലി രജനിയുടെ കൺപീലികളിൽ മെല്ലെ പിടിച്ചു. എന്താണ് സംഭവിക്കുന്നത് എന്ന് രജനിക്ക് മനസ്സിലായില്ല. പൊടുന്നനെ തികച്ചും അപ്രതീക്ഷിതമായി രജനിയുടെ കൺപീലി മുറുകെ പിടിച്ചു ലുലി ഒരൊറ്റ വലി!

കൺപോള പറിഞ്ഞുപോരുന്ന പോലെ..! രജനിക്ക് നന്നായി വേദനിച്ചു. തലേദിവസം സൂപ്പുകൊണ്ട് അഭിഷേകം ചെയ്യപ്പെട്ടതിന് പകരം ചോദിക്കയാണ് അവരെന്ന് രജനിക്ക് ഉറപ്പായി. ഇവരെന്തിനാണ് തന്നെ ഉപദ്രവിക്കുന്നത്? അവൾക്ക് ദേഷ്യവും സങ്കടവും വന്നു. പ്രതികരിക്കാതിരുന്നാൽ ഇനിയും ഉപദ്രവിച്ചേക്കും.

ഒരിക്കൽ കൂടി അവളുടെ കൺപീലി തൊടാൻ തുനിഞ്ഞ ലുലിയെ രജനി ശക്തിയിൽ തള്ളിമാറ്റി. തള്ളലിന്റെ രൂക്ഷത അല്പം കൂടി പ്പോയെന്ന് രജനിക്കു മനസ്സിലായത് ലുലി ഒരു ഞെരക്കത്തോടെ സമീ പത്തെ ചുവരിൽ തട്ടി വീണപ്പോഴാണ്.

ഏഴ്

മുൻവിധികൾ, അനീതിയിലേക്ക് വഴി തുറക്കുന്ന വാതായനങ്ങളാണെന്ന് രജനിക്ക് ബോധ്യമായത് ഈ സംഭവത്തോടെയാണ്. ജിങ്ങ്ഫി അടുത്തു വന്ന് കാര്യങ്ങൾ വിശദീകരിക്കാൻ ശ്രമിക്കവേയാണ് അവളെ ഉപദ്രവി ക്കുകയായിരുന്നില്ല, മിഴികൾ ഭംഗി കൂട്ടാനുപയോഗിക്കുന്ന ആർട്ടിഫി ഷ്യൽ ഐലിഡ്സാണോന്ന് പരിശോധിക്കുകയായിരുന്നു അവരെന്ന് രജനിക്കു മനസ്സിലായത്. മംഗോളിയക്കാർക്ക് പൊതുവേ നീളം കുറ ഞ്ഞതും നേർത്തതുമായ കൺപീലികളാണുള്ളത്. പല മംഗോളിയൻ പെൺകുട്ടികളും പ്രത്യേകിച്ച് ചൈനീസ് മോഡലുകൾ, മിഴികൾ ആകർഷ കമാക്കാൻ നീണ്ടുചുരുണ്ട കൺപീലികൾ വാങ്ങി ഒട്ടിക്കാറുണ്ടത്രെ. രജനി യുടെ കട്ടിയുള്ള കൺപീലികൾ കണ്ടപ്പോൾ അത് കൃത്രിമമാണോ എന്ന സംശയം തീർക്കുകയായിരുന്നു അവർ.

പെൺകുട്ടികൾഇങ്ങനെ കൺപീലികൾ വാങ്ങി ഒട്ടിക്കാറുണ്ടെന്നത് അവൾക്ക് പുതിയ അറിവായിരുന്നു, നാട്ടിലാരും കൃത്രിമപ്പീലികൾ വെയ്ക്കുന്നത് അവൾ കണ്ടിരുന്നില്ലല്ലോ. ദൃഷ്ടികൾ കണ്ണാടിയിലേക്ക് നീളുകയും ചൈനക്കാരികളേക്കാൾ കനമുള്ള പുരികവും പീലികളു മാണ് തനിക്കുള്ളതെന്ന് കാണുകയും ചെയ്തപ്പോൾ സ്വന്തം പ്രവൃത്തി യെക്കുറിച്ച് അവൾക്ക് പശ്ചാത്താപമുണ്ടായി. പ്ലസ്വണ്ണിന് പഠിക്കവെ, നാടകത്തിന് ചമയിക്കാൻ വന്ന ലീനച്ചേച്ചിയും തന്റെ കൺപുരികങ്ങളെ ക്കുറിച്ച് പറഞ്ഞിരുന്നതായി അന്നേരം അവൾക്കോർമ്മ വന്നു.

അന്ന് പെൺകുട്ടികൾക്ക് അഭിനയിക്കാൻ പറ്റിയൊരു നാടകം തിരഞ്ഞു മടുത്ത് ഒടുവിൽ ചങ്ങമ്പുഴയുടെ രമണൻ രംഗത്ത് ആവിഷ്ക രിക്കാൻ തീരുമാനിച്ചു. ചന്ദ്രികയായി അഭിനയിക്കാനുള്ള നറുക്ക് വീണത് രജനിക്കായിരുന്നു. പൊടിമീശയൊക്കെ വെച്ച് രമണനായി മാറിയത് കൂട്ടു കാരി രഹാനയും. രജനിയുടെ പുരികത്തിനു കനമുള്ളതിനാൽ കണ്മ ഷിയുടെ ആവശ്യമില്ലെന്ന് ലീനച്ചേച്ചി അവരോടു പറഞ്ഞു.

ഇളംപച്ച പട്ടുപാവാടയും ചന്ദനനിറമുള്ള ബ്ലൗസും ആടയാഭരണ ങ്ങളുമണിഞ്ഞു വന്നുനിന്നപ്പോൾ അവൾ അടിമുടി ചന്ദ്രികയായി മാറി യിരുന്നു. കർട്ടൻ ഉയരുന്നതിന് തൊട്ടുമുൻപ് സ്റ്റേജിന്റെ പിന്നിൽ വെച്ച് രഹാന അവളുടെ ചെവിയിൽ അടക്കം പറഞ്ഞു.

“ചന്ദ്രികയ്ക്കു വേണ്ടി രമണൻ ആത്മഹത്യ ചെയ്തതിൽ

കാണികൾക്കിനി സംശയമുണ്ടാകില്ല, അത്രയ്ക്ക് ഭംഗിയുണ്ട് ഈ വേഷത്തിൽ നീ." ഇരുവരും ശബ്ദമുണ്ടാക്കാതെ കുലുങ്ങി ചിരിച്ചു.

ചങ്ങമ്പുഴക്കവിത ഈണമിട്ട് ഇടയ്ക്ക് ചേർത്തിരുന്നതിനാൽ നാടകം കൂടുതൽ ഹൃദ്യമായി. രമണനായി അഭിനയിക്കുന്നത് ഒരു പെൺകുട്ടിയാണെന്ന് കാണികൾക്ക് മനസ്സിലാകാത്ത വിധം രഹാനയും നന്നായി അഭിനയിച്ചു.

പഠനത്തോടൊപ്പം പാഠ്യേതരപ്രവർത്തനങ്ങളിലും പങ്കെടുക്കുന്നതിന്റെ സംതൃപ്തിയുണ്ടായിരുന്ന ആ നല്ല നാളുകൾ. അവയിനി തിരിച്ചു വരുമോ? അതോ ഇവിടെ ഈ ചൈനക്കാരികൾക്കിടയിൽ വീർപ്പുമുട്ടി കഴിയേണ്ടി വരുമോ? ഇങ്ങോട്ട് വരാനെടുത്ത തീരുമാനം തെറ്റായിപ്പോയോ?

നാട്ടിലേക്ക് തിരിച്ചു പോയാലോ! അവളാലോചിച്ചു.

എന്തിനിത്ര സന്ദേഹിയാകുന്നു? എതിർചിന്തകളും അവളുടെ മനസ്സിനെ മഥിക്കാൻ തുടങ്ങി. ദില്ലി അസോസിയേഷൻ ഹാളിലെ പ്രധാന കവാടത്തിനരികിൽ തൂക്കിയിട്ടിരുന്ന ബാബാസാഹിബിന്റെ ഒരു വാചകം അവൾക്കോർമ്മ വന്നു. "നിങ്ങളുടെ അവശതകളെ പരിഹരിക്കാൻ നിങ്ങൾക്ക് കഴിയും പോലെ ആർക്കും കഴിയുകയില്ല."

ശരിയാണ്. അപരിഹാര്യമായ പ്രശ്നമൊന്നും ഇപ്പോൾ തന്റെ മുന്നിലില്ല. സാഹചര്യങ്ങളോട് പരമാവധി പൊരുത്തപ്പെടാൻ ശ്രമിക്കണം. ഒട്ടും നിവൃത്തിയില്ലാതെ വന്നാൽ മാത്രം തിരിച്ചുപോകുന്ന കാര്യം തീരുമാനിക്കാം. അവൾ മനസ്സിലുറപ്പിച്ചു.

വെളുത്തവരും കറുത്തവരും കളേഡ് എന്നറിയപ്പെടുന്ന മിശ്രവംശജരുമടങ്ങുന്ന വോൾസാനിയൻ വിദ്യാർത്ഥികളായിരുന്നു ക്ലാസ്സിൽ കൂടുതലും. മറ്റു രാജ്യങ്ങളിൽ നിന്നുമുള്ള ചുരുക്കം വിദ്യാർത്ഥികളുള്ളതിൽ ഒരു മ്യാന്മാർകാരനായിരുന്നു റോബോട്ടിക്സ് ലാബിൽ രജനിയുടെ ടീമംഗം.

ഇലക്ട്രോണിക്സും മെക്കാനിക്കലും ചേർന്നതാണ് മെക്കാട്രോണിക്സ്. അതിൽ റോബോട്ടിക്സായിരുന്നു രജനിയുടെ ഐച്ഛിക വിഷയം. ഫിസിക്സും മാത്സും ആദ്യമേ താത്പര്യമായിരുന്നതിനാൽ തിയറി ക്ലാസുകൾ മനസ്സിലാക്കാൻ അധികം ബുദ്ധിമുട്ടുണ്ടായില്ല. എന്നാൽ ഓട്ടോമേഷൻ ലാബുകൾ അവൾക്ക് തീർത്തും പുതിയ അനുഭവമായിരുന്നു.

ക്ലാസുകൾ മുന്നോട്ടു പോകവേ ലാബുകളേക്കാൾ ജ്യാമിതീയ വരയാണ് തന്നെ വലയ്ക്കുന്നതെന്ന് അവൾക്കു മനസ്സിലായി. എഞ്ചിനീയറിംഗ് ഡ്രോയിംഗ്സിൽ അവൾ നന്നേ പാടുപെട്ടു. വോൾസാനിയൻ വിദ്യാർത്ഥികൾ ചെറിയ ക്ലാസ്സ് മുതലേ രേഖാചിത്രങ്ങൾ വരയ്ക്കുന്നതിനാൽ അവരതിൽ പ്രാവീണ്യം നേടിയവരാണ്. രജനിക്കാണെങ്കിൽ അത് ശരിയായി വന്നതുമില്ല. ഒടുവിൽ ഡ്രോയിംഗ്സിൽ അവൾക്ക് വോൾസാനിയൻ സഹപാഠികളുടെ സഹായം തേടേണ്ടി വന്നു.

സഹപാഠികളുമായി മത്സരിക്കാൻ അവൾക്ക് ആഗ്രഹമുണ്ടായിരുന്നു. മുൻപ്, പത്താംതരത്തിൽ പഠിക്കുമ്പോൾ ക്ലാസ് ലീഡർ സുനിലും അവളും തമ്മിലായിരുന്നു പ്രധാന മത്സരം. പരീക്ഷകളിൽ മിക്കപ്പോഴും അവൾ അവനു പിറകിൽ രണ്ടാമതായി. ഒന്നാമതാകണമെന്ന വാശി കയറി കണക്കിൽ കൂടുതൽ ശ്രദ്ധകൊടുത്തു. കണക്ക് ചെയ്തു കഴിഞ്ഞ്ഉത്തരം അധ്യാപകനെ കാണിക്കുന്നതിന് മുൻപായി സുനിലിനെ ഒന്ന് തിരിഞ്ഞു നോക്കും. അവന്റേത് കഴിഞ്ഞോ എന്നറിയാനാണ്. പോകെപ്പോകെ കണക്കിലെ ശ്രദ്ധയൊക്കെ വിട്ട് അവൻ രജനി തന്നെ നോക്കുന്നതും കാത്തിരിക്കാൻ തുടങ്ങി. പതിയെ അവൾ ഒന്നാമതും അവൻ പിറകിലുമായി.

ക്ലാസ് കഴിഞ്ഞു പരീക്ഷയ്ക്കായി പിരിയവേ, അവളുടെ ഓട്ടോഗ്രാഫിൽ സുനിൽ ഇങ്ങനെ എഴുതി. "കണക്കിന് മുന്നിലല്ല, കണ്ണുകൾക്ക് മുന്നിലായിരുന്നു ഞാൻ തോറ്റത്." അത് വായിച്ച് രജനിയും രഹാനയും അന്ന് വാ പൊത്തി ചിരിച്ചിരുന്നു.

വോൾസാനയിലും അവളെ സഹായിച്ചത് കണക്കാണ്. ജ്യാമിതീയ വരകളിൽ പിറകിലായതിന്റെ ക്ഷീണം അവൾ തീർത്തത് കണക്കിലൂടെയായിരുന്നു എന്നും പറയാം. കാലങ്ങളായി ബ്രിട്ടീഷ് പഠനരീതി പിന്തുടരുന്നതിന്റെ ഗുണമാകാം ഇന്ത്യൻ വിദ്യാർത്ഥികൾ കണക്കിൽ പൊതുവേ മുന്നിലായിരുന്നു. മാത്തമാറ്റിക്സിൽ അടിത്തറ ഇല്ലാത്തവർക്കായി വിദ്യാർത്ഥികൾ തന്നെ ക്ലാസെടുക്കുന്ന 'മാത്സ് ക്ലിനിക്' എന്നൊരു സംവിധാനമുണ്ടായിരുന്നു ക്യാമ്പസിൽ. രജനി അവിടെ ക്ലാസെടുത്തു തുടങ്ങി. ഇത്തരം പ്രവർത്തികൾക്ക് തുടർപഠനത്തിനപേക്ഷിക്കാൻ ആവശ്യമായ കോ കരിക്കുലാർ ആക്റ്റിവിറ്റിയെന്ന CCA പോയന്റുകൾ ലഭിക്കുമായിരുന്നു. മാത്ത്സ് ക്ലിനിക്കിൽ ക്ലാസെടുക്കുന്നത് കാരണം കൂട്ടുകാരികൾ അവളെ 'രജനി മാം' എന്ന് വിളിച്ചു തുടങ്ങി. 'മാം' വിളി തമാശയായിട്ടായിരുന്നുവെങ്കിലും വിദേശിയെന്ന വിവേചനമില്ലാതെ ക്യാമ്പസിൽ അംഗീകരിക്കപ്പെടുന്നുവെന്നത് അവൾക്ക് അനല്പമായ ആത്മവിശ്വാസം നൽകി.

ഉത്തരത്തെക്കുറിച്ച് വേവലാതിപ്പെടാതിരുന്നാൽ കണക്ക് വളരെ എളുപ്പമാണെന്ന് ഇതിനോടകം അവൾ മനസ്സിലാക്കിയിട്ടുണ്ട്. എത്ര കുഴപ്പം പിടിച്ച പ്രശ്നമാണെങ്കിലും ആത്മവിശ്വാസത്തോടെ മുന്നോട്ട് പോകുക. ഓരോ വഴിയും അവസാനിക്കുന്നിടത്തെത്തുമ്പോൾ അടുത്ത വഴി നോക്കുക. അപ്പോഴേക്കും അത് തെളിഞ്ഞുവന്നിട്ടുണ്ടാകും. അങ്ങനെയങ്ങനെ ക്രമാനുഗതമായി ലക്ഷ്യത്തിലെത്താം. ജീവിതവും ഏറെക്കുറെ ഇങ്ങനെ തന്നെയല്ലേ? എവിടെ പരിഭ്രമത്തിന് അടിപ്പെടുന്നോ അവിടം മുതൽ കണക്കു പിഴയ്ക്കുന്നു, ജീവിതവും.

കിരണിനും സന്ദീപിനുമൊപ്പമാണ് അവൾ ക്യാമ്പസിൽ നിന്നും തിരികെ പോരാറുള്ളത്. ഹോസ്റ്റലിലെ അവളുടെ പ്രയാസങ്ങൾ, പ്രത്യേകിച്ചും

ആഹാരകാര്യങ്ങൾ ശരിയാവാത്തത്, പങ്കുവെച്ചപ്പോൾ അനുതാപം തോന്നി അവരവളെ മെൻസ് ഹോസ്റ്റലിലേക്ക് ക്ഷണിച്ചു.

സന്ദീപാണ് തുടങ്ങിയത് "രജനി, ഇവിടെ മെൻസ്ഹോസ്റ്റലിലേക്കു ഗേൾസിനു വരാം... അടുത്താണല്ലോ."

അവൾ ചോദ്യഭാവത്തിൽ അവരെ നോക്കി.

"അല്ല, ഞങ്ങക്ക് പാചകമൊക്കെയുണ്ട്, സീനിയർ ചേട്ടന്മാരുമൊത്ത്. വേണേൽ മെസ്സീ കൂടിക്കോ." സന്ദീപ് പെട്ടെന്ന് പറഞ്ഞു. സീനിയേഴ്സിനോട് അനുവാദം ചോദിച്ചിരുന്നില്ലെങ്കിലും അവർ എതിരു പറയാനിടയില്ലെന്ന് അവന് ഉറപ്പായിരുന്നു.

എന്ത് മറുപടി കൊടുക്കണം? രജനി ആശയക്കുഴപ്പത്തിലായി. ഒറ്റയ്ക്ക് പാകം ചെയ്യാമെന്നു വെച്ചാൽ ഉപ്പു തൊട്ടു കർപ്പൂരം വരെ സ്വന്തമായി വാങ്ങണം. ഫ്രിഡ്ജിലാണെങ്കിൽ ചൈനക്കാരികളുടെ വിചിത്രങ്ങളായ ഭക്ഷണപദാർത്ഥങ്ങൾ നിറഞ്ഞിരിക്കുന്നു.

എന്നാലും ആൺകുട്ടികൾ മാത്രം താമസിക്കുന്ന ഒരിടത്തേക്ക് തനിച്ച് കയറി ചെല്ലുകയെന്ന് വെച്ചാൽ... എന്തോ ഒരു വല്ലായ്ക.

"പേടിക്കേണ്ട, സീനിയേഴ്സിനോട് ഞങ്ങൾ സമ്മതം വാങ്ങിക്കൊള്ളാം." അതാണ് അവളുടെ പ്രശ്നമെന്ന് ധരിച്ചു സന്ദീപ് സമാധാനിപ്പിക്കാൻ ശ്രമിച്ചു.

അവൾ അതിന് മറുപടിയൊന്നും പറഞ്ഞില്ല. അവരോടു വിടപറഞ്ഞു റൂമിലേക്ക് നടന്നു. വല്ലായ്കയോടൊപ്പം അവൾക്ക് സ്വല്പം പേടിയുമുണ്ടായിരുന്നു. "മോളെ... അന്യനാടാണ്, സൂക്ഷിക്കണം." അമ്മ പ്രത്യേകം ഓർമ്മിപ്പിച്ചിട്ടുണ്ട്.

എട്ട്

സന്ദീപും കിരണും ഇതിനോടകം തന്നെ പുതിയ സാഹചര്യങ്ങളോട് ഇണങ്ങിയിരുന്നു. ക്ലാസ് കഴിഞ്ഞു വന്നാലുടനെ മറ്റുള്ളവരോടൊപ്പം കുറച്ചു നേരം ബാറ്റ്മിൻഡനോ ടേബിൾടെന്നീസോ കളിക്കും, നീന്തൽക്കുളത്തിൽ മുങ്ങി തുടിക്കും. മലയാളികളായ സീനിയർ വിദ്യാർത്ഥികൾ നാല് പേരുള്ളതിൽ രഘുനന്ദനും ശ്രീരാജും ഒരു മുറിയിലാണ്. അതേ വില്ലയിലെ രണ്ടാമത്തെ മുറിയിൽ അൻവറിനും ജോസിനുമൊപ്പമാണ് സന്ദീപിന് ഇടം കിട്ടിയത്. രണ്ടു മുറികൾക്കും കൂടി പൊതുവായി ഒരു കിച്ചണും കൊച്ചുവരാന്തയുമുണ്ട്. അർദ്ധവൃത്താകൃതിയിലുള്ള ഇത്തരം നിരവധി വില്ലകൾ നിറഞ്ഞതാണ് മെൻസ് ഹോസ്റ്റൽ കോമ്പൗണ്ട്. കിരൺ രണ്ടു നോർത്തിന്ത്യൻ വിദ്യാർത്ഥികൾക്കൊപ്പം സമാനമായ മറ്റൊരു വില്ലയിലാണ്.

കുളി കഴിഞ്ഞുവന്നാൽ കറിക്കരിയാനും അടുക്കള വൃത്തിയാക്കാനും സന്ദീപ് മുതിർന്നവരെ സഹായിക്കും. ആഹാരം കഴിച്ചശേഷം ഹാളിൽ എഴുതാനും വരയ്ക്കാനുമിരിക്കും.

സന്ദീപിനും കിരണിനും ക്ലാസ് ടെസ്റ്റുകൾ തുടങ്ങിയിട്ടില്ല. സീനിയേഴ്സിന് ഇന്റേണൽ പരീക്ഷയുള്ളതിന്റെ തലേന്ന് രാത്രി ഹോസ്റ്റലിനടുത്തുള്ള കടയിൽ കാപ്പി കുടിക്കാനിറങ്ങുമ്പോൾ സന്ദീപ് കൂടെപ്പോകും. കാര്യമായി പഠിക്കാനിരിക്കണമെന്ന് അവർ പദ്ധതിയിടുന്ന മിക്ക ദിവസങ്ങളിലും കാപ്പികുടി മാത്രമേ നടക്കുകയുള്ളൂയെന്ന് അവനറിയാം.

മെൻസ് ഹോസ്റ്റലിന്റെ മതിലിനോട് ചേർന്നുനിന്ന് എത്തിനോക്കിയാൽ ലേഡീസ് ഹോസ്റ്റലിന്റെ കവാടവും തൊപ്പിവെച്ച പാറാവുകാരനെയും കാണാം. മെൻസ് ഹോസ്റ്റൽപോലെ വില്ലകളല്ല, മൂന്നു വശങ്ങളിലേക്കും നിറഞ്ഞുനിൽക്കുന്ന ഇരുനിലക്കെട്ടിടമാണ് ഇത്. പാതിരാവ് കഴിഞ്ഞാലും ലേഡീസ് ഹോസ്റ്റലിലെ മുകളിലെത്തെ നിലയിലെ വരാന്തയിൽ ഒരു വിളക്ക് മാത്രം പ്രകാശിച്ചുകൊണ്ടിരിക്കും. ഉറക്കം വരാത്ത രാത്രികളിൽ വിവിധരാജ്യക്കാരായ പെൺകുട്ടികൾ വരാന്തയിലൂടെ ഉലാത്തുന്നത് ആ മങ്ങിയ വെളിച്ചത്തിൽ അവർ നോക്കി കാണാറുണ്ട്.

രജനി അപൂർവ്വമായേ അവിടെയിറങ്ങി നിൽക്കാറുള്ളൂ. രണ്ടാം വർഷക്കാർക്ക് ഇന്റേണൽ ടെസ്റ്റുള്ളതിന്റെ തലേദിവസം നിലാവുള്ള ഒരു രാത്രിയിൽ കാപ്പികുടി കഴിഞ്ഞു വരുമ്പോൾ സന്ദീപാണ് കണ്ടത്, രജനിയതാ വരാന്തയിലിറങ്ങി പുറത്തേക്കു നോക്കി ആലോചനാനിമഗ്നയായി നിൽക്കുന്നു. സന്ദീപിന്റെ വിളികേട്ട് മറ്റുള്ളവർ കൂടി മതിലിനടുത്തേക്ക് ചെന്നു. സീനിയേഴ്സിൽ ജോസ് മാത്രമേ ഇതുവരെ, അതും ഉച്ചനേരത്ത് ലൈബ്രറിയിലെ തിരക്കിനിടയിൽ വെച്ച് അവളെ പരിചയപ്പെട്ടിരുന്നുള്ളൂ.

രജനി വിദൂരതയിലേക്ക് കണ്ണുംനട്ട് ആലോചനയിൽ തന്നെയാണ്. നിലാവെളിച്ചം ആ മുഖത്ത് തട്ടിത്തെറിക്കുന്നുണ്ടായിരുന്നു. അതവളെ കൂടുതൽ ഭംഗിയുള്ളവളാക്കി. “എങ്കിലും വിഷാദഭാവത്തിലുള്ള ആ നിൽപ്പിന്റെ അർത്ഥമെന്ത്?” രഘു സന്ദീപിനോട് ആരാഞ്ഞു.

“ഹോസ്റ്റലിൽ വല്ലാത്ത ഒറ്റപ്പെടലാന്ന് തോന്നുന്നു. ഭക്ഷണകാര്യങ്ങളും ശരിയായിട്ടില്ല.” സന്ദീപ് മറുപടി പറഞ്ഞു.

“ന്നാ പിന്നെ ഇങ്ങോട്ട് വരാൻ പറഞ്ഞൂടെ? നമുക്ക് ലേഡീസ് ഹോസ്റ്റലിൽ പോകുന്നതിനേ വിലക്കുള്ളൂ, അവർക്കെപ്പോ വേണേലും ഇങ്ങോട്ട് വരാല്ലോ.” ജോസ് പറഞ്ഞു.

“ഇതെല്ലാം ഞാൻ എപ്പോഴേ അറിയിച്ചിട്ടുണ്ട്.” സന്ദീപ് പുഞ്ചിരിച്ചുകൊണ്ട് പറഞ്ഞു.

“ആഹാ, നീ ആള് കൊള്ളാലോ, ന്നിട്ട് അവളെന്ത് പറഞ്ഞു?” അൻവർ ആകാംക്ഷയോടെ ചോദിച്ചു.

"അവൾക്കെന്തോ ഒരു മടി പോലെ."

"എന്തിനാ മടി... നീ ഒന്നൂടെ വരാൻ പറയ്." രഘു പറഞ്ഞു.

"നീ വിചാരിച്ചാ നടക്കും." അൻവർ സന്ദീപിനെ പ്രോത്സാഹിപ്പിച്ചു.

ക്യാമ്പസിൽ ഇപ്പോൾ രജനിയൊഴികെ ഇന്ത്യക്കാരായ പെൺകുട്ടികൾ ആരുമില്ല. ഒരു പഞ്ചാബിപെൺകുട്ടിയുൾപ്പെടെ രണ്ടു ഉത്തരേന്ത്യൻ വിദ്യാർത്ഥിനികളുണ്ടായിരുന്നത് കഴിഞ്ഞ വർഷത്തോടെ കോഴ്സ് കഴിഞ്ഞ് നാട്ടിലേക്കു പോയി. മറ്റു രാജ്യക്കാരായ പെൺകുട്ടികളുമായി ആത്മബന്ധമുണ്ടാക്കാൻ ശ്രമിച്ചിട്ടും രഘുവിന് ഒരു മംഗോളിയക്കാരിയെ കിട്ടിയെന്നല്ലാതെ ബാക്കിയുള്ളവർക്ക് ഇതുവരെ കാര്യമായൊരു സ്ത്രീ സൗഹൃദമുണ്ടാക്കാൻ പറ്റിയിട്ടില്ല. പെൺകുട്ടികളെ ആകർഷിക്കാനായി അൻവർ ഗിറ്റാർ പഠിച്ചു നോക്കി. സംഗീതോപകരണങ്ങൾ വായിക്കാനറിയുന്നവരെ അവിടുത്തെ പെൺകുട്ടികൾക്ക് ഇഷ്ടമാണെന്ന് ആരോ പറഞ്ഞു കേട്ടതിൻ പ്രകാരമായിരുന്നുവത്. എന്നാൽ ആനുവൽ ഡേക്ക് അൻവർ ഇൻഡോർ സ്റ്റേജിൽ ഗിറ്റാർ അവതരിപ്പിക്കാൻ തുടങ്ങിയ സമയത്താണ് ഉദ്ഘാടകനായ വോൾസാനിയൻ സ്റ്റേജ് പെർഫോമർ അല്പം താമസിച്ചു പ്രധാന വേദിയിലേക്ക് വന്നത്. താരത്തെ കാണാനും ഫോട്ടോയെടുക്കാനുമായി എല്ലാവരും അങ്ങോട്ട് പോയതിനാൽ അൻവറിന്റെ ഗിറ്റാർ പ്രകടനം കാണാൻ അന്യദേശക്കാരായ പെൺകുട്ടികളല്ല അവന്റെ കൂട്ടുകാർ തന്നെയും ഉണ്ടായില്ല.

ഇങ്ങനെ പല കാരണങ്ങളാൽ വിഷമിച്ചു നിൽക്കുന്നതിനാലാണ് തങ്ങളുടെ ക്യാമ്പസിൽ പുതുതായൊരു മലയാളി പെൺകുട്ടിയെത്തിയതറിഞ്ഞ് അവളെ പരിചയപ്പെടാൻ അവർക്കെല്ലാം ആവേശമുണ്ടായത്.

മതിലിനപ്പുറം കുറച്ചു കണ്ണുകൾ തന്നെ വീക്ഷിക്കുന്നുണ്ടെന്നറിയാതെ രജനിയപ്പോഴും ആലോചനയിൽ തന്നെയായിരുന്നു. പഠനത്തിലെ താത്പര്യം കാരണം വീട്ടിലേക്കു മടങ്ങിപോകണമെന്ന ചിന്ത നന്നേ കുറഞ്ഞിട്ടുണ്ട്. പക്ഷേ ഹോസ്റ്റലിലെ ഒറ്റപ്പെടൽ അതിന്റെ എല്ലാ പരിധികളും ലംഘിച്ചു മുന്നേറുകയാണ്.

ചുറ്റും ആളുകളില്ലാതാകുന്ന അവസ്ഥയല്ല ഏകാന്തത, ലക്ഷ്യം നഷ്ടപ്പെടുമ്പോൾ സംഭവിക്കുന്നതാണ്. തനിക്കൊരു ലക്ഷ്യമുണ്ട്. എന്നിട്ടും എന്തേ ഇങ്ങനെ? അവൾ ചിന്തിച്ചു. ഉള്ളു തുറന്ന് സംസാരിക്കാൻ ആളില്ലാത്തതാണോ തന്റെ പ്രശ്നം...? നാട്ടിലായിരുന്നപ്പോൾ താൻ രഹാനയോടും അനുപമയോടും ധാരാളം സംസാരിക്കുമായിരുന്നു.

സന്ദീപും കിരണും ഒരുപാട് നിർബന്ധിച്ചതല്ലേ അവരുടെ ഹോസ്റ്റലിലേക്ക് ചെല്ലാൻ. എന്തുകൊണ്ട് ഒന്ന് പോയി നോക്കിക്കൂടാ? വരാന്തയിൽ നിന്നും തിരിച്ചു റൂമിലേക്ക് നടക്കുമ്പോൾ അവൾ ആലോചിച്ചു.

തന്റെ താത്പര്യം പിറ്റേന്ന് അവൾ സന്ദീപിനെ അറിയിച്ചു. അവനേറെ ആഹ്ലാദവാനായി.

ഒമ്പത്

ഋതുക്കളിൽ വെച്ചേറ്റവും ഹൃദ്യമായ ശൈത്യകാലം വോൾസാനയെ പുൽകാനെത്തിയ ഒരു പ്രഭാതത്തിലാണ് കൈകൾ നെഞ്ചോടു ചേർത്തു പിടിച്ച് രജനി മെൻസ് ഹോസ്റ്റലിലേക്ക് നടന്നെത്തിയത്. മഞ്ഞുവീഴ്ച കാരണം ഷാളുകൊണ്ട് അവൾ തല പുതച്ചിരുന്നു. സങ്കോചം പുറത്തു കാണിക്കാതിരിക്കാൻ പരമാവധി ശ്രമിച്ചുവെങ്കിലും അവളുടെ ഹൃദയം പടപടാ മിടിച്ചു. ഹോസ്റ്റൽ കവാടത്തിൽ അല്പനേരം കാത്തു നിന്നപ്പോൾ കിരണും സന്ദീപും വരികയും ഹോസ്റ്റലിനുള്ളിലേക്ക് അവളെ ആനയിക്കുകയും ചെയ്തു.

പുറത്തു നിന്ന് കാണുന്ന പോലെയല്ല, വിശാലമായ കോമ്പൗണ്ടാണ്. അവളാ ചുറ്റുപാട് ശ്രദ്ധിച്ചു. നീണ്ടു വളഞ്ഞു പോകുന്ന പ്രധാന നടപ്പാത ഏകദേശം മധ്യത്തിൽ വെച്ച് വിവിധ വില്ലകളിലേക്ക് പലതായി പിരിയുന്നു. മതിലിനോട് ചേർന്ന് പടർന്നു നിൽക്കുന്ന പ്രത്യേകതരം മരങ്ങൾ. അവയ്ക്ക് ചുവട്ടിലായി നിസ്സഹായതയോടെ വീണു കിടക്കുന്ന പലതരം കായ്കൾ. എത്ര വലിയ വീഴ്ചയിൽനിന്നും ഉയർത്തെഴുന്നേൽക്കാമെന്നു തെളിയിച്ചു അവയിൽ ചിലതു മുളച്ചു പൊന്താൻ തുടങ്ങിയിരിക്കുന്നു.

അല്പം മാറി ഒരു വില്ലയ്ക്കു പുറത്ത് ആഫ്രിക്കക്കാരായ രണ്ടു പേർ വ്യായാമം ചെയ്യുന്നു. അവരുടെ ഞെരമ്പോടിയ ബലിഷ്ഠമായ മസിലുകൾ അവൾ വ്യക്തമായി കണ്ടു. കളിസ്ഥലവും പിന്നിട്ട് അർദ്ധവൃത്താകൃതിയിലുള്ള മഞ്ഞച്ചായമടിച്ച ഒരു വില്ലയ്ക്കു മുന്നിൽ അവരെത്തി. നടപ്പാത അവിടെ അവസാനിച്ചിരിക്കുന്നു. ഒരു മിനുട്ട് പുറത്ത് നിൽക്കാൻ പറഞ്ഞ് വാതിൽ തള്ളിതുറന്നു കിരണും സന്ദീപും ഉള്ളിലേക്ക് കയറിപ്പോയി. ചുവരിൽ വില്ല നമ്പർ 43 എന്ന് എഴുതി പതിപ്പിച്ചത് മങ്ങിപ്പോയിരുന്നെങ്കിലും അവൾ വായിച്ചെടുത്തു. അകത്ത് എല്ലാവരും റെഡിയായപ്പോൾ ഉള്ളിലേക്ക് വരാൻ കിരൺ ആംഗ്യം കാണിച്ചു.

മടിച്ചു മടിച്ചു ഉള്ളിലേക്ക് കയറി. സീനിയേഴ്സിൽ ജോസിനെ ഒഴികെ മറ്റു മൂന്നു പേരെയും അവളാദ്യമായിട്ട് കാണുകയാണ്. അവരുടെ നിർബന്ധത്തിനു വഴങ്ങി അവൾക്ക് വെൽവെറ്റ് പുതച്ച സോഫയിൽ ഇരിക്കേണ്ടി വന്നു. അവൾ മുടി പിറകിലേക്ക് തെരുത്തുകെട്ടി വെച്ചിരുന്നു. മെക്കാനിക്കൽ ലാബുകളിൽ സുരക്ഷയുടെ ഭാഗമായി ഷാൾ ഉപയോഗിക്കാൻ പാടില്ലെന്ന നിർദ്ദേശം വന്നതിൽ പിന്നെയാണ് മുടി പിന്നിലേക്ക് തെരുത്തു വെയ്ക്കാൻ അവൾ പഠിച്ചത്. അങ്ങനെ ഒതുക്കിവെയ്ക്കുമ്പോൾ അവൾ കൂടുതൽ ആകർഷകത്വമുള്ളവളായി കാണപ്പെട്ടു. തങ്ങളുടെ വില്ലയിലേക്ക് ആദ്യമായി വിരുന്നു വന്ന പെൺകുട്ടിയുടെ പ്രഭാവത്തിൽ അവരെല്ലാം ഒരു നിമിഷം മയങ്ങിപ്പോയി.

നിശ്ശബ്ദതയ്ക്ക് വിരാമമിട്ട് ഓരോരുത്തരായി സ്വയം പരിചയപ്പെടുത്തി. മൂന്നാം വർഷമാണ് ജോസും രഘുനന്ദനും. ശ്രീരാജും അൻവറും രണ്ടാം

വർഷക്കാർ. ഓരോരുത്തരും തങ്ങളുടെ സ്ഥലപ്പേരു പറഞ്ഞെങ്കിലും പരിഭ്രമത്തിനിടയിൽ രജനിക്ക് അത് കൃത്യമായി ഓർത്തുവെയ്ക്കാൻ കഴിഞ്ഞില്ല.

മുൻപ് ലൈബ്രറിയിൽ വെച്ച് കണ്ട പരിചയത്തിന്റെ അടിസ്ഥാനത്തിൽ ജോസ് സംസാരത്തിന് തുടക്കമിട്ടു. "രജനി എവിടെയാണ് യോഗ്യതാപ്പരീക്ഷ എഴുതിയത്?"

"ഡൽഹിയിൽ..." അവൾ മറുപടി പറഞ്ഞു. അത്രയും ആൺകുട്ടികളുടെ മുന്നിൽ ഒറ്റയ്ക്ക് ഇരിക്കുന്നതിന്റെ സങ്കോചം അവളുടെ വാക്കുകളിൽ പ്രകടമായിരുന്നു.

"ഞങ്ങൾ രണ്ടു പേരും മുംബൈയായിരുന്നു." ശ്രീയെ ചൂണ്ടി കാണിച്ച് രഘു പറഞ്ഞു.

അവർ തുടർന്നും അവളോട് സംസാരിച്ചുകൊണ്ടേയിരുന്നു. വോൾസാനയിലെ കാലാവസ്ഥയെക്കുറിച്ച്, ക്യാമ്പസിലെ സൗകര്യങ്ങളെക്കുറിച്ച്, പരിചയക്കുറവ് മൂലം ആദ്യകാലങ്ങളിൽ അവർക്ക് സംഭവിച്ച അബദ്ധങ്ങളെക്കുറിച്ച്, അങ്ങനെ അങ്ങനെ ഓരോന്ന്. മരം കയറുന്ന തൊഴിലാളികൾ ഒന്നിൽ നിന്ന് ഒന്നിലേക്ക് കവരങ്ങളിലൂടെ നീങ്ങുന്നതെങ്ങനെയോ അതേപോലെയാണ് ഒരു വിഷയത്തിൽനിന്ന് മറ്റൊരു വിഷയത്തിലേക്ക് അവർ തെന്നി നീങ്ങിയത്.

ആദ്യത്തെ അപരിചിതത്വം മാറിയപ്പോൾ അവൾ അങ്ങോട്ടും ഒന്നുരണ്ടു കാര്യങ്ങൾ തിരക്കി. ഇന്ത്യക്കാരായ അധ്യാപകർ യൂണിവേഴ്സിറ്റിയിലുണ്ടോ എന്നതായിരുന്നു അതിലൊന്ന്. ബീഹാറുകാരനായ ഒരാളുണ്ടെന്നു കേട്ടതായി ജോസ് മറുപടി പറഞ്ഞു. അവരാരും പക്ഷേ ഇത് വരെ അദ്ദേഹത്തെ കണ്ടിട്ടില്ല.

"മാത്സ് ക്ലിനിക്കിൽ ക്ലാസെടുക്കുന്നുണ്ടല്ലേ?" ഇടയ്ക്ക് ശ്രീ അവളോട് ചോദിച്ചു. മറ്റു ചില സിസിഎ ആക്റ്റിവിറ്റികളുണ്ടെങ്കിലും അവരാരും ഇതുവരെ ക്ലാസെടുത്തിരുന്നില്ല.

ഇവരിതെങ്ങനെ ഇത്ര പെട്ടെന്ന് അറിഞ്ഞുവെന്ന് രജനി വിസ്മയിച്ചു. സന്ദീപിന്റെ പരുങ്ങലിൽ നിന്ന് അവൻ പറഞ്ഞതായിരിക്കാമെന്ന് ഊഹിച്ചു. രജനിയുടെ ദൃഷ്ടി തന്റെ നേരെ വന്നപ്പോൾ ചായ തിളച്ചോന്ന് നോക്കാൻ സന്ദീപ് അടുക്കളയിലേക്ക് പോയി.

തന്നെക്കുറിച്ച് വിശദമായ ഒരു ചർച്ച അവിടെ നടന്നു കഴിഞ്ഞതായി മനസ്സിലായെങ്കിലും അതിൽ അസ്വാഭാവികതയോ അസ്വസ്ഥതയോ അവൾക്ക് അനുഭവപ്പെട്ടില്ല. അപരിചിതമായ നഗരത്തിൽ പരിഗണിക്കപ്പെടുന്നുവെന്നതു തന്നെ ആശ്വാസദായകമായിരുന്നു.

സന്ദീപ് കൊണ്ടുകൊടുത്ത ആവി പറക്കുന്ന കടുപ്പം ഇത്തിരി കൂടിപ്പോയ ചായ രുചിയൊന്നും നോക്കാതെ മൊത്തിക്കുടിക്കവേ അവൾ ചുറ്റുപാടും കണ്ണോടിച്ചു. എല്ലാം വൃത്തിയായി അടുക്കി വെച്ചിരിക്കുന്നു.

മേശവിരിയിൽ പോലും ചുളിവില്ല. ആൺകുട്ടികൾക്കിത്ര അടുക്കും ചിട്ട യുമോ? എന്നാൽ, താൻ വരുന്നത് പ്രമാണിച്ച് ധൃതിയിൽ അടുക്കി വെച്ച താണെന്നു മേശയ്ക്കടിയിൽനിന്നും പുറത്തേക്ക് തള്ളി നിൽക്കുന്ന വസ്തുക്കൾ അവളോട് വിളിച്ചു പറഞ്ഞു. അതവളുടെ ഉള്ളിൽ പുഞ്ചിരി പടർത്തി.

ലേഡീസ് ഹോസ്റ്റലിലെ ഒറ്റപ്പെട്ട അവസ്ഥയെക്കുറിച്ച് ചോദിച്ചറിഞ്ഞ് എപ്പോൾ വേണമെങ്കിലും അങ്ങോട്ട് വന്നുകൊള്ളാൻ അവർ അനുവാദം കൊടുത്തു. ക്യാമ്പസിൽ ഇനി റാഗിംഗ് ഉണ്ടാകുമോ എന്ന് അല്പം സങ്കോചത്തോടെ അവൾ തിരക്കിയപ്പോൾ ഇന്ത്യൻ വിദ്യാർത്ഥികൾക്ക് നേരെ അങ്ങനെയൊന്ന് ഉണ്ടാകാറില്ലെന്ന് പറഞ്ഞു അവർ സമാധാനി പ്പിച്ചു.

"പിന്നെ, റാഗിംഗ് ചെയ്യേണ്ടത് സീനിയേഴ്സായ ഞങ്ങളാണ്. ഞങ്ങളി പ്പോൾ രജനിയുടെ സുഹൃത്തുക്കളായി കഴിഞ്ഞിരിക്കുന്നു. അതിനാൽ ഒട്ടും പേടിക്കേണ്ട."

അവരുടെ കാര്യമായ ആശ്വസിപ്പിക്കൽ കണ്ടപ്പോൾ അവൾക്ക് ചിരി വന്നു. ആദ്യമുണ്ടായിരുന്ന മാനസിക സമ്മർദ്ദവും അപരിചിതത്വവും അവളിൽ വളരെയേറെ കുറഞ്ഞു വന്നു. ഒരു മണിക്കൂറോളം അവിടെ ചെലവഴിച്ചുവെങ്കിലും സമയം പോയത് അറിഞ്ഞില്ല. യാത്ര പറഞ്ഞിറ ങ്ങിയപ്പോൾ ഇനിയുമങ്ങോട്ട് പോകാനിടയുണ്ടെന്ന് അവളുടെ മനസ്സ് മന്ത്രിച്ചു.

രജനി പോയ ശേഷം അഞ്ചു പേരും അവളെക്കുറിച്ച് ചർച്ച ചെയ്തു. അവളുടെ ഊർജ്ജസ്വലതയും പെരുമാറ്റത്തിലെ ലാളിത്യവും അനുപമ മായ രൂപഭംഗിയും അവരുടെ ശ്രദ്ധ പിടിച്ചു പറ്റിയിരുന്നു.

അവൾ ഇനിയും വരികയാണെങ്കിൽ വില്ലയിൽ വരുത്തേണ്ട മാറ്റ ങ്ങളെപ്പറ്റി അവർ ചിന്തിക്കാതിരുന്നില്ല. ജ്യൂസ്, ബിയർ ബോട്ടിലുകളും സിഗരറ്റ് കുറ്റികളും തറയിൽ അലക്ഷ്യമായി വലിച്ചെറിയരുത്. വസ്ത്ര ങ്ങൾ അലമാരയിൽ അടുക്കിവെച്ച് കൊള്ളണം, പുറത്തു കാണരുത്.

മറ്റു ചില കാര്യങ്ങളിൽ കൂടി അവർക്ക് ധാരണയിലെത്താനുണ്ടായി രുന്നു. ആരും രജനിയെ പ്രണയത്തിൽ വീഴ്ത്താൻ ശ്രമിക്കരുത്. അത്തരം പ്രവർത്തികൾ അവളുടെ അമ്മ തന്നിലർപ്പിച്ച വിശ്വാസത്തെ ബാധിക്കു മെന്നു സന്ദീപ് അവരോടു പറഞ്ഞു. ആർക്കെങ്കിലും അങ്ങനെ വല്ല ഉദ്ദേശ്യവുമുണ്ടെങ്കിൽ അവളോട് ഇങ്ങോട്ട് ഇനി വരേണ്ടെന്ന് അവൻ പറയും. അവളുടെ അംഗരക്ഷകനായി ചമയുന്ന അവൻ സത്യമായും അങ്ങനെ പറഞ്ഞുകളയുമോന്ന് സീനിയേഴ്സിന് ഭയമുണ്ടായിരുന്നു. അതി നുള്ള മറുപടി ഉടനെ തന്നെ അവന് ലഭിച്ചു.

"പേടിക്കേണ്ട... ഒരു അന്യമതക്കാരിയെ കെട്ടിക്കൊണ്ടു വന്നാൽ ഉപ്പ എന്നെ ബിരിയാണിക്കുള്ള കഷ്ണമാക്കും." അൻവർ പറഞ്ഞു.

“രജനിയെപ്പോലെ ഒരാളെ കൊണ്ടുപോകാനുള്ള സ്ഥിതിയൊന്നും വീട്ടിലില്ല.” ജോസ്.

“കമ്മ്യൂണിസ്റ്റ് കുടുംബാംഗമായതിനാൽ എനിക്ക് ചൈനക്കാരികളിലേ താത്പര്യമുള്ളൂ.” രഘു.

“ടെക്നോളജിയാണെന്റെ കാമുകി.” ശ്രീരാജ്.

ഇവർ കാര്യമായി പറഞ്ഞതാണോ തമാശ പറഞ്ഞതാണോ എന്നറിയാതെ സന്ദീപ് ഒരു നിമിഷം ആശയക്കുഴപ്പത്തിലായി. അത് കണ്ടു നാലുപേരും പൊട്ടിച്ചിരിച്ചു. കിരണിന് മലയാളം അറിയില്ലെങ്കിലും പറയുന്നതെന്തെന്ന് അവരുടെ ശരീരഭാഷയിലൂടെ ഏറെക്കുറെ മനസ്സിലാക്കാൻ കഴിഞ്ഞിരുന്നു.

പിറ്റേന്ന് സന്ദീപ് ഈ കാര്യങ്ങളെല്ലാം രജനിയോട് പറഞ്ഞു. അവൾക്ക് ചിരിയടക്കാൻ കഴിഞ്ഞില്ല. അവളുടെ ചിരി കണ്ടപ്പോഴാണ് അവന് സമാധാനമായത്.

ആ ആഴ്ചയിലെ അവസാന പ്രവൃത്തി ദിവസം സായാഹ്നത്തിൽ സന്ദീപിന്റെ കയ്യിൽ നിന്നും റെക്കോർഡ് ബുക്ക് വാങ്ങിക്കാൻ രജനി വീണ്ടുമവിടെ ചെന്നു. വില്ലയുടെ ലിവിംഗ് റൂമിൽ അവരെല്ലാം അസൈൻമെന്റ് ചെയ്യാൻ ഒന്നിച്ചിരിക്കുന്നത് കണ്ടു. അതവളെ ഹഠാദാകർഷിച്ചു. അവളും രഹാനയും ഇങ്ങനെ ഒന്നിച്ചിരുന്നായിരുന്നു പ്ലസ്ടു പരീക്ഷയ്ക്ക് പഠിച്ചത്.

മൂന്ന് തവണ അവിടെ പോയപ്പോൾ ഇനി പരിഭ്രമിക്കേണ്ട കാര്യമില്ലെന്ന് അവൾക്കു ബോധ്യമായി. മിണ്ടാനും തമാശ പറയാനും സംശയങ്ങൾ തീർക്കാനും ആളുകളുള്ള ആ ആൺലാവണം അവൾ ഇഷ്ടപ്പെട്ടു തുടങ്ങിയിരുന്നു.

പത്ത്

ലേഡീസ് ഹോസ്റ്റലിന്റെ ഒന്നാംനിലയിലെ വരാന്തയിലൂടെ ചൈനക്കാരികൾ കുളി കഴിഞ്ഞ് ടവലുമണിഞ്ഞു വരുമ്പോൾ മെൻസ് ഹോസ്റ്റലിൽ പുതുതായെത്തിയ ആൺകുട്ടികൾ മതിലിനടുത്ത് വന്നു നോക്കി നിൽക്കാറുണ്ട്. രജനിക്കതൊന്നും ഇപ്പോൾ പുത്തരിയല്ല. അത്തരം നോട്ടങ്ങളെ അവഗണിക്കാൻ അവൾ പഠിച്ചുകഴിഞ്ഞിരിക്കുന്നു.

ഈ പുരുഷനോട്ടങ്ങൾ പക്ഷേ അവൾ നിനച്ചപോലെ വരാന്തയിൽ മാത്രം ഒതുങ്ങി നിന്നില്ല. ആണുങ്ങളുടെ ഹോസ്റ്റലിലേക്കുള്ള അവളുടെ വരവും പോക്കും അവളറിയാതെ രണ്ടു കണ്ണുകൾ സസൂക്ഷ്മം വീക്ഷിക്കുന്നുണ്ടായിരുന്നു.

മെൻസ് ഹോസ്റ്റലിന്റെ മതിലിനരികിലായി ലിയാൻവു എന്ന് വിളിക്കപ്പെടുന്ന ചാമ്പമരങ്ങൾ തലയെടുപ്പോടെ സ്ഥിതി ചെയ്യുന്നുണ്ട്. ഇന്ത്യൻ

ചാമ്പയിൽ നിന്നുള്ള പ്രധാനവ്യത്യാസം ആപ്പിൾവലിപ്പമുള്ള അതിന്റെ കായ്കളാണ്. രജനിക്ക് ചാമ്പയ്ക്കയോടുള്ള ഇഷ്ടം മനസ്സിലാക്കി മതിലിൽ കയറി ജോസ് അവ പറിച്ചുകൊടുക്കുമായിരുന്നു. ഒരിക്കൽ കൈകളിൽ നിറയെ ചാമ്പയ്ക്കയുമായി തന്റെ റൂമിലേക്ക് മടങ്ങുമ്പോൾ പിറകിലൊരു കാൽപെരുമാറ്റം കേട്ടു തിരിഞ്ഞു നോക്കിയ രജനി കണ്ടത് ഹോസ്റ്റലിലെ അന്തേവാസിയായ ഒരു അംഗോളക്കാരൻ വെളുക്കെ ചിരിച്ചു നിൽക്കുന്നതാണ്. ചെറിയൊരു പരിഭ്രമം തോന്നിയെങ്കിലും അതു കാര്യമാക്കാതെ പുറത്തേക്കു നടന്നു. അയാൾ ഇനി തന്നെ പിന്തുടരുകയായിരുന്നോ? ഏയ്... തന്റെ തോന്നലാകും. അവൾ വിചാരിച്ചു.

രണ്ടു നാൾ കഴിഞ്ഞു കാണണം, അത്രയും പേടിച്ചരണ്ട ഒരു ദിനം അവളുടെ ജീവിതത്തിൽ അതിനു മുൻപ് ഉണ്ടായിട്ടില്ല. ആദ്യ സെമസ്റ്ററിലെ പ്രധാന പരീക്ഷാക്കാലമായിരുന്നു. പഠനത്തിൽ മുഴുകിയത് കാരണം സമയം അർദ്ധരാത്രി കഴിഞ്ഞത് അവളറിഞ്ഞില്ല. സന്ദീപ് കസേരയിലിരുന്നു ഉറക്കം തൂങ്ങുന്നു. വൈകിയാൽ സാധാരണ അവർ ആരെങ്കിലും ഹോസ്റ്റൽ ഗേറ്റുവരെ കൂട്ട് പോരും. എല്ലാവരും ഉറക്കമായിരുന്നതിനാൽ ഉണർത്തേണ്ടെന്നു കരുതി അവളെണീറ്റ് വില്ലയുടെ വാതിൽ മെല്ലെ ചാരിയടച്ചു പുസ്തകവുമായി പുറത്തേക്കിറങ്ങി തന്റെ റൂമിലേക്ക് നടന്നു. ചന്ദ്രൻ ഭൂമിയുടെ മറ്റേ അർദ്ധഗോളത്തിൽ വിരുന്നു പോയിരുന്നതിനാൽ ഹോസ്റ്റൽ പരിസരം ഏതാണ്ട് മുഴുവനായി തന്നെ ഇരുട്ട് മൂടിയിരിക്കുന്നു.

പുറത്തെ കവാടത്തിലെത്താൻ ഇനിയും ദൂരമുണ്ട്. പെട്ടെന്നാണ് ഒരു ജീവി അവൾക്ക് കുറുകെ ചാടിയത്. വഴിയരികിൽ നിന്നു അത് അത്യുച്ചത്തിൽ ചിലച്ചു ശബ്ദമുണ്ടാക്കി. വളഞ്ഞ വാലുള്ള വലിയ തരം അണ്ണാനാണെന്ന് ശബ്ദം കേട്ടപ്പോൾ മനസ്സിലായതിനാൽ അവൾക്ക് ഭയമുണ്ടായില്ല. ആ കോമ്പൗണ്ടിൽ മുൻപും അതിനെ കാണുകയും കയ്യിലെ പഴം ഇട്ടു കൊടുത്തു അതിനോട് ചങ്ങാത്തം കൂടാൻ ഒന്നു രണ്ടു തവണ ശ്രമിക്കുകയും ചെയ്തിട്ടുണ്ട്. അന്നൊക്കെ അത് പഴവുമായി വേഗത്തിൽ മരത്തിലേക്ക് കയറിപ്പോകുകയാണ് ഉണ്ടായത്.

പക്ഷേ ഇന്ന് അത് എന്തോ മുന്നറിയിപ്പു നൽകുന്ന പോലെ ശബ്ദമുണ്ടാക്കുന്നു. അപായസൂചനയാണല്ലോ! അവൾ ചുറ്റും കാതുകൂർപ്പിച്ചു.

പിറകിൽ നിന്നും നേരിയ ഒരനക്കം. അവൾ തിരിഞ്ഞു നോക്കി. അവ്യക്തമായി ഒരു നിഴൽ രൂപം, ചുണ്ടിലെരിയുന്ന സിഗരറ്റ് വെട്ടത്തിൽ ഒരു മിന്നായം പോലെ അവളാ മുഖം കണ്ടു... അതേ അംഗോളക്കാരൻ! ഓ..ഹ്... അയാൾ ഈ അർദ്ധരാത്രിയിൽ എന്തിന് നിശ്ശബ്ദമായി തന്നെ പിന്തുടരുന്നു? ആ ചിരിയുടെ അർത്ഥമെന്താണ്?

ഒരു സഹായഹസ്തത്തിനായി ചുറ്റിലും നോക്കിയെങ്കിലും പരിസരത്തെങ്ങും ആരുമുണ്ടായിരുന്നില്ല. വാച്ച്മാനുമില്ല മെൻസ് ഹോസ്റ്റലിൽ. അംഗോളക്കാരൻ പ്രത്യേക ഭാവത്തിൽ മുന്നോട്ട് നടക്കുകയാണ്. ഭയചകിതയായി വിറയ്ക്കുന്ന പാദങ്ങളോടെ വേഗത്തിൽ അവൾ പുറത്തേക്ക്

നടന്നു. തിരിഞ്ഞു നോക്കിയപ്പോൾ അതാ അവനും വേഗത കൂട്ടി തന്നി ലേക്ക് നടന്നടുക്കുന്നു.

എന്തെങ്കിലും ചെയ്തേ പറ്റൂ. പ്രതിരോധിക്കാൻ കഴിയില്ലെന്നു തോന്നി യാൽ ഉടൻ ഒച്ചവെച്ചു പുറത്തേക്ക് ഓടുക. ഹൈസ്കൂൾ കാലത്ത്, പെൺകുട്ടികൾക്ക് നേരെയുള്ള അതിക്രമങ്ങൾ തടയാൻ രൂപീകരിച്ച സമിതിയിലെ അധ്യക്ഷൻ പറഞ്ഞുതന്ന ഒടുവിലത്തെ അടവാണത്. അവൻ പിന്തിരിഞ്ഞു കാണുമെന്ന പ്രതീക്ഷയോടെ അവസാനമായി ഒന്നു കൂടെ തിരിഞ്ഞു നോക്കി. എന്നാൽ അവളുടെ പ്രതീക്ഷകളെ തകർത്തു കൊണ്ട്, അവൾ തന്റെ കൈകളിലകപ്പെട്ടുവെന്ന് ഉറപ്പായ പോലെ നിഗൂഢ മായ ചിരിയോടെ അവൻ വേഗത്തിൽ മുന്നോട്ടു വരികയാണ്. അവനും അവളും തമ്മിലെ അകലം ഇപ്പോൾ ഏതാനും വാര മാത്രം.

മുൻപ്, പി.ടി. സാറിന്റെ നിർബന്ധത്തിനു വഴങ്ങി സ്കൂളിൽ എണ്ണൂറ് മീറ്റർ ഓട്ടമത്സരത്തിൽ പങ്കെടുത്തിരുന്നു അവൾ. നാല് റൗണ്ട് കഴിഞ്ഞ പ്പോൾ തന്നെ ഏറ്റവും പിന്നിലായി. മതിയാക്കി കയറി പോരാൻ കൂട്ടു കാരികൾ വിളിച്ചു പറഞ്ഞുവെങ്കിലും പിന്നെയും ഓട്ടം തുടർന്നു. അപ്പോ ഴേക്കും വിജയിച്ചവർ വിക്ടറി സ്റ്റാൻഡിൽ കയറി നിന്ന് മെഡൽ കഴുത്തി ലണിഞ്ഞിരുന്നു. ഒടുവിൽ ഫിനിഷിംഗ് പോയിന്റിലേക്ക് അവൾ കമിഴ് ന്നടിച്ചു വീണു. പിറകിലായതിനു പുറമെ വീഴ്ച കൂടിയായപ്പോൾ കണ്ടു നിന്ന എല്ലാവരും ചിരിച്ചു. എന്നാൽ ലക്ഷ്യം പൂർത്തിയാക്കിയതിന്റെ സംതൃപ്തിയായിരുന്നു അന്നേരം അവളുടെ മനസ്സിൽ.

അന്ന് സ്കൂളിൽ അവസാന ലാപ്പിൽ ഓടിയപോലെ കാലുകൾ നില ത്തുറയ്ക്കാതെ വായുവിലൊഴുകുകയാണ് അവളിപ്പോൾ. അയാൾ ഒരു കയ്യകലത്തിൽ തൊട്ടടുത്ത് എത്തിയിരിക്കുവെന്നു ശബ്ദംകൊണ്ട് അവൾക്കു മനസ്സിലായി. എല്ലാം അവസാനിച്ചുവെന്ന് അവളുറപ്പിച്ച നിമിഷം.

പെട്ടെന്ന്, പിറകിൽ നിന്ന് അണ്ണാറക്കണ്ണന്റെ ദീനരോദനം അവൾ കേട്ടു.

അവൾ ഓട്ടം നിർത്തിയില്ല. അയാളുടെ കാല്പെരുമാറ്റം ഇപ്പോൾ തന്റെ പിറകിലില്ലെന്ന് താമസിയാതെ അവൾക്ക് ബോദ്ധ്യമായി. മെൻസ് ഹോസ്റ്റലിന്റെ ഗേറ്റും കടന്നു തന്റെ മുറിയിലെത്തിയപ്പോൾ അവളുടെ ശരീരമാസകലം വിറയ്ക്കുന്നുണ്ടായിരുന്നു. ശബ്ദം കേട്ടുണർന്ന ലുലിയും ജിങ്ങ്ഫിയും എന്തുപറ്റിയെന്ന് ചോദിച്ചെങ്കിലും പേടിച്ചു മരവിച്ചു പോയിരുന്നതിനാൽ ഒന്നും പറയാനാവാതെ കട്ടിലിൽ കയറി പുതച്ചു മൂടി കിടന്നു.

രാവിലെ എണീറ്റപ്പോൾ പനിവരുന്ന പോലെ ശരീരം ചൂടുണ്ടായി രുന്നുവെങ്കിലും പരീക്ഷയായതിനാൽ ക്ലാസിൽ പോയി. വൈകീട്ട് കൂട്ടുകാരോട് സംഭവം പറഞ്ഞു. അവളെ ഒരുത്തൻ ഉപദ്രവിക്കാൻ ശ്രമി ച്ചത് അവർക്ക് ഒട്ടും സഹിച്ചില്ല. വഴക്കിനു പോകേണ്ടെന്നു രജനി പറ ഞ്ഞെങ്കിലും വിടാൻ അവർ ഒരുക്കമല്ലായിരുന്നു..

പാട്രിക്ക് എന്നായിരുന്നു യൂറോപ്യൻ വംശജനായ ആ അംഗോള ക്കാരന്റെ പേര്. അന്ന് രാത്രി ജോസും അൻവറും അവനെ ജിംനേഷ്യ ത്തിന്റെ പിറകിലേക്ക് വിളിച്ചു കൊണ്ടുപോയി സംസാരിച്ചു. രജനിയോട് അവന് കുറച്ചു ദിവസമായി ആരാധനയാണത്രെ! അവന്റെ മുഖത്തും കണ്ണിനു താഴെയുമായി ഏതോ ജീവിയുടെ നഖപ്പാടുകൾ അവർ കണ്ടു.

അന്ന് രാത്രി വില്ലയിൽ ഒത്തുകൂടി അവനെ എന്ത് ചെയ്യണമെന്നു അവർ അഞ്ചുപേരും കൂലങ്കഷമായി ചർച്ച ചെയ്തു. വേണ്ടി വന്നാൽ പ്രയോഗിക്കാൻ രഘു ഒരു സൈക്കിൾ ചങ്ങല സംഘടിപ്പിച്ചു വെച്ചിരുന്നു. പാട്രിക്കിന്റെ നാട്ടുകാർ മൂന്നുപേരെ ഹോസ്റ്റലിലുള്ളുവെങ്കിലും അവരുടെ ശരീരപ്രകൃതി ഓർമ്മയിൽ വന്നപ്പോൾ അമിതാവേശം അപകടം ചെയ്തേക്കുമെന്നു അവർക്കു തോന്നി.

ഇന്ത്യൻ ഉപഭൂഖണ്ഡത്തിലെ ആളുകൾക്ക് ആഫ്രിക്കക്കാരെ അപേ ക്ഷിച്ച് കായികശക്തി കുറഞ്ഞുപോയതിൽ അവർ അഞ്ചുപേരും അന്നാ ദ്യമായി ദുഃഖിച്ചു.

ഒടുവിൽ ബുദ്ധിപരമായി നേരിടാമെന്ന് അവർ തീരുമാനിച്ചു. രഘു വിന്റെ പെണ്ണാണ് രജനിയെന്നും ഇനി ശല്യപ്പെടുത്തിയാൽ യൂണിവേ ഴ്സിറ്റിയിൽ മാത്രമല്ല പൊലീസിലും പരാതി നൽകുമെന്നും അവർ അവനെ ഭീഷണിപ്പെടുത്തി.

വോൾസാനയിലെ നിയമത്തെ എല്ലാവർക്കും പേടിയാണ്. പാട്രിക്ക് ഒന്നടങ്ങി. മാത്രവുമല്ല രജനി ബ്ലാക്ക് മാജിക്കിന്റെ ആളാണോ എന്ന് അയാൾ സംശയിക്കുന്നുണ്ടായിരുന്നു. അല്ലെങ്കിൽ ഒരു പ്രകോപനവു മില്ലാതെ അണ്ണാൻ അയാളുടെ നേർക്ക് എടുത്തുചാടി കണ്ണിനുതാഴെ മാന്തിയതെന്തിന്?

സംഭവസ്ഥലത്ത് അണ്ണാന്റെ രോമങ്ങൾ പൊഴിഞ്ഞു കിടക്കുന്നത് രജനി കണ്ടു. നന്ദി പ്രകാശിപ്പിക്കാൻ അവൾ അതിനെ പലതവണ തിരഞ്ഞു. അധികം ഉയരമില്ലാത്ത മരപ്പൊത്തുകളിൽ ഒന്നിൽ അതുണ്ട്. അവയുടെ ശബ്ദമനുകരിച്ച് അവൾ വിളിച്ചു നോക്കി, പക്ഷേ എത്ര വിളി ച്ചിട്ടും അണ്ണാൻ പുറത്തു വന്നില്ല. പിന്നെയാണ് അവളോർത്തത്, മനു ഷ്യരൊഴികെ മറ്റു ജീവികളൊന്നും ഭൂമിയിലെ തങ്ങളുടെ ഭാഗധേയം നിർവഹിക്കുകയെന്നതിലപ്പുറം നന്ദി ആഗ്രഹിക്കുകയോ പ്രശംസയ്ക്ക് കാത്തുകെട്ടി കിടക്കുകയോ ചെയ്യാറില്ലല്ലോ.

പതിനൊന്ന്

ഒന്നാംവർഷക്കാരുടെ ആദ്യസെമസ്റ്റർ പരീക്ഷാഫലം വന്ന ദിവസം. സന്ദീപിനും രജനിക്കും നല്ല മാർക്കുണ്ട്. ഒന്നിച്ചിരുന്നുള്ള വായനയും സീനിയേഴ്സിന്റെ സഹായവും അവൾക്കേറെ പ്രയോജനപ്പെട്ടിരിക്കുന്നു.

അസൈൻമെന്റ് പ്രവർത്തികളിലും ടെക്സ്റ്റ് ബുക്കിന് പകരം വിവിധ ലൈബ്രേറി പുസ്തകങ്ങളിലേക്കുള്ള റഫറൻസായിരുന്നു സിലബസായി കിട്ടിയിരുന്നത് എന്നതിനാൽ അതു കണ്ടെത്താനും അവളെ കൂടുതൽ സഹായിച്ചിരുന്നതു ശ്രീരാജാണ്. റോബോട്ടിക്സ് തന്നെയായിരുന്നു ശ്രീയുടെയും ഐച്ഛിക വിഷയം.

ശ്രീക്കൊപ്പം ലൈബ്രേറിയിലും മറ്റും കറങ്ങിനടക്കുന്ന രജനിയെ കാണുമ്പോൾ സൗഹൃദത്തിൽ കവിഞ്ഞ എന്തൊക്കെയോ അവർ തമ്മിലില്ലേയെന്ന് ചിലരെങ്കിലും സംശയിച്ചു. എന്നാൽ അവർക്കിടയിൽ ദൃശ്യമല്ലാത്ത ഒരു അതിർവരമ്പുണ്ടായിരുന്നു.

യൂണിവേഴ്സിറ്റിയിൽനിന്നും വെരിഫിക്കേഷൻ കഴിഞ്ഞ് തിരിച്ചു കിട്ടിയ അവളുടെ സ്കൂൾസർട്ടിഫിക്കറ്റ് അടുക്കിവെയ്ക്കാൻ സഹായിക്കുന്നതിനിടയിൽ തികച്ചും യാദൃച്ഛികമായാണ് അതിൽ രേഖപ്പെടുത്തിയ ജാതി ശ്രീ കാണാനിടയായത്. അവൻ സ്തബ്ധനായി. രജനി ഒരു പുലയ പെൺകുട്ടിയാണെന്ന് സ്വപ്നത്തിൽ പോലും കരുതിയിരുന്നില്ല. ശ്രീയുടെ മുഖത്തെ ഭാവഭേദം കണ്ടപ്പോഴാണ് അവന്റെ കുടുംബവിവരങ്ങൾ അവൾ തിരക്കിയത്. ബ്രാഹ്മണ വിഭാഗമായ പോറ്റി കുടുംബാംഗമാണ് ശ്രീയെന്ന് അറിയവെ, ചില്ലകളും ശിഖരങ്ങളുമായി പടരാൻ തുടങ്ങിയ സൗഹൃദം ജാതിയുടെ പേരിൽ നഷ്ടമായേക്കുമോയെന്ന ആധി കാരണം ഒരു നിമിഷത്തേക്ക് അവളും നിശ്ശബ്ദയായി. ശ്രീയിലെ സുഹൃത്തിനെ അവൾക്ക് ഇഷ്ടമായിരുന്നു.

രജനിയുടെ വ്യക്തിത്വവും പെരുമാറ്റവും ഉള്ളിൽ മതിപ്പുളവാക്കിയിരുന്നിട്ടും അവളൊരു കീഴ്ജാതി കുടുംബാംഗമാണ് എന്നറിഞ്ഞപ്പോൾ താൻ അസ്വസ്ഥനായത് എന്തുകൊണ്ടെന്ന് ശ്രീ ആലോചിച്ചു. ഈ ബോധം തനിക്ക് സ്വന്തമായി ഉണ്ടായതല്ല. ഭൂതകാലത്ത് ആരൊക്കെയോ ചേർന്ന് സൃഷ്ടിച്ചു തന്നതാണ്. അങ്ങനെ ആശ്വസിക്കാൻ അവൻ ശ്രമിച്ചു.

ഈ സംഭവം കൊണ്ട് അവരുടെ സൗഹൃദത്തിന് ഭാഗ്യവശാൽ കോട്ടമൊന്നും സംഭവിച്ചില്ല. എന്നാൽ കുടുംബത്തെക്കുറിച്ചും വീടിനെക്കുറിച്ചുമുള്ള വർത്തമാനങ്ങൾ കുറച്ച്, കരിയറിനെക്കുറിച്ച് മാത്രമായിരുന്നു പിന്നീടവർ സംസാരിച്ചത്. കാറുകളെ ഒത്തിരി ഇഷ്ടപ്പെട്ടിരുന്ന ശ്രീയുടെ സ്വപ്നം നല്ലൊരു ഓട്ടോമോട്ടീവ് ഡിസൈൻ എഞ്ചിനീയറാകുകയെന്നതായിരുന്നു.

സെമസ്റ്റർ പരീക്ഷാഫലം വന്നതും വിജയമാഘോഷിക്കാനായി ആ ആഴ്ച തന്നെ ഒന്നിച്ചു പുറത്തു പോകാൻ അവർ പദ്ധതിയിട്ടു. ജയന്റ് ഫ്ളയറിൽ കയറാൻ സന്ദീപ് താത്പര്യം പറഞ്ഞതിനാൽ ആദ്യം അത് ലക്ഷ്യമാക്കി നീങ്ങി. ലോകത്തിലെ വലിയ യന്ത്രയൂഞ്ഞാലുകളിലൊന്നാണിത്. ആകാശം മുട്ടെ ഉയർന്നു നിൽക്കുന്നു. രണ്ടുപേർ വീതം കയറിയപ്പോൾ രജനിയുടെ കൂടെ സീറ്റിലിരിക്കാൻ ബാക്കിയായത് ശ്രീയാണ്.

ഫെറിസ്‌വീൽ വേഗത്തിൽ കറങ്ങവേ പേടിതോന്നി അവളറിയാതെ ശ്രീയുടെ കയ്യിൽ മുറുകെ പിടിച്ചു. പണ്ട് അച്ഛന്റെ കൂടെ ഉത്സവപറമ്പിൽ ചക്രത്തിൽ കയറിയപ്പോൾ അച്ഛന്റെ കൈ പിടിച്ച് ഉച്ചത്തിൽ കരഞ്ഞിരുന്നു അവൾ. ആ ഓർമ്മയിലാകാം ശ്രീയുടെ കൈകൾ അവൾ പിടിച്ചത്. എന്നാൽ ഉടൻ തന്നെ അവൾ കൈപിൻവലിച്ചു. അബദ്ധത്തിൽ പിടിച്ചതാണെന്നു മനസ്സിലായതിനാൽ അവൻ പുഞ്ചിരിച്ചു. സീറ്റുകൾ കറങ്ങി മുകളിലെത്തുമ്പോൾ അങ്ങകലെ വിശാലമായ കടൽപ്പരപ്പ് വ്യക്തമായി കാണാം. ആകാശത്ത് രണ്ടു പൊട്ടുകളായി മുട്ടിയുരുമ്മി ഒരു ബ്രാഹ്മണയുവാവും പുലയപ്പെൺകൊടിയും. ഓർത്തപ്പോൾ അവൾക്ക് രസം കയറി.

യന്ത്രയൂഞ്ഞാലിനു ശേഷം അവർ പോയത് നൈറ്റ് സഫാരിക്കാണ്. വോൾസാനയിലെ പ്രധാന ടൂറിസ്റ്റ് ആകർഷണം ഈ വൈൽഡ് ലൈഫ് സഫാരിയാണ്. ആദ്യം ബോട്ടിലൂടെ തണുത്ത കാറ്റേറ്റ് കാടിനടുത്തേക്ക് സഞ്ചരിക്കും. പിന്നെ കമ്പിവേലി കെട്ടിയ പാതയിലൂടെ കാടിനുള്ളിലേക്കുള്ള നടത്തം. തികച്ചും വ്യത്യസ്തമായൊരു അനുഭവമായിരുന്നു അവർക്കത്. കമ്പിവലയ്ക്കുള്ളിലൂടെ നിശ്ശബ്ദമായി സഞ്ചരിക്കുമ്പോൾ ഉൾക്കാട്ടിലൂടെ അലയുന്ന പ്രതീതി. മൃഗങ്ങൾ സഞ്ചരിക്കുന്നതും ഇര പിടിക്കുന്നതും പ്രണയിക്കുന്നതുമെല്ലാം അടുത്തുനിന്ന് കാണാം. കാട്ടു പാതയ്ക്ക് ചുറ്റിലും ചാന്ദ്രശോഭയ്ക്ക് തുല്യമായ പ്രകാശക്രമീകരണമായതിനാൽ മൃഗങ്ങളുടെ സഞ്ചാരത്തെയും ഉറക്കത്തെയും അത് അലോസരപ്പെടുത്തുന്നില്ല. നിലാവിൽ മാനുകൾക്കും മുയലുകൾക്കുമൊപ്പം സഞ്ചരിക്കുന്ന അതേ കാല്പനികാനുഭവം.

സ്കൂളിൽനിന്ന് മുൻപ് പശ്ചിമഘട്ടത്തേക്കു യാത്ര പോയപ്പോൾ കൂട്ടുകാരി അനുപമയ്ക്കൊപ്പം ഉൾക്കാട്ടിലേക്കിറങ്ങി നടന്നതിന് സമാനമായ ഒന്നായി രജനിക്ക് ഇത് അനുഭവപ്പെട്ടു, അന്നിതു പോലെ അവർക്കും കാടിനുമിടയിൽ കമ്പിവേലി ഉണ്ടായിരുന്നില്ലെന്ന് മാത്രം.

വനപ്രദേശം തുടങ്ങുന്നതിനു തൊട്ടു മുൻപുള്ള സ്ഥലത്തെ സർക്കാർ കെട്ടിടത്തിലായിരുന്നു നേച്ചർ ക്യാമ്പിനു വന്നവരുടെ തലേദിവസത്തെ രാത്രി താമസം. കാലത്ത് ഇറങ്ങാൻ നേരം അനുപമയ്ക്ക് ആർത്തനവത്തുടക്കം കാരണം വയറുവേദനയുണ്ടായി. അവളെ അവിടെ ഒറ്റയ്ക്കാക്കി പോകാൻ കഴിയാത്തതുകൊണ്ട് രജനി കൂട്ടിരുന്നു. ഒടുവിൽ വയറുവേദനയ്ക്ക് ശമനം കിട്ടി അനുപമ മെൻസ്ട്രൽകപ്പണിഞ്ഞു വന്നു ഇരുവരും പുറത്തോട്ടിറങ്ങി.

“ഈ നടവഴിയിലൂടെ പോയിട്ട് കാര്യമില്ല അനൂ, നമുക്ക് കാട്ടിനുള്ളിലേക്ക് ഇറങ്ങി നടക്കാം.” രജനി പറഞ്ഞു.

“ഉള്ളിലേക്കോ? ഞാനില്ല.”

മറ്റുള്ളവർ ഗൈഡിനൊപ്പം കുറെ ദൂരം മുന്നോട്ട് പോയിരുന്നതിനാൽ

വഴിയിൽ താൻ ഒറ്റയ്ക്കാവുമെന്നു കണ്ട രജനിക്കൊപ്പം ചെല്ലാമെന്നു അനുപമ ഒടുവിൽ സമ്മതിച്ചു.

എന്നാൽ കാട്ടിനുള്ളിലൂടെ പത്തു മിനുട്ട് നടന്നപ്പോഴേക്കും പേടിക്കേണ്ട ഒരാവശ്യവുമില്ലെന്നു അനുപമയ്ക്ക് ബോധ്യമായി. പതിഞ്ഞ കാലടികളോടെയായിരുന്നു അവർ നടന്നിരുന്നത്. മലമുഴക്കി വേഴാമ്പലിനെയും നീലത്തത്തയെയും ബുൾബുളിനെയും വരയാടിനെയും അവരാദ്യമായി കണ്ടത് അന്നാണ്. സൂക്ഷിച്ചു നോക്കിയാൽ മരച്ചില്ലകളിൽ, തടിയിൽ, നിലത്ത്, വള്ളികളിൽ തുടങ്ങി എല്ലായിടത്തും ചെറുതും വലുതുമായ പക്ഷികളുണ്ട്. ഒളിച്ചും പതുങ്ങിയും കൊക്കുരുമ്മി വായുവിൽ നൃത്തം ചെയ്തും കൊത്തിപ്പറന്നും അവ നിമിഷങ്ങൾ ആഘോഷമാക്കുന്നു. പക്ഷികളുടെ ലോകം മനുഷ്യരേക്കാൾ കളിതമാശകൾ നിറഞ്ഞതാണെന്ന് അവർ കണ്ടു.

പേടി മാറി അനുപമ ആവേശം കാണിച്ചു നടന്നപ്പോൾ കാലൊച്ച കേട്ടു ഒരു മാൻപേട അപായശബ്ദമുണ്ടാക്കി ഓടിപ്പോയി. തുടർന്ന് സമീപത്തുണ്ടായിരുന്ന ജീവികളും ഓടിപ്പോകുന്ന ശബ്ദം അവർ കേട്ടു. ജീവികൾ ഓടിപ്പോയ സങ്കടത്തിൽ, ഒച്ചയുണ്ടാക്കാതെ നടക്കണമെന്ന് മുൻകൂട്ടി പറഞ്ഞത് അനുസരിക്കാത്തതിന് രജനി അനുപമയെ വഴക്ക് പറഞ്ഞു. ശത്രുവിന്റെ ഇനവും വലിപ്പവും നിറം വരെ ശബ്ദത്തിലൂടെ പരസ്പരം അറിയിക്കാൻ ജീവികൾക്ക് സവിശേഷ കഴിവുണ്ടെന്ന് രജനിക്കറിയാമായിരുന്നു. വീടിനടുത്തുള്ള കുന്നിൻമുകളിൽ വിവിധനിറത്തിലുള്ള വസ്ത്രങ്ങൾ മാറി അണിഞ്ഞു ഓടി നോക്കിയാണ് ഈ കാര്യം രജനി മനസ്സിലാക്കിയിരുന്നത്. ഒരേ നിറമുള്ള വസ്ത്രം ധരിച്ച് അവൾ ഓടിയപ്പോഴെല്ലാം ഒരേതരം സൂചനാശബ്ദമായിരുന്നു ജീവികൾ പുറപ്പെടുവിച്ചത്.

ഏറ്റവുമൊടുവിലായാണ് ചുവപ്പും തവിട്ടും കലർന്ന പുറംഭാഗത്തോടു് കൂടിയ, അണ്ണാൻ വർഗ്ഗത്തിൽ വെച്ച് ഏറ്റവും സുന്ദരനായ മലയണ്ണാനെ അവർ കാണുന്നത്. ഒരു മരക്കൊമ്പിൽ ഞാഞ്ഞു കിടക്കുകയായിരുന്നു അത്.

രജനി അതിനോട് ആശയവിനിമയം നടത്താൻ ശ്രമിക്കുകയും ഒടുവിലത് പ്രതികരിക്കുകയും മരച്ചില്ലയിലൂടെ മുകളിലേക്ക് കയറി അവർക്കായി പഴങ്ങൾ പൊട്ടിച്ചിട്ടു കൊടുക്കുകയും ചെയ്തു. രജനിക്ക് ജീവികളുമായി സംവദിക്കാൻ കഴിയുമെന്നത് അനുപമയ്ക്ക് പുതിയ അറിവായിരുന്നു.

ഇരുവരും ഉൾക്കാട്ടിലേക്കിറങ്ങി നടന്നത് പക്ഷേ മറ്റു കുട്ടികളോ അധ്യാപകരോ അറിഞ്ഞിരുന്നില്ല. അറിഞ്ഞിരുന്നെങ്കിൽ അധ്യാപകരുടെ ഹൃദയം നിലച്ചു പോകുമായിരുന്നു. അതിന്റെ നിഗൂഢമായ ഒരാനന്ദം അനുപമയും രജനിയും വളരെക്കാലം അനുഭവിച്ചിരുന്നു.

സുരക്ഷാവേലിയുണ്ടെന്നത് ഒഴിച്ചാൽ ഏറെക്കുറെ സമാനമായ അനുഭവമാണ് വോൾസാനയിലെ നൈറ്റ് സഫാരിയിലും രജനിക്ക് ലഭിക്കുന്നത്. അനുപമയ്ക്കു പകരം പുതിയ കൂട്ടുകാരായെന്ന് മാത്രം. കാഴ്ചകൾ കണ്ടുനടക്കവെ അവളോർത്തു.

ഇരുമ്പുവലയിട്ട കാട്ടുപാതയ്ക്ക് അരികു ചേർന്ന് നിലകൊള്ളുന്ന ചെടികളുടെ കമ്പുകളിൽ ചീപ്പിന്റെയും സർപ്പത്തിന്റെയും ആകൃതിയിലുള്ള വ്യത്യസ്തതരം പ്യൂപ്പകൾ തൂങ്ങിയാടുന്നതു അവൾ കണ്ടു.

ഇരുമ്പ് വലയിലൂടെ തൂങ്ങിയിറങ്ങിയ ഒരു കൊമ്പിലെ പ്യൂപ്പക്കരികിൽ അവൾ പൊടുന്നനെ നിന്നു. അത് നല്ലപോലെ പ്രകാശിക്കുന്നുണ്ടായിരുന്നു. അന്നേരം ചെമ്പകക്കൊമ്പിലെ പഴയ പ്യൂപ്പയെ അവൾക്കോർമ്മ വന്നു. അതും ഇതുപോലെ പ്രകാശിച്ചിരുന്നുവല്ലോ.

കൂടെയുള്ളവർ നടന്നു നീങ്ങിയപ്പോൾ, അവൾ അതിനോടും രഹസ്യമായി മന്ത്രിച്ചു.

“പേടിക്കേണ്ട, ശലഭമായി മാറാനുള്ള കഠിനമായൊരു ഘട്ടത്തിലാണ് നീ.”

കൂട്ടിനുള്ളിലെ ജീവി വിറ കൊണ്ടു.

കറക്കം കഴിഞ്ഞു പുറത്തുനിന്ന് ഭക്ഷണവും കഴിച്ചു അവർ തിരിച്ചു പോന്നപ്പോൾ സമയം പുലർച്ചെയാവാറായിരുന്നു. ഹോസ്റ്റൽ റൂമിലേക്ക് കയറിയതേ ഉള്ളൂ. ഒന്നാം നിലയിൽ വെച്ചിരിക്കുന്ന ഫോൺ ബെല്ലടിച്ചു, വീട്ടിൽ നിന്ന് ഇടയ്ക്ക് അമ്മ അതിൽ അവൾക്ക് വിളിക്കാറുണ്ടായിരുന്നു. എന്നാൽ ഈ സമയത്ത് അമ്മ തന്നെ വിളിക്കാനിടയില്ലെന്നു ഉറപ്പുള്ളതിനാൽ, മറ്റാർക്കെങ്കിലുമാകുമെന്ന ചിന്തയോടെ രജനി ഫോണെടുത്തു. അവൾ അത്ഭുതപ്പെട്ടു പോയി, രാജിയാണ്.

“ചേച്ചി എവിടെയായിരുന്നു. ഞാൻ നേരത്തെയും വിളിച്ചിരുന്നു.”

“എന്തേ ഈ സമയത്ത്?”

“ഒന്നുല്യ ചേച്ചി... പിന്നെ, അമ്മയ്ക്ക് ചെറിയൊരു നെഞ്ചുവേദന വന്നു, ചെറിയമ്മ പറഞ്ഞിട്ട് വിളിച്ചതാ.”

അനിയത്തി പറഞ്ഞത് രജനി മുഴുവൻ കേട്ടില്ല. പരിഭ്രമം കൊണ്ടവൾക്ക് കേൾവി നശിച്ചപോലെയായി. അച്ഛന്റെ മരണശേഷം അവളുടെ ശക്തിയും ധൈര്യവുമെല്ലാം അമ്മയാണ്. ആ അമ്മയിൽ നിന്ന് എത്രയോ കാതം ദൂരത്താണെന്നത് അവളുടെ മനസ്സിന്റെ ആധിയെ പെരുപ്പിച്ചു.

കാലത്ത് വീട്ടിലേക്കു വിളിച്ചപ്പോഴാണ് അവൾ കൂടുതൽ അറിഞ്ഞത്. അമ്മേയ്ക്ക് ജന്മനാ തന്നെ വാൽവിന് ഒരു ചെറിയ തകരാറുണ്ട്. വർഷങ്ങളായി മരുന്നു കഴിച്ചുവരികയായിരുന്നു. ഇപ്പോഴത് വാൽവ്

മാറ്റിവെയ്ക്കാതെ തരമില്ലാത്ത വിധം കൂടുതലായി. ഉടനെ സർജറി ചെയ്യണം.

മൂന്നു ദിവസം കഴിഞ്ഞു ഓപ്പറേഷൻ തിയ്യതി നൽകി. അമ്മയെ തൽക്കാലത്തേക്ക് ഡിസ്ചാർജ് ചെയ്തു. രണ്ടാമതൊരു അഭിപ്രായം തേടാമെന്ന നിലയിൽ ഓഫീസിൽ ലീവെഴുതി കൊടുത്തു മക്കളെ രണ്ടു പേരെയും കൂട്ടി ദേവകി നാട്ടിലേക്കു പോയി. അവിടുത്തെ ആശുപ്രത്രിയിൽ നിന്നും കൂടുതൽ ഗുരുതരവുമായ അഭിപ്രായം വന്നപ്പോൾ ദേവകി സർജറിക്ക് തയ്യാറായി. ആ അവസ്ഥയിൽ ദീർഘയാത്ര ചെയ്തതിന് ഡോക്ടർമാർ അവരെ ശാസിച്ചു.

സർജറിക്ക് കഷ്ടിച്ചു മൂന്നാഴ്ചയേ ഉള്ളൂന്ന് വീട്ടിലേക്ക് വിളിച്ചപ്പോൾ രജനി അറിഞ്ഞു. ഓപ്പറേഷനു ഒത്തിരി പൈസയാകുമെന്നുറപ്പാണ്. അസുഖവും മക്കളുടെ പഠിത്തവും കാരണം അമ്മയുടെ കയ്യിൽ മിച്ചമൊന്നും കാണില്ല. പാവം ഒരുപാട് വിഷമിക്കുന്നുണ്ടാകും. ഒരു കൈതാങ്ങായി താനുമില്ലല്ലോ അടുത്ത്. രജനിക്ക് വലിയ സങ്കടമുണ്ടായി.

പ്രശ്നങ്ങളെല്ലാം ഒരുമിച്ചുവരുമെന്ന് പറഞ്ഞപോലെ പിറ്റേന്ന് ക്ലാസിലെത്തിയപ്പോഴാണ് രജനി ആ നോട്ടീസ് കണ്ടത്. രണ്ടാമത്തെ സെമസ്റ്ററിനുള്ള ട്യൂഷൻഫീ അടക്കേണ്ട സമയമായിരിക്കുന്നു. സ്കോളർഷിപ്പിൽ നിന്നും ട്യൂഷൻഫീയും ലാബ് ഫീയും തൊണ്ണൂറുശതമാനവും വഹിക്കപ്പെടും. എന്നാലും ബാക്കി പത്ത് ശതമാനം അടയ്ക്കണം. അത് എങ്ങനേലും ഉണ്ടാക്കാമെന്നു വെച്ചാൽ പോലും ഹോസ്റ്റൽഫീയുടെ കാര്യത്തിൽ ഒട്ടും ഇളവില്ല. അത് മുഴുവനായി തന്നെ അടയ്ക്കണം. കൂടെ റോബോട്ടിക്സ് പോലെയൊരു കോഴ്സ് ചെയ്യുന്നതിന്റെ അനുബന്ധ ചിലവുകളും.

വൈകിട്ട് വീണ്ടും വീട്ടിലേക്കു വിളിച്ചു. തടസ്സമുണ്ടെങ്കിലും അമ്മയ്ക്ക് സംസാരിക്കാൻ കഴിയുന്നുണ്ട്. മടിച്ചുമടിച്ച് അമ്മയോട് അവൾ ഹോസ്റ്റൽ ഫീസിന്റെ കാര്യം പറഞ്ഞു. അത് കേട്ടതും സഹായത്തിനു വന്ന ദേവകിയുടെ ജ്യേഷ്ഠത്തി പറഞ്ഞു.

“ആസ്പത്രിലെ പൈസെന്നെ അവിട്ന്നും ഇവിട്ന്നും ഒപ്പിക്കാണ്ന്ന് ഓളോട് പറഞ്ഞാൾ ദേവക്യെ... ദൂരൊന്നും പോയി പടിക്കേണ്ട കാര്യല്ലേനല്ലോ.”

ഫോണിലൂടെ രജനി അത് വ്യക്തമായി കേട്ടു. വീട്ടിലെ അവസ്ഥ അവൾക്ക് മനസ്സിലാകുന്നുണ്ട്. തന്റെ പഠനത്തേക്കാൾ അമ്മയുടെ ചികിത്സ തന്നെയാണ് പ്രധാനം. പക്ഷേ താനിനി എന്ത് ചെയ്യും?

രണ്ടു ദിവസമായിട്ടും ഒരു പരിഹാരമാർഗ്ഗം കണ്ടെത്താൻ അവൾക്കായില്ല. സന്ദീപിന്റെ ഫോണുപയോഗിച്ചുള്ള നാട്ടിലേക്കുള്ള അവളുടെ വിളികളിൽനിന്ന് അമ്മയുടെ അസുഖവും സാമ്പത്തിക ബുദ്ധിമുട്ടുകളും കൂട്ടുകാർക്ക് മനസ്സിലാകുന്നുണ്ടായിരുന്നു. ഓരോ സെമസ്റ്ററിലേക്കും

വേണ്ട അത്യാവശ്യത്തിനുള്ള പണമേ ഓരോരുത്തർക്കും വീട്ടിൽനിന്നും ലഭിക്കുന്നുള്ളൂ. രജനി പറഞ്ഞിരുന്നെങ്കിൽ തന്നെയും അവളെ സഹായിക്കാൻ അവർക്കു കഴിയുമായിരുന്നില്ല.

എന്തെങ്കിലുമൊരു പാർട്ട്ടൈം ജോലി കിട്ടുമോയെന്നന്വേഷിക്കണം. ചില വിദ്യാർത്ഥികൾ അങ്ങനെ ചെയ്യുന്നതായി അവൾ കേട്ടിട്ടുണ്ട്. എന്തായാലും ഹോസ്റ്റലിൽനിന്ന് മാറേണ്ടി വരും. താമസിക്കാൻ ചെലവ് കുറഞ്ഞ ഒരു സ്ഥലം കണ്ടെത്തണം. രജനിക്ക് മുന്നിൽ കടമ്പകൾ അനവധിയായിരുന്നു.

ഭാഗം രണ്ട്

"ഞാനിവിടെ തീർത്തും ഒറ്റയ്ക്കാണല്ലോ... പുറത്തുള്ളവർ ഇലകൾ ഭക്ഷിച്ചും തണ്ടിലൂടെ നടന്നും രസിക്കുന്നു. ഇലക്കൂടിന്റെ വിടവിലൂടെ പുറത്തേക്ക് എത്തി നോക്കി പുഴു സങ്കടപ്പെട്ടു.

ചെടി പറഞ്ഞു: "ആവശ്യത്തിന് ഇല നീ ഇതിനകം ആഹരിച്ച് കഴിഞ്ഞു. ചിറകു മുളയ്ക്കാൻ ആഗ്രഹിക്കുന്നുവെങ്കിൽ കട്ടിയുള്ളൊരു കവചം നിർമ്മിച്ച് ഉള്ളിലിരിക്കുക..."

പുഴു ചോദിച്ചു: "കവചം നിർമ്മിക്കാൻ എന്റടുത്ത് ഒന്നുമില്ലല്ലോ... ഞാനൊരു പുഴുവല്ലേ...?"

ചെടി പറഞ്ഞു: "ഇത്ര കാലം ശരീരത്തിൽ ശേഖരിച്ച പദാർത്ഥങ്ങളാൽതന്നെ ഉറപ്പുള്ളൊരു കവചം നിർമ്മിക്കാൻ നിനക്ക് കഴിയും."

ചെടി നോക്കി നിൽക്കെ, പുഴു സ്വന്തം ഉമിനീരിനാൽ കവചമുണ്ടാക്കാൻ തുടങ്ങി.

ഒന്ന്

സാമ്പത്തിക വിഷമതകൾ കാരണം രജനി കോഴ്സ് നിർത്തി പോകാനിടയുണ്ടെന്ന് സന്ദീപ് വന്നുപറഞ്ഞപ്പോൾ കൂടുതൽ വിഷമിച്ചത് ജോസാണ്. രജനിയുടെ പ്രശ്നങ്ങൾക്ക് വോൾസാനയിൽ ഒരു പരിഹാരം സാധ്യമാകുമോയെന്ന് സന്ദേഹമുണ്ടെങ്കിലും ഒരു കാലത്തു താനനുഭവിച്ച പ്രതിസന്ധികളുമായി തട്ടിച്ചു നോക്കുമ്പോൾ ഇതത്ര വലുതല്ലെന്ന് അവളെ ഓർമ്മിപ്പിക്കണമെന്നുണ്ട്. മുൻപ് അവരിരുവരും തനിച്ചായൊരു സായാഹ്ന നടത്തത്തിൽ അവൻ തന്റെ കഥ അവളോട് പറഞ്ഞിരുന്നു.

ഇടുക്കി ജില്ലയിൽ, തമിഴ്നാട് അതിർത്തിയോട് ചേർന്നുള്ള വട്ടവടയെന്ന ഗ്രാമത്തിൽ നിന്നാണ് ജോസ് വരുന്നത്. തന്റെ നാടിനെക്കുറിച്ച് ജോസിനു പറഞ്ഞാൽ തീരാത്തത്രയും വിശേഷങ്ങളുണ്ട്.

വട്ടവടയിലെ തലമുറകളുടെ ചരിത്രം തുടങ്ങുന്നത് ഏകദേശം നാന്നൂറ് വർഷങ്ങൾക്ക് മുൻപ് മൈസൂർ മഹാരാജാവിന്റെ സൈന്യം മധുരയിലെ വീരപ്പനായ്ക്കരുമായി ഏറ്റുമുട്ടിയപ്പോഴാണ്. ആ സംഘർഷത്തിനിടയിൽ മധുരയിൽ നിന്നും ചിതറിത്തെറിച്ച ആദിവാസി കുടുംബങ്ങൾ വട്ടവടയിലെത്തിച്ചേരുകയും വട്ടവടയുൾക്കൊള്ളുന്ന പ്രദേശത്തിന്റെ അന്നത്തെ ഭരണാധിപനായിരുന്ന പാണ്ഡ്യരാജാവിന്റെ സൈന്യം ശത്രുക്കളെന്ന് നിനച്ച് ഇവരെ വളയുകയും അഭയാർത്ഥികളാണെന്ന് വ്യക്തമായപ്പോൾ കപ്പം സ്വീകരിച്ചു അവിടെ താമസിക്കാനനുവദിക്കുകയും ചെയ്തു.

പറമ്പുകൾ വെട്ടിത്തെളിച്ചെടുത്ത് കൃഷിയാരംഭിച്ചും ആ വരുമാനത്തിൽ നിന്ന് രാജാവിന് കപ്പം കൊടുത്തും അവർ അവിടെ ജീവിതം തുടങ്ങി. തുടർന്ന് എട്ടോളം തലമുറകളുണ്ടായി.

ജോസ് പക്ഷേ മധുരയിൽ നിന്നും വന്ന ആദിവാസി കുടുംബപരമ്പരയിൽ പെട്ടതല്ല. വട്ടവടയ്ക്കടുത്തുള്ള ടാറ്റയുടെ തേയിലത്തോട്ടത്തിൽ ജോലി ചെയ്തിരുന്ന ജോസിന്റെ അച്ഛന് അസുഖം മൂലം പണിക്കു പോകാൻ കഴിയാതെ വന്നപ്പോൾ താമസിച്ചിരുന്ന ലായം ഒഴിയേണ്ടി വന്നു. അങ്ങനെയാണ് അവർ വട്ടവടയിലേക്ക് താമസത്തിനെത്തിയത്. വട്ടവടയിൽ അന്ന് കുറഞ്ഞ വിലയ്ക്ക് ഭൂമി ലഭ്യമായിരുന്നു.

മധുരയിൽനിന്നും കുടിയേറിയവരുടെ തലമുറയ്ക്ക് ഒരു തനതു സംസ്കാരമുണ്ടായിരുന്നു. ജോസും കുടുംബവും കാലക്രമേണ അതിനോട് ഇഴകിച്ചേർന്നു. ജോസിന് പഠിക്കാൻ ഇഷ്ടമായിരുന്നു. എൻജിനീയറാകുക എന്നതായിരുന്നു അവന്റെ സ്വപ്നം. എന്നാൽ അച്ഛന് അസുഖം മൂർച്ഛിച്ചതോടെ പ്ലസ്ടു കഴിഞ്ഞതും ജോസ് തോട്ടത്തിൽ പണിക്കു പോയി തുടങ്ങി. അതോടെ അവന്റെ പഠനസ്വപ്നങ്ങളും ഏറെക്കുറെ നിലച്ച മട്ടായി. സാമ്പത്തിക പരാധീനത മൂലം ചേച്ചി ആദ്യമേ പഠനം നിർത്തി വീട്ടിലിരിപ്പായിരുന്നു.

കേരളത്തിലെ മറ്റിടങ്ങളിൽ കാണാത്ത ആപ്പിൾ, സ്ട്രോബെറി, പ്ലംസ് തുടങ്ങിയ കൃഷികൾ വട്ടവടയിലുണ്ട്. കാലത്ത് ആറുമണിയോടടുത്ത് കൃഷിയിടങ്ങളിലേക്ക് പോകുന്ന ഗ്രാമവാസികൾ തിരിച്ചുവരുന്നത് നേരമിരുട്ടിയ ശേഷമായിരിക്കും. ജോലി കഴിഞ്ഞു വന്നാൽ ജോസ് അപ്പന്റടുത്ത് കുറച്ചുനേരമിരിക്കും. അപ്പൻ അവന്റെ കൈ തലോടും. പറയാറില്ലെങ്കിലും തന്നെ പഠിക്കാൻ വിടാൻ കഴിയാത്തതിൽ അപ്പൻ ഉള്ളാലെ സങ്കടപ്പെടുന്നുണ്ടെന്ന് അവനറിയാം.

കേരളത്തിലെ മറ്റു പ്രദേശങ്ങളിൽനിന്നും വികസന കാര്യത്തിൽ കാതങ്ങൾ പിന്നിലായിരുന്നു വട്ടവട. മൈനസ് ഡിഗ്രി വരെ പോകുന്ന കാലാവസ്ഥാവ്യതിയാനങ്ങൾ കൃഷിയെ പലപ്പോഴും പ്രതികൂലമായി ബാധിച്ചു. പുറത്തുനിന്ന് വന്നു കുറഞ്ഞ വിലയ്ക്ക് വട്ടവടയിലെ ഭൂമി വാങ്ങിക്കൂട്ടിയ ബിസിനസുകാർ, വിദേശങ്ങളിൽ ചതുപ്പുനില വെള്ളക്കെട്ട് വറ്റിക്കാനായി നടുന്ന ഗ്രാന്റിസ് മരങ്ങൾ വ്യാപകമായി നട്ടുപിടിപ്പിച്ചിരുന്നു. ഇത് ക്രമേണ കടുത്ത വരൾച്ചയ്ക്കു വഴിവെച്ചു. വിളവുകൾ നന്നേ കുറഞ്ഞു. കർഷക കുടുംബങ്ങൾ ദാരിദ്ര്യത്തിലായി.

ആയിടയ്ക്കാണ് അവിടുത്തെ ലൊറൊറ്റോ മാതാ ചർച്ചിൽ പുതിയ അച്ചൻ വന്നത്. ജോസിന്റെ ജീവിതത്തിലെ രണ്ടാം ഘട്ടം തുടങ്ങുന്നത് ഇവിടം മുതലാണ്. പള്ളിമേടയിൽ ചടഞ്ഞിരിക്കാൻ ഇഷ്ടപ്പെടാത്ത അദ്ദേഹം ജനങ്ങളുടെ ഇടയിലിറങ്ങി സ്ഥിതിഗതികൾ വീക്ഷിച്ചു.സാധാരണക്കാരെയും തൊഴിലാളികളെയും പരാധീനതകളാൽ കഷ്ടപ്പെടുന്നവരെയും സമൂഹമധ്യത്തിൽ അദ്ദേഹം കണ്ടു. അച്ചനൊരു പുരോഹിതനെന്നതിനേക്കാൾ ഒരു സോഷ്യലിസ്റ്റാണോന്ന് പോലും ആളുകൾക്കു സംശയമുണ്ടായി.

കൃഷിയിടത്തിലെ പണി കുറഞ്ഞപ്പോൾ ജോസ് മണൽ വാരാൻ പോയി തുടങ്ങി. ഒരു ദിവസം അപ്പന് വേണ്ട മരുന്നുമായി ബന്ധപ്പെട്ടു ജോസ് പള്ളിയിൽ എത്തിയപ്പോഴാണ് അച്ചൻ അവന്റെ കാര്യങ്ങളറിഞ്ഞത്. പുറത്തെ ദാനശീലരായ സമ്പന്നരിൽനിന്ന് ലഭിക്കുന്ന പണം കൊണ്ട് അൾത്താര മോടിപിടിപ്പിക്കുന്നതിലും നല്ലത് മിടുക്കരായ കുട്ടികളുടെ പഠനത്തിനുപയോഗിക്കുകയാണെന്ന് അദ്ദേഹത്തിന് തോന്നി.

ലയത്തൊഴിലാളികളുടെ കൂടി പങ്കാളിത്തത്തോടെ അവരുടെ മക്കളുടെ പഠനത്തിനു പള്ളിയുടെ കീഴിൽ ഒരു ഫണ്ട് അദ്ദേഹം സ്വരൂപികരിക്കുകയും ആദ്യ പഠനസഹായത്തിനു പ്ലസ്ടുവിന് മികച്ച മാർക്കുണ്ടായിരുന്നതിനാൽ ജോസ് ഉൾപ്പെടുകയും ചെയ്തു. പത്രത്തിലെ വിദ്യാഭ്യാസ കോളത്തിൽ വിദേശ രാജ്യങ്ങളിലെ പഠനത്തെപ്പറ്റി വാർത്ത കണ്ടതു പ്രകാരം ജോസിനെ കൊണ്ട് അപേക്ഷ അയപ്പിച്ചതും ഫാദർ തന്നെയാണ്. ഫാദറിന്റെ പ്രതീക്ഷകളെ ശരിവെച്ചു ജോസ് പ്രവേശനപരീക്ഷ പാസ്സാവുകയും സ്കോളർഷിപ്പിന് അർഹനാകുകയും ചെയ്തു. ഫാദറിന് അവനെക്കുറിച്ചുള്ള അഭിമാനം വർദ്ധിച്ചു. ഹോസ്റ്റൽഫീസിനും മറ്റു ചെലവുകൾക്കുമുള്ള പണം ഫണ്ടിൽ നിന്നും ആവശ്യാനുസരണം അയച്ചു കൊടുക്കാമെന്ന് അദ്ദേഹമേറ്റു.

ജോസിന്റെ കുടുംബം അതിരുകളില്ലാത്ത ആഹ്ലാദത്തിലായി. അപ്പന്റെ കണ്ണുകൾ സന്തോഷം കൊണ്ടു നിറഞ്ഞു. വോൾസാനയിലേക്ക് പുറപ്പെടാനൊരുങ്ങുമ്പോൾ ചേച്ചി അവനെ ഒരു കാര്യം മാത്രമേ ഓർമ്മിപ്പിച്ചുള്ളൂ. പണം അത്യാവശ്യത്തിനു മാത്രം ചെലവാക്കുക. എല്ലാറ്റിനും കണക്കു വെച്ചു ജോലി ലഭിക്കുമ്പോൾ തവണകളായി അത് പള്ളിയിലേക്ക് തിരിച്ചടയ്ക്കുക. വളർന്നു വരുന്ന കുട്ടികളെ പഠിപ്പിക്കാൻ പള്ളിക്ക് അതൊരു സഹായവും പ്രചോദനവുമാകാനിടയുണ്ട്.

ഈ കാര്യങ്ങളെല്ലാം ജോസ് രജനിയോട് വിശദമായി പറഞ്ഞിട്ടുണ്ട്. ഈ ഒരു സ്ഥിതിയിൽ രജനിയെ സാമ്പത്തികമായി സഹായിക്കുകയെന്നത് ആഗ്രഹമുണ്ടെങ്കിൽ പോലും അവനു അസാധ്യമായിരുന്നു.

രണ്ട്

രജനി രാവിലെ മുതൽ വലിയ ചിന്തയിലാണ്. താമസിക്കാൻ ഒരു മുറി തരപ്പെടുത്തുകയും പാർട്ട്ടൈം ജോലി നോക്കുകയും വേണം. ജോലി വലിയ പ്രശ്നമാവാനിടയില്ല, ചിലർ അങ്ങനെ പഠനത്തിനൊപ്പം ജോലി ചെയ്യുന്നതായി കേട്ടിട്ടുണ്ട്. ഉച്ചഭക്ഷണ സമയത്ത് ലൈബ്രറിയിലെ കമ്പ്യൂട്ടറുപയോഗിച്ച് യൂണിവേഴ്സിറ്റി സ്ഥിതി ചെയ്യുന്ന നഗരമായ 'നൊബറ്റ്സിയ'യിലെ പരസ്യങ്ങൾ തിരഞ്ഞു.

പരസ്യത്തിനൊപ്പം നൽകിയ വിവരങ്ങളിൽ നിന്ന് ഏഷ്യക്കാരെന്ന് തോന്നിയ നമ്പറിൽ അവൾ ബന്ധപ്പെട്ടപ്പോൾ ഒരു ബാച്ചിലർ പെൺകുട്ടിയാണെന്ന് പറഞ്ഞതും മദ്യം കഴിക്കുമോ, ബോയ്ഫ്രണ്ടുണ്ടോ, റൂമിൽ പാർട്ടി നടത്തുമോ തുടങ്ങി നിരവധി ചോദ്യങ്ങളെ അവൾക്കഭിമുഖീകരിക്കേണ്ടി വന്നു. ബാച്ചിലർ പെൺകുട്ടികളെ കുറ്റവാളികളെപ്പോലെ കാണുന്ന ഏഷ്യക്കാരുടെ മനോഭാവത്തിന് വോൾസാനയിലേക്ക് അവരെ പറിച്ചു നടപ്പെട്ടിട്ടും വലിയ മാറ്റമില്ലല്ലോയെന്ന് അവൾ സഹതപിച്ചു.

ചോദ്യങ്ങൾക്കൊക്കെ ഒരു വിധം തൃപ്തികരമായി മറുപടി പറഞ്ഞു വരുമ്പോഴേക്കും ബാച്ചിലറായതിനാൽ അവർ വാടക കൂടുതൽ ചോദിക്കുന്നു. അത്രയും വാടക താനെങ്ങനെ നൽകും?

പാർട്ട്ടൈം ജോലി കിട്ടിയാലും അത്രയും സംഖ്യ നൽകാൻ തനിക്ക് കഴിയില്ലെന്ന് മനസ്സിലാക്കി അവൾ ഷെയറിംഗ് റൂമുകൾ തിരയാൻ തുടങ്ങി. മിക്കതും പുരുഷന്മാരുടെ പരസ്യമാണ്. തികച്ചും അപരിചിതമായൊരു നഗരത്തിൽ അന്യദേശക്കാരായ ആണുങ്ങളുടെ കൂടെ ഒരു വില്ലയിൽ കൗമാരക്കാരിയായ താനെങ്ങനെ താമസിക്കും?

പിറ്റേന്നും പരസ്യം നോക്കി ഒന്ന് രണ്ടു നമ്പറുകളിൽ വിളിച്ചു, നിരാശയായിരുന്നു ഫലം. അതിനടുത്ത ദിവസവും തഥൈവ! മടുത്ത് അവസാനിപ്പിക്കാനൊരുങ്ങവേ ഒരു സൗത്താഫ്രിക്കക്കാരി റൂം പങ്കുവെയ്ക്കാൻ ആളെ തിരയുന്ന പരസ്യം കണ്ണിലുടക്കി. ഒരു സ്ത്രീയുടെ പരസ്യമാകയാൽ ഇത് തനിക്ക് അനുയോജ്യമാകുമെന്നൊരു തോന്നൽ രജനിയുടെ ഉള്ളിലുണ്ടായി. താത്പര്യമുണ്ടെന്നറിയിച്ചു മെയിലയച്ചതും ഫ്രീഡം പാർക്കിനെതിർവശത്തുള്ള ഡോക്ടർ കഫെയിൽവെച്ച് വൈകീട്ട് നേരിൽ കാണാമെന്ന് മറുപടിയും വന്നു.

ബാച്ചിലർ റൂമിന് നൊബറ്റ്സിയയിൽ വലിയ വാടകയാണെന്ന് ഈ ദിവസങ്ങളിലെ തിരച്ചിലിൽനിന്നുതന്നെ അവൾക്ക് ബോധ്യപ്പെട്ടിരുന്നു. ഇതും വാടക കൂടിയ ഒന്നാകുമോയെന്ന ആശങ്ക അവളിലുണ്ടായി. അഡ്വാൻസ് കൊടുക്കാൻ തന്റെ കയ്യിൽ ഒന്നുമില്ല. ഫ്ളാറ്റുടമസ്ഥർക്കല്ലേ താൻ വാടക നൽകേണ്ടി വരിക? പാർട്ട്ടൈം ജോലി ശരിയാകുന്നതു വരെ വാടകയ്ക്ക് അവർ സമയം തരുമോ! നാനാവിധ ചിന്തകൾ രജനിയെ അലട്ടുന്നുണ്ടായിരുന്നു.

വൈകീട്ട് പറഞ്ഞതിലും നേരത്തെ കോഫി ഷോപ്പിനടുത്ത് രജനി കാത്തു നിന്നു. അവളിതുവരെ കോളേജിനു പുറത്ത് ആരോടും നേരിൽ സംസാരിച്ചിട്ടില്ല. താനൊരു വിദ്യാർത്ഥിനിയാണെന്നും തന്റെ കയ്യിൽ അഡ്വാൻസ് നൽകാൻ ഒന്നുമില്ലെന്നും അറിയുമ്പോൾ സമയം മിനക്കെടുത്തിയെന്നു പറഞ്ഞു അവർ ദേഷ്യപ്പെടുമോ?

ഉള്ളിലെ ആശങ്ക കാരണം കാത്തു നിന്ന ഓരോ മിനിട്ടും ഓരോ യുഗങ്ങൾ പോലെ അനുഭവപ്പെട്ടു.

പറഞ്ഞതിലും അരമണിക്കൂർ വൈകിയാണ് അവർ വന്നത്. "ആർ യു രജനി, ദ വൺ ഹു കോണ്ടാക്റ്റഡ് മി" എന്നു ചോദിച്ച് അടുത്തേക്ക് വന്നപ്പോഴാണ് താൻ കാത്തിരിക്കുന്ന ആളിതാണെന്ന് രജനിക്ക് മനസ്സിലായത്. ഏറിയാൽ ഇരുപത്തിയഞ്ചു വയസ്സ് തോന്നിക്കുന്ന തെളിഞ്ഞ മുഖഭാവത്തോടു കൂടിയ ഒരു വെള്ളക്കാരിയാണ്, പേര് ജെന്ന കാതറിൻ. ജെന്നയെ കണ്ടപ്പോൾ രജനിയുടെ പരിഭ്രമം പകുതിയോളം കുറഞ്ഞു.

ഹസ്തദാനം ചെയ്ത് അവരിരുവരും കോഫി ഷോപ്പിനുള്ളിൽ കയറി ഒരു മേശയ്ക്കടുത്ത് പരസ്പരം അഭിമുഖമായി ഇരുന്നു. കുടിക്കാൻ കോഫി മതിയോന്ന് ചോദിച്ചു ജെന്ന രണ്ടു കോഫി ഓർഡർ ചെയ്തു.

കോഫി വന്നതും രജനി കുറേക്കൂടി സാധാരണ നിലയിലായി. ഇതിനിടെ ജെന്ന സ്വയം പരിചയപ്പെടുത്തിയിരുന്നു. അടുത്തുള്ള അഗ്രി യൂണിവേഴ്സിറ്റിയിൽ അപ്ലൈഡ് ബയോഡിവേഴ്സിറ്റിയിൽ റിസർച്ച് ചെയ്യുകയാണ്. ഒരു അൾജീരിയൻ ഫാമിലിയുടെ വീടിനോട് ചേർന്നുള്ള ഒരു കൊച്ചുഫ്ളാറ്റിലാണ് താമസിക്കുന്നത്. വാടക കൂടുതലില്ല. കേട്ടപ്പോൾ രജനിക്ക് ആശ്വാസമായി. താനൊരു ഇന്ത്യക്കാരിയാണെന്ന അപരിചിതത്വം കാണിക്കാതെയാണ് ജെന്ന സംസാരിക്കുന്നത്.

എന്നാൽ രംഗം പതിയെ മാറിവന്നു. ജെന്ന കാര്യമായി എന്തോ ആലോചിക്കുന്നതായി കാണപ്പെട്ടു. രജനി ഒന്നാംവർഷ വിദ്യാർത്ഥിനിയാണെന്നും ജോലിയില്ലെന്നും അറിഞ്ഞപ്പോഴാണ് ജെന്നയിൽ ഭാവമാറ്റമുണ്ടായത്, ജെന്ന തീർത്തും ആശയക്കുഴപ്പത്തിലായി.

വിചാരിച്ചതിനേക്കാളും ചെറുപ്പമാണ് തന്റെ മുന്നിലിരിക്കുന്ന ഈ ഇന്ത്യൻപെൺകുട്ടി. വോൾസാനയോ നൊബറ്റ്സിയ പട്ടണമോ പരിചയംപോലുമില്ല. ഇത്ര പെട്ടെന്ന് ഇവൾ ഹോസ്റ്റൽ വിട്ട് ഇറങ്ങാൻ കാരണമെന്താകും? യൂണിവേഴ്സിറ്റിയിൽ നിന്ന് പുറത്തായതാവാനും മതി. കൗമാരക്കാരെ കൂടെകൂട്ടിയാൽ അത് ഗുണത്തെക്കാളേറെ ദോഷമാണ് വരുത്തുക. എന്തെങ്കിലും സംഭവിച്ചാൽ ഫ്ളാറ്റുടമസ്ഥരോട് താനാണ് മറുപടി പറയേണ്ടി വരിക.

ജോലിയില്ലെന്ന് പറഞ്ഞത് മുതൽ ജെന്നയുടെ മുഖത്ത് പടരുന്ന താത്പര്യമില്ലായ്മ രജനി ശ്രദ്ധിക്കുന്നുണ്ടായിരുന്നു. തന്നെ കൂട്ടുന്നതിൽ ജെന്നയ്ക്ക് എന്തോ പ്രയാസമുണ്ടെന്ന് അവൾക്കു തോന്നി. അവളുടെ ആശങ്ക ശരിവെച്ചുകൊണ്ട്, കോഫി കഴിച്ചു കഴിഞ്ഞതും കൂടുതൽ സംസാരിക്കാൻ താത്പര്യം കാണിക്കാതെ ജെന്ന എണീറ്റു.

“മൈ അപോളജീസ്... ആക്ച്വലി ഐ ആം ലുക്കിൻ ഫോർ ആൻ ഓൾഡർ വൺ.” ജെന്ന നിസ്സംഗതയോടെ പറഞ്ഞു.

രജനിയുടെ മുഖം വിവർണ്ണമായി. കോഫിയുടെ ബില്ലുകൊടുത്തു രജനിയെ വരുത്തിയതിൽ ക്ഷമ പറഞ്ഞു ജെന്ന പോകാനൊരുങ്ങി. രജനിക്ക് വലിയ നിരാശ തോന്നി. ഏറെ തിരഞ്ഞശേഷം ലഭിച്ചതായിരുന്നതിനാൽ ഇത് ശരിയാകുമെന്നൊരു പ്രതീക്ഷ അവൾക്കുണ്ടായിരുന്നു.

ജെന്ന പുറത്തേക്ക് നടന്നുനീങ്ങുന്നത് വേദനയോടെ അവൾ നോക്കി നിന്നു.

തന്റെ പ്രതീക്ഷകളെല്ലാം അസ്ഥാനത്തായിരിക്കുന്നു. ഈ രാജ്യത്ത് വന്നിട്ട് അധികം കാലമായിട്ടില്ലാത്ത, ഒരു ജോലിയോ വരുമാനമോ

ഇല്ലാത്ത കൗമാരക്കാരിയായ തനിക്ക് സുരക്ഷിതമായൊരു താമസ സ്ഥലം ലഭിക്കുക പ്രയാസമാണ്. എന്ത് ഉറപ്പിലാണ് താനിറങ്ങി പുറപ്പെട്ടതെന്ന് വരെ അവൾ സംശയിച്ചു.

വിചാരിച്ച പോലെയല്ല, ഉത്തരമുണ്ടോന്നുറപ്പില്ലാത്ത ഒരു പ്രശ്നം നിർദ്ധാരണം ചെയ്യുകയാണ് താൻ. പരിഹരിക്കാൻ ശ്രമിക്കുമ്പോഴാണ് പ്രതിസന്ധിയുടെ ആഴം മനസ്സിലാകുക.

പഠനം പൂർത്തിയാക്കാതെ തിരിച്ചുപോകേണ്ടി വന്നാൽ? അമ്മയാവില്ലേ കൂടുതൽ വേദനിക്കുക.

മുന്നിൽ ശൂന്യത മാത്രം... ഇനി എന്ത് ചെയ്യും... ആത്മനിയന്ത്രണങ്ങളെ മറികടന്ന് രണ്ടിറ്റു കണ്ണുനീർ അവളുടെ കവിളിലൂടെ ഒലിച്ചിറങ്ങി.

പുറത്തപ്പോൾ മഴ തിമിർത്തു പെയ്യുകയായിരുന്നു...!

മൂന്ന്

മഴ തോരാതെ പെയ്യുകയാണ്. കാറ്റുവീശുന്നത് കാരണം ചില്ലുവാതിൽ വിടവുകളിലൂടെ ഈർപ്പം കോഫീഷോപ്പിനുള്ളിൽ വന്നു നിറയുന്നു. നനുത്ത ജലകണങ്ങൾ തന്റെ മുഖത്തെ വന്നു തലോടുന്നതായി രജനിക്ക് തോന്നി. മനസ്സും ശരീരവും ഒന്ന് തണുക്കാൻ അവൾക്ക് മഴയത്തേക്ക് ഓടിയിറങ്ങണമെന്നുണ്ട്. എന്നാൽ ചിന്താഭാരത്താൽ ഒന്നെണീക്കാൻ പോലും കഴിയുന്നില്ല. ഇതുപോലൊരു അപരിചിതനഗരത്തിൽ തന്നെപ്പോലെ നിരാലംബയായ ഒരാൾക്ക് തനിച്ചൊരു അതിജീവനം സാധ്യമല്ലെന്ന് ദുഃഖത്തോടെ അവൾ തിരിച്ചറിഞ്ഞു. പ്രതീക്ഷകൾ ഇവിടെ ഉപേക്ഷിച്ചു നാട്ടിലേക്ക് തിരിച്ചുചെല്ലുന്ന വേളയിൽ എല്ലാവരും ഒരുപാട് സങ്കടപ്പെടില്ലേ. പ്രതിസന്ധിക്ക് മുന്നിൽ ഒന്നും ചെയ്യാനാകാതെ ഇങ്ങനെ നോക്കി നിൽക്കേണ്ടി വരിക! വിചിത്രമായി തോന്നി ജീവിതം.

"വോട്ട്സ് റോങ്ങ് വിത്ത് യു മൈ ഗേൾ?"

ശബ്ദം കേട്ട് മുഖമുയർത്തി നോക്കി, ജെന്ന വീണ്ടും മുന്നിൽ! ഇവർ വീണ്ടുമിവിടെ? രജനി ആശ്ചര്യപ്പെട്ടു. മഴ കുറയാത്തതു മൂലം പുറത്തിറങ്ങാനാവാതെ കോഫി ഷോപ്പിനുള്ളിലേക്ക് തന്നെ വന്നതാണവർ. ശക്തമായ കാറ്റുള്ളത് കാരണം ജെന്നയുടെ മേൽവസ്ത്രം നനഞ്ഞു തുടങ്ങിയിരുന്നു.

സംസാരിച്ചു പിരിഞ്ഞ അതേ സ്ഥലത്ത് ഒന്നെണീക്കുക പോലും ചെയ്യാതെ സങ്കടപ്പെട്ടിരിക്കുന്ന രജനിയെ കണ്ടപ്പോൾ എന്തോ പന്തികേടുള്ളപോലെ ജെന്നയ്ക്ക് തോന്നി. കാര്യങ്ങൾ ചോദിച്ചറിയാതെ അങ്ങോട്ട് വരുത്തിയതിൽ ജെന്നയ്ക്ക് ആദ്യമേ സ്വല്പം മനസ്താപമുണ്ടായിരുന്നു.

കസേര വലിച്ചിട്ട് രജനിക്ക് അഭിമുഖമായി ജെന്ന ഇരുന്നു. പതിയെ അവളുടെ കൈ ചേർത്തു പിടിച്ച് കണ്ണുകളിലേക്കു നോക്കി അതേ ചോദ്യം ആവർത്തിച്ചു. വല്ലാത്ത അവസ്ഥയിലായിരുന്നു രജനിയപ്പോൾ. മനസ്സ് വികാരവിക്ഷുബ്ധമായിരുന്നു. ആ അവസ്ഥയിൽ ജെന്ന കൈകളിൽ മൃദുവായി പിടിച്ചപ്പോൾ എത്ര ശ്രമിച്ചിട്ടും അവളുടെ ശബ്ദമിടറിപ്പോയി.

അമ്മയുടെ അസുഖവും തുടർന്നുണ്ടായ തന്റെ നിസ്സാഹായാവ സ്ഥയും ചുരുക്കി വിവരിച്ചു. ശ്രദ്ധിച്ചു കേൾക്കവേ, അവളുടെ കയ്യിലെ പിടിത്തം ജെന്ന ഒന്നുകൂടെ മുറുക്കി.

കുറച്ചുനിമിഷങ്ങൾ കൂടി കടന്നുപോയി, മഴതോർന്നു തുടങ്ങിയിരുന്നു. വിഷമതകൾ മനസ്സ് തുറന്നു പറഞ്ഞപ്പോൾ രജനിക്ക് അല്പം സമാ ധാനം തോന്നി.

മഴ പൂർണ്ണമായും നിലച്ചപ്പോൾ അവരിരുവരും എണീറ്റ് പുറത്തേ ക്കുള്ള കവാടം ലക്ഷ്യമാക്കി പതിയെ നടന്നു. ജെന്ന എന്തോ കാര്യ മായി ആലോചിക്കുന്നതായി രജനി കണ്ടു. ഒരുപക്ഷേ നല്ല വാക്കു കളാൽ തന്നെ തിരിച്ചയയ്ക്കുന്നതിനെക്കുറിച്ച് ആയിരിക്കാം. വേണ്ട... താനിപ്പോൾ വേദനിക്കുന്നില്ല, ഒരു സഹതാപപ്രകടനം തനിക്കിപ്പോൾ ആവശ്യമില്ല.

രജനിയെ എങ്ങനെ സഹായിക്കാമെന്നതിനേക്കാൾ തന്റെ ബാല്യ കാലം ഓർക്കുകയായിരുന്നു ജെന്ന. എൺപതുകളുടെ അവസാനത്തിൽ ദക്ഷിണാഫ്രിക്കയിലുണ്ടായ വംശീയകലാപവും അടിയന്തിരാവസ്ഥയും കാരണം താറുമാറായ പ്രൈമറിസ്കൂൾ കാലം. പഠിക്കാൻ താത്പര്യം കാണിച്ചിരുന്ന ജെന്നയെ മാതാപിതാക്കൾ അന്ന് ജർമ്മനിയിലെ ബന്ധു ക്കളുടെയടുത്തേക്ക് പറഞ്ഞയച്ചു. ദുരിതമയവും പ്രതിസന്ധികൾ നിറ ഞ്ഞതുമായിരുന്നു ആ യാത്രയും പഠനകാലവുമെല്ലാം. ആറുവർഷ ങ്ങൾക്കുശേഷം തൊണ്ണൂറ്റിനാലിൽ ജനാധിപത്യദക്ഷിണാഫ്രിക്കയുടെ ആദ്യപ്രസിഡന്റായി നെൽസൺമണ്ടേല തിരഞ്ഞെടുക്കപ്പെട്ട് സ്ഥിതി ഗതികൾ ശാന്തമായതിനുശേഷമാണ് ജെന്ന മടങ്ങിയെത്തിയത്. 'ഈ ഇന്ത്യൻ പെൺകുട്ടിയിൽ എവിടെയോ ആ പഴയ താനുണ്ട്.' ജെന്ന ഒരു നിമിഷം ചിന്തിച്ചു.

രജനിയാകട്ടെ എല്ലാമിനി വിധിപോലെ വരട്ടെ എന്ന ഭാവത്തിലായി രുന്നു. അമ്മ സ്വരുക്കൂട്ടിവാങ്ങി തന്ന കമ്മൽ വിൽക്കാം. അതിനെ ന്തെങ്കിലും കാര്യമായി കിട്ടുമോ? അറിയില്ല. ഹോസ്റ്റലിൽ ഇടവേള ചോദിച്ചു നോക്കേണ്ടി വരും. അവർ സമ്മതിക്കുമായിരിക്കും. മറ്റെന്തു ചെയ്യാനാണ്? ഒറ്റയിരിപ്പിനു ചെയ്തുതീർക്കാവുന്ന ഒന്നല്ലല്ലോ ജീവിത ത്തിലെ സമസ്യകൾ. ക്ഷമയോടെ മുന്നോട്ടു പോകുമ്പോൾ തെളിഞ്ഞു വന്നേക്കാവുന്ന ചില വഴികളുണ്ട്. സമ്മർദ്ദങ്ങളെ അതിജീവിക്കാൻ കഴി യുന്നവർക്ക് മാത്രം എത്തിച്ചേരാനാകുന്ന ഉന്നതികൾ.

കോഫിഷോപ്പിൽനിന്നും പുറത്തേക്ക് ഇറങ്ങാൻ നേരം രജനി യാത്ര പറയാനൊരുങ്ങി. അവൾ മനഃസ്ഥൈര്യം വീണ്ടെടുത്തിരുന്നതിനാൽ ജെന്നയ്ക്ക് പുഞ്ചിരിച്ചു കൈ കൊടുത്തു. ജെന്ന പക്ഷേ ആ കൈ വിടാതെ പിടിച്ചു അവളുടെ കണ്ണുകളിലേക്ക് നോക്കി നാടകീയ ഭാവത്തിൽ പറഞ്ഞു.

“ലൈക്കിലി ഐെം ഗോണ ടേക് യു വിത്ത് മി...”

എന്താണ് ജെന്ന ഉദ്ദേശിക്കുന്നതെന്ന് ആദ്യം മനസ്സിലായില്ല. തന്നെ കൂടെ കൂട്ടാൻ ഒരുക്കമാണെന്ന് വ്യക്തമായപ്പോൾ രജനിയുടെ മുഖത്ത് ഒരു അവിശ്വസനീയത കളിയാടി. രജനിയുടെ അമ്പരപ്പ് കണ്ടപ്പോൾ ഈ വീക്കെന്റിൽ തന്നെ വരാൻ പറഞ്ഞ് ജെന്ന അവളുടെ തോളിൽ തട്ടി.

തന്റെ പാതി പ്രശ്നങ്ങൾക്ക് പരിഹാരമായിരിക്കുന്നു. രജനിയിൽ നിന്ന് ഒരു ദീർഘനിശ്വാസം ഉയർന്നു. ഒരാളുടെ ദുഃഖം പങ്കിട്ടെടുക്കാനും അതിനോട് താദാത്മ്യം പ്രാപിക്കാനുമുള്ള കഴിവ് ദേശവ്യത്യാസമില്ലാതെ മനുഷ്യരിൽ അന്തർലീനമാണെന്ന് താനെവിടെയാണ് വായിച്ചത്? അവൾ ആലോചിച്ചു. ഭൂമിയിലെ മറ്റു ജീവികളെപ്പോലെ തന്നെ മനുഷ്യന്റെയും അടിസ്ഥാന വികാരം കരുണയാണ്. യുദ്ധവും അതിർത്തിസംഘർഷങ്ങളുമാണെന്ന് അവർ തെറ്റിദ്ധരിച്ചു പോയതാണ്.

വരുന്ന ദിവസം നേരത്തെ അറിയിക്കൂ എന്ന് പറഞ്ഞ് ജെന്ന തന്റെ നമ്പർ കൈമാറി. ജെന്ന യാത്ര പറഞ്ഞുനടന്നുനീങ്ങിയതും രജനി ഹോസ്റ്റലിലേക്ക് തിരികെ പോന്നു. സമയം സന്ധ്യയാവാറായിരുന്നു. ആകാശത്ത് വെള്ള മാഞ്ഞു ചുകപ്പുരശ്മികൾ പ്രത്യക്ഷപ്പെടാൻ തുടങ്ങുന്നു. മഴയാൽ കഴുകി പുതുക്കപ്പെട്ടിരുന്നതിനാൽ നനഞ്ഞ പുല്ലിന്റെയും ശുദ്ധമായ ഭൂമിയുടെയും ഗന്ധം അന്തരീക്ഷത്തിൽ നിറഞ്ഞു. മഴ പെയ്തു തോർന്ന വഴിയിലെ മണ്ണു പോലെ അവളുടെ മനസ്സും തണുത്തുവന്നു.

തന്റെ കാര്യമോർത്ത് വിഷമിക്കേണ്ട, അമ്മയുടെ കാര്യം ശ്രദ്ധിക്കൂ എന്ന് അനിയത്തിയെ ഫോൺ ചെയ്തറിയിക്കാൻ അവൾ മറന്നില്ല.

നാല്

മെൻസ് ഹോസ്റ്റലിലെ നാല്പത്തിമൂന്നാം നമ്പർ വില്ല ശോകമൂകമായിരുന്നു. അന്നത്തെ സായാഹ്നത്തിനു പോലും ഒരു ദുഃഖച്ഛായയുള്ളതായി അവർക്ക് തോന്നി. രജനി ഹോസ്റ്റൽ മാറി പോകുന്നുവെന്നത് അവർക്ക് ഉൾക്കൊള്ളാനായില്ല. അവളുമായി കൂടുതൽ അടുത്ത് വരികയായിരുന്നു അവർ. “അവൾ കൂടിയുള്ള വൈകുന്നേരങ്ങൾ ഉത്സവപ്രതീതിയായിരുന്നു.” അവർ പരസ്പരം പറഞ്ഞു.

രഘു പുറത്തു പോയി വന്നപ്പോഴാണ് കാര്യങ്ങൾ അല്പം കൂടെ വ്യക്തമായത്. ഫീ അടയ്ക്കാത്തത് കാരണം രജനിക്ക് ഇനി ഒരു ദിവസം

പോലും ഹോസ്റ്റലിൽ തുടരാനാകില്ല. അവൾക്ക് നോട്ടീസ് വന്നിരിക്കുന്നു. തങ്ങൾക്കാർക്കുമറിയാത്ത വിവരം രഘുവിന് മാത്രം എങ്ങനെ കിട്ടി? അവന് ചില ചൈനീസ് പെൺസുഹൃത്തുക്കളുണ്ടെന്നും അവരോടൊത്ത് കറങ്ങാൻ പോകാറുണ്ടെന്നും മറ്റുള്ളവർക്ക് അറിയാം. ഒരുപക്ഷേ അവ രിൽ ആരെങ്കിലും പറഞ്ഞതാകാനും മതി.

അവൾ തങ്ങളോട് സഹായഭ്യർത്ഥിച്ചിട്ടില്ല. എന്തെങ്കിലും അറിഞ്ഞു ചെയ്യാമെന്ന് വെച്ചാൽ രജനിയെ സഹായിക്കാൻ മാത്രമുള്ള അധിക പണമൊന്നും ആർക്കും നാട്ടിൽ നിന്ന് ലഭിക്കുന്നുമില്ല. അൻവർ ഉപ്പയോട് ഒന്ന് സൂചിപ്പിച്ചു നോക്കിയെങ്കിലും വീട് പണി തുടങ്ങിയ സമയമായതി നാൽ കയ്യിലൊന്നുമില്ലെന്നു മറുപടിയാണ് ലഭിച്ചത്. മറ്റുള്ളവർക്കും വീട്ടിൽ പറയാൻ കഴിയുന്ന സാഹചര്യമായിരുന്നില്ല.

രജനി പുറത്തൊരു താമസസ്ഥലം കണ്ടെത്തിയെന്നറിഞ്ഞപ്പോൾ അവരെല്ലാം ആശ്ചര്യപ്പെട്ടു. തങ്ങളിലാർക്കെങ്കിലുമാണ് ഈ സ്ഥിതി യെങ്കിൽ ഹോസ്റ്റലിലെ സുരക്ഷിതത്വം വിട്ട് ഈ വലിയ നഗരത്തിൽ തനിച്ചു താമസിക്കാൻ ധൈര്യമുണ്ടാകില്ല. അവർ സ്വയം പറഞ്ഞു.

പോകുന്നതിന്റെ തലേദിവസം രാത്രി വിവരം പറയാനായി രജനി മെൻസ് ഹോസ്റ്റലിൽ ചെന്നു. വൈകാരികമായിരുന്നു ആ നിമിഷങ്ങൾ. ആദ്യമൊക്കെ അവൾ വരുമ്പോൾ ബനിയനോ മറ്റോ എടുത്തണിയാറു ണ്ടായിരുന്നെങ്കിൽ പതിയെ അതൊന്നും ശ്രദ്ധിക്കാത്തവിധം അവരിലൊ രാളായി മാറിയിരുന്നു. മുൻപ് ഓരോരുത്തരും ഊഴമിട്ടായിരുന്നു ഭക്ഷണം പാകം ചെയ്തിരുന്നത്, അതിന്റെ പേരിൽ ഇടയ്ക്ക് അവർ വഴക്കടിക്കു മായിരുന്നു. എന്നാൽ അവൾ വന്നു ചേർന്നശേഷം എല്ലാവരും ഒരുമിച്ചു കളിതമാശകൾ പറഞ്ഞ് പാചകം വേഗത്തിൽ തീർക്കുകയും താഴെ പേപ്പർ വിരിച്ച് വട്ടമിട്ടിരുന്നു കഴിക്കുകയും ചെയ്യുമായിരുന്നു. ഒഴിവുദിവസ ങ്ങളിലെ സായാഹ്ന നടത്തങ്ങളിൽ പലരും വ്യക്തിപരമായ വിഷമങ്ങൾ അവളോട് പങ്കുവെയ്ക്കുമായിരുന്നു. നല്ലൊരു കേൾവിക്കാരി കൂടിയായി രുന്നു രജനി. ഇങ്ങനെ പല കാരണങ്ങളാൽ പൊടുന്നനെയുള്ള അവ ളുടെ പിരിഞ്ഞുപോക്ക് അവർക്ക് താങ്ങാവുന്നതിലും അധികമായിരുന്നു.

തങ്ങളുടെ കയ്യിലുള്ള പണം ഒരുമിച്ചു ചേർത്ത് ഒരു കവറിലിട്ടു നൽകിയെങ്കിലും അവൾ സ്നേഹപൂർവം നിരസിക്കുകയാണുണ്ടായത്. അത് വാങ്ങിക്കഴിഞ്ഞാൽ അവരുടെ രാത്രികാല കാപ്പികുടിയും മറ്റും മുടങ്ങുമെന്ന് അവൾക്കറിയാമായിരുന്നു.

എത്ര നിർബ്ബന്ധിച്ചിട്ടും രജനി തങ്ങളിൽനിന്ന് സഹായം സ്വീകരി ക്കാത്തത് അവരുടെ സങ്കടം വർദ്ധിപ്പിച്ചു.

അൻവർ അന്ന് അവൾക്കായി മനോഹരമായി ഗിറ്റാർ വായിക്കുകയും ബാക്കിയുള്ളർ നിശ്ശബ്ദരായി അത് കേട്ടിരിക്കുകയും ചെയ്തു. തിരിച്ചു പോരാൻ നേരം അവളുടെ കണ്ണ് കലങ്ങിയിരുന്നു. അവരുടെ സ്നേഹ ത്തിനു മുന്നിൽ സ്വയം നഷ്ടമാകുന്നതായി അവൾക്ക് അനുഭവപ്പെട്ടു.

പിറ്റേന്ന് രാവിലെ രജനി പോകാൻ തയ്യാറായി. ലൊക്കേഷനും റൂട്ട് മാപ്പും ജെന്ന അവൾക്ക് മെയിൽ ചെയ്തിരുന്നു. രഘു പോയി ഒരു ടാക്സി വിളിച്ചു വന്നു. വസ്ത്രങ്ങളും പുസ്തകങ്ങളും മറ്റും അടുക്കിവെച്ച ബാഗ് വണ്ടിയുടെ പിറകിൽ വെയ്ക്കുകയും ബാക്കി വന്നവ ഒരു കവറിലാക്കി പിടിക്കുകയും ചെയ്തു. ഇറങ്ങിയപ്പോൾ ജിഹ്ഫിയെയും ലുലിയെയും ആലിംഗനം ചെയ്ത് അവൾ യാത്ര പറഞ്ഞു.

അവൾ കയറിയതും ടാക്സി മെല്ലെ മുന്നോട്ട് നീങ്ങി. ലേഡീസ് ഹോസ്റ്റലിലെ കുറച്ചു കുട്ടികൾ വരാന്തയിലേക്കിറങ്ങി നിന്ന് കൈ വീശി കാണിക്കുന്നുണ്ടായിരുന്നു. അവരുടെ അറിവിൽ ലേഡീസ് ഹോസ്റ്റലിൽ നിന്ന് പുറത്തു പോകുന്ന ആദ്യത്തെ പെൺകുട്ടിയാണ് രജനി. അതുമൊരു ഒന്നാംവർഷ വിദ്യാർത്ഥിനി. അതിന്റെ അമ്പരപ്പ് അവരുടെ മുഖങ്ങളിൽ പ്രകടമായിരുന്നു.

രജനി പിന്നിലേക്ക് തിരിഞ്ഞു നോക്കിയപ്പോൾ കൂട്ടുകാർ ആറുപേരും വണ്ടി നീങ്ങുന്നതും നോക്കി അവിടെ തന്നെ നിൽപ്പുണ്ട്. അവർ സങ്കടപ്പെടുന്നുണ്ടോ? അവരല്ല, തന്റെ മനസ്സാണ് കരയുന്നത്. ഏതാനും മാസങ്ങളെ അവരുടെ കൂടെ ചെലവഴിച്ചുള്ളുവെങ്കിലും മെൻസ് ഹോസ്റ്റലിൽ എത്രയോ കാലം താൻ അന്തേവാസിയായിരുന്നുവെന്ന് അവൾക്ക് തോന്നി. കൂടുകൂട്ടിയ തണൽമരത്തെ പിന്നിലുപേക്ഷിച്ചു അനിവാര്യമായ വിധിയിലേക്ക് പറന്നകലുന്ന പക്ഷിയാണ് താൻ. ഋതുക്കൾ മാറി തിരിച്ചു പോകുന്ന ഓരോ ദേശാടനപക്ഷിയും വിശ്രമിച്ച മരച്ചില്ലകളെയോർത്തു ഇങ്ങനെ വേദനിച്ചിരിക്കില്ലേ?

ഹോസ്റ്റലിന്റെ ഓരത്തെ ചാമ്പമരങ്ങളും പൈൻ മരങ്ങളും മറി കടന്നു നൊബറ്റ്സിയ നഗരത്തിന്റെ പ്രധാന വീഥിയിലൂടെ കാബ് അവളെയും കൊണ്ട് ചീറി പാഞ്ഞു. പാതയ്ക്കിരുവശവും വാകപ്പൂ സമാനമായ ചുവപ്പു പൂക്കളുള്ള ലെക്കിബീൻ മരങ്ങൾ പടർന്നു നിൽക്കുന്നു. വലിയ വലിയ കെട്ടിട സമുച്ചയങ്ങൾ, ജ്യാമിതീയ വരകൾപോലെ നിയതമായ അകലങ്ങളിൽ നെടുകെയും കുറുകെയും നിരത്തുകൾ. ഹോസ്റ്റലിലെ സംരക്ഷിതവലയത്തിൽ നിന്ന് ഈ നഗരോദ്യാനത്തിലേക്ക്, നേർരേഖാനിരത്തുകളിലേക്ക്, അപരിചിതമായ നടപ്പാതകളിലേക്ക് എടുത്തെറിയപ്പെടുകയാണ് താൻ.

അഞ്ച്

നൂറ്റാണ്ടുകൾക്കു മുൻപ് വോൾസാനയിലേക്ക് കുടിയേറിയവരിൽ യൂറോപ്യർക്കു പുറമേ ആഫ്രിക്കയുടെ വടക്കുകിഴക്ക് നിന്നുമുള്ളവരുമുണ്ട്. അങ്ങനെയുള്ളൊരു അൾജീരിയൻ മുസ്ലീംകുടുംബം അവരുടെ വീടിനോട് ചേർന്ന് നിർമ്മിച്ച അതിഥി ഫ്ളാറ്റായിരുന്നു അത്. റൂമിനുള്ളിൽ മദ്യമരുത്, അപരിചിതർ കയറിയിറങ്ങരുത്, വൃത്തിയായി പരിപാലിക്കണം

എന്നീ നിബന്ധനകളിലാണ് ജെന്നയ്ക്ക് അവർ മിതമായ വാടകയിൽ ഫ്ളാറ്റ് നൽകിയിരിക്കുന്നത്. അവരുടെ കുട്ടികൾക്ക് അവധി ദിവസങ്ങളിൽ ജെന്ന ട്യൂഷനെടുത്തു കൊടുക്കാറുമുണ്ട്. രജനിയും ഇനി അതിന് സഹായിക്കേണ്ടി വരും.

ചെറുതെങ്കിലും ഭംഗിയുള്ള ഫ്ളാറ്റ്. ഇലക്ട്രിക് അടുപ്പുകളോട് കൂടിയ ഒരു കിച്ചണും വെള്ളം ചൂടാക്കാൻ ഉപയോഗിക്കുന്ന ഹീറ്റർ ഘടിപ്പിച്ച ബാത്ത്റൂം ഉൾപ്പെടെ അടിസ്ഥാന സൗകര്യങ്ങളുമുണ്ട്. പിറകിലെ വാതിൽ നീളത്തിലുള്ള ഒരു കോറിഡോറിലേക്ക് തുറക്കുന്നു. അവിടെ ഇറങ്ങി നിൽക്കുമ്പോൾ അണമുറിയാതെ കാറ്റ് വന്നു മുടിയിഴകളെ തഴുകി കടന്നു പോകുന്നു.

അത്ര ചെറുതല്ലാത്ത ഒരു പ്രശ്നം നിർദ്ധാരണം ചെയ്യുകയാണ് താനെന്ന് വരാന്തയിൽ തണുപ്പാർന്ന കാറ്റേറ്റ് കണ്ണുകളടച്ച് നിൽക്കവേ രജനിക്കു തോന്നി. ആദ്യ പടി ശരിയായി, ഇനി അടുത്തത്. പതിയെ യാണെങ്കിലും ഉത്തരത്തിലേക്കെത്താം.

ഇനി സന്ദേഹിയാകില്ലെന്നും അവൾ നിശ്ചയിച്ചു. പാർട്ട്ടൈം ജോലി ശരിയാക്കണം, ട്യൂഷൻഫീ അടയ്ക്കണം, വാടകവിഹിതം കൊടുക്കണം, അമ്മയെ സഹായിക്കാൻ ശ്രമിക്കണം. ഈ നാലു പടികൾ കൂടി ബാക്കി യുണ്ട്.

പാർട്ട്ടൈം ജോലിക്കായി പിറ്റേന്ന് തന്നെ അന്വേഷണം തുടങ്ങി. ഒരു കാര്യം താമസംവിനാ അവൾക്ക് ബോധ്യമായി. പരിചയക്കുറവും പ്രാദേശിക ഭാഷാ പരിജ്ഞാനമില്ലാത്തതും പ്രധാനതടസ്സം തന്നെയാണ്. റിസെപ്ഷൻ ജോലി കിട്ടാനിടയില്ല.

ക്യാമ്പസിൽ സ്റ്റുഡന്റ്സ് യൂണിയൻ നടത്തുന്ന കോഫീഷോപ്പിൽ ജോലിക്ക് ശ്രമിച്ചു. ഇപ്പോൾ ഒഴിവില്ലെന്ന മറുപടിയാണ് അവൾക്ക് ലഭി ച്ചത്. ഒഴിവ് വരുമ്പോൾ അറിയിക്കാമെന്നവർ പറഞ്ഞെങ്കിലും അത്രയും കാത്തിരിക്കാൻ കഴിയില്ലായിരുന്നു. ജെന്നയെ ഇനിയും ബുദ്ധിമുട്ടിക്കാൻ വയ്യ, യൂണിവേഴ്സിറ്റിയിൽനിന്നും കിട്ടുന്ന സ്റ്റൈപ്പെന്റാണ് വോൾസാ നയിലെ ജെന്നയുടെ ഏകവരുമാനം.

എന്തെങ്കിലുമൊരു ജോലിയെന്ന ചിന്ത രജനിയിൽ അനുദിനം വർദ്ധിച്ചു വന്നു. പാർട്ട്ടൈം ഇല്ലെങ്കിൽ അതിജീവനം അസാധ്യമാണ്. കാര്യമായി തിരച്ചിൽ നടത്തിയെങ്കിലും ഒന്നും ഫലവത്തായില്ല. അവളുടെ പ്രയാസം കണ്ടു ഒരു ദിവസത്തെ അവധിയെടുത്ത് ജെന്നയും കൂടെ ചെന്നു.

ഒറ്റയ്ക്ക് അന്വേഷിച്ച പോലെയല്ല, ജെന്നയുമൊത്തുള്ള നടത്തത്തിൽ ചില പുരോഗതികളുണ്ടായി. ഇപ്പോഴത്തെ സ്ഥിതിയിൽ രജനിക്ക് കിട്ടാവുന്ന ഏകതൊഴിൽ ഹോട്ടലിൽ വെയിറ്റ്റസിന്റേതാണ്. മറ്റു ജോലി കളൊന്നും പെട്ടെന്ന് ലഭിക്കില്ല.

വെയിറ്റ്റസ് ജോലിക്ക് ഭാഷയോ പ്രായമോ ഒരു പ്രശ്നമല്ല. അവസാനം അതുറപ്പിച്ചു. കെഎഫ്സിയിൽ മണിക്കൂറിനു ഇരുപത് വോൾസാന ഫ്രാങ്ക് കിട്ടും. അഞ്ചു യൂറോയ്ക്ക് തുല്യമാണത്. മണിക്കൂറിന് പതിനെട്ട് ഫ്രാങ്കെന്നത്, അവിടുത്തെ മാനേജരോട് സംസാരിച്ചു ജെന്ന ഇരുപതാക്കി ഉയർത്തിക്കുകയായിരുന്നു.

ക്ലാസ് കഴിഞ്ഞു വന്നാൽ ദിവസവും നാല് മണിക്കൂർ ജോലി ചെയ്യാം. അവധി ദിവസങ്ങളിൽ കൂടുതലും. പിറ്റേന്ന് തന്നെ ജോലിക്ക് ചെല്ലാമെന്നു രജനി ഏറ്റു. ജെന്നയുടെ സാമീപ്യം രജനിക്ക് നൽകിയ സമാധാനം ചില്ലറയല്ല. ഒരു പരിഭ്രമവുമില്ലാതെയാണ് ജെന്നയുടെ കൂടെ അപരിചിതമായ നഗരവീഥിയിലൂടെ അവൾ നടന്നു നീങ്ങിയത്.

പുറമേ നിന്ന് കാണുന്ന പോലെ ഹോട്ടലിലെ ജോലി അത്ര അനായാസകരമല്ല. പ്രതിസന്ധി മറികടക്കാനുള്ള ജീവന്മരണ പോരാട്ടമായതിനാൽ അതേക്കുറിച്ചൊന്നും അലോസരപ്പെടാതെ കഠിനമായി പണിയെടുത്തു. കപ്പുകളും ടിഷ്യൂപേപ്പറുകളും മേശകളിൽ കലാപരമായി അടുക്കി വെച്ച് മാനേജരുടെ മതിപ്പുപിടിച്ചു പറ്റി. അവധി ദിവസങ്ങളിൽ എട്ടുമണിക്കൂറോളം ജോലി ചെയ്യും. ജോലി കഴിഞ്ഞു റൂമിലെത്തി വിയർത്തു മുഷിഞ്ഞ യൂണിഫോം കഴുകിയിട്ട് കുളിക്കുമ്പോൾ അവളുടെ ചുണ്ടിലൊരു ചിരി പടരും. പണ്ട് സ്കൂളിൽ ചന്ദ്രികയായി അരങ്ങിൽ നിന്നതോർത്താണത്. ആടയാഭരണങ്ങളോടെ നിന്നിരുന്ന ചന്ദ്രികയെ ഇങ്ങനെയൊരവസ്ഥയിൽ കാണേണ്ടി വന്നിരുന്നെങ്കിൽ യഥാർത്ഥ രമണന്റെ മനസ്സ് വേദനിക്കുമായിരുന്നില്ലേ?

അതോ 'ആസ്വാദനങ്ങൾ നിൻ വാതിലിങ്കലാശ്രയിച്ചെപ്പോഴും കാവൽ നിൽക്കേ, പോരുന്നതെന്തിനുചന്ദ്രികേ, നീ പാറകൾ ചൂഴുമക്കാനനത്തിൽ...' എന്ന് പാടുന്നതിലെ വിരോധാഭാസമോർത്തു ചന്ദ്രികയെ വനത്തിലേക്ക് കൂടെ കൊണ്ടുപോകുമായിരുന്നോ?

രമണനായി അഭിനയിച്ച രഹാന ഇപ്പോൾ എവിടെയായിരിക്കും? ചിന്തകൾ ആ വഴിക്കും സഞ്ചരിച്ചു. കല്യാണം കഴിഞ്ഞിരിക്കുമോ? പ്ലസ്ടു കഴിഞ്ഞാലുടനെ കല്യാണം കഴിച്ചയയ്ക്കുന്ന രീതി മലബാറിൽ പലയിടത്തുമുണ്ട്. ചെറുപ്പത്തിൽ തന്നെ വിവാഹിതയായി പഠനമവസാനിപ്പിച്ചാൽ നഷ്ടമാകുന്നത് അറിവിന്റെയും അനുഭവങ്ങളുടെയും ഇത്തരമൊരു ലോകമല്ലേ? വിദ്യ അഭ്യസിക്കുന്നതോടൊപ്പം അധ്വാനത്തിന്റെ മഹത്ത്വമെന്തെന്ന് പഠിക്കുകകൂടിയാണ് താൻ.

'ദേഹാദ്ധ്വാനം ചെയ്തു കൊണ്ടുള്ള ജീവിതം, അഥവാ കർഷകന്റെയും കൈവേലക്കാരന്റെയും ജീവിതം, ഏറ്റവും മഹത്തരമാണ്.' സ്കൂളിൽ നിന്നും തനിക്ക് സമ്മാനമായി ലഭിച്ച ജോൺ റസ്കിന്റെ പുസ്തകത്തിൽ ഇങ്ങനെയൊന്നുണ്ടായിരുന്നതായി രജനിയോർത്തു ഈ ആശയത്തിൽ പ്രചോദിതനായാണത്രേ ഗാന്ധിജി ദക്ഷിണാഫ്രിക്കയിലെ

തന്റെ പത്രത്തിൽ എല്ലാവരും ദേഹാദ്ധ്വാനം ചെയ്യണമെന്ന് നിബന്ധന വെച്ചതും എല്ലാവർക്കും ഒരേ നിരക്കിൽ ശമ്പളം നിശ്ചയിച്ചതും.

ശാരീരികമായി അധ്വാനിക്കുന്നവരെയാണ് ആദരിക്കേണ്ടത്. മഴയും വെയിലുമേറ്റുള്ള അവരുടെ അക്ഷീണ പ്രവർത്തനഫലമായാണ് ഭക്ഷ്യ വസ്തുക്കൾ ലഭ്യമാകുന്നത്, നിർമ്മാണശാലകൾ ചലിക്കുന്നത്, ഏതൊരു നാടും അടിസ്ഥാനസൗകര്യങ്ങളാൽ ബലപ്പെടുത്തുന്നത്.

പ്രതിസന്ധിയിലൂടെ കടന്നു പോയതിനാലാണ് ഇത്തരം വലിയ സത്യ ങ്ങൾ അറിയാനിടവന്നത്. ഉറങ്ങാൻ കിടക്കുമ്പോൾ അവളാലോചിക്കും. അല്ലെങ്കിലും അനുഭവങ്ങളാണല്ലോ ഒരാളെ ജ്ഞാനിയാക്കുന്നത്, അനി ശ്ചിതത്വമാണ് പ്രയത്നങ്ങളെ രാകിമിനുക്കുന്നത്, ആഗ്രഹങ്ങളാണ് അതി ജീവനത്തിന് ഊടുംപാവും നെയ്യുന്നത്.

ആറ്

അച്ഛനെക്കുറിച്ച് രജനി ആരോടും പറഞ്ഞിട്ടില്ല. അച്ഛനുമായി ബന്ധ പ്പെട്ട ഓർമ്മകൾ ചോര പൊടിയുന്നൊരു മുറിവായി അവളുടെ മനസ്സി നടിത്തട്ടിൽ കിടപ്പുള്ളതുകൊണ്ടാണത്.

ദേവകിയും ഭർത്താവിനെക്കുറിച്ച് മക്കളെ അധികം ഓർമ്മിപ്പിക്കാറി ല്ലായിരുന്നു. എന്നാൽ ഓപ്പറേഷനുശേഷം പോസ്റ്റ്കാർഡിയാക് വാർഡിൽ കിടക്കുമ്പോൾ ദേവകി അതെല്ലാം ഓർത്തു പോയി.

രജനിക്ക് ആറുവയസ്സുള്ളപ്പോഴാണ് ആ സംഭവമുണ്ടാകുന്നത്. ജോലി കഴിഞ്ഞു വരേണ്ട സമയം പിന്നിട്ടിട്ടും ദാസൻ വന്നില്ല. രാത്രി വൈകി വരുന്ന സ്വഭാവം അദ്ദേഹത്തിനില്ലായിരുന്നതിനാൽ എന്തോ അനർത്ഥം സംഭവിക്കാൻ പോകുന്നതായി ദേവകിയുടെ മനസ്സ് പറഞ്ഞു.

രാജിയും കുട്ടനും ഉറങ്ങിയപ്പോഴും അച്ഛൻ വന്നിട്ടേ കഴിക്കൂന്ന് പറഞ്ഞു നോക്കിയിരുന്ന രജനി ഒടുവിൽ തളർന്നുറങ്ങിപ്പോയി. ചോറ് വിളമ്പി ദേവകി പിന്നെയും ഏറെ നേരം കാത്തിരുന്നു. എന്നാൽ ആ രാത്രി ദാസൻ വന്നില്ല. ആ രാത്രി മാത്രമല്ല, പിന്നെ ഒരു രാത്രിയിലും ദാസൻ വന്നില്ല.

പിറ്റേന്ന് രാവിലെയാണ് അറിയുന്നത്, വീട്ടിലേക്ക് വരുന്ന വഴിയിൽ കലുങ്കിനടിയിൽ ദാസൻ രക്തം വാർന്നു മരിച്ചു കിടക്കുന്നു. ഉടുപ്പിലെ രക്തമുൾപ്പെടെ മർദ്ദനമേറ്റതിന്റെ ലക്ഷണങ്ങളും ശരീരത്തിലുമുണ്ടായി രുന്നു.

ആരോ ഇരുമ്പുദണ്ഡുകൊണ്ട് തലയ്ക്കടിച്ച് കലുങ്കിലേക്ക് തള്ളിയിട്ട താണ്. പൊലീസ് വന്നു മൃതശരീരം പുറത്തെടുത്തപ്പോൾ അച്ഛന്റെ കിടപ്പു കണ്ട് രജനി വാവിട്ടു നിലവിളിച്ചു, ദേവകി ബോധരഹിതയായി വീണു.

കശുവണ്ടി തൊഴിലാളിയായിരുന്നു രജനിയുടെ അച്ഛൻ ദാസൻ. കൊല്ലപ്പെടുന്നതിനു രണ്ടുദിവസം മുൻപ് ദാസൻ ഒരു വശത്തും മേസ്ത്രിയും കൂട്ടാളികളും മറുഭാഗത്തുമായി വാക്കുതർക്കമുണ്ടായി. ഒരു സ്ത്രീതൊഴിലാളിക്ക് കൂലി കൊടുക്കാതെ കളിപ്പിച്ച പ്രശ്നത്തിൽ ദാസൻ ഇടപെട്ടതായിരുന്നു കാര്യം. ന്യായാന്യായങ്ങളേക്കാൾ അധഃസ്ഥിതനായ ദാസൻ തങ്ങളെ ചോദ്യം ചെയ്തത് അവർക്ക് സഹിക്കാവുന്നതിലും അപ്പുറമായിരുന്നു.

ജോലിസ്ഥലത്ത് ചെറിയ പ്രശ്നമുണ്ടായെന്ന് ദാസൻ ദേവകിയോട് അന്നുതന്നെ പറഞ്ഞിരുന്നു. അന്വേഷിക്കാൻ പൊലീസ് വന്നപ്പോൾ അക്കാര്യം ദേവകി പറഞ്ഞെങ്കിലും പൊലീസുകാർ അത് ശ്രദ്ധിക്കാൻ കൂട്ടാക്കിയില്ല.

മുൻകാലങ്ങളിൽ ജന്മിമാരും മാടമ്പിമാരും കർഷകത്തൊഴിലാളികളെ പാടവരമ്പത്തിട്ട് ചവിട്ടിക്കൊന്നിരുന്നെന്നും അത് പരിശോധിക്കാനോ കേസെടുക്കാനോ അന്നത്തെ നിയമപാലകർ തയ്യാറായിരുന്നില്ലെന്നും ദേവകി കേട്ടിരുന്നു. ആ മനോനില തന്നെയാണ് കാര്യമായ മാറ്റമില്ലാതെ വർഷങ്ങൾക്കിപ്പുറവും നിലനിൽക്കുന്നതെന്ന് വേദനയോടെ ദേവകി തിരിച്ചറിഞ്ഞു.

ദാസൻ കൊല്ലപ്പെട്ടപ്പോൾ ശവമടക്കാൻ ആദ്യം കുഴിയെടുത്തത് വീടു നിൽക്കുന്ന മൂന്നുസെന്റ് തൊടിയുടെ പിറകുവശത്തായിരുന്നു. ഗ്രാമത്തിലെ പുരാതന നായർത്തറവാട്ടുകാരുടെ ഇടിഞ്ഞു വീഴാറായ കുടുംബക്ഷേത്രത്തിന്റെ മുന്നിൽ നിന്നുനോക്കിയാൽ ദൃഷ്ടിയിൽ പെടുന്ന സ്ഥലമായിരുന്നു അത്. ക്ഷേത്രത്തിന്റെ പ്രവേശന കവാടത്തിൽ നിന്ന് ഒരു പുലയശവക്കുഴി കാണുന്നത് ക്ഷേത്രനടത്തിപ്പുകാർ പ്രശ്നമാക്കുകയും ആളുകൾ തടിച്ചുകൂടി ബഹളമാകുകയും ചെയ്തു. നിസ്സഹായയായ ദേവകി ഒറ്റയ്ക്ക് എന്ത് ചെയ്യാൻ? ഒടുവിൽ വീടിന്റെ മുൻവശത്താണ് ദാസനെ അടക്കം ചെയ്തത്.

അധഃസ്ഥിതരെ ഉപദ്രവിച്ചാൽ കാര്യമായ എതിർപ്പുകളുണ്ടാവില്ലെന്ന പൊതുബോധത്തിന് ദേവകിക്ക് പിന്നെയും വില കൊടുക്കേണ്ടി വന്നു. ദാസൻ മരിച്ച് ഒരാഴ്ച കഴിയുന്നതിനു മുൻപ് ഭർത്താവിനെ അടക്കിയ മുറ്റത്തെ പച്ചമണ്ണുണങ്ങാത്ത ശവക്കുഴി ചാടിക്കടന്ന് നാട്ടിലെ ഒരു പ്രമാണി അസമയത്ത് ദേവകിയുടെ വീട്ടിലെത്തി. ചുണ്ടിലെ വിടച്ചിരിയിൽ നിന്ന് തന്നെ അയാളുടെ ആഗമനോദ്ദേശ്യം വ്യക്തമായിരുന്നു. ആദ്യമൊന്ന് വിരണ്ടുപോയെങ്കിലും തന്റെ പ്രതിഷേധം തൃണവത്കരിച്ചു അയാൾ അകത്തേക്കു കടന്നപ്പോൾ ആത്മാഭിമാനത്തോടെ ജീവിച്ച ദാസന്റെ ജീവിതപങ്കാളിയാണ് താനെന്ന ഓർമ്മ നൽകിയ ധൈര്യത്തിൽ അകത്തു നിന്ന് വെട്ടുകത്തിയെടുത്തു വന്ന് ദേവകി അയാൾക്ക് നേരെ വീശി.

പേടിച്ചു വിറച്ച് ഒരു മൂലയിൽ ഇരിക്കുകയായിരുന്നു രജനി. രാജിയും കുട്ടനും ശബ്ദം കേട്ട് ഉണർന്നു കരഞ്ഞു. രംഗം പന്തിയല്ലെന്നു കണ്ട്

പ്രമാണി സ്ഥലം കാലിയാക്കി. മക്കളെ മൂന്നുപേരെയും ചേർത്തു പിടിച്ച് ദേവകി പുലരുവോളം ആ ഇരുപ്പിരുന്നു.

അദ്ധ്വാനിക്കുകയും കുടുംബത്തോടൊപ്പമിരുന്നു മെച്ചപ്പെട്ട ആഹാരം കഴിക്കുകയും ചെയ്യുക ദാസന്റെ ശീലമായിരുന്നു. വെയിലുകൊള്ളാനോ, പുറത്ത് പണിയെടുക്കാനോ ദേവകിയെ അയാൾ സമ്മതിച്ചിരുന്നുമില്ല. അതിനാൽതന്നെ ദേവകിക്ക് ഗ്രാമത്തിലെ മറ്റേതൊരു സ്ത്രീയെക്കാളും മിനുസമുള്ള ചർമ്മമുണ്ടായിരുന്നു.

ദാസൻ മരിച്ചതോടെ പ്രമാണിമാരുടെ കണ്ണുകൾ തന്റെ ശരീരത്തിലേക്ക് കൂടുതലായി തിരിയുന്നുണ്ടെന്നു തിരിച്ചറിഞ്ഞ് ദേവകി സന്ധ്യയാകുമ്പോൾതന്നെ വാതിൽ ഭദ്രമായടച്ച് ഒരു വെട്ടുകത്തി തലയണയ്ക്കടുത്ത് സ്ഥിരമായി സൂക്ഷിക്കാൻ തുടങ്ങി.

മക്കളെപ്പോറ്റാൻ വെയിലത്ത് നിന്ന് ജോലിയെടുക്കാൻ തുടങ്ങിയതോടെ ദേവകിയുടെ തൊലിയുടെ തിളക്കം കുറഞ്ഞു വന്നു. കഴുകക്കണ്ണുകളിൽ നിന്ന് രക്ഷ കിട്ടി തുടങ്ങിയപ്പോൾ അതൊരു അനുഗ്രഹമായി.

ദാസന്റെ മരണത്തിൽ കൂടുതൽ അന്വേഷണമൊന്നും ഉണ്ടായി കണ്ടില്ല. കീഴ്ജാതിക്കാരുടെ ദുരൂഹമരണങ്ങളിലെ അന്വേഷണം പൊതുസമൂഹത്തിനും നിയമപാലകർക്കും താത്പര്യമില്ലാതെ എങ്ങനെ നിലച്ചു പോകുന്നുവോ അത് തന്നെയായിരുന്നു ഇക്കാര്യത്തിലും സംഭവിച്ചത്. അപ്പുറത്ത് ഉള്ളവരെല്ലാം ശക്തിയും സ്വാധീനവുമുള്ളവരാകുമ്പോൾ ദേവകിക്ക് തനിച്ചെന്ത് ചെയ്യാൻ കഴിയും? അനീതികളെ വിധിയായി കണ്ടു സഹിക്കാൻ ശീലിച്ചു പോന്നിരുന്നു കീഴാളസമൂഹം. സഹായിക്കാൻ വൃദ്ധരായ മാതാപിതാക്കളല്ലാതെ മറ്റാരുമില്ലാത്തതിനാൽ ദേവകിയും ഇതേ നിസ്സഹായാവസ്ഥയിലായിരുന്നു.

എത്ര കഷ്ടപ്പെട്ടിട്ടായാലും മക്കളെ പഠിപ്പിക്കണമെന്നത് മാത്രമായി ദേവകിയുടെ ചിന്ത. ദാസൻ മരിച്ച് ഒരു വർഷത്തിനുള്ളിൽ ദേവകിക്ക് എംപ്ലോയ്മെന്റ് എക്സ്ചേഞ്ച് വഴി തപാൽ സർവീസിൽ ഒരു താല്ക്കാലിക ജോലി ശരിയായി. കൃത്യനിഷ്ഠയോടെയും താത്പര്യത്തോടെയും ദേവകി ജോലി ചെയ്തു. പ്രാതിനിധ്യലിസ്റ്റിൽ ഉൾപ്പെട്ട് ഒടുവിൽ ജോലി സ്ഥിരപ്പെട്ടപ്പോൾ ഒരു യുദ്ധം ജയിച്ച പ്രതീതിയായിരുന്നു ദേവകിക്ക്.

പോസ്റ്റ് ഓഫീസിൽ കൗണ്ടറിലിരിക്കുമ്പോൾ ആവശ്യങ്ങൾക്കായി എണീറ്റ് ഉള്ളിലേക്കു പോയാൽ വരിയിലുള്ള ഗ്രാമവാസികളിൽ പലരും 'പെലച്ചിയെ ജോലിക്കിരുത്തിയാൽ ഇങ്ങനെ തന്നെ, എന്ത് ചെയ്യാനാ, പെലക്കള്ളിയല്ലേ' എന്നൊക്കെ മുറുമുറുക്കുന്നത് ദേവകി കേട്ടു. മേൽജാതിയിലെ സ്ത്രീകൾ അവരുടെ ആഢ്യത്വ ചിഹ്നങ്ങൾ ധരിച്ചു കൗണ്ടറിലിരിക്കുമ്പോൾ ഇതേ ആളുകൾ ആദരവും ഭവ്യതയും കാണിക്കുന്നതും ദേവകി കണ്ടിട്ടുണ്ട്. ആദ്യമൊക്കെ വിഷമം തോന്നിയെങ്കിലും പിന്നീടതിനൊന്നും ചെവി കൊടുക്കാതെയായി. ജാതിപ്പേർ വിളിച്ചു

ആക്ഷേപിക്കുകയും കീഴാളസ്ത്രീകളാണെങ്കിൽ 'കള്ളി' എന്ന വിശേഷണം ചേർക്കലും അന്ന് പതിവായിരുന്നു.

കരുപ്പാട്ട് നിന്നും വടക്കേമലബാറിലെ സെൻട്രൽ പോസ്റ്റോഫീസിലേക്ക് സ്ഥാനക്കയറ്റം കിട്ടി ചെന്നപ്പോൾ ജാതിവിവേചനപ്രശ്നങ്ങൾ കുറെയേറെ പരിഹരിക്കപ്പെട്ടു കഴിഞ്ഞിരുന്നു. നഗരമായതിനാലും വെയിലേൽക്കാതായി തിരിച്ചു വന്ന നിറം കാരണവും ആരും ജാതി അന്വേഷിച്ചില്ല. ദേവകി പറയാനും പോയില്ല.

ഓപ്പറേഷൻ സമയത്ത് തനിക്ക് എന്തെങ്കിലും സംഭവിച്ചാൽ മക്കൾക്ക് ആരുണ്ടെന്ന കാര്യമോർത്ത് ഉള്ളിൽ വല്ലാത്തൊരു ഭയം തികട്ടി വന്നിരുന്നു. എന്നാൽ രജനിയവിടെ സ്വന്തം കാലിൽ നിന്ന് പഠിക്കാൻ തുടങ്ങിയ വിവരം വലിയ ആശ്വാസത്തോടെയാണ് ദേവകി കേട്ടത്. ഹോട്ടലിൽ പണിയെടുത്ത് തന്റെ ചികിത്സയ്ക്ക് കൂടി മകൾ പണമയച്ചിരിക്കുന്നുവെന്നറിഞ്ഞപ്പോൾ ദേവകിയുടെ കണ്ണുകൾ പതിവില്ലാത്ത വിധം നിറഞ്ഞൊഴുകി.

ഏഴ്

രണ്ടാംസെമസ്റ്റർ പരീക്ഷ കഴിഞ്ഞതും നാല്പത് ദിവസം അവധി. രജനിയുടെ ക്ലാസ് അടച്ചു. കൂട്ടുകാരിൽ മിക്കവരും നാട്ടിലേക്ക് പോകുന്ന വിവരമറിഞ്ഞെങ്കിലും രജനിക്കു പോകാൻ നിവൃത്തിയില്ലായിരുന്നു. ഹോട്ടലിൽ നിന്നും ശമ്പളം മുൻകൂറായി വാങ്ങിയത് ജോലിയെടുത്തു വീട്ടണം. അടുത്ത സെമസ്റ്ററിനുള്ള ഫീസുണ്ടാക്കുകയും വേണം. അമ്മ തന്നെ കാണാൻ ആഗ്രഹം പറഞ്ഞിട്ടും പോകാൻ കഴിയാത്തതിലെ വിഷമമൊഴിച്ചാൽ അവധിക്കാലത്ത് ജോലി ചെയ്യുന്നതിൽ അവൾക്കു മാനസിക പ്രയാസമൊന്നുമില്ല, സ്വന്തം കാലിൽ പഠനം മുന്നോട്ട് കൊണ്ടുപോകുന്നതിൽ അവൾ സംതൃപ്തയാണ്.

ആ ഒഴിവുകാലം രജനിയുടെ ജീവിതത്തെ അക്ഷരാർത്ഥത്തിൽ മാറ്റിമറിക്കുകയായിരുന്നു. പാർട്ട്ടൈം ജോലി കഴിഞ്ഞാൽ നേരെ റൂമിലെത്തും. തീസീസ് തയ്യാറാക്കാനുള്ളതിനാൽ യൂണിവേഴ്സിറ്റിയിൽ നിന്നും വന്നാൽ പിന്നെ ജെന്നയും അധികം പുറത്ത് പോകാറില്ല.

ജെന്നയ്ക്ക് എല്ലാത്തിലും സ്വന്തമായൊരു കാഴ്ചപ്പാടുണ്ടെന്ന് കൂടുതലടുത്തപ്പോൾ രജനിക്കു മനസ്സിലായി. ദക്ഷിണാഫ്രിക്കയെക്കുറിച്ച് കൂടുതലറിയാനും ലോകമെന്ന വിശാലതയിലേക്ക് കണ്ണ് തുറക്കാനും ഈ ആത്മബന്ധം കുറച്ചൊന്നുമല്ല അവളെ സഹായിച്ചത്.

ജെന്നയുടെ പിതാമഹൻ ഗാന്ധിയുടെ ആത്മമിത്രമായിരുന്ന കെലൻബാക്കാണ്. കേട്ടപ്പോൾ രജനി അടിമുടി അമ്പരന്നു പോയി. പുസ്തകത്തിലൂടെ മാത്രം പരിചയിച്ചിരുന്ന കാര്യങ്ങൾ തൊട്ടുമുന്നിൽ ജീവനോടെ

വന്നു നിൽക്കുന്നതായി അവൾക്ക് തോന്നി. ഗാന്ധിജിയുടെ സത്യാഗ്രഹ ആശയത്തിന് ദക്ഷിണാഫ്രിക്കയിൽ സർവ്വപിന്തുണയും നൽകിയിരുന്ന ആളായിരുന്നല്ലോ കെലൻബാക്ക്. അദ്ദേഹവും ഗാന്ധിയും തമ്മിൽ നട ത്തിയ കത്തിടപാടുകളുടെ യഥാർത്ഥ കോപ്പി ജെന്നയുടെ വീട്ടിൽ ഇ പ്പോഴും ഫ്രെയിം ചെയ്തു സൂക്ഷിച്ചു വെച്ചിട്ടുണ്ടത്രെ. ജെന്ന അത് പറ ഞ്ഞപ്പോൾ രജനിയുടെ വിസ്മയത്തിനു അതിരുകളില്ലായിരുന്നു.

ജെന്നയുടെ കൂടെ ഒരിക്കൽ ദക്ഷിണാഫ്രിക്കയിൽ പോകാനും ഗാന്ധി സ്മൃതികളാൽ സമ്പന്നമായ ഡർബനും പ്രിട്ടോറിയയടക്കമുള്ള സ്ഥല ങ്ങൾ കാണാനും രജനിക്ക് വലിയ ആഗ്രഹമുണ്ടായി.

ജെന്നയുമായുള്ള സൗഹൃദഭാഷണങ്ങൾക്കൊപ്പം ആ ഒഴിവുകാലം രജനിക്ക് നൽകിയ മറ്റൊരു പ്രത്യേകത മുടങ്ങിപ്പോയ വായന പുനരാ രംഭിക്കാനായി എന്നതാണ്. നാട്ടിൽ നിന്നു കൊണ്ടുവന്ന പുസ്തകങ്ങൾ, ഷാ തങ്ങൾ സമ്മാനിച്ച സൂഫി സമാഹാരമുൾപ്പെടെ, മിക്കതും തൊട്ടു നോക്കാതെ കിടപ്പുണ്ടായിരുന്നു. ഓരോന്നായി അവൾ വായിക്കാൻ ആരംഭിച്ചു.

പഴയ കൂട്ടുകാരുടെ അടുത്തു ഒരിക്കൽ കൂടി പോകണമെന്ന അവ ളുടെ മോഹം മാത്രം എന്തുകൊണ്ടോ നടപ്പിലായില്ല. ചാമ്പമരങ്ങളും അണ്ണാറക്കണ്ണനും അവിടുത്തെ കാറ്റ് പോലും തനിക്കു നഷ്ടമായ തായിതോന്നി. ജോസ് ഇടയ്ക്ക് അവന്റെ വിശേഷങ്ങൾ പറയാൻ രജ നിയെ തിരഞ്ഞ് അവളുടെ ക്ലാസ്സിനടുത്തേക്ക് ചെല്ലും. അവൾ പോന്ന തിനു ശേഷം കൂട്ടായ്മയുടെ താളം പോയെന്ന് അവൻ സങ്കടം പറഞ്ഞി രുന്നു.

എല്ലാവരും ചെറുഗ്രൂപ്പുകളായി വേർതിരിഞ്ഞത്രെ. ശ്രീരാജും അൻ വറും പഠിത്തം ഒരുമിച്ചായി. ജോസും സന്ദീപും അവരുടെ മുറിയിലും. പാചകവും ഒരുമിച്ചല്ല. കൂട്ടത്തിൽ പൂർണ്ണമായും ഒറ്റതിരിഞ്ഞു പോയത് രഘുവാണ്. പുലരുന്നതുവരെ അശ്ലീല സൈറ്റുകളിലെ ചാറ്റിങ്ങിൽ മുഴുകുന്നതിനാൽ പഠനകാര്യത്തിൽ ശ്രദ്ധ തീരെ ഇല്ലാതായിരിക്കുന്നു. പകൽ പലപ്പോഴും ക്ലാസ്സിൽ വരാതെ കിടന്നുറങ്ങും. എല്ലാം കേട്ട പ്പോൾ ഒരിക്കൽ കൂടി അവിടെ പോണമെന്നും എല്ലാവരും കൂടി കുറച്ചു നേരം പഴയപോലെ ഒന്നിച്ചിരിക്കണമെന്നും അവൾക്കു മോഹ മുണ്ടായി.

ഒരു ദിവസം പാർട്ട്ടൈം ചെയ്യുന്ന ഹോട്ടലിൽ വെച്ച് തികച്ചും അപ്രതീക്ഷിതമായി അവൾ രഘുവിനെ കണ്ടു. തന്റെ ചൈനീസ് കൂട്ടു കാരിയുമൊത്ത് ഭക്ഷണം കഴിക്കാനെത്തിയതായിരുന്നു അവൻ. രജനിയെ കണ്ടതും കൂടെ ചൈനക്കാരിയുള്ളതിനാൽ അവൻ ആദ്യ മൊന്നു പരിഭ്രമിച്ചു. ജോലി കഴിഞ്ഞ് ഇറങ്ങാൻ തുടങ്ങുകയായിരുന്നു രജനി. “ഞാൻ ഒരു പത്ത് മിനുട്ട് കൊണ്ട് വരാം” അവൻ രജനിയോട് പറഞ്ഞു.

ഏറെ നേരമായിട്ടും കാണാത്തതിനാൽ റൂമിലേക്ക് പോയാലോന്ന് രജനി ആലോചിക്കവേ ചൈനക്കാരിയെ വിട്ട് അവൻ അവളുടെ അരികിലേക്ക് വന്നു. അവരിരുവരും സംസാരിച്ചു മെട്രോ സ്റ്റേഷനിലേക്ക് നടന്നു.

"നീ ഇപ്പോഴും ഇതൊന്നും നിർത്തിയിട്ടില്ല, അല്ലേ?" രജനി ചോദിച്ചു.

രഘു അറിയാത്ത ഭാവത്തിൽ അവളെ നോക്കി. അവൾ പക്ഷേ വിടാനുള്ള ഭാവമുണ്ടായിരുന്നില്ല.

"നിനക്ക് പഠിത്തത്തിലൊന്നും ഒട്ടും ശ്രദ്ധയില്ലാന്നു കേട്ടു. ഫൈനൽ സെം ആയില്ലേ?"

"ഇതൊക്കെ ആര് പറഞ്ഞു?"

"അവിടെയില്ലെന്നു കരുതി ഞാനൊന്നും അറിയില്ലേ?"

അവൻ നിശ്ശബ്ദനായി. ശരിയാണ്, രജനി തങ്ങളിൽ ഒരാളായിരുന്നു. രഘു ഓർത്തു.

"നോക്ക് രഘൂ, ചൈനീസ് പെൺകുട്ടികൾക്ക് റെസ്റ്റോറന്റിൽ കയറാൻ ഒരു കൂട്ട്. അതിൽ കവിഞ്ഞൊരു ആഴവും പരപ്പും ഇതിനില്ല. അവർ തമാശയായി പറയുന്നത് ഞാൻ നേരിട്ട് കേട്ടിട്ടുണ്ട്. നിനക്കും അറിയാതിരിക്കില്ലല്ലോ."

അവൾ ഒന്ന് നിർത്തി അവന്റെ മുഖത്ത് നോക്കി പിന്നെ തുടർന്നു. "ഞാൻ കുറ്റപ്പെടുത്തുകയല്ല. അച്ഛൻ കഷ്ടപ്പെട്ടാണ് നിന്നെ പഠിപ്പിക്കുന്നതെന്ന് നീ തന്നെയല്ലേ മുൻപ് പറഞ്ഞത്? എന്നിട്ടാണോ ഇത്രയും ശ്രദ്ധയില്ലാത്തവനാകുന്നത്?"

"രജനി... ഞാൻ..."

"നോക്ക് രഘൂ... നിന്റെ കണ്ണുകൾ ഉള്ളിലേക്ക് കുഴിഞ്ഞു തുടങ്ങിയിരിക്കുന്നു. കൺതടങ്ങളിൽ കറുപ്പ് വീണിരിക്കുന്നു. നീ അറിയുന്നുണ്ടാകില്ല, പക്ഷേ ചുറ്റുമുള്ളവർ നിന്റെ മാറ്റം ശ്രദ്ധിക്കുന്നുണ്ട്."

രഘു അസ്വസ്ഥനായി. "ഞാനെന്ത് ചെയ്യുന്നൂന്നാ നീ പറയുന്നത്?"

"നീ എന്തിനാണ് പുലരുവോളം ചാറ്റ് ചെയ്തിരിക്കുന്നത്?"

രഘു ഒരു നിമിഷം നിശ്ശബ്ദനായി, രജനിക്ക് എല്ലാം അറിയാം.

"ഇതിൽ നിന്നൊക്കെ മാറണമെന്ന് പലപ്രാവശ്യം ഉറപ്പിച്ചതാണ്... പക്ഷേ...കഴിയുന്നില്ല."

അവന്റെ പരവേശം കണ്ട് രജനി ബാഗിൽനിന്ന് വെള്ളമെടുത്ത് നൽകി.

"ഞാൻ കുറ്റപ്പെടുത്തിയതല്ല, നിന്റെ പ്രായത്തിലുള്ള പല ആൺകുട്ടികളുടെയും പ്രശ്നമാണിത്."

അവരിരുവരും നടന്ന് മെട്രോ സ്റ്റേഷനരികിൽ എത്തിയിരുന്നു. ട്രെയിൻ കാത്തുനിൽക്കവേ രഘുവിന്റെ മൂകത കണ്ട് അവൾ അവനോടു ചോദിച്ചു.

“രഘു സൂഫിക്കഥകൾ വായിച്ചിട്ടുണ്ടോ...?”

“ഇല്ല, എന്തേ?” അവൻ നിഷേധാർത്ഥത്തിൽ തലയാട്ടി പറഞ്ഞു.

“എന്നാൽ ട്രെയിൻ വരുന്നത് വരെ ഞാനൊരു കഥ പറയാം. ഇതിലെ കഥാപാത്രങ്ങളായ റാബിയയും ഹസനും ഒരിക്കൽ സംസാരിച്ചു നിൽക്കുകയായിരുന്നു.

> റാബിയ ഹസനോട് ചോദിച്ചു: “ദൈവം ധിഷണയെ എങ്ങനെയാണ് മനുഷ്യർക്കിടയിൽ വീതിച്ചു നൽകിയത്?”
>
> “ധിഷണയെ ദൈവം പത്തു ഭാഗങ്ങളാക്കി. അതിൽ ഒമ്പതും പുരുഷനു നൽകി. ഒന്ന് സ്ത്രീക്കും കൊടുത്തു.” ഹസൻ അഭിമാനത്തോടെ പറഞ്ഞു.
>
> “എങ്കിൽ ലൈംഗികതയെ എങ്ങനെയാണ് അവൻ ഓഹരി വെച്ചത്?” റാബിയ വീണ്ടും ചോദിച്ചു.
>
> “ലൈംഗികതയെ പത്തു ഭാഗങ്ങളാക്കി. അതിൽ ഒൻപതു ഭാഗവും സ്ത്രീക്ക് നൽകി. ഒന്ന് പുരുഷനും.”
>
> ഹസന്റെ മറുപടി കേട്ട റാബിയ പറഞ്ഞു: “നോക്കൂ... ധിഷണയുടെ ഒൻപതു ഭാഗവും ലഭിച്ചിട്ടും ഒരു ഭാഗം ലൈംഗികതയെ ജയിക്കാനാവാതെ അലയുകയാണ് പുരുഷൻ. എന്നാൽ ലൈംഗികത അലയടിച്ചുവരുമ്പോഴും ധിഷണയുടെ ഒരു ഭാഗംകൊണ്ട് അവയെ നിയന്ത്രിച്ചു നിർത്തുന്നവളാണ് സ്ത്രീ. ഇതാണ് സ്ത്രൈണതയുടെ ആന്തരികശക്തി.”
>
> റാബിയ പറഞ്ഞപ്പോൾ ഹസൻ മൗനിയായി...

“ഇത് ഉള്ള കഥയാണോ... അതോ നീ ഇപ്പോൾ ഉണ്ടാക്കിയതോ?”

രഘുവിന്റെ ചോദ്യം കേട്ടു അവൾ ചിരിച്ചു. സ്ത്രീപുരുഷധിഷണാ വ്യത്യാസത്തിൽ യോജിപ്പില്ലെങ്കിലും കഥയിലെ പുരുഷലൈംഗിക നിയന്ത്രണമില്ലായ്മയിൽ കാര്യമുണ്ടെന്ന് അവൾക്കു തോന്നുന്നുണ്ട്. രജനിക്ക് പോകാനുള്ള ട്രെയിൻ എത്തിയിരുന്നു. ട്രെയിനിൽ കയറുമ്പോൾ അവൾ രഘുവിനോട് വിളിച്ചു പറഞ്ഞു

“ഇത് റാബിയേടേ കഥ തന്നെയാ... പക്ഷേ ഇപ്പോ നീ വെച്ചോ. നിനക്ക് ആവശ്യമുണ്ട്.”

അവളെയും വഹിച്ചു ട്രെയിൻ അകന്നു പോകുന്നതും നോക്കി രഘു അവിടെതന്നെ നിന്നു.

നാല്

സ്വന്തത്തെ പ്രതിഫലിപ്പിക്കുന്ന നിലക്കണ്ണാടിയാണ് ഓരോ ജീവിത പ്രതിസന്ധിയും. അന്ന് ഹോസ്റ്റലിൽ നിന്നും പുറത്തു വന്നില്ലായിരുന്നെങ്കിൽ, ആ കോമ്പൗണ്ടിലെ നാല് മതിലുകൾക്കുള്ളിൽ ഒതുങ്ങിപ്പോകുകയും ജീവിതാനുഭവങ്ങൾ ശുഷ്കമായിപ്പോകുകയും ചെയ്തേനേ.

മുൻപ് ഏതു ബസ്സ് കയറണമെന്നറിയാതെ തെരുവിൽ പകച്ചു നിന്നതും ഇറങ്ങേണ്ട സ്ഥലമറിയാതെ മെട്രോട്രെയിനിൽ കറങ്ങിയതുമായ അനുഭവങ്ങൾ അവൾക്കുണ്ടായിട്ടുണ്ട്. ഇപ്പോൾ നഗരത്തിന്റെ മുക്കും മൂലയും അവൾക്കു പരിചിതമാണ്. ക്ലാസിലെ മംഗോളിയൻ വിദ്യാർത്ഥിനികൾ പഠനോപകരണങ്ങൾ വാങ്ങാൻ അവളെയാണ് ഇപ്പോൾ പലപ്പോഴും കൂടെ കൂട്ടാറ്.

ജെന്നയെ കണ്ടുമുട്ടിയതും രജനിയുടെ ജീവിതത്തിലെ ഒരു വഴിത്തിരിവാണ്. ആഫ്രിക്കൻ ഭക്ഷണരീതികളുടെ പരീക്ഷണം, ലോകവാർത്തകൾ ശ്രദ്ധിക്കുക എന്നിവ കൂടി ഈ സഹവാസം മൂലം അവളുടെ അഭിരുചികളായി.

ലോകത്ത് വിവിധ ഭക്ഷണരീതികളുണ്ടെന്നും അത് തീർത്തും ഓരോരുത്തരുടേയും വ്യക്തിസ്വാതന്ത്ര്യത്തിന്റെ പരിധിയിൽപെടുന്ന കാര്യമാണെന്നും തനിക്കിഷ്ടമാകുന്നില്ല എന്നതിനാൽ അതിലിടപെടേണ്ട കാര്യം മറ്റൊരാൾക്കില്ലെന്നും രജനിക്ക് കൂടുതൽ ബോധ്യപ്പെട്ടത് ഇക്കാലത്താണ്. മുൻപ് ഹോസ്റ്റലിലായിരിക്കെ ഫ്രിഡ്ജിൽ ചൈനക്കാരികളുടെ ഭക്ഷണം കാണുമ്പോൾ അവൾക്ക് അസ്വസ്ഥത തോന്നിയിരുന്നു. ബാലിശമായ ചിന്തയായിരുന്നു അതെന്നും അതിന്റെ പേരിൽ അവരുമായി വഴക്കിടാഞ്ഞത് നന്നായെന്നും അവൾക്കിപ്പോൾ തോന്നുന്നുണ്ട്.

ടെറസ്സിലെ ഒരു ചട്ടിയിൽ രജനി മുളക് തൈ നട്ടുവളർത്തിയിരുന്നു. അവളുണ്ടാക്കുന്ന ദോശയും ചമ്മന്തിയും ജെന്നയും കഴിക്കാൻ തുടങ്ങി. പലപ്പോഴും എരിവുകൊണ്ട് ജെന്നയുടെ കണ്ണ് നിറയാറുണ്ട്. അതുകണ്ട് രജനി ചിരിക്കും.

ജെന്ന കുക്ക് ചെയ്യുന്നതിൽ രജനിക്കേറ്റവും ഇഷ്ടം ഐവോറിയൻ ഫ്രൈ സ്നാക്കാണ്. ഐവറികോസ്റ്റിലാണ് ഇതിന്റെ ഉത്ഭവമെങ്കിലും ആഫ്രിക്കയിലുടനീളം ഇപ്പോഴത് പ്രിയങ്കരമാണ്. വാരാന്ത്യങ്ങളിൽ ഇരുവരും ചേർന്ന് വിവിധതരം സ്റ്റൂവുണ്ടാക്കും. ഉണക്കമുന്തിരിയും പൈനാപ്പിളും കാരറ്റും ചേർത്തുള്ള ആഫ്രിക്കൻ സലാഡ് അവരുടെ തീൻമേശയിലെ ഒരു സ്ഥിരം വിഭവമായി. അത് കഴിച്ചു തുടങ്ങിയതിൽ പിന്നെ രജനിയുടെ മുഖകാന്തി വർദ്ധിച്ചു.

ഇരുവരും തുടർന്ന ഗാന്ധിയൻ ചർച്ചകളും രജനിയുടെ ജീവിതത്തിൽ വേറിട്ട ചില അനുഭവങ്ങൾ തീർക്കുന്നുണ്ടായിരുന്നു. ഒരിക്കൽ ഇലക്ട്രോണിക്സ് ലാബിൽ ഗ്രൂപ്പുകളായി തിരിഞ്ഞു എക്സ്പിരിമെന്റ്

ചെയ്യുകയായിരുന്നു രജനിയും ടീമിലെ അഞ്ചുപേരും. ആവേശത്തോടെയാണ് അവർ അത് ചെയ്തു തുടങ്ങിയത്. എന്നാൽ സമർപ്പിക്കേണ്ടതിനു തലേദിവസം മെയിൻബോർഡ് അവിചാരിതമായി താഴെ വീണു. രജനിയുടെ കാലിനു മുകളിലൂടെയാണ് അവ നിലംപതിച്ചത്. ഡയോഡുകളും കപ്പാസിറ്ററുകളും സ്ഥാനം തെറ്റി പറിഞ്ഞു പോയി.

ഗ്രൂപ്പ് അംഗങ്ങളെല്ലാം ആകെ പരിഭ്രമിച്ചു. ഒരാഴ്ചയോളം നീണ്ട പ്രയത്നമാണ് നിഷ്ഫലമായത്. പ്രൊഫസറുടെ മുന്നിൽ പിടിച്ചു നിൽക്കാൻ ഒരു കാരണം വേണമെന്നതിനാൽ വോൾസാനക്കാരിയായ ഗ്രൂപ്പ് ലീഡർ കുറ്റം രജനിയുടെമേൽ ആരോപിച്ചു ശബ്ദമുയർത്തി. അവളാകുമ്പോൾ മറ്റു കുട്ടികളും പ്രതികരിക്കില്ലെന്ന് ലീഡർക്ക് തോന്നിയിരുന്നു. അതുതന്നെയാണ് സംഭവിച്ചതും. ആദ്യമായാണ് ക്ലാസ്സിൽ അത്തരമൊരു ഒറ്റപ്പെടൽ അവൾ അഭിമുഖീകരിച്ചത്.

ചെയ്യാത്ത കാര്യത്തിനു ലഭിച്ച കുറ്റപ്പെടുത്തൽ അമർഷവും വേദനയുമുളവാക്കിയെങ്കിലും തിരിച്ചു അതേ നാണയത്തിൽ ശബ്ദമുയർത്താൻ അവൾ തയ്യാറായില്ല. ആരോപണം ബോധപൂർവമായതിനാൽ അത്തരമൊരു പ്രതികരണത്തിൽ വലിയ കാര്യമില്ലെന്ന് അവൾക്ക് മനസ്സിലായിരുന്നു. തറയിൽ കുനിഞ്ഞിരുന്നു ചിതറിപ്പോയ സാധനങ്ങളോരോന്നായി സാവധാനം പെറുക്കിയെടുത്ത് ഡയഗ്രം നോക്കി അതാതിന്റെ സ്ഥാനത്ത് പുനഃസ്ഥാപിക്കാൻ ഒരു പ്രയത്നം അവൾ നടത്തിനോക്കി. വിജയിക്കാൻ ഒരു ശതമാനം പോലും സാധ്യതയില്ലെന്ന് അവൾക്കുതന്നെ ബോധ്യമുള്ള ശ്രമകരമായ ദൗത്യമായിരുന്നു അത്. പിറ്റേന്ന് രാവിലെയാണ് സമർപ്പിക്കേണ്ടത്. മൂന്നു മണിക്കൂറോളം ലാബിൽ തന്നെയിരുന്ന് ഒരു വിധത്തിൽ എല്ലാം അവൾ റീ കണക്റ്റ് ചെയ്തു. സർക്യൂട്ടുകൾ മുറിഞ്ഞു പോയത് കാരണം ഒന്നും ഉദ്ദേശിച്ചപോലെ പ്രവർത്തിക്കുന്നുണ്ടായിരുന്നില്ല.

പിറ്റേന്ന് പ്രൊഫസ്സർ വന്നപ്പോൾ ഉണ്ടാക്കുന്നതിനിടെ അബദ്ധത്തിൽ താഴെ വീണു കേടുകൾ സംഭവിച്ചുവെന്ന ആമുഖത്തോടെ പാതി പ്രവർത്തിക്കുന്നത് അവർ കാണിച്ചു കൊടുത്തു. ലീഡർ അപ്പോഴും മൂകയായി നിൽക്കുകയായിരുന്നു.

റിസൾട്ട് വന്നപ്പോൾ ഏവരെയും അത്ഭുതപ്പെടുത്തികൊണ്ട് അവർക്ക് മെച്ചപ്പെട്ട ഗ്രേഡ് ലഭിച്ചു. വ്യത്യസ്തവും പുതുമയുള്ളതുമായ എക്സ്പിരിമെന്റായതും ചോദ്യങ്ങൾക്ക് അവർ മറുപടി നൽകിയതുമായിരുന്നു അവരുടേതിനെ മികച്ചതാക്കിയത്. അനാവശ്യമായ കുറ്റപ്പെടുത്തൽ കേൾക്കേണ്ടി വന്നിട്ടും അതിനോട് പ്രതികരിക്കാതെ അസൈന്റ്മെന്റ് പൂർത്തിയാക്കാൻ ശ്രമിച്ചതിന് ടീമിലെ മറ്റു കുട്ടികൾ രജനിയോട് നന്ദി പറഞ്ഞു.

സമയത്ത് സബ്മിറ്റ് ചെയ്യാൻ കഴിയില്ലെന്ന നിരാശയും ഗ്രൂപ്പ് ലീഡറെന്ന നിലയിൽ താൻ ഉത്തരവാദിയാകുമെന്ന ആധിയുമായിരുന്നു

രജനിയെ പഴിചാരി രക്ഷപ്പെടാൻ വോൾസാനക്കാരിയായ ലീഡറെ പ്രേരിപ്പിച്ചത്. എന്നാൽ റിസൾട്ട് വന്നപ്പോൾ ലീഡറുടെ മുഖത്ത് കുറ്റബോധം പ്രകടമായിരുന്നു. രജനിയുടെ അടുത്തു വന്ന് ഒന്നിലധികം തവണ ലീഡർ മാപ്പ് പറഞ്ഞു.

വൈകാരികമായി പെരുമാറാതിരിക്കാൻ ഗാന്ധിയൻ ചിന്തകളാണ് തനിക്ക് പ്രചോദനമായതെന്നു കൃതജ്ഞതയോടെ രജനിയോർത്തു. ആയിടയ്ക്കവൾ വായിച്ച ഗാന്ധി, ദർശനവും ജീവിതവുമെന്ന പുസ്തകത്തിൽ ജനറൽ സ്മർട് സെന്ന ക്രൂരനായ ജയിലുദ്യോഗസ്ഥന്റെ കീഴിൽ ഗാന്ധിജി ദക്ഷിണാഫ്രിക്കയിൽ കാരാഗൃഹത്തിൽ കഴിഞ്ഞ കാലഘട്ടത്തെക്കുറിച്ചു വിവരിക്കുന്നുണ്ടായിരുന്നു. കഠിനതടവിലും വെറുതെയിരിക്കാതെ അദ്ദേഹം ചെരുപ്പുണ്ടാക്കാൻ പഠിച്ചു. രണ്ടു വർഷത്തിനുശേഷം ജയിൽമോചിതനായി പോകവേ തന്റെ കൈകൊണ്ട് തുന്നിയുണ്ടാക്കിയ ഒരു ജോടി തുകൽ ചെരിപ്പുകൾ ഗാന്ധി സ്മർട് സെന്നിനു നൽകി. അകാരണമായി തന്നെ ഉപദ്രവിച്ച ജയിലർക്കുള്ള അദ്ദേഹത്തിന്റെ സമ്മാനം.

വർഷങ്ങൾക്കുശേഷം ഒരു ജന്മദിനത്തിൽ സ്മർട്സിന്റെ കുറിപ്പ് ഗാന്ധിജിയെ തേടി വന്നു. 'ആ ചെരിപ്പ് പിന്നീടുള്ള പല വേനൽക്കാലത്തും ഞാനുപയോഗിച്ചു. എന്നിട്ടും താങ്കളുടെ കാലടികൾ പിന്തുടരാൻ ഞാൻ യോഗ്യനല്ലെന്ന് എനിക്കിപ്പോൾ ബോധ്യമാകുന്നു.'

കുറ്റം ചെയ്തയാളുടെ മനസ്സിനെ സംസ്കരിക്കാനുള്ള ശക്തി ഗാന്ധിയൻ ചിന്തകളിൽ അന്തർലീനമാണെന്ന് അവൾക്കു ബോധ്യമായി. ഗാന്ധിദർശനങ്ങളുടെ ആത്മാവ് തൊട്ടറിഞ്ഞവരെ ഭൗതികത പ്രലോഭിപ്പിക്കുകയോ ദുഷിപ്പിക്കുകയോ ചെയ്യില്ല.

ഗാന്ധിആരാധികയായി മാറുന്ന പെൺകുട്ടി! ആലോചിച്ചപ്പോൾ അവൾക്കു തന്നെ കൗതുകം തോന്നി.

ഭാഗം മൂന്ന്

"ആശ്ചര്യകരം...! ഇല കഴിക്കുകയെന്ന ദേഹേച്ഛയെ നിയന്ത്രിക്കാനെനിക്ക് കഴിഞ്ഞിരിക്കുന്നു." കൂടിനുള്ളിൽ കിടന്നു പുഴു ആത്മഗതം ചെയ്തു.

പ്രകാശ സംശ്ലേഷണത്തിന്റെ തിരക്കിലായിരുന്നതിനാൽചെടി മറുപടിയൊന്നും പറഞ്ഞില്ല. ഇലകൾ പുറത്തു വിട്ട ഓക്സിജനെയും കൂട്ടി കാറ്റ്, പുഴുക്കൂടിനെ തലോടി കടന്നു പോയി.

"മാറ്റം കൊതിച്ചു ഞാനീ കൂട്ടിൽ കിടക്കുന്ന സമയത്ത് എന്നെ കൊത്തിയെടുക്കാൻ പക്ഷികൾ ഒന്നും വരില്ലല്ലോ." ചെടി വിശ്രമിക്കുന്നതറിഞ്ഞ് പുഴു ചോദിച്ചു.

ചെടി പറഞ്ഞു: "നിനക്ക് ചുറ്റും നീ തീർത്ത കവചം കാരണം പക്ഷികൾക്ക് നിന്നെ ഇനി എളുപ്പം കൊത്തിയെടുക്കാനാവില്ല."

അഥവാ പക്ഷികൾ വന്നാലും ചെടി സംരക്ഷണം തീർത്തു കൊള്ളും. പുഴു പൂർണ്ണസമാധിയിലേക്ക് പ്രവേശിച്ചു.

ഒന്ന്

ആയിരത്തിത്തൊള്ളായിരത്തി അമ്പത്തിമൂന്നിൽ ഏകാധിപത്യത്തിൽ നിന്ന് മുക്തി നേടിയശേഷം കുറഞ്ഞ കാലംകൊണ്ട് മാറ്റത്തിലേക്ക് ചുവടുവെച്ച രാജ്യമാണ് വോൾസാന. സ്വാതന്ത്ര്യം ലഭിച്ച സമയത്ത് സാമൂഹികമായി അരക്ഷിതവും സാമ്പത്തികമായി അവികസിതവുമായിരുന്നു രാജ്യം. പ്രധാന നഗരപ്രദേശങ്ങളെല്ലാം കാസിനോ മാഫിയകളുടെ നിയന്ത്രണത്തിലായിരുന്നു. കൗമാരക്കാരായ പെൺകുട്ടികളെ പിഡോഫീലിയയ്ക്കും റേപ്പിനുമായി തട്ടിക്കൊണ്ടുപോവുക ഈ മാഫിയകളുടെ പതിവ് രീതിയായിരുന്നു.

ശക്തമായ ജനകീയ പ്രക്ഷോഭങ്ങൾക്ക് ഒടുവിലാണ് അധിനിവേശ ശക്തികളുടെ പിൻബലമുണ്ടായിരുന്ന ഏകാധിപത്യ ഭരണകൂടം കടപുഴകി ജനാധിപത്യവ്യവസ്ഥ വോൾസാനയിൽ നിലവിൽ വന്നത്. പ്രഥമ പ്രസിഡണ്ട് ഹെട്രിക് ബാൻഡ്‌ലി ഇച്ഛാശക്തിയും ദീർഘവീക്ഷണവുമുള്ള നേതാവായിരുന്നു. വർഗ്ഗവർണ്ണവിവേചനങ്ങൾ നിയമപരമായി തന്നെ അവസാനിപ്പിക്കുകയായിരുന്നു അദ്ദേഹം ആദ്യമായി ചെയ്തത്.

രണ്ടാമതായി, എല്ലാവരും തങ്ങളുടെ വരുമാനത്തിന്റെ മൂന്നിലൊന്ന് എല്ലാ മാസവും സർക്കാരിലേക്ക് വായ്പയായി നൽകണമെന്ന നിർദ്ദേശം മുന്നോട്ട് വെച്ചു. വിരമിക്കുമ്പോൾ ആ തുക സമ്പാദ്യമായി തിരിച്ചു ലഭിക്കും. ജനങ്ങളിൽനിന്നും ഇങ്ങനെ പലിശയില്ലാതെ പിരിച്ചെടുത്ത തുക കൊണ്ട് റോഡ്, വൈദ്യുതി, വ്യവസായങ്ങൾക്കുള്ള അടിസ്ഥാന സൗകര്യങ്ങൾ തുടങ്ങിയവ വികസിപ്പിക്കുകയാണ് ഭരണകൂടം ചെയ്തത്. അറ്റ്ലാന്റിക്കിനും ഇന്ത്യൻ മഹാസമുദ്രത്തിനുമിടയിലെ സുരക്ഷിതമായ ഇടത്താവളമെന്ന നിലയിൽ നൊബറ്റ്സിയ തുറമുഖം രാജ്യാന്തര ശ്രദ്ധ നേടുകയും ചെയ്തു. ചരക്കുകൾ മാറ്റി കയറ്റാനും വിശ്രമത്തിനുമായി നിരവധി കപ്പലുകൾ തുറമുഖത്തടിഞ്ഞു. ഇത് വിനോദസഞ്ചാര മേഖലയിലും ഉണർവുണ്ടാക്കി.

തുറമുഖവരുമാനത്തിലും വജ്രം, മത്സ്യസമ്പത്ത് തുടങ്ങി പ്രകൃതി വിഭവങ്ങളുടെ കയറ്റുമതിയിലും അധിഷ്ഠിതമായ ഒരു സമ്പദ്‌വ്യവസ്ഥ ക്രമേണ വികസിച്ചു വന്നു. ക്രമസമാധാനനില മെച്ചപ്പെട്ടപ്പോൾ പല

ആഗോളകമ്പനികളും ആഫ്രിക്കൻ ഉപഭൂഖണ്ഡത്തിലെ തങ്ങളുടെ ഹെഡ് ഓഫീസ് വോൾസാനയിലേക്ക് മാറ്റാൻ താത്പര്യപ്പെടുകയും ചെയ്തു.

വോൾസാനയെ ആഭ്യന്തരസുരക്ഷയുടെയും ഭക്ഷ്യലഭ്യതയുടെയും നാടാക്കി മാറ്റിയത് പ്രസിഡണ്ട് ബാൻഡ്‌ലിയുടെയും കൂടെയുള്ളവരുടെയും അശ്രാന്തപരിശ്രമമാണെന്ന് നിരീക്ഷകർ പറയുന്നു. രാജ്യത്തിന്റെ സാമ്പത്തികസ്ഥിതി മെച്ചപ്പെട്ടപ്പോൾ വൈകാതെ തന്നെ സർക്കാർ ആശുപത്രികളും മെട്രിക്കുലേഷൻ വരെ സ്കൂൾ പഠനവും സൗജന്യസേവന മേഖലയായി പ്രഖ്യാപിച്ചു. അർഹരായ വിദ്യാർത്ഥികൾക്ക് പഠന വായ്പയും സ്കോളർഷിപ്പുകളും ഏർപ്പെടുത്തി. വറുതിയുടെ കാലത്ത് മുണ്ട് മുറുക്കിയുടത്ത് രാജ്യത്തിന് കടം നൽകിയ ജനത്തിനു ഭരണകൂടം തിരിച്ചുനൽകിയ ഉപഹാരം.

ദീർഘവീക്ഷണമുള്ള നേതാക്കൾ ഏതൊരു ജനാധിപത്യരാജ്യത്തിന്റെയും മുതൽക്കൂട്ടാണ്. വോൾസാനയ്ക്കും ഏഴു വർഷങ്ങൾക്ക് മുൻപോ സ്വാതന്ത്ര്യം നേടിയ, തുറമുഖങ്ങളും പ്രകൃതിവിഭവങ്ങളും മനുഷ്യവിഭവശേഷിയുമുള്ള ഇന്ത്യ എന്നാണ് ഇതുപോലൊരു നേട്ടം കൈവരിക്കുക? വോൾസാനയിലെത്തുന്ന ഏതൊരു ഇന്ത്യൻ വിദ്യാർത്ഥിയും ഇക്കാര്യം ഒരു വട്ടമെങ്കിലും ചിന്തിച്ചിരിക്കും.

ഇവിടുത്തെ കാറ്റിനോടും മണൽത്തരികളോടും ഇഴകിച്ചേരുമ്പോഴും ഇന്ത്യയെക്കുറിച്ചുള്ള ചില സ്വപ്നങ്ങൾ രജനിയും കാത്തുസൂക്ഷിക്കുന്നുണ്ട്. കർഷകർ ആത്മാഹുതി ചെയ്യാത്തതും കുഞ്ഞുങ്ങൾ ബാലവേലയ്ക്ക് പോകാതെ സ്കൂളിലെത്തുന്നതുമായ ഒരു ഇന്ത്യ അവളുടെ സ്വപ്നങ്ങളിലും നിറയാറുണ്ട്.

വോൾസാനയിലെ ഈ വർഷങ്ങൾക്കിടെ, രജനിക്ക് മറൈൻ എഞ്ചിനീയറിങ് രണ്ടാം വർഷത്തിലേക്ക് ലാറ്ററൽ എൻട്രി വഴി പ്രവേശനം ലഭിച്ചിരുന്നു. ഡിപ്ലോമയിലെ മികച്ച സ്കോറിന്റെ അടിസ്ഥാനത്തിലായിരുന്നു അത്. ഇതിനിടെ രണ്ടുതവണ നാട്ടിൽപോയി അമ്മയെയും സഹോദരങ്ങളെയും കണ്ടുവരികയും ചെയ്തു. ആഹ്ലാദകരമായ കുറച്ചു ദിവസങ്ങളായിരുന്നു അവൾക്കത്. സർജറി കഴിഞ്ഞു വീണ്ടും ജോലിക്ക് പോകാൻ തുടങ്ങിയിരുന്നെങ്കിലും അമ്മയ്ക്ക് കിതപ്പും ക്ഷീണവുമുള്ളതായി രജനിക്ക് തോന്നി. മലബാറിൽനിന്ന് കരുപ്പാട്ടേക്ക് തിരിച്ചൊരു മാറ്റത്തിന് ദേവകി ശ്രമിക്കുന്നുണ്ടായിരുന്നു. രാജി പ്ലസ്‌വൺ ഹ്യുമാനിറ്റീസിന് ടൗണിലെ സ്കൂളിൽ ചേർന്നിരിക്കുന്നു. കുട്ടൻ നവോദയ കേന്ദ്രീയ വിദ്യാലയത്തിൽ ചേരാനായി പ്രവേശന പരീക്ഷ എഴുതാനുള്ള തയ്യാറെടുപ്പിലായിരുന്നു.

രജനി അവസാനമായി നാട്ടിൽപോയി തിരിച്ചു വരുമ്പോൾ വോൾസാനയോട് വിട പറയാനൊരുങ്ങി നിൽക്കുകയായിരുന്നു ജെന്ന. റിസർച്ച് പൂർത്തിയാക്കി തിസീസ് സമർപ്പിച്ചാലുടൻ തന്റെ ജന്മനാടായ

സൗത്താഫ്രിക്കയിലേക്ക് മടങ്ങാൻ ജെന്ന തീരുമാനമെടുത്തിരുന്നു. തിസീസ് സമർപ്പിച്ചു കഴിഞ്ഞും രജനി തിരിച്ചുവരട്ടെ എന്ന് കരുതി രണ്ടു ദിവസത്തേക്ക് യാത്ര വൈകിപ്പിച്ചു കാത്തിരിക്കുകയായിരുന്നു ജെന്ന.

ഷിപ്പ്പോർട്ട് വരെ അവൾ ജെന്നയെ അനുഗമിച്ചു. അടുത്ത അവധി ക്കാലത്ത് സൗത്താഫ്രിക്കയിൽ വരണമെന്ന് ജെന്ന അവളെ ഓർമ്മിപ്പിച്ചു. യാത്ര പറയാൻ നേരം ജെന്നയുടെ കണ്ണുകൾ എന്തുകൊണ്ടോ നിറ ഞ്ഞൊഴുകി. സന്തോഷത്തോടെ യാത്രയാക്കണമെന്നുറപ്പിച്ചു വന്ന രജനി പക്ഷേ നിയന്ത്രിച്ചു നിന്നു. ദീർഘനേരം ഗാഢമായി ആലിംഗനം ചെയ്തു പുഞ്ചിരിയോടെ തന്നെ അവൾ ജെന്നയെ യാത്രയാക്കി.

തിരിച്ചു വരുന്ന വഴി റൂമിലെത്തുവോളം ടാക്സിയിലിരുന്നു രജനി കണ്ണീർ പൊഴിച്ചു. ജെന്നയെ കോഫി ഷോപ്പിൽ വെച്ച് ആദ്യമായി കണ്ടത് മുതൽ എല്ലാം അവൾക്ക് ഓർമ്മയിൽ മിന്നിമറഞ്ഞു. വഴിയറിയാതെ പകച്ചു നിന്നപ്പോൾ തനിക്കാശ്രയം നൽകിയ, തന്നിൽ ആത്മവിശ്വാസം നിറച്ച, ലോകമെന്ന വിശാലതയിലേക്ക് തന്നെ കൺതുറപ്പിച്ച ഒരാളെ പിരിയുന്നുവെന്നത് അത്രമേൽ ഹൃദയഭേദകം തന്നെയായിരുന്നു.

കാലത്തിന്റെ കണക്കുപുസ്തകത്തിൽ എവിടെയോ താൻ ജെന്നയെ കണ്ടുമുട്ടണമെന്ന് രേഖപ്പെടുത്തിയിരിക്കണം, തിരികെയെത്തി ഫ്ളാറ്റിലെ കോറിഡോറിൽ നിൽക്കുമ്പോൾ അവൾക്കു തോന്നി. ആകാശത്ത് നേരത്തെ കണ്ട മഴമേഘങ്ങൾ നീങ്ങിപ്പോയിരിക്കുന്നു. അന്തരീക്ഷ ത്തിലെ തണുപ്പ് മാഞ്ഞു ചെറുതായി ചൂട് നിറയുന്നു. കിഴക്കുനിന്നും കാറ്റ് വീശുന്നതു പരാഗരേണുക്കളുമായാണ്. ഋതുകാലം മാറുകയാണ്. വസന്തത്തെ താൻ ഒറ്റയ്ക്ക് വരവേൽക്കേണ്ടിയിരിക്കുന്നു.

രണ്ട്

ജെന്ന പോയതിനു ശേഷം റൂമിലെത്താൻ രജനിക്ക് മടിയായിരുന്നു. താഴെ ഫ്ളാറ്റിൽ താമസിക്കുന്ന വീട്ടുടമസ്ഥയുടെ കുട്ടികൾ സംശയം തീർക്കാൻ വരുമെന്നതൊഴിച്ചാൽ വല്ലാത്തൊരു ഏകാന്തത. ഒറ്റയ്ക്കുള്ള ജീവിതത്തിന്റെ ആലസ്യവും ആത്മീയതയും അനുഭവിക്കുകയായിരുന്നു അവളെന്നും മറ്റൊരർത്ഥത്തിൽ പറയാം. ഉസ്താദ് ഗുലാം അലി യുടെയും ബീഗം അക്തറിന്റെയും ഗസലുകളിലൂടെ ഉറക്കത്തിലേക്ക് വഴുതി വീഴും.

കെഎഫ്സിയിൽ നിന്നൊഴിവായി അവളിപ്പോൾ പാർട്ട്ടൈം ചെയ്യു ന്നത് നൊബറ്റ്സിയയിൽ തന്നെയുള്ള ഒരു റിസോർട്ടിലെ ബില്ലിംഗ് സെക്ഷനിലാണ്. ജീവിതത്തിനു കൃത്യത വന്നതോടെ അവളിപ്പോൾ കൂടുതൽ പ്രസരിപ്പുള്ളവളായിരിക്കുന്നു. ടൂറിസ്റ്റ് റിസോർട്ടായതിനാൽ ഭംഗിയായി വസ്ത്രധാരണം ചെയ്തു വേണം ജോലിക്ക് പോകാൻ.

പ്രശാന്തസുന്ദരമായ ആ അന്തരീക്ഷം രജനിക്ക് ഇഷ്ടമായി. റിസോർട്ടിന് ചുറ്റും പരവതാനി പോലെ പുല്ലുവിരിച്ച വിശാലമായ മൈതാനമുണ്ട്. ഇടയ്ക്കിടയ്ക്ക് ചെറിയ കുളങ്ങൾ, അവയിൽ അങ്ങിങ്ങായി നീന്തിത്തുടിക്കുന്ന കറുത്ത അരയന്നങ്ങൾ. അത്രയും ഭംഗിയുള്ള അരയന്നങ്ങളെ അവളാദ്യമായാണ് കാണുന്നത്. പറക്കുന്നതിന് മുൻപ് വിമാനം ടേക്ക് ഓഫ് ചെയ്യുന്ന പോലെ, ചിറകുകൾ നിവർത്തി പിടിച്ചു ജലോപരിതലത്തിലൂടെ അവ ഓടുന്നു. ജീവികളെക്കുറിച്ചുള്ള അവളുടെ നോട്ടുപുസ്തകത്തിൽ ആഫ്രിക്കൻ അരയന്നങ്ങളും കൂടുകൂട്ടി.

മറ്റു പക്ഷികൾ ഓരോ സീസണിലും ഓരോ ഇണയെ തേടുമ്പോൾ കറുത്ത അരയന്നങ്ങൾക്ക് ഒരേയൊരു പങ്കാളിയെ ഉണ്ടാവൂ. റിസോർട്ടിലേക്കു വരുമ്പോൾ അരയന്ന ഇണകൾ ഹൃദയാകൃതിയിൽ കൊക്കുരുമ്മി പ്രണയിക്കുന്നത് രജനി കാണാറുണ്ട്.

താനിതുവരെ എന്തുകൊണ്ടൊരു പ്രണയത്തിൽ വീണില്ല, രജനി ഇടയ്ക്കു കൗതുകത്തോടെ ആലോചിക്കും. അല്ലെങ്കിലും അതിൽ വലിയ കാര്യമില്ല, ഈ പ്രപഞ്ചത്തോടും ഇതിലെ ജീവികളോടും ഭൂമിയിലെ കാറ്റിനോടുപോലും താൻ പ്രണയത്തിലാണ്. പ്രത്യേകിച്ചൊരു പുരുഷപ്രണയമില്ലാതെ തന്നെ താൻ സന്തോഷവതിയാണ്. അതേസമയം ദൂരെയെവിടെയോ ഇരുന്ന് ആരോ ഒരാൾ തന്നെ നിഗൂഢമായി പ്രണയിക്കുന്നുണ്ടെന്ന് അവൾക്ക് ഇടയ്ക്ക് തോന്നാറുണ്ട്.

അങ്ങനെ തോന്നാൻ ഒരു കാരണമുണ്ട്. ഈയിടെ അവൾ കേൾക്കുന്ന പാട്ടുകളത്രയും ആൺകിളിയുടെ വിരഹവേദന നിറഞ്ഞവയാണ്. അതു കേൾക്കേ തന്നെക്കുറിച്ചു ചിന്തിച്ച് രാത്രികളിൽ കണ്ണീർ വാർക്കുന്ന അജ്ഞാതനായ ആ കാമുകനെയോർത്ത് അവളുടെ ഉള്ളം ആർദ്രമാകും. കണ്ണുകൾ അകാരണമായി നനയും. അതാരാവാം...?

ജോലി കഴിയുമ്പോൾ രാത്രി വൈകുന്നത് അവളിപ്പോൾ കാര്യമാക്കാറില്ല. ട്രെയിനിറങ്ങി ഓരോന്നാലോചിച്ചു റൂമിലേക്ക് നടക്കും. ഇന്ത്യയിലെ പോലെയല്ല ഒരു പെൺകുട്ടിക്ക് ഏതു പാതിരാത്രിക്കും വോൾസാനയിലെ നിരത്തിലൂടെ ഒറ്റയ്ക്ക് സഞ്ചരിക്കാം. നിയമപാലനത്തിലും ബോധവത്കരണത്തിലും വോൾസാന വലിയ അളവോളം വിജയിച്ചിട്ടുണ്ട്.

ഇവിടങ്ങളിലെ സാമൂഹിക സുരക്ഷിതമെന്തേ, വിദ്യാഭ്യാസവും സാംസ്കാരികപാരമ്പര്യവുമുള്ള കേരളത്തിൽ സ്ത്രീകൾക്ക് കിട്ടാത്തതെന്ന് രജനി ചിന്തിച്ചിട്ടുണ്ട്. ഏതുതരം വസ്ത്രം ധരിച്ചാലും തങ്ങളെ വിവസ്ത്രയാക്കുന്ന കണ്ണുകൾ കേരളത്തിൽ സ്ത്രീയെ പിന്തുടരും. ഇരവുപകലുകൾ വ്യത്യാസമില്ലാതെ നിതംബചലനംവരെ ഒപ്പിയെടുത്ത് വാക്കുകളാൽ പങ്കു വെയ്ക്കപ്പെടും. അവിടെയൊരു പെൺകുട്ടിയുടെ വ്യതിരിക്തതയും ദാർശനികവ്യഥകളും മഞ്ഞുപോലെ ഉരുകിയൊലിക്കും. അവൾക്കൊരു വ്യക്തിത്വമുണ്ടെന്ന കാര്യം പോലും വിസ്മരിക്കപ്പെടും.

വോൾസാനയിലെ സാമൂഹികജീവിതം കുറേക്കൂടി മെച്ചപ്പെട്ടതാണ്. ഒരാളോട് ഇഷ്ടമോ പ്രത്യേകതയോ തോന്നിയാൽ മാന്യമായ ഭാഷയിൽ പ്രകടിപ്പിക്കുകയും താത്പര്യമില്ലെങ്കിൽ അതവിടെ ഉപേക്ഷിക്കുകയും ചെയ്യുന്നു. അതിനപ്പുറം പിന്തുടർന്നുള്ള കയ്യേറ്റങ്ങളോ അപവാദപ്രചരണങ്ങളോ ആസിഡ് ആക്രമണങ്ങളോ ഇല്ല.

അപൂർവമായി വരുന്ന ഡിന്നർ ക്ഷണങ്ങളെ പാകതയോടെ കാണാനും മാന്യമായി നിരസിക്കാനും ഇതിനോടകം രജനിക്ക് കഴിഞ്ഞിരുന്നു. അതിന്റെ പേരിൽ ജോലിസ്ഥലത്തോ നിരത്തുകളിലോ സഞ്ചാരങ്ങളിലോ അവൾക്ക് യാതൊരു പ്രയാസവും നേരിടേണ്ടിവന്നില്ല.

ചെങ്കുത്തായ പർവ്വതനിരകളും കണ്ണെത്താദൂരത്തേക്ക് നീണ്ടു പോകുന്ന ആഴമേറിയ താഴ്വരകളും പുല്ലുകളും കുറ്റിച്ചെടികളും മാത്രമുള്ള സവേന്ന വനമേഖലയും പൊക്കം കൂടി പരന്നു കിടക്കുന്ന പീഠഭൂമികളും ഹിമമാർന്ന കൊടുമുടികളും ഉൾപ്പെട്ട ഭൂപ്രകൃതിയാണ് വോൾസാനയിലെ ആദ്യദ്വീപിലേത്. ചുറ്റിലും നീല നിറത്തിൽ കടൽ വശ്യമായി വലയം ചെയ്തിരിക്കുന്നു. പ്രധാനപ്പെട്ട വാണിജ്യ വ്യവസായ കേന്ദ്രങ്ങൾ ഈ ദ്വീപിലാണ്.

തെളിഞ്ഞ ആകാശവും തണുപ്പ് പകരുന്ന കാറ്റും മിതമായ അളവിലെ സൂര്യപ്രകാശവും രണ്ടാമത്തെ ദ്വീപിന്റെ പ്രത്യേകതയാണ്. ജൈവവൈവിധ്യത്താൽ സമ്പന്നമായ ഇവിടെയാണ് രാജ്യത്തെ പ്രധാനപ്പെട്ട വന്യജീവിസംരക്ഷണകേന്ദ്രങ്ങൾ സ്ഥിതി ചെയ്യുന്നത്.

വോൾസാനയിലെ രണ്ടു ദ്വീപുകളേയും തമ്മിൽ ബന്ധിപ്പിക്കുന്ന കോസ്‌വേ ഒരു വിസ്മയമാണ്. ഇരുദ്വീപുകൾക്കും മധ്യത്തിലായി മണ്ണിട്ട് നികത്തിയെടുത്തൊരു കൃത്രിമദ്വീപുണ്ട്. ഇവിടെ വെച്ച് കോസ്‌വേ കടലിലേക്ക് അപ്രത്യക്ഷമായി വലിയൊരു ടണലിലൂടെ മറുദ്വീപിലെത്തുന്നു. ഇവിടം ആഴമേറിയ കടലായതിനാലാണ് വോൾസാനിയൻ എഞ്ചിനീയർമാർ ഈ ഭാഗത്ത് പാലമൊഴിവാക്കി അടിത്തട്ടിലൂടെ ടണൽ നിർമ്മിച്ചത്.

നൊബറ്റ്സിയ പട്ടണമുൾക്കൊള്ളുന്ന തുരുത്തുവിട്ട് രണ്ടാമത്തെ ദ്വീപിലേക്ക് രജനി ഇതേവരെ പോയിട്ടില്ല. എന്നാൽ കോസ്‌വേയുടെ മധ്യത്തിലായുള്ള മനുഷ്യനിർമ്മിത ദ്വീപിലെ കാഴ്ചകൾ കാണാൻ അവൾ ഒന്നിലധികം തവണ പോയിട്ടുണ്ട്. മന്ത്രവാദത്തിനായി വേട്ടയാടപ്പെട്ടത് മൂലം വോൾസാനയിൽനിന്ന് ഒരു കാലത്ത് അപ്രത്യക്ഷമായ ഇരട്ടത്തലയൻ പക്ഷിയുൾപ്പെടെ അമ്പതോളം പക്ഷിവർഗ്ഗങ്ങളും നൂറോളം അപൂർവ ചെടിയിനങ്ങളും ഇവിടെ സംരക്ഷിക്കപ്പെട്ടിട്ടുണ്ട്. കടലിൽനിന്നും വീശിയടിക്കുന്ന ഈർപ്പമുള്ള കാറ്റേറ്റ് അപൂർവചാരുതയുള്ള പക്ഷികളെ കണ്ടിരിക്കാൻ ആഗ്രഹം തോന്നുമ്പോഴാണ് അവൾ ഹാങ്ങിംഗ് ബ്രിഡ്ജിലൂടെ യാത്ര ചെയ്ത് കൃത്രിമദ്വീപിലെത്തുന്നത്. പലരും അവിടെ ഒറ്റയ്ക്കിരിക്കാൻ വരാറുണ്ട്. അവിടെ ചെലവഴിക്കുന്ന നിമിഷങ്ങളിൽ മനസ്സിലെ

ഭാരം തീർത്തും ഒഴിഞ്ഞ് അവൾ ഉല്ലാസവതിയാകും. അത്തരം യാത്രകളിൽ ആരെയും കൂട്ടുവിളിക്കാറുമില്ല.

തനിയെ യാത്ര ചെയ്തും ഗസലുകൾ കേട്ടുറങ്ങിയും വോൾസാനയിലെ ഒറ്റജീവിതത്തോട് താദാത്മ്യം പ്രാപിച്ചുകഴിഞ്ഞിരുന്നുവെങ്കിലുംവാടക പങ്കിടാനും ആഹാരം പാചകം ചെയ്തുകഴിക്കാനും ഒരാൾ കൂടെയുണ്ടാകുന്നത് നല്ലതാണെന്ന് രജനിക്ക് തോന്നി തുടങ്ങി.

ഫ്ളാറ്റുടമസ്ഥരോട് അതേക്കുറിച്ച് അവൾ സംസാരിച്ചു. ജെന്നയെപ്പോലെ തന്നെയാണ് അവർ അവളെയും പരിഗണിക്കുന്നത്. അവരുടെ കുട്ടികൾ പഠനവിഷയവുമായി ബന്ധപ്പെട്ടു സംശയങ്ങൾ തീർക്കാൻ ഇടയ്ക്ക് വരാറുണ്ട് എന്നതൊഴിച്ചാൽ അവളുടെ കാര്യങ്ങളിൽ അവർ ഇടപെടുകയോ വെള്ളത്തിന്റെയോ വൈദ്യുതിയുടെയോ കാര്യം പറഞ്ഞു ബുദ്ധിമുട്ടിക്കുകയോ ചെയ്യാറില്ല. അവരുടെ ഇഷ്ടാനിഷ്ടങ്ങളെ കണ്ടറിഞ്ഞു കൊണ്ടാണ് അവളും പെരുമാറുന്നത്. അതിനാൽ തന്നെ റൂമിലേക്ക് ആളെ തിരയുമ്പോൾ അവൾക്ക് ചില കരുതലുകളുണ്ടായിരുന്നു.

ഓൺലൈനിൽ പരസ്യം കൊടുത്തും കൂട്ടുകാരോട് ചോദിച്ചും ചിലരെയെല്ലാം നേരിട്ടു കണ്ടും പറ്റിയ ഒരാളെ രജനി ഒരുപാട് അന്വേഷിച്ചു.

ആ അന്വേഷണമാണ് ഒടുവിൽ മെർലിനിൽ ചെന്നെത്തിയത്.

മൂന്ന്

റിസോർട്ടിൽ വെച്ച് കണ്ട മലയാളിയായ അഞ്ജു വഴിയാണ് അവരുടെ ബന്ധുവായ മെർലിനെ രജനി പരിചയപ്പെടുന്നത്. ഏറെക്കുറെ സമപ്രായക്കാരായിരുന്നു രജനിയും മെർലിനും. മെർലിൻ ഡിപ്ലോമ കഴിഞ്ഞു കിട്ടിയ ഒരു ജോലിയിൽ പ്രവേശിച്ചു, രജനി മറൈൻ എഞ്ചിനീയറിംഗിൽബിരുദമെടുക്കണമെന്നുദ്ദേശിച്ച് തുടർന്നും പഠിക്കുന്നുവെന്ന വ്യത്യാസം മാത്രം.

പട്ടണത്തിന്റെ വലിയ തിരക്കിൽ നിന്നൊഴിഞ്ഞു ശാന്തമായ അന്തരീക്ഷം, വാടകയും കുറവാണ്. വന്നു കണ്ടപ്പോൾ ഫ്ളാറ്റ് മെർലിനും ബോധിച്ചു. ഒരു മലയാളിയെ സഹതാമസക്കാരിയായി കിട്ടിയതിൽ രജനിയും സന്തോഷിച്ചു. കാര്യങ്ങൾ പറഞ്ഞു മനസ്സിലാക്കാൻ പ്രയാസമുണ്ടാകില്ലല്ലോ.

ആദ്യവാരാന്ത്യത്തിൽ തന്നെ ഏറെ വൈകിയാണ് മെർലിൻ ഫ്ളാറ്റിലേക്കു വന്നത്. ഭക്ഷണം ഹോട്ടലിൽ നിന്നു കഴിച്ചുവെന്ന് പറഞ്ഞു വസ്ത്രം മാറി ഡൈനിംഗ് ടേബിളിനടുത്ത് വന്നിരുന്നു ബാഗിൽ നിന്ന് ഒരു കുപ്പിയെടുത്ത് മേശപ്പുറത്തു വച്ചു. വോൾസാനയിൽ ലഭ്യമായ വീര്യം കുറഞ്ഞ മദ്യബ്രാന്റുകളിലൊന്നായിരുന്നു അത്. രജനിയെ നോക്കി 'എക്സ്ക്യൂസ്മി' എന്നു പറഞ്ഞ് ഗ്ലാസ്സിലേക്കു ഒഴിച്ച് അല്പാല്പമായി കുടിക്കാൻ തുടങ്ങി.

റൂമിൽ മദ്യമുപയോഗിക്കരുതെന്ന ഫ്ളാറ്റുടമസ്ഥരുടെ നിബന്ധന ജെന്ന ഉള്ളപ്പോഴും തങ്ങൾ തെറ്റിച്ചിരുന്നില്ലെന്ന് രജനി ഓർത്തു. എന്നാലിപ്പോൾ റൂമിലിരുന്നു മെർലിൻ യാതൊരു കൂസലുമില്ലാതെ ചഷകം നിറയ്ക്കുകയും ഒഴിക്കുകയും ചെയ്യുന്നു. കുട്ടികൾ പാഠപുസ്തകവുമായി സംശയം തീർക്കാൻ ഇവിടെ വരുമ്പോൾ മദ്യക്കുപ്പി കണ്ടാൽ ഉറപ്പായും അതൊരു പ്രശ്നമായി മാറും. അതിനാൽ മദ്യവിലക്കിന്റെ കാര്യം രജനി മെർലിനെ അറിയിച്ചു.

ഫ്ളാറ്റിൽ വെച്ച് കുടിക്കുന്നില്ലെന്ന് ഒടുവിൽ മെർലിൻ സമ്മതിച്ചു. പുറത്തുനിന്ന് കഴിക്കുന്നത് ഒരാളുടെ വ്യക്തിപരമായ കാര്യമായതിനാൽ അതിലിടപെടാൻ രജനിയും ആഗ്രഹിച്ചിരുന്നില്ല.

മെർലിനുമായി ചേർന്ന് പാചകം തുടങ്ങാൻ രജനിക്ക് താത്പര്യമുണ്ടായിരുന്നു. ഫ്ളാറ്റിൽ ഒറ്റയ്ക്കായിപ്പോയ ചെറിയ കാലത്തൊഴികെ, മെൻ ഹോസ്റ്റലിൽ കൂട്ടുകാരുടെ കൂടെയും പിന്നീട് ജെന്നയോടൊപ്പവും ഒന്നിച്ചാണ് അവൾ പാകം ചെയ്തു കഴിച്ചിരുന്നത്.

മെർലിൻ പക്ഷേ എപ്പോഴും മറ്റൊരു ലോകത്തായിരുന്നു. രജനി പാർട്ട് ടൈം ജോലി കഴിഞ്ഞുവരുമ്പോൾ പലപ്പോഴും അവളുറങ്ങി കഴിഞ്ഞിരിക്കും. അല്ലാത്ത സമയത്ത് ചിന്താവിഷ്ടയായി ഇരിക്കുന്നത് കാണാം. അപൂർവം ചില അവസരങ്ങളിൽ നിശ്ശബ്ദയായി കണ്ണീരൊഴുക്കുന്നതും രജനി കണ്ടിട്ടുണ്ട്.

ഒന്നിച്ചു താമസം തുടങ്ങി ആറു മാസങ്ങൾക്കു ശേഷം രജനി ആഗ്രഹിച്ച പോലെ മെർലിനുമായി അടുക്കാൻ ഒരു സാഹചര്യം സംജാതമായി. സുഹൃത്തുക്കൾ കുറച്ചു പേർ മാത്രം പങ്കെടുത്ത ഒരു ജന്മദിന പാർട്ടിയിൽ മദ്യം കഴിക്കുന്നതിനിടെ മനുവെന്ന സഹപ്രവർത്തകൻ മെർലിനോട് അപമര്യാദയായി പെരുമാറിയതാണ് തുടക്കം. മനുവിൽ നിന്ന് അങ്ങനെയൊന്ന് അവൾ പ്രതീക്ഷിച്ചിരുന്നില്ല. മദ്യത്തിന്റെ ലഹരിയിൽ സംഭവിച്ചതാണെന്നു പറഞ്ഞ് അവനതിനെ നിസ്സാരമാക്കി ചിരിച്ചു തള്ളാൻ ശ്രമിച്ചെങ്കിലും മെർലിന് അതത്ര ചെറുതായി കാണാൻ കഴിഞ്ഞില്ല. അവളുടെ ഉള്ളിലെ സ്ത്രീത്വം മുറിപ്പെട്ടിരുന്നു.

അന്ന് രാത്രി ജോലി കഴിഞ്ഞ് രജനി വന്നപ്പോൾ മെർലിൻ ഉറങ്ങുകയാണെന്ന് കരുതി തെന്നിക്കിടന്നിരുന്ന പുതപ്പെടുത്തു അവളെ പുതപ്പിച്ചു. എന്നാൽ മെർലിൻ ഉറങ്ങിയിട്ടുണ്ടായിരുന്നില്ല. വൈകി വരുന്ന ദിവസം രാത്രിയിൽ രജനി തന്നെ പുതപ്പിക്കാറുണ്ടെന്നത് മെർലിന് പുതിയ അറിവായിരുന്നു.

"നീ ഇതുവരെ ഉറങ്ങിയില്ലേ?" അനക്കം കണ്ട് രജനി ചോദിച്ചു.

"ഉറക്കം വരുന്നില്ല."

മെർലിന്റെ ശബ്ദത്തിൽ ഒരു ഇടർച്ചയുള്ളതായി രജനിക്ക് തോന്നി.

"എന്തേ...?"

"ഒന്നുമില്ല."

രജനി പിന്നെ നിർബന്ധിച്ചില്ല.

എന്നാൽ പിറ്റേന്ന് മെർലിൻ രജനിയോട് ഉണ്ടായ സംഭവങ്ങൾ പറഞ്ഞു. ആരോടെങ്കിലും പറഞ്ഞില്ലെങ്കിൽ വീർപ്പുമുട്ടുന്ന അവസ്ഥ യിലായിരുന്നു അവൾ.

മുഴുവൻ കേട്ടപ്പോൾ രജനി പറഞ്ഞു. "സ്ത്രീകളുടെ മേൽ അധീ ശത്വം സ്ഥാപിക്കാനും ഉത്തരവാദിത്വങ്ങളിൽ നിന്ന് രക്ഷപ്പെടാനും പുരു ഷൻ കണ്ടെത്തിയ ഉപാധിയാണ് മദ്യം."

മെർലിൻ പൂർണ്ണമായും യോജിച്ചില്ല. "മനു മോശമായി പെരുമാറി യെന്ന് കരുതി അങ്ങനെ തറപ്പിച്ചുപറയാൻ പറ്റില്ല."

അങ്ങനെ ചിന്തിക്കാൻ രജനിക്ക് ഒരു കാരണമുണ്ട്. ജോസിന്റെ സഹോദരിയുടെ ഭർത്താവ് ഒരു പെയിന്റിംഗ് തൊഴിലാളിയാണ്. ജോലിക്ക് പോകുന്ന ദിവസങ്ങളിൽ വൈകീട്ട് തിരിച്ചു വരുമ്പോൾ കൂട്ടുകാരുമൊത്തു ബാറിൽ കയറും. ഈ കലാപരിപാടി കഴിഞ്ഞാൽ അയാളുടെ കയ്യിൽ വീട്ടിലേക്കു ചെലവാക്കാൻ പണമൊന്നും കാണില്ല. ചേച്ചി തേയില നുള്ളാൻപോയി കിട്ടുന്ന ചെറിയ വരുമാനം കൊണ്ടാണ് വീട്ടിലെ കാര്യ ങ്ങൾ നടക്കുന്നത്. സങ്കടത്തോടെയാണ് ജോസ് ഇക്കാര്യങ്ങൾ രജനി യോട് പങ്കുവെച്ചിരുന്നത്.

ഇതൊരു ഒറ്റപ്പെട്ട സംഭവമല്ലെന്നും മദ്യപന്മാരുടെ വീട്ടിലെ ഭാര്യ മാരുടെയും കുഞ്ഞുങ്ങളുടെയും ജീവിതം നരകതുല്യമാണെന്നും രജ നിക്ക് അറിയാം. മാത്രമല്ല, സ്ത്രീകളെ ലൈംഗികമായി ഉപദ്രവിക്കുന്ന തിനു മുൻപ് ഒരു ധൈര്യത്തിനുവേണ്ടിയും പുരുഷൻ മദ്യം കഴിക്കുന്നു.

"നിനക്ക് അറിയോ മെർലിൻ... മദ്യം തിന്മകളുടെ പെറ്റമ്മയും പോറ്റ മ്മയുമാണെന്ന് ഗാന്ധിജി പറഞ്ഞിട്ടുണ്ട്. കേരളത്തിലെ ആയിരക്കണ ക്കിന് കുടുംബങ്ങൾ മദ്യത്താൽ ശൈഥില്യത്തിന്റെ വക്കിലാണ്."

മെർലിനു മറുപടി പറയാൻ കഴിഞ്ഞില്ല. താൻ വിചാരിച്ചപോലെ യല്ല, രജനി ആത്മവിശ്വാസത്തോടെ സംസാരിക്കുന്നു. അവളെ എതിർ ക്കാൻ തന്റെ കയ്യിൽ വാദങ്ങൾ ഒന്നുമില്ല. രജനിയുടെ കുടുംബപശ്ചാ ത്തലമാകാം അവളുടെ ഈ ചിന്തകൾക്ക് കാരണം. മെർലിന് രജനി യോട് മതിപ്പു തോന്നിത്തുടങ്ങി.

പതിയെ മെർലിനും രജനിയും കൂടുതൽ അടുത്തു. ഉറക്കം വരാത്ത രാത്രികളിൽ ലൈറ്റണച്ച് ദീർഘനേരം സംസാരിച്ചു കിടക്കും. ഇതിനിട യിൽ ഒരുമിച്ചു പാചകവും അവർ പരീക്ഷിച്ചു തുടങ്ങി.

ഇടയ്ക്ക് ജെന്നയുടെ ഇമെയിലുകൾ വരുമ്പോൾ രജനി മെർലിനു കാണിച്ചു കൊടുക്കും.

'ഡിയർ അപ്പർ ഹൗസ്' എന്നായിരുന്നു ജെന്നയുടെ മെയിലുകളിൽ രജനി അഭിസംബോധന ചെയ്യപ്പെട്ടിരുന്നത്. തിരിച്ചു 'ഡിയർ ലോവർ

ഹൗസെ'ന്നു രജനിയും മറുപടിയിൽ എഴുതി പോന്നു. അതെന്താണെന്ന് അറിയാൻ മെർലിൻ ആകാംക്ഷ കാണിച്ചപ്പോൾ രജനി വിശദീകരിച്ചു. ഒരുമിച്ചു താമസിച്ചിരുന്ന കാലത്തെ ഓർമ്മയ്ക്ക് ഗാന്ധിയും കല്ലൻ ബാക്കും പിന്നീട് അങ്ങനെയായിരുന്നത്രെ കത്തുകളിൽ പരസ്പരം അഭിസംബോധന ചെയ്തിരുന്നത്, രജനിയും ജെന്നയും അതനുകരിച്ച താണ്. ജനാധിപത്യ വ്യവസ്ഥിതിയിൽ ലോവർഹൗസ് ബില്ല് തയ്യാറാ ക്കുകയും അപ്പർഹൗസ് അതിന്മേൽ തീരുമാനമെടുക്കുകയും ചെയ്യുന്ന പോലെ, ഒരു മാസത്തേക്ക് വാങ്ങേണ്ടതായി ജെന്ന തയ്യാറാക്കുന്ന ലിസ്റ്റിൽനിന്ന് ചെലവു ചുരുക്കാൻ വേണ്ടി കുറേയിനം സാധനങ്ങൾ രജനി നിർദ്ദാക്ഷിണ്യം വെട്ടിക്കളയും.

മെർലിൻ ചിരിച്ചുകൊണ്ട് ചോദിച്ചു "ഒറ്റവാക്കി പറഞ്ഞാൽ പിശുക്കി, അല്ലേ."

രജനി ചിരിച്ചു. ജെന്ന തനിക്കു വേണ്ടി കുറെ ആഗ്രഹങ്ങൾ മാറ്റി വെച്ചിരുന്നതായി രജനി അന്നേരം ഓർത്തു.

മെർലിന്റെ ആദർശമാതൃക വല്യമ്മച്ചിയാണ്. കുരുമുളകിനും അടക്കയ്ക്കും പുറമെ പാമ്പാടിയിലെ അവരുടെ തറവാട്ടിലിപ്പോഴും നെൽകൃഷിയുണ്ട്. വയലുകൾക്ക് സമീപത്തായി മീനുകൾ പുളയ്ക്കുന്ന ഒരു കുളവും. കേട്ടപ്പോൾ രജനിക്ക് കൗതുകം തോന്നി. വയൽ നിക ത്താൻ വല്യമ്മച്ചി സമ്മതിക്കില്ല. വോൾസാനയിലേക്ക് പഠിക്കാൻ വിടണോ എന്ന ചർച്ച വന്നപ്പോൾ, പെൺകുട്ടികൾ കടലുതാണ്ടി പോയി പഠിക്കുന്നത് കുടുംബത്തിനൊരു അന്തസ്സാണെന്ന് പറഞ്ഞു വല്യമ്മച്ചി തന്നെ ആദ്യം പച്ചക്കൊടി കാട്ടി.

കുഞ്ഞുനാളിൽ തേങ്ങ വലിപ്പിക്കാൻ പോകുമ്പോൾ വല്യമ്മച്ചിയുടെ മുണ്ടിൽ പിടിച്ചു മെർലിനും കൂടെ പോകും. ചെത്തുകാർ സമ്മാനിക്കുന്ന തെങ്ങിൻ കള്ള് വല്യമ്മച്ചി നുണയുന്നത് അവൾ അന്ന് കണ്ടിട്ടുണ്ട്. വര മ്പത്തു നിന്ന് കാളപ്പൂട്ടു മത്സരം കാണുന്നതും വൈക്കോൽകൂനയിൽ കയറി മറിയലും ഒളിച്ചുകളിക്കലും അങ്ങനെ മങ്ങാത്ത ഓർമ്മകൾ ഒരു പാടുണ്ട്. കൊയ്ത്തു തുടങ്ങിയാൽ പിന്നെ തിരക്കായി. കുട്ടികൾക്ക് കുഞ്ഞുകറ്റകൾ കിട്ടും. അത് നിലത്തിട്ടു ചവിട്ടി നെല്ല് വേർതിരിയുമ്പോൾ സ്വർഗ്ഗം നേടിയ സന്തോഷമാണ്.

വീട്ടിലെ കാര്യങ്ങൾ പറഞ്ഞു പറഞ്ഞ് കുറച്ചുദിവസം അവധിയെ ടുത്ത് നാട്ടിൽ പോകണമെന്ന മോഹം മെർലിനിൽ കലശലായി. മെർ ലിന്റെ വൈക്കോൽ കൂനയുള്ള തറവാടുപരിസരവും തത്തകൾ വന്നിരി ക്കുന്ന വയലേലകളും കാണാൻ രജനിക്കും കൊതിയുണ്ടായിരുന്നു.

തറവാട്ടിലെ കാര്യങ്ങൾ മെർലിൻ വിശദീകരിച്ചപ്പോൾ രജനി പറഞ്ഞു.

"മണ്ണിൽ ചവിട്ടുന്നത് കുറ്റമായി കാണുന്ന കാലത്താണ് നിങ്ങളുടെ തറവാട്ടിൽ ഇപ്പഴുമിതൊക്കെ. ചേറിൽ പുതയാത്ത കാലുകൾ പ്രപ ഞ്ചത്തെ അറിയുന്നില്ല, മണ്ണിനെ മറക്കുന്നവൻ മനുഷ്യനെയും."

രജനിയുടെ താളാത്മകമായ വാക്കുകൾ കേട്ടപ്പോൾ കുറച്ചു നാളായി ചോദിക്കണമെന്ന് കരുതിവെച്ച കാര്യം മെർലിൻ ആരാഞ്ഞു.

"നിന്റെ അച്ഛന്റെ പേരെന്താ രജനി?"

പെട്ടെന്നുള്ള ആ ചോദ്യം രജനിയെ അമ്പരപ്പിച്ചു.

"എന്തേ ചോദിക്കാൻ കാരണം?"

മെർലിൻ മിണ്ടാത്തത് കണ്ടപ്പോ രജനിക്ക് സംശയമായി. "എന്റെ ജാതി ഏതെന്ന് അറിയാനാണോ?"

അത്രയുമായപ്പോൾ മെർലിൻ മടിച്ചു മടിച്ച് ചോദിച്ചു. "നീ നമ്പൂതിരിയാണോ രജനി?"

അതിനു മറുപടി പറയാതെ രജനി ചിരിച്ചു.

മെർലിൻ വല്ലാതെയായി. "നീ എന്തേ ചിരിച്ചത്? ഞാനിതിലൊന്നും വിശ്വസിക്കുന്നില്ല. ഒരു കൗതുകം തോന്നി അറിയാൻ വേണ്ടി ചോദിച്ചുവെന്ന് മാത്രം."

"ചിരിച്ചത് മറ്റൊന്നും കൊണ്ടല്ല. കുറെക്കാലത്തിനുശേഷാണ് ഇങ്ങനൊരു ചോദ്യം വരുന്നത്. എന്നാ കേട്ടോളൂ... അടിയനൊരു കീഴ്ജാതിക്കാരിയാണേ, എ ഗ്രേറ്റ് പുലയാടിച്ചി..." രജനി ഉറക്കെ ചിരിച്ചുകൊണ്ട് പറഞ്ഞു.

മെർലിൻ ഒരു നിമിഷം സ്തംഭിച്ചുനിന്നുപോയി..!

നാല്

നാല്പതു ദിവസത്തെ അവധി ശരിയാക്കി മെർലിൻ നാട്ടിൽ പോകാനൊരുങ്ങി. അവളുടെ തറവാട് കാണാൻ താൻ ആഗ്രഹം പ്രകടിപ്പിച്ച സ്ഥിതിക്ക് കൂടെ ചെല്ലാൻ ക്ഷണിക്കുമെന്ന് രജനി പ്രതീക്ഷിച്ചിരുന്നു.

ഇറങ്ങാൻ നേരത്തും മെർലിൻ അതേക്കുറിച്ചൊന്നും പറയാഞ്ഞതിൽ രജനിക്ക് വിഷമമുണ്ടായി. ഒരുപക്ഷേ താൻ ആഗ്രഹം പറഞ്ഞത് മെർലിന് ഓർമ്മ കാണില്ലെന്ന് കരുതി രജനിയത് മനസ്സിൽ നിന്ന് കളയുകയും ചെയ്തു. ക്ഷണിച്ചാലും രജനിക്ക് അപ്പോൾ പോകാൻ കഴിയുമായിരുന്നില്ല. മറൈൻ ബി.ടെക് അവസാന വർഷമായിരുന്നു. കോഴ്സിലെ ഏറ്റവും പ്രധാനപ്പെട്ട കാര്യമായ പ്രൊജക്റ്റ് വർക്ക് സമർപ്പിക്കാനുള്ള സമയം തൊട്ടടുത്തെത്തിയിരുന്നു.

റിമോട്ടിനാൽ പ്രവർത്തിപ്പിക്കുന്ന ഒരു അണ്ടർവാട്ടർ വെഹിക്കിളിന്റെ പ്രവർത്തന മാതൃകയുണ്ടാക്കാനായിരുന്നു രജനിയും മ്യാൻമാർകാരിയായ സഹപാഠിയും ഉദ്ദേശിച്ചിരുന്നത്. ആർഒവിയെന്ന് വിളിക്കുന്ന ഈ മെഷീൻ കടലിന്റെ അടിത്തട്ടിൽ പോയി പവിഴപ്പുറ്റുകൾ പരിശോധിച്ച് യന്ത്രകൈ

ഉപയോഗിച്ചു സാമ്പിൾ ശേഖരിക്കണം. കടലിനടിയിലെ ഊഷ്മാവ്, മർദ്ദം, ലവണത്വം എന്നിവ രേഖപ്പെടുത്തുകയും ചെയ്യണം.

ഈ വർഷത്തോടെ അവളുടെ എൻജിനീയറിംഗ് പഠനം പൂർത്തിയാവുകയാണ്. വളരെ നിർണ്ണായകമാണീ പ്രൊജക്റ്റ്. തുടക്കം മുതലേ അവിചാരിതമായ ഓരോരോ തടസ്സങ്ങൾ വന്നുകൊണ്ടിരുന്നതിനാൽ മുൻപെങ്ങുമില്ലാത്തവിധം പരിഭ്രമം രജനിയെ പിടികൂടി. മ്യാൻമാറുകാരി ആരോഗ്യപ്രശ്നങ്ങളാൽ പഠനം നിർത്തി നാട്ടിലേക്ക് മടങ്ങിപ്പോയതായിരുന്നു അതിലാദ്യത്തേത്. ഇനി രജനിയിത് ഒറ്റയ്ക്ക് ചെയ്യണം.

ഡിസൈനിംഗിൽ ആദ്യമേ താത്പര്യമുണ്ടായിരുന്നതിനാൽ യന്ത്രത്തിന്റെ പ്രോട്ടോ ടൈപ്പുണ്ടാക്കുന്നത് ഒരു പ്രതിബന്ധമായി അവൾക്ക് തോന്നിയില്ല. സ്വന്തമായി ഡിസൈൻ ചെയ്യുന്നത് തന്നെയാണ് കരിയറിനും നല്ലത്. പക്ഷേ നിർമ്മാണവസ്തുക്കൾ വാങ്ങേണ്ടിവന്നത് അവളെ വിഷമിപ്പിച്ചു. പുതിയവയ്ക്ക് വലിയ സംഖ്യയാകുമെന്നതിനാൽ പല സ്ഥലത്തു നിന്നുമായി പഴയ മെറ്റീരിയലുകൾ സംഘടിപ്പിച്ച് പരിഹാരം കണ്ടു.

രണ്ടു മാസത്തെ പരിശ്രമത്തിനൊടുവിൽ ഒരു കൊച്ചു ആർഒവി മോഡൽ പൂർത്തിയാക്കി, അവസാന മിനുക്കു പണികൾക്കായി യന്ത്രഭാഗങ്ങൾ ഫ്ളാറ്റിലേക്ക് കൊണ്ടുവന്നു. മെർലിൻ നാട്ടിൽ പോയത് കാരണം മുറിയിൽ വേണ്ടത്ര സൗകര്യമുണ്ടായിരുന്നു.

ലളിതമായിരുന്നു രജനിയുടെ ഡിസൈൻ. യന്ത്രം വെള്ളത്തിലൂടെ മുകളിലേക്കും താഴോട്ടും സഞ്ചരിക്കാൻ കട്ടിയുള്ള ഒരു എയർബ്ളാഡർ അവൾ യന്ത്രത്തിൽ ഘടിപ്പിച്ചിരുന്നു. അതിലേക്കു കാറ്റ് പമ്പുചെയ്യപ്പെടുമ്പോൾ യന്ത്രം മുകളിലേക്ക് പൊങ്ങിവരും. കാറ്റൊഴിയുമ്പോൾ താഴോട്ടു പോകും. എല്ലാ വശങ്ങളിലേക്കും തിരിക്കാൻ പ്രൊപ്പല്ലർ, അടിത്തട്ട് കാണാൻ ക്യാമറ എന്നിവ കൂടി യന്ത്രവുമായി ബന്ധിപ്പിക്കാൻ ബാക്കിയുണ്ട്.

പ്രൊജക്റ്റ് സമർപ്പിക്കാനുള്ള സമയപരിധിക്ക് ഇനി ഒരാഴ്ച മാത്രം. പ്രോഗ്രാമിംഗ് ജോലികൾ, ക്യാമറ ഉറപ്പിക്കൽ എന്നിവ ബാക്കിയുണ്ട്. മൂല്യനിർണ്ണയത്തിന് പുറത്തുനിന്നുള്ള വിദഗ്ധരായ അധ്യാപകരും വരും. അതിനാൽ യന്ത്രത്തിന്റെ പ്രവർത്തനം പരമാവധി കുറ്റമറ്റതായിരിക്കണം.

എയർപമ്പ് ഭദ്രമായി ഉറപ്പിക്കുന്നതിനിടയിൽ അവൾക്കൊരു ശാരീരിക അസ്വസ്ഥത അനുഭവപ്പെട്ടു. തൊട്ടു നോക്കുമ്പോൾ പനി വരുന്ന പോലെ ശരീരത്തിൽ ചെറിയൊരു ചൂട്. കഠിനമായി പണിയെടുത്തതു കൊണ്ടാകാം... ഇന്നിത്രയും മതി, ബാക്കി നാളെ ചെയ്യാം. അവൾ വിചാരിച്ചു.

കാലത്ത് എണീറ്റപ്പോൾ പതിവിൽനിന്ന് വ്യത്യസ്തമായി അവൾക്ക് എന്തോ അസാധാരണത്വം തോന്നി. നല്ല തലവേദനയും ദേഹത്ത് ചില

ചെറിയ പാടുകളും. എന്താണെന്ന് ഒരു പിടിയുമില്ല. തൊട്ടടുത്തുള്ള ക്ലിനിക്കിലെ ഡോക്ടറെ കാണിച്ചപ്പോഴാണ് കാര്യങ്ങളുടെ കിടപ്പ് അവളറിഞ്ഞത്. തനിക്ക് ചിക്കൻപോക്സ് പിടിപ്പെട്ടിരിക്കുന്നു!

അതും ഈ സമയത്ത്? അതുൾക്കൊള്ളാൻ പെട്ടെന്ന് കഴിഞ്ഞില്ല. പരീക്ഷയുടെ ഗൗരവം പറഞ്ഞ് അസുഖം കുറച്ചു ദിവസത്തേക്ക് തടഞ്ഞുനിർത്താനുള്ള മരുന്നിനായി ഡോക്ടറോടു അഭ്യർത്ഥിച്ചപ്പോൾ ശരീരം തടിച്ചുപൊങ്ങുന്നത് തടയാനുള്ള മരുന്ന് കൊടുത്തു.

രജനി കണക്കുകൂട്ടിയതിലും ഭീകരമായിരുന്നു പക്ഷേ കാര്യങ്ങൾ. മരുന്ന് ഫലിച്ചില്ലെന്നു മാത്രമല്ല ചിക്കൻപോക്സ് അതിന്റെ എല്ലാ തീക്ഷ്ണതയോടും കൂടി അവളെ വരിഞ്ഞു മുറുക്കി. മൂന്നു ദിവസത്തേക്ക് എഴുന്നേൽക്കാൻ വയ്യാത്ത വിധത്തിൽ കിടപ്പിലായി. കൂട്ടിനാണെങ്കിൽ ആരുമില്ല. നാട്ടിൽനിന്നും കൊണ്ടുവന്ന കുറിയരി ബാക്കിയുണ്ടായിരുന്നത് കഞ്ഞി വെച്ച് രണ്ടു നേരം കുടിച്ചു.

ജഡ്ജ്മെന്റിന് ഇനി ദിവസങ്ങൾ മാത്രം! എങ്ങനെയെങ്കിലും പ്രൊജക്റ്റ് തീർക്കണമെന്ന് ഉറപ്പിച്ച് അസുഖത്തിനൽപം ശമനം തോന്നിയപ്പോൾ അവളെണീറ്റ് യന്ത്രത്തിലേക്കു തിരിഞ്ഞു. പനി കൊണ്ടാകണം കൈ കഴയ്ക്കുന്നു. സ്ക്രൂഡ്രൈവർ ശക്തിയിൽ പിടിക്കാൻ കഴിയുന്നില്ല. ഓരോ ശ്രമത്തിനുശേഷവും കൂടുതൽ ക്ഷീണം അനുഭവപ്പെട്ടു. ഈ സ്ഥിതി തുടർന്നാൽ പ്രൊജക്റ്റ് സമയത്തിന് സമർപ്പിക്കാൻ കഴിയാതെ വരുമോയെന്ന ആശങ്ക അവളെ പിടികൂടി.

ജോസിനെ വിളിച്ചാലോ? അവൾ ആലോചിച്ചു. പക്ഷേ, അവനു ഡിസൈനിംഗ് കാര്യങ്ങളിൽ വലിയ പിടിയില്ല. പിന്നെയുള്ളത് ഇത്തരം കാര്യങ്ങളിൽതന്നെ സഹായിക്കാറുണ്ടായിരുന്ന ശ്രീരാജാണ്. പക്ഷേ അവനും അൻവറും ഈയടുത്തു ജോലിയിൽ കയറിയതേയുള്ളൂ.

ജോലിത്തിരക്കിനിടയിൽ അവൻ ഇങ്ങോട്ട് വരുമോ? സംശയമുണ്ടായെങ്കിലും ഒടുവിൽ ഫോണെടുത്തു ശ്രീയെ വിളിക്കാൻ തന്നെ അവൾ തീരുമാനിച്ചു.

അഞ്ച്

ജോലി ലഭിച്ചശേഷം ആദ്യമായാണ് മെർലിൻ നാട്ടിലെത്തുന്നത്. വലിയ ആഹ്ലാദത്തിലായിരുന്നു അവൾ. ദിവസവും വൈകീട്ട് വല്യമ്മച്ചിയുടെ കൈ പിടിച്ചു ചെമ്മൺപാതയിലൂടെ നടക്കാനിറങ്ങും. പ്രവാസത്തിൽ ഈ നനുത്ത കാറ്റും പുതുമണ്ണിൻഗന്ധവും തനിക്ക് നഷ്ടമാകുന്നുണ്ടെന്ന് അവൾക്ക് തോന്നി.

കൊയ്തിട്ട വയലുകളിൽനിന്ന്, വൈകുന്നേര വെയിലിൽ തത്തകൾ അവയുടെ കൂടുകളിലേക്ക് പറക്കുന്നു. സന്ധ്യയാകവേ, സമീപത്തെ

വാഴത്തോപ്പിൽ നിന്നും വവ്വാലുകളുടെ കൂട്ടത്തോടെയുള്ള താളാത്മക മായ ചിറകടി ശബ്ദം. വാഴക്കൂമ്പിൽനിന്ന് ഇറങ്ങി തലപോയ മരത്തിന്റെ പൊത്തിലെ തങ്ങളുടെ കൂട്ടിലേക്ക് കയറിപ്പോകുന്ന അണ്ണാൻഇണകൾ, തൊട്ടുപിറകിലായി അവയെ അനുഗമിക്കുന്ന ഓമനത്വമുള്ള അണ്ണാൻ കുഞ്ഞ്. തലയറ്റുപോയിട്ടും വേരുകൾ മണ്ണിൽ അമർത്തിപ്പിടിച്ചു ആ പാഴ്മരം നിലനിൽക്കുന്നതിന്റെ കാരണം അന്നേരമാണ് അവൾക്ക് മനസ്സി ലായത്.

പച്ചത്തത്തയും അണ്ണാറക്കണ്ണനുമുള്ള കേരളത്തിലെ അവശേഷി ക്കുന്ന സ്ഥലമായിരിക്കുമോ ഇത്? രണ്ടും വംശനാശത്തിനരികെ യാണെന്ന് ജീവികളെക്കുറിച്ചുള്ള നോട്ടുപുസ്തകം കാണിക്കുന്നതിനിട യിൽ രജനി അവളോട് പറഞ്ഞിരുന്നു.

തന്റെ തറവാടും പരിസരവും കാണാൻ രജനി ആഗ്രഹം പ്രകടി പ്പിച്ച സ്ഥിതിക്ക് അതേക്കുറിച്ച് മിണ്ടാതെ പോന്നത് ശരിയായില്ലെന്ന് മെർലിന്റെ മനസ്സ് പറഞ്ഞു. രജനിയെ കൂട്ടാതിരിക്കാൻ മെർലിന് ചില കാരണങ്ങളുണ്ടായിരുന്നു. ഒന്നാമതായി, ഒരു ദളിത് കൂട്ടുകാരിയുമായി പെട്ടെന്നൊരു ദിവസം വീട്ടിൽ താമസത്തിനു ചെന്നാൽ വല്യപ്പച്ചനും വല്യമ്മച്ചിക്കും ഇഷ്ടപ്പെടണമെന്നില്ല. തങ്ങൾ കുടുംബപരമായി പുരോ ഗമനവാദികളാണെങ്കിലും ജാതിക്കാര്യം വരുമ്പോൾ മറ്റു പലരെയും പോലെ അബോധമനസ്സിൽ പുരോഗമനം തോൽക്കുകയും പൊതു ബോധം ജയിക്കുകയും ചെയ്യും. മറ്റൊരു കാരണവും ഉണ്ടായിരുന്നു. അടുത്തുള്ള ഹരിജൻ കോളനിയിലെ ഒരു യുവാവിനെ പ്രണയിച്ചു കല്യാണം കഴിച്ചതിന് അപ്പച്ചന്റെ സഹോദരിയുടെ മോളെ, അവളുടെ ആങ്ങളതന്നെ കുത്തിക്കൊലപ്പെടുത്തിയിരുന്നു. നാട്ടുകാരുടെ നിരന്തര പരിഹാസത്തെ തുടർന്നാണ് ചേട്ടായി അങ്ങനെ ചെയ്തത്. അന്ന് ചേട്ടാ യിയുടെ ഭാഗത്തായിരുന്നു തങ്ങളുടെ കുടുംബത്തിലെ ഏതാണ്ട് എല്ലാ വരും നിലയുറപ്പിച്ചത്. അത്ര വലിയ അപമാനമായിരുന്നു ആ ഒളിച്ചോട്ടം തങ്ങളുടെ കുടുംബത്തിനുണ്ടാക്കിയത്.

ഈ പരിതഃസ്ഥിതിയിൽ കീഴ്ജാതിയിൽ പെട്ട കൂട്ടുകാരിയുമായി മുന്നറിയിപ്പില്ലാതെ ഒരു സുപ്രഭാതത്തിൽ താമസിക്കാൻ ചെല്ലുന്നത് അവർക്ക് എത്രത്തോളം സ്വീകാര്യമാകുമെന്നത് അവൾ സംശയിച്ചു. രജനി നമ്പൂതിരിയാണെന്ന് തെറ്റിദ്ധരിച്ച് തന്റെ കൂടെയുള്ളത് ഒരു ബ്രാഹ്മണകുട്ടിയാണെന്ന് അറിയാതെ അമ്മയോടു പറയുകയും ചെയ്തി രുന്നു.

കൊണ്ടുവരാൻ പറ്റുന്നില്ലെങ്കിൽ ഒരു ക്ഷമാപണമെങ്കിലും രജനി യോട് നടത്തണമായിരുന്നു. അവളെന്തു കരുതിക്കാണും? തെറ്റായി പ്പോയി, തന്നെക്കാൾ വിദ്യാഭ്യാസവും വായനയുമുള്ളവളാണ് രജനി. ആലോചിച്ചു മാത്രമേ ഏതൊരു കാര്യത്തിലും അവൾ അഭിപ്രായം പറ യാറുള്ളൂ.

അറിവും അനുഭവങ്ങളുമാണ് മനുഷ്യജീവിതത്തിൽ പ്രധാനമെന്ന് തിരിച്ചറിയുന്ന പുതിയ തലമുറയിൽപ്പെട്ട താനെന്തുകൊണ്ട് ഒരു നിമിഷം ജാതീയമായി ചിന്തിച്ചു എന്നോർത്ത് മെർലിന് സ്വയം അവജ്ഞ തോന്നി. ഒരുപക്ഷേ രജനി അത് ശ്രദ്ധിച്ചു കാണില്ല. എന്തായാലും വോൾസാന യിൽ തിരിച്ചു ചെന്നിട്ട് രജനിയോട് ക്ഷമാപണം നടത്തണം. നാണി ക്കേണ്ട കാര്യമില്ല, തെറ്റ് തിരുത്തുമ്പോഴാണല്ലോ ഒരാൾ നല്ല മനുഷ്യ നാകുക. മാത്രമല്ല, മറ്റാരേക്കാളും രജനിക്ക് തന്നെ മനസ്സിലാകും.

കാലത്ത് അനിയനെയും കൂട്ടി മെർലിൻ തറവാട്ടു കുളത്തിൽ കുളി ക്കാൻ പോയി. തണുപ്പുള്ള തെളിഞ്ഞ വെള്ളം. സ്ഫടികസമാനമായ ജലത്തിനടിയിൽ പരലുകൾ നീന്തുന്നത് കാണാം. അവ ചുറ്റും കൂടി അവളുടെ കാലിന്മേൽ ഇക്കിളിയാക്കാൻ തുടങ്ങി. അനങ്ങാതെ നിന്ന പ്പോൾ പരലുകൾ കാൽമുട്ടിന് മുകളിലേക്ക് അരിച്ചു കയറാൻ നോക്കുന്നു. നാണമില്ലാത്ത കുസൃതിക്കൂട്ടങ്ങൾ! അവൾ മനസ്സിൽ പറഞ്ഞുചിരിച്ചു. എബിനാകട്ടെ തണുപ്പ് പേടിച്ചു കുളക്കടവിലെ വലിയ കല്ലിന്മേൽ നില യുറപ്പിച്ചു. എത്ര നിർബ്ബന്ധിച്ചിട്ടും കുളത്തിലിറങ്ങാൻ അവൻ കൂട്ടാക്കി യില്ല.

അവനോടു എണ്ണാൻ പറഞ്ഞു വെള്ളത്തിൽ മുങ്ങി കിടന്നു. വല്ലാത്ത ഒരു അനുഭൂതി. എല്ലാ മാനസിക സമ്മർദ്ദങ്ങളെയും ക്ഷണനേരം കൊണ്ട് അലിയിച്ചു കളയാനുള്ള ശക്തി ഈ തെളിനീരിനുണ്ട്. പൊങ്ങി വരു മ്പോൾ അവളോർത്തു. എബിൻ നാല്പതുവരെ എണ്ണിയിരുന്നു അപ്പോൾ.

രണ്ടു പ്രാവശ്യം അവൾ വട്ടമിട്ടു നീന്തി. വള്ളിപടർപ്പിൽ നിന്ന് ഒരു കൊച്ചു നീർക്കോലി തല കാണിച്ചു നിൽപ്പുണ്ടായിരുന്നു.

“പണ്ട് ഞങ്ങളെ പേടിപ്പിച്ചിരുന്ന നീർക്കോലി മുത്തപ്പന്റെ കൊച്ചു മകനാ ഇത്.”

വെള്ളത്തിൽ നിലയുറപ്പിക്കാൻ ശ്രമിക്കുന്നതിനിടെ അവൾ എബി നോട് വിളിച്ചു പറഞ്ഞു.

കുളി കഴിഞ്ഞു എത്തിയപ്പോൾ മമ്മി ദോശ ചുടുകയാണ്. ചുറ്റുവട്ട ത്തുള്ള കൂട്ടുകാരിയുടെ വീട്ടിൽ കല്യാണമാണ് നാളെ. മരപ്പടിയിൽ ഇരുന്ന് ചൂടോടെ പ്രാതൽ കഴിക്കുമ്പോൾ മമ്മിയാണ് അത് മെർലിനെ ഓർമ്മിപ്പിച്ചത്. അവളുടെ കൂടെ പഠിച്ച സൽമയുടെ അനിയത്തിയുടെ യാണ് കല്യാണം. ദുബായിൽനിന്ന് സൽമയും ഭർത്താവും കഴിഞ്ഞാ ഴ്ച എത്തിയിട്ടുണ്ട്. മെർലിനെ തിരക്കി സൽമ രണ്ടുതവണ ഫോൺ ചെയ്തിരുന്നുവത്രേ.

രാത്രി മൈലാഞ്ചി കല്യാണത്തിന് മെർലിൻ അനിയനെയും കൂട്ടി പോകാനൊരുങ്ങി. അവൻ ഒരു ടോർച്ചു തെളിച്ചു പിടിച്ചിരുന്നു.

“നിനക്ക് പേടിയാവുണ്ടോ എബി...?”

ഏയ്...ഇല്ല...” വരമ്പിലേക്കും സമീപത്തെ വാഴത്തോപ്പിലേക്കും മാറി മാറി ടോർച്ചടിച്ചു കളിക്കുന്നതിനിടയിൽ അവൻ പറഞ്ഞു.

പണ്ട് ഹൈസ്കൂൾ ക്ലാസിലായിരിക്കെ, രാത്രിയിൽ മമ്മിക്കും കുഞ്ഞമ്മയ്ക്കുമൊപ്പം വിശേഷ ദിവസങ്ങളിൽ ഇതുപോലെ പള്ളി പെരുന്നാളിന് പോകുന്നത് മെർലിന് ഓർമ്മ വന്നു. അന്നൊക്കെ ഇടയ്ക്ക് പള്ളിമുറ്റത്ത് സ്റ്റേജ് കെട്ടി ഗാനമേളയൊക്കെയുണ്ടാകും. കൂടെ ബെന്നിയുമുണ്ടാകും. കുഞ്ഞമ്മയുടെ വകയിലെ അമ്മാവന്റെ മകനാണ് ബെന്നി. കുഞ്ഞമ്മയുടെ ഭർത്താവ് പട്ടാളത്തിലായതിനാൽ കുഞ്ഞമ്മയ്ക്കും കുട്ടികൾക്കും സഹായത്തിനൊരാളായി അവരുടെ വീട്ടിൽ താമസിച്ചു പഠിക്കുകയാണ് അവൻ. ബെന്നിയുടെ വീട്ടിലെ അവസ്ഥയൊക്കെ ഇത്തിരി മോശമാണെന്ന് കുഞ്ഞമ്മ പറഞ്ഞ് അവൾക്കറിയാമായിരുന്നു.

ബെന്നിയുള്ളപ്പോൾ താൻ സമയമെടുത്ത് ഒരുങ്ങിയതെന്തിനായിരുന്നു? അന്നൊക്കെ പൂവാംകുരുന്നില പിഴിഞ്ഞെടുത്ത് തുണിയിൽ പുരട്ടി കത്തിച്ച് വല്യമ്മച്ചിയുടെ ഓട്ടുരുളികൊണ്ട് മൂടിവെച്ച്, ഉരുളിക്കുള്ളിൽ ആ പുക ശേഖരിച്ചുണ്ടാകുന്ന കണ്മഷിയെടുത്ത് കണ്ണിനു ചുറ്റും നേർത്തു വരയിടുമായിരുന്നു താൻ. ഓർത്തപ്പോൾ അവളുടെ ഉള്ളം ആർദ്രമായി.

“ചേച്ചിന്താ ആലോയ്ക്ക്ണെ, ദാ, കല്യാണപന്തല് കാണ്ണ്.” മെർലിനെ സുരക്ഷിതമായി അവിടെ എത്തിച്ചത് താനാണെന്ന ഗമ എബിന്റെ ശബ്ദത്തിലുണ്ടായിരുന്നു.

ഗേറ്റിൽ തന്നെയുണ്ടായിരുന്ന സൽമയുടെ ഉപ്പ അവരെ അകത്തേക്ക് കൂട്ടിക്കൊണ്ടു പോയി.

രാത്രിയായിട്ടും ധാരാളം ആളുകളുണ്ട്. ഒടുവിൽ തിരക്കിടയിൽ അവൾ സൽമയെ കണ്ടുപിടിച്ചു. മിഡിൽ ഈസ്റ്റിലെ കാറ്റ് തട്ടിയാകണം സലു നന്നായി തടിച്ചിരിക്കുന്നു.

മൈലാഞ്ചി കല്യാണം കൗതുകത്തോടെ നോക്കി നിൽക്കവേ, മെർലിന്റെ കയ്യിലും അവർ നിർബന്ധിച്ചു മെഹന്തി അണിയിച്ചു.

“കൊള്ളാം...” സൽമ വന്ന് അവളുടെ കൈ പിടിച്ചു നോക്കി “ഇതിപ്പോ മണവാട്ടിയെ മാറിപ്പോകുമല്ലോ.” എല്ലാവരും ചിരിച്ചു.

കുറച്ചു സമയം കൂടെ അവൾ അവിടെ ചെലവഴിച്ചു. എബിന്റെ കൂട്ടുകാരും അവിടെയുണ്ടായിരുന്നു. സലുവും ഉമ്മയും വിശേഷങ്ങൾ പറഞ്ഞു അവളെയും എബിനെയും ഭക്ഷണം കഴിപ്പിച്ചു.

വീട്ടിലെത്തി ഉറങ്ങാൻ കിടന്നപ്പോൾ മനസ്സ് വീണ്ടും പഴയ കാലത്തേക്കു പോയി. വർഷങ്ങൾക്കിപ്പുറവും തന്റെ ഹൃത്തിൽ നോവ് പടരുന്നതെന്തുകൊണ്ടാണെന്ന് അവൾ ആശ്ചര്യപ്പെട്ടു.

ആ സന്ധ്യ അവൾക്കു മറക്കാൻ കഴിയില്ല. ബെന്നി ഒരു ജീൻസ് ധരിച്ചു മുടിയൊക്കെ ഭംഗിയായി പിറകോട്ടു ചീകിവെച്ചിരുന്നു. മമ്മിയും കുഞ്ഞമ്മയും അന്ന് പള്ളിയിൽ വന്നില്ല. അങ്ങോട്ട് പോയപ്പോൾ മറ്റാരൊക്കെയോ മുന്നിലും പിന്നിലും ഉണ്ടായിരുന്നതിനാൽ അവരിരുവരും അധികമൊന്നും സംസാരിച്ചില്ല, തിരിച്ചു പോരുമ്പോൾ പക്ഷേ

രാത്രിയായിരുന്നു. പാടവരമ്പിലൂടെ നടക്കുമ്പോൾ താനും ബെന്നിയും മാത്രം. അന്ന് അസാധാരണമാം വിധം നിലാവ് പരന്നിരുന്നു.

അടുത്തെങ്ങും ആരുമില്ല, ബെന്നി പക്ഷേ അപ്പോഴും ഒന്നും മിണ്ടുന്നില്ല. അവസാനം താൻ തന്നെ തുടക്കമിട്ടു... "ബെന്നിയെന്താ മൗനവ്രതത്തിലാണോ...?"

"ഏ...യ്...അ...ല്ല,..." അവൻ വിക്കി വിക്കി പറഞ്ഞു.

"ന്നോട് ഒന്നും പറയാനില്ലേ?" വളരെ നേർത്ത ശബ്ദത്തിൽ താൻ ചോദിച്ചു.

"നീ നന്നായി പഠിക്കുന്നില്ലേ...?" ബെന്നിയുടെ വാക്കുകൾ പതറുന്നുണ്ടായിരുന്നു.

ഉയരമുള്ള ഒരു വരമ്പിലേക്ക് കയറാൻ തുടങ്ങിയതും അവൻ നീട്ടി തന്ന കൈപ്പിടിച്ചു പടവുകളിൽ ചവിട്ടി കയറി. വരമ്പ് കയറിയിട്ടും മറന്ന പോലെ ഭാവിച്ചു അവന്റെ കയ്യിലെ പിടിവിട്ടില്ല. അന്നാദ്യമായാണ് ആ കൈകളുടെ മാർദ്ദവം താനറിഞ്ഞത്.

തങ്ങളിരുവരും കൈകോർത്തു ചേർന്ന് നടന്നു. ഹൃദയമിടിപ്പുകൾ പരസ്പരം കേൾക്കാമായിരുന്നു. ആകാശത്ത് അപ്പോൾ ചന്ദ്രനും പ്രകാശം പൊഴിക്കുന്ന നക്ഷത്രക്കൂട്ടങ്ങളുമുണ്ടായിരുന്നു. അത്രയും നിശാവെളിച്ചം പിന്നീട് ഒരു രാത്രിയിലും താൻ കണ്ടിട്ടില്ല.

എവിടെയോ ഒരു കാൽപ്പെരുമാറ്റം കേട്ടപ്പോൾ സ്ഥലകാലബോധം വീണ്ടെടുത്ത് തങ്ങൾ കൈവിട്ട് അകന്നു മാറി. വീടെത്താറായിരുന്നു. ഇഷ്ടമാണെന്ന് പറഞ്ഞില്ലെങ്കിലും ബെന്നി തന്നെ സ്നേഹിക്കുന്നുണ്ടെന്ന് ആ രാത്രിയിൽ ബോധ്യമായിരുന്നു. എന്നിട്ടും?!

ബെന്നി എന്തിനാണ് സ്വയം മരിച്ചത്. ആളുകൾ പല കഥകളും പറഞ്ഞു. അതൊന്നും താൻ വിശ്വസിച്ചിട്ടില്ല. അല്ലെങ്കിലും ആളുകൾക്ക് എന്താണ് പറഞ്ഞുകൂടാത്തത്...?

ഓർമ്മകളുടെ താളം തെറ്റുന്നു. നോവ് മനസ്സിലേക്ക് പടർന്നു കയറുന്നു. വേദനിപ്പിക്കുന്ന ഈ ഓർമ്മകളിൽനിന്ന് രക്ഷപ്പെടാൻ കൂടിയല്ലേ താൻ വോൾസാനയിൽ വെച്ചു മദ്യം കഴിച്ചു തുടങ്ങിയത്, അറിയില്ല. പെട്ടെന്നവൾ രജനിയെക്കുറിച്ച് ഓർത്തു. കഴിഞ്ഞ ദിവസം വിളിച്ചപ്പോൾ ചിക്കൻപോക്സാണെന്ന് പറഞ്ഞിരുന്നു. നാളെ ഞായറാഴ്ചയാണല്ലോ. കാലത്ത് മറക്കാതെ വിളിക്കണം.

ആറ്

രജനിയുടെ ഫോൺ വന്നപ്പോൾ തന്നെ രണ്ടാമതൊന്നു ആലോചിക്കാതെ അവളുടെയടുത്തേക്ക് പോകാൻ ശ്രീ തീരുമാനിച്ചു. അവളെ കാണാൻ അവൻ കുറച്ചു ദിവസമായി ആഗ്രഹിച്ചിരുന്നു. പഠന കാര്യങ്ങളുമായി

രജനിയും ജോലി കിട്ടിയതുമായി ബന്ധപ്പെട്ടു അവനും തിരക്കിലായ താണ് അത്രയും വലിയ ഇടവേള അവർക്കിടയിൽ ഉണ്ടാക്കിയത്. ഹോസ്റ്റ ലിൽ തങ്ങളൊരുമിച്ചു സൗഹൃദം പങ്കുവെച്ച നിമിഷങ്ങൾ മുതൽ ജയന്റ് ഫ്ളയറിൽ തൊട്ടടുത്ത് ഇരുന്നതുവരെ അവന്റെ മനസ്സിലൂടെ കടന്നു പോയി. അവളടുത്തിരിക്കുമ്പോൾ ഒരു പ്രത്യേക തരം തണുപ്പ് അവന് അനുഭവപ്പെടാറുണ്ട്.

പിറ്റേന്ന് വൈകീട്ട് ഫ്ളാറ്റ് ഉടമസ്ഥരായ കുടുംബത്തിന്റെ കണ്ണിൽ പെടാതെ അവൻ ഗോവണി കയറി മുകളിലേക്ക് ചെന്നു. അവളുടെ ദേഹത്ത് ചെറുതായി കുരുക്കൾ പൊങ്ങിയിരിക്കുന്നതായി അവൻ ശ്രദ്ധിച്ചു.

“നീ വല്ലതും കഴിച്ചോ?” പൊതിഞ്ഞു വാങ്ങിയ ഭക്ഷണം അവളുടെ നേരെ നീട്ടി അവൻ ചോദിച്ചു.

“ഇല്ല.”

“പേടിക്കേണ്ട കാര്യല്ല്യട്ടോ... എനിക്കും മുൻപ് ഇത് വന്നിരുന്നു. പ്രൊജക്റ്റ് അവതരിപ്പിക്കേണ്ട സമയാകുമ്പോഴേക്കും എല്ലാം ശരി യാകും.” അവൻ ധൈര്യം പകർന്നു.

പനി കുറഞ്ഞുവെങ്കിലും ക്ഷീണം വിട്ടകന്നിട്ടില്ല. കട്ടിലിൽ തല യണ ഉയർത്തിവെച്ച് ചാരിയിരുന്നു, അവൻ കൊണ്ടുവന്ന സാൻവിച്ച് കഴിച്ച് അവൾ സംസാരിച്ചുകൊണ്ടിരുന്നു.

ശ്രീ യന്ത്രത്തിൽ മുഴുകി ഇരിക്കുകയാണ്. ഗ്രാവിറ്റികേന്ദ്രവും ബോയൻസികേന്ദ്രവും തമ്മിലുള്ള അകലം കൃത്യമായി കണക്കുകൂട്ടി അതിനനുസരിച്ച് യന്ത്രഭാഗങ്ങൾ ഉറപ്പിക്കവേ മീറ്ററിലെ റീഡിംഗ് കാണാൻ കൂടെ ഒരു ചെറിയ ക്യാമറ വെയ്ക്കുന്നത് നന്നായിരിക്കുമെന്ന് ശ്രീ അഭിപ്രായപ്പെട്ടു. മർദ്ദവും ഊഷ്മാവും കോഡ് ചെയ്യുന്ന പ്രോഗ്രാ മിനു തകരാറു സംഭവിച്ചാലും ക്യാമറയിലൂടെയും റീഡിംഗ് കാണാമല്ലോ. അത് കൊള്ളാമെന്ന് രജനിക്കും തോന്നി. ഇടയ്ക്ക് അവൾ നോക്കുമ്പോൾ അവൻ ലാപ്ടോപ് കണക്റ്റ് ചെയ്തു പ്രോഗ്രാമിംഗ് കോഡുകൾ പരി ശോധിക്കുകയായിരുന്നു.

എല്ലാം തീർന്നപ്പോഴേക്കും രാത്രി വല്ലാതെ വൈകി. തിങ്കളാഴ്ചയാണ് ജഡ്ജ്മെന്റ് ദിവസം. പിറ്റേന്ന് ശ്രീക്ക് ഓഫീസില്ല. ഒന്നുറങ്ങി എണീറ്റ് രാവിലെ യന്ത്രം പ്രവർത്തിപ്പിച്ചു നോക്കാമെന്ന് അവൾ പറഞ്ഞു. മെർലിന്റെ ബെഡ്ഡിൽ കയറികിടക്കാൻ അവനെന്തോ മടിയുള്ള പോലെ. രജനി അവന് തറയിൽ വിരിക്കാൻ കമ്പിളി വിരിപ്പെടുത്തു കൊടുത്തു.

രാത്രി എപ്പോഴോ രജനി നിദ്രയിലാണ്ടു പോയി. അവ്യക്തമായ ചില സ്വപ്നങ്ങൾ കണ്ടു. ക്ഷീണം കാരണം ഏതാണ്ട് പത്തു മണി വരെ അവൾ ഉറങ്ങിക്കാണും, എണീറ്റപ്പോൾ ശ്രീ കുളിയൊക്കെ കഴിഞ്ഞു ചായ കുടിച്ചു കൊണ്ടിരിക്കുന്നു. ഒരു കപ്പു ചായ അവൾക്കും പകർന്നു വെച്ചിരിക്കുന്നു. ഇതെപ്പോ ഇവൻ അടുക്കളയിൽ കയറി?

ഒരു പെൺകുട്ടിയെ കൂടെ ഒരേ മുറിയിൽ ഉറങ്ങിയെന്ന് അമ്മയറിഞ്ഞാൽ അതു മതി ഭൂകമ്പമുണ്ടാകാൻ. ശ്രീ ഉള്ളിലൊരു ചിരിയോടെ ഓർത്തു. ചായ കുടിച്ചപ്പോൾ രജനിക്കും ഒരല്പം ഉന്മേഷം കിട്ടി. യന്ത്രം പ്രവർത്തിപ്പിക്കാനുള്ള തയ്യാറെടുപ്പിലായിരുന്നു ശ്രീ.

പുറത്ത് ടെറസ്സിൽ ഫ്ളാറ്റുടമസ്ഥർ മുമ്പ് വെള്ളം ശേഖരിക്കാൻ ഉപയോഗിച്ചിരുന്ന വലിയൊരു സിമന്റ് ടാങ്ക് ഉണ്ട്. അവൻ പൈപ്പിൽനിന്നും അതിലേക്കു വെള്ളം നിറച്ചു. ശേഷം മെഷീൻ പതിയെ അതിലേക്ക് താഴ്ത്തി വെച്ചു. പ്രധാന ക്യാമറയിൽ എല്ലാം കൃത്യമായി കാണാം. റിമോട്ടുപയോഗിച്ചു യന്ത്രം മുകളിലേക്കും താഴേക്കും ചലിപ്പിച്ചുനോക്കി.

ചലിക്കുന്നുണ്ട്. അവൾക്കാശ്വാസമായി. തുടർന്ന് ശ്രീ അത് വശങ്ങളിലേക്ക് തിരിക്കാൻ ശ്രമിച്ചു. ഒന്ന് തിരിഞ്ഞു. ഉടനെ നിശ്ചലമായി. എത്ര ശ്രമിച്ചിട്ടും പിന്നെ അത് ചലിക്കുന്നില്ല. എന്തോ കുഴപ്പമുണ്ട്! പുറത്തെടുത്തു നോക്കിയപ്പോഴാണ് മനസ്സിലായത്, പ്രൊപ്പല്ലർ പ്രവർത്തിക്കുന്നില്ല. യൂസ്ഡ് മാർക്കറ്റിൽ നിന്നും രജനി സംഘടിപ്പിച്ച പഴയൊരു പ്രൊപ്പല്ലറായിരുന്നു അത്.

ഞായറാഴ്ചയായതിനാൽ കട തുറക്കില്ല, അടുത്ത ദിവസത്തേക്ക് മാറ്റി വെയ്ക്കാൻ സമയവുമില്ല. രാവിലെയാണ് സബ്മിറ്റ് ചെയ്യേണ്ടത്. ഇനി എന്ത് ചെയ്യും? തിരിച്ചു റൂമിലേക്ക് വന്നു അവർ മുഖത്തോട് മുഖം നോക്കി.

രജനിയുടെ ഫോൺ നിർത്താതെ ബെല്ലടിക്കുന്നുണ്ടായിരുന്നു. ഒടുവിലത് എടുത്തപ്പോൾ നാട്ടിൽനിന്നും മെർലിനാണ്. കൂടുതലൊന്നും സംസാരിക്കാൻ കഴിയാത്തതിനാൽ ഫോൺ വെയ്ക്കാൻ രജനി ധൃതിപ്പെട്ടു.

അസാധാരണമായി എന്തോ ഉണ്ടെന്നു മെർലിനു മനസ്സിലായി. ഇടയിൽ ഒരു പുരുഷശബ്ദം അവൾ വ്യക്തമായി കേട്ടിരുന്നു. മുറിയിൽ അപ്പോൾ ആരോ ഒരാൾ കൂടെ ഉണ്ട്. ആരാണത്? അത്യധികം ആകാംക്ഷ തോന്നി മെർലിന്.

നിമിഷങ്ങൾ കടന്നു പോകുകയാണ്. ശ്രീയുടെ മുഖത്ത് നോക്കാൻ രജനി സങ്കോചപ്പെട്ടു. ഇനി എന്ത് ചെയ്യാൻ? ബാഗ് തോളിലിട്ടു അവൻ പോകാനൊരുങ്ങി. ഇത്രയും കാലത്തെ പരിശ്രമം വ്യർത്ഥമാകുന്നതിന്റെ ആശങ്കയാകാം അവളുടെ കണ്ണുകൾ നിറയുന്നത് എന്ന് അവൻ കണ്ടു. ഒരു ആശ്വാസവാക്കിനായി അവൻ പാടുപെട്ടു. ഒടുവിൽ അവധി ദിവസമായതിനാൽ ഇലക്ട്രിക് കടകളൊന്നും തുറക്കാനിടയില്ലെന്നു അറിയാമായിരുന്നിട്ടും ഒന്നു നോക്കാമെന്ന് പറഞ്ഞ് അവൻ പുറത്തേക്കിറങ്ങി. അവളെ താൽക്കാലികമായി ആശ്വസിപ്പിക്കുക എന്നതിൽ കവിഞ്ഞു അതിനു ഒരർത്ഥവുമില്ലെന്നു അവനറിയാമായിരുന്നു.

രജനി മനസാന്നിധ്യം വീണ്ടെടുക്കാൻ ശ്രമിച്ചു. സമയം വിലപ്പെട്ടതാണ്, പരിഭ്രമിച്ചാൽ പ്രശ്നപരിഹാരത്തിന് കഴിയാതെയാകും.

വിവിധ വഴികൾ ആലോചിക്കുന്നതിനിടെ തീർത്തും അവിചാരിതമായാണ് ചുവരിൽ കൊളുത്തിയിട്ടിരിക്കുന്ന ടേബിൾ ഫാനിലേക്ക് അവളുടെ ശ്രദ്ധ പോയത്. ജെന്ന മുടിയുണക്കാൻ വാങ്ങിയ ചെറിയ ഫാനായിരുന്നു അത്.

ഫാനിന്റെ ലീഫും മോട്ടോറും ഉപയോഗിച്ച് പ്രൊപ്പല്ലറുണ്ടാക്കാൻ കഴിയുമോയെന്ന ചിന്തയായിരുന്നു അവളുടേത്. കസേര നീക്കിയിട്ട് അതിൽ കയറി എത്തി വലിഞ്ഞു ഫാൻ സാവധാനം കയ്യിലെടുത്ത് താഴെയിറങ്ങി.

പുറത്തെ കവറുകൾ അഴിച്ചെടുക്കാനിരുന്നു അവളുടെ നീക്കം. സാധാരണ ഗതിയിൽ നിഷ്പ്രയാസം സാധിക്കേണ്ടതാണ്. എന്നാൽ ക്ഷീണമുള്ളതിനാൽ ആയാസപ്പെട്ടാണ് അവൾ അത് പൂർത്തിയാക്കിയത്.

ഫാനിന്റെ മോട്ടോർഭാഗം വേർപ്പെടുത്തിയെടുത്ത് പ്രൊപ്പല്ലറുണ്ടാക്കാനുള്ള നേരിട്ടുള്ള ശ്രമമായിരുന്നു പിന്നീട്. യന്ത്രം നാലുവശങ്ങളിലേക്കും ഒരേപോലെ തിരിഞ്ഞു ചലിക്കേണ്ടതിന് ഫാൻ ലീഫുകൾ നാല്പത്തഞ്ചു ഡിഗ്രിയിൽ ചരിച്ചെടുക്കണം. വളരെ ശ്രമകരമായ ആദ്യ ലീഫ് വളച്ചെടുക്കാൻ അവൾ ശ്രമിച്ചു. പ്ലയർ വഴുതി കൈ ലീഫിൽ തട്ടി ചോര വന്നുവെന്നതായിരുന്നു ഫലം.

കടകളൊന്നും തുറന്നു കാണാത്തതിനാൽ രണ്ടു പേർക്കുള്ള ഉച്ചഭക്ഷണം വാങ്ങി ശ്രീ അവളുടെ അടുത്തേക്ക് തിരിച്ചുപോകാൻ തീരുമാനിച്ചു. ആ അവസ്ഥയിൽ അവളെ തനിച്ചാക്കി പോന്നത് ശരിയായില്ലെന്ന് അവന്റെ മനസ്സു പറയുന്നുണ്ടായിരുന്നു.

ഭക്ഷണവുമായി അവൻ ഗോവണി കയറി ചെന്നപ്പോൾ കൈയിൽ ചോരയൊലിപ്പിച്ചു നിൽക്കുകയാണ് രജനി. ധൃതിയിൽ അവളുടെ സമീപത്ത് അവൻ ചെന്നിരുന്നു.അവളുടെ കൈത്തണ്ടയിലെ മുറിവ് തുണി കൊണ്ട് കെട്ടി കൊടുക്കുമ്പോൾ അവളെ തനിച്ചാക്കി പുറത്തു പോന്നതിൽ അവന് ഖേദം തോന്നി.

ഭക്ഷണശേഷം അവളോട് അല്പം വിശ്രമിക്കാൻ പറഞ്ഞു അവനാ ലീഫുകൾ നാൽപ്പത്തിയഞ്ചു ഡിഗ്രിയിൽ വളച്ചെടുക്കാൻ തുടങ്ങി. ശേഷം അവരുണ്ടാക്കിയ ആ ഫാൻ പ്രൊപ്പല്ലർ സ്ക്രൂ ചെയ്തു യന്ത്രത്തിൽ പിടിപ്പിച്ചു. കുറച്ചു നേരം അവനെ നോക്കി കിടന്ന ശേഷം രജനി അറിയാതെ മയങ്ങിപ്പോയിരുന്നു.

താനുറങ്ങുന്നതും നോക്കി നിൽക്കുന്ന ശ്രീയെയാണ് ഉണർന്നപ്പോൾ അവൾ കണ്ടത്. തന്റെ മുറിപ്പെട്ട കരതലം അവൻ തലോടുന്നതായി ഉറക്കത്തിൽ അനുഭവപ്പെട്ടിരുന്നു. അതൊരു സ്വപ്നം തന്നെയായിരുന്നോ എന്ന് അവൾക്ക് അതാ സംശയമുണ്ടായി.

“മെഷീൻ പരീക്ഷിച്ചു നോക്കി, ഇനി പേടിക്കാനില്ല.” ശ്രീ പറഞ്ഞു.

അവളവന്റെ കൈപിടിച്ച് എണീറ്റു. ക്ഷീണമുണ്ടായിരുന്നതിനാൽ അവന്റെ കൈ വിടാതെ ടെറസ്സിലേക്ക് നടന്നു. റിമോട്ട് ഉപയോഗിച്ച്

പ്രവർത്തിപ്പിച്ചപ്പോൾ വശങ്ങളിലേക്കും ഒരുപോലെ ചലിക്കാൻ തുടങ്ങി. പ്രതീക്ഷിച്ചതിനേക്കാൾ നന്നായി യന്ത്രം പ്രവർത്തിക്കുന്നുണ്ട്. ശ്രീയുടെ മിനുക്കുപണികൾ കൂടിയായപ്പോൾ യന്ത്രത്തിന് കൂടുതൽ പൂർണ്ണത വന്ന പോലെ. അവന്റെ കണ്ണുകളിലേക്കു കൃതജ്ഞതയോടെ മന്ദഹസിച്ചു. നന്ദിയും കടപ്പാടുമെല്ലാം ആ മന്ദഹാസത്തിലടങ്ങിയിരുന്നു. ക്ഷീണിത യെങ്കിലും അവൾ പുഞ്ചിരിച്ചപ്പോൾ അങ്ങേയറ്റം ഹൃദ്യത അവന് അനു ഭവപ്പെട്ടു.

ടൂളുകളെല്ലാം അടുക്കിവെച്ചു ബാഗുമെടുത്ത് ശ്രീ പോകാനൊരുങ്ങി. അവൾക്ക് വിജയാശംസ നേർന്നു. അവന്റെ കരം ഗ്രഹിച്ചപ്പോൾ എന്തു കൊണ്ടാണ് മുമ്പ് ഒന്നും ഇല്ലാത്തവിധം വിദ്യുത്പിണരുകൾ തന്നിലൂടെ പാഞ്ഞു പോയതെന്ന് അവൾക്ക് അത്ഭുതം തോന്നി.

ക്ഷീണം പൂർണ്ണമായും മാറിയിരുന്നില്ലെങ്കിലും പിറ്റേന്ന് കാലത്തെ ണീറ്റ് അവൾ കുളിച്ചു വൃത്തിയായി വസ്ത്രം മാറി ടാക്സി വിളിച്ചു. യന്ത്രം താഴെയിറക്കി ടാക്സിയിലേക്ക് കയറ്റാൻ ഫ്ളാറ്റുടമസ്ഥരുടെ മക്കൾ സഹായിച്ചു.

പുറത്തു നിന്നുള്ള എക്സാമിനേഴ്സ് സമയത്ത് തന്നെ എത്തി ച്ചേർന്നിരുന്നു. ക്യാമ്പസിനുള്ളിലെ സ്വിമ്മിംഗ് പൂളിലായിരുന്നു അവളുടെ ആർഒവി മെഷീൻ ടെസ്റ്റ് നടന്നത്.

വിദ്യാർത്ഥികളും അധ്യാപകരും നോക്കി നിൽക്കെ അവൾ മെഷീൻ പ്രവർത്തിപ്പിച്ചു. റിമോട്ടിൽ ബട്ടണമർത്തുന്നതിനനുസരിച്ച് യന്ത്രം ഒരു മത്സ്യത്തെപ്പോലെ ഊളിയിട്ടു താഴോട്ടു പോയി, പിന്നെ പൂളിനടിയിൽ എക്സാമിനേഴ്സ് വെച്ച ഒരു കൊച്ചുകല്ല് യന്ത്രക്കയ്യിലെടുത്തു മുകളി ലേക്ക് പൊങ്ങി വന്നു. ചുറ്റിലും കാതടപ്പിക്കുന്ന ശബ്ദത്തിൽ കരഘോ ഷം മുഴങ്ങി. മാസങ്ങളെടുത്ത തന്റെ പ്രയത്നം ഫലം കണ്ടതിൽ ആന ന്ദാശ്രുക്കൾ പൊഴിക്കുകയായിരുന്നു അപ്പോൾ അവൾ.

ഭാഗം നാല്

പുഴു സമാധിയിൽ പ്രവേശിച്ചിട്ട് ദിവസങ്ങൾ കഴിഞ്ഞിരിക്കുന്നു. സുഷുപ്തിയിൽനിന്ന് ഒരു ദിവസം ഞെട്ടി എണീറ്റു. ദേഹം മുഴുവൻ ഒരുതരം പറഞ്ഞറിയിക്കാനാവാത്ത തരം അസ്വസ്ഥത!

"അസഹനീയം... എന്റെ കണ്ണുകൾപോലും അപ്രത്യക്ഷമായിരിക്കുന്നു. ഇരുട്ടിനുമേൽ ഇരുട്ട്... ഈ കവചം ഒന്ന് പൊളിച്ചു തരൂ." പുഴു കരഞ്ഞു.

ചെടി പറഞ്ഞു, "ചിറകുകൾ മുളച്ചു തുടങ്ങുകയാണ്. അക്ഷമ കാണിച്ച് ഇപ്പോൾ പുറത്തു വന്നാൽ പുഴുവിനും പൂമ്പാറ്റയ്ക്കുമിടയിലെ വിചിത്ര ജീവിയായി അതിജീവനം സാധ്യമാകാതെ നീ നാശമടയും. പരാജയപ്പെട്ട ജന്മമായി പരിണാമചരിത്രം നിന്നെ രേഖപ്പെടുത്തും."

ഒന്ന്

നീണ്ട ആറു വർഷത്തെ പ്രയത്നങ്ങൾക്ക് ഫലം ലഭിച്ചിരിക്കുന്നു. റിസൾട്ട് വന്നപ്പോൾ രജനിക്ക് ആദ്യം തോന്നിയത് അതാണ്. പ്രൊജക്റ്റ് ഭംഗിയായി സമർപ്പിക്കാൻ കഴിഞ്ഞതും പരീക്ഷകളിലെ സ്കോറും ഫ്ളയിംഗ് കളേഴ്സോട് കൂടി ബി.ടെക് പാസ്സാകാൻ അവളെ സഹായിച്ചിരിക്കുന്നു. പ്രതിസന്ധികൾ തരണം ചെയ്ത് താനുമൊരു മറൈൻ എഞ്ചിനീയറായിരിക്കുന്നുവെന്ന് അഭിമാനത്തോടെ അവളോർത്തു.

ഇനിയൊരു ജോലി, അത് വലിയ പ്രയാസമുണ്ടാവില്ല. അനിയത്തിക്ക് കുറച്ചു പണമയച്ചു കൊടുക്കണം. അവൾക്ക് നഴ്സിംഗിന് പോകാൻ ആഗ്രഹമുണ്ട്. പറഞ്ഞില്ലെങ്കിലും തനിക്കൊരു ജോലി ലഭിക്കുന്നത് കണക്കു കൂട്ടുന്നുണ്ടാകില്ലേ അമ്മ?. വയ്യായ്ക കാരണം കുറച്ചായി ശമ്പളമില്ലാത്ത ലീവിലാണ്. ഒരു താങ്ങായി ഇനി താനുള്ളതിനാൽ അമ്മയോട് വിആർഎസ് എടുത്തു വിശ്രമിക്കാൻ പറയണം. ആരോടും ഇതുവരെ പങ്കുവെയ്ക്കാത്ത മറ്റൊരു സ്വപ്നം കൂടി അവൾക്കുണ്ട്. മൂന്നു സെന്റിലാണ് അവരുടെ കുടുംബവീട് നിൽക്കുന്നത്. അതിനടുത്തുള്ള പറമ്പിൽ നിന്ന്, അതുമായി അവൾക്ക് ചില വൈകാരിക ബന്ധങ്ങളുണ്ട്, കുറച്ചു സ്ഥലം എങ്ങനെയെങ്കിലും വാങ്ങിക്കണം. ജോലിക്കായുള്ള അപേക്ഷ തയ്യാറാക്കുമ്പോൾ അവളുടെ മനസ്സിൽ ഇങ്ങനെ ചില കണക്കുകൂട്ടലുകളുണ്ടായിരുന്നു.

എന്നാൽ വിവിധ കമ്പനികളിലേക്ക് റെസ്യുമെ അയച്ചു പ്രതീക്ഷയോടെ കാത്തിരിക്കവെ അശനിപാതം പോലെയാ വാർത്തയെത്തി. അമേരിക്കയെയും യൂറോപ്പിനെയും പിടിച്ചുകുലുക്കിയ ആഗോള സാമ്പത്തിക പ്രതിസന്ധി അതിന്റെ എല്ലാ രൂക്ഷതയോടും കൂടി വോൾസാനയെയും ബാധിച്ചിരിക്കുന്നു!

പതിറ്റാണ്ടുകൾക്കിടയിൽ വോൾസാനിയൻ സമ്പദ്വ്യവസ്ഥ നേരിടുന്ന ഏറ്റവും വലിയ തകർച്ചയാണിതെന്ന് മീഡിയകളിൽ നിന്നറിഞ്ഞു. ആദ്യ പ്രസിഡണ്ട് ഹെട്രിക് ബാൻഡിലിയുടെ മരണശേഷം പ്രസിഡണ്ടായി തിരഞ്ഞെടുക്കപ്പെട്ട ബാൻഡിലി ജൂനിയർ കൈകൊണ്ട ചില തെറ്റായ നടപടികളുടെ അനന്തരഫലം കൂടിയായിരുന്നു സൂക്ഷ്മാർത്ഥത്തിൽ

ആ തകർച്ച. ഡോളർ കരുതൽ ധനത്തിനായി ഏഷ്യമിഡിൽ ഈസ്റ്റ് രാജ്യങ്ങളുമായുള്ള വ്യാപാരം വെട്ടിക്കുറച്ചു യൂറോഅമേരിക്കൻ രാജ്യങ്ങളുമായി വ്യാപാരം നടത്താൻ പുതിയ ഭരണസമിതി തീരുമാനിച്ചിരുന്നു. വിദേശ ബാങ്കുകൾക്കും വിദേശ ഇൻഷുറൻസ് കമ്പനികൾക്കും വോൾസാനയിൽ സമ്പൂർണ്ണ പ്രവർത്തനാനുമതി നൽകിയതും വിനയായി മാറി.

പാരമ്പര്യബിസിനസ് വിട്ട് ആളുകൾ ഓഹരി വിപണികളിലും റിയൽ എസ്റ്റേറ്റ് രംഗത്തും നിക്ഷേപിച്ചതു കാരണം വോൾസാനിയൻ വിപണികളിൽ ആദ്യഘട്ടത്തിൽ ഒരു ഉണർവ്വ് പ്രകടമായിരുന്നുവെങ്കിലും മാന്ദ്യം എല്ലാ കണക്കുകൂട്ടുകലുകളെയും തകർത്തു. യൂറോഅമേരിക്കൻ രാജ്യങ്ങളുമായുള്ള ഇടപാടുകളിലേക്ക് പരിവർത്തിപ്പിക്കപ്പെട്ടിരുന്ന വോൾസാന ഇക്കോണമിയെ അവിടങ്ങളിലെ മാന്ദ്യം സ്വാഭാവികമായും തകിടം മറിച്ചു.

അമേരിക്ക ആസ്ഥാനമായുള്ള വിദേശ ബാങ്കുകൾ തകർന്നടിഞ്ഞതോടെ ഓഹരിവിപണികൾ കൂപ്പുകുത്തി. കമ്പനികൾ പുതിയ നിയമനങ്ങൾ നിർത്തിവെച്ചു. ജോലിയുള്ളവർ എപ്പോഴാണ് സ്റ്റോപ്പ് മെമ്മോ ലഭിക്കുകയെന്ന ഭീതിയിലായി. പല കമ്പനികളും ലേഓഫ് പ്രഖ്യാപിച്ചു. മാന്ദ്യം മുൻകൂട്ടി കാണുന്നതിലും ആശ്വാസനടപടികൾ കൈകൊള്ളുന്നതിലും ഭരണകൂടം പരാജയപ്പെട്ടുവെന്ന് വിലയിരുത്തലുണ്ടായി.

അപേക്ഷിച്ച ഇടങ്ങളിൽ നിന്ന് വ്യക്തമായ മറുപടി ഇല്ലാതെ വന്നപ്പോൾ രജനിയുടെ പ്രതീക്ഷകൾ അസ്തമിച്ചു തുടങ്ങി. വലിയൊരു വിഷമാവസ്ഥയിലായിരുന്നു അവൾ. സ്റ്റുഡന്റ് വിസയുടെ കാലാവധി കഴിയുന്നതിനു മുൻപ് ഏതെങ്കിലുമൊരു കമ്പനിയിൽ കയറിപ്പറ്റി പെട്ടെന്ന് പിആർ എടുക്കണം. പെർമനെന്റ് റെസിഡൻസ് എന്ന പിആർ സ്റ്റാറ്റസ് കിട്ടിയില്ലെങ്കിൽ സ്റ്റുഡന്റ് വിസയുടെ കാലാവധി കഴിയുന്ന മുറയ്ക്ക് പരമാവധി ആറുമാസത്തിനുള്ളിൽ വോൾസാന വിടേണ്ടി വരും. ഒരു പ്രവർത്തനപരിചയ സർട്ടിഫിക്കറ്റുമില്ലാതെ പുതുതായി നേടിയ ബിരുദവുമായി ഈ അവസ്ഥയിൽ ഇന്ത്യയിൽ പോയി ജോലി തിരയുന്നതിൽ ഫലമുണ്ടാകില്ല. ഏതെങ്കിലും കാൾസെന്ററിൽ ഒരു ജോലി തരപ്പെട്ടാലായി.

മാന്ദ്യം നീങ്ങുന്ന ലക്ഷണമൊന്നും കാണുന്നില്ല, പ്രതിസന്ധി മൂർച്ഛിക്കുകയാണ്. ഇതിനിടയിൽ ഒരു കമ്പനിയിൽ അർജന്റ്ലി റിക്വേഡ് എന്ന് ഒറ്റക്കോളം പത്രപരസ്യം ശ്രദ്ധയിൽ പെടുന്നത്. മെർലിനാണ് അതാദ്യം കണ്ടു അവളെയറിയിച്ചത്.

“ഈ മാന്ദ്യത്തിനിടയിലും നിയമനമോ?”

അപേക്ഷ അയച്ചു താമസംവിനാ ഇന്റർവ്യൂവിനുള്ള ഇമെയിൽ വന്നപ്പോൾ പ്രതീക്ഷ തോന്നി. ഇത് ലഭിക്കുമെന്ന് മെർലിനും ധൈര്യം പകർന്നു.

പ്രതീക്ഷയോടെയാണ് രജനി അഭിമുഖത്തിനു ചെന്നത്... ഒരു ട്രേഡിംഗ് കമ്പനിയാണ്. ഉല്പന്നങ്ങളുടെ ഗുണങ്ങൾ വിവരിക്കുന്ന രേഖകൾ തയ്യാറാക്കി ഇടപാടുകാർക്ക് അതയച്ചു കൊടുക്കുകയാണ് പ്രധാന ഉത്തരവാദിത്വം. ഡിപ്ലോമയാണ് യോഗ്യത. സൃഷ്ടിപരമായ ജോലിയൊന്നുമല്ല. എങ്കിലും ഈ സമയത്തിത് തന്നെ വലിയ കാര്യം! അവൾ വിചാരിച്ചു. ടെക്നിക്കൽ മാനേജരുമായുള്ള അഭിമുഖം തൃപ്തികരമായി പൂർത്തിയായി. കമ്പനി എംഡിയെ കണ്ടു ഓഫർലെറ്റർ ഒപ്പിടണം, ഈയൊരു ഔപചാരികത മാത്രം ബാക്കി. ഒടുവിൽ തനിക്കൊരു ജോലി ലഭിക്കാൻ പോകുന്നു. അവളുടെ മനസ്സ് തുടി കൊട്ടി!

എം.ഡി ഒരു ജപ്പാൻകാരനാണ്. അദ്ദേഹത്തിന്റെ ക്യാബിനിൽ ചെന്നപ്പോൾ അയാൾ കൈ കൊടുത്ത് സ്വയം പരിചയപ്പെടുത്തി അവളോട് ഇരിക്കാൻ ആംഗ്യം കാണിച്ചു. തലയുടെ മധ്യഭാഗത്തായി കഷണ്ടി കയറിയ, എങ്കിലും കാഴ്ചയിൽ സുമുഖനായ, വട്ടക്കണ്ണട വെച്ച ഒരു മധ്യവയസ്കൻ. കണ്ണടയ്ക്കടിയിലൂടെ അവളുടെ സർട്ടിഫിക്കറ്റുകളിൽ കണ്ണോടിച്ചു വണ്ടർഫുൾ എന്ന് അഭിനന്ദനം ചൊരിഞ്ഞു. രജനിയിൽ നിന്ന് സമാധാനത്തിന്റെ ഒരു ദീർഘനിശ്വാസമുയർന്നു.

ഒരു മന്ദസ്മിതത്തോടെ ഓഫർലെറ്റർ എടുത്ത് അയാൾ അവളുടെ കയ്യിൽ വെച്ചു കൊടുത്തു. ജീവിതത്തിൽ ആദ്യമായി കിട്ടുന്ന നിയമന ഉത്തരവ്. അവളുടെ ഹൃദയം ഉദ്വേഗം പൂണ്ടു. അതിലൂടെ കണ്ണോടിച്ചു നോക്കവേ അപ്രതീക്ഷിതമായി അദ്ദേഹം അവളോട് മറുകൈ നീട്ടാൻ പറഞ്ഞു. എന്തിനെന്ന് ആശ്ചര്യപ്പെട്ടു കൈനീട്ടിയതും അവളുടെ സർട്ടിഫിക്കറ്റുകളെല്ലാം ഇടതുകയ്യിലേക്ക് വെച്ച് ഏതാണ് കൂടുതൽ ഭാരം തോന്നുന്നതെന്ന് അയാൾ ചോദിച്ചു.

ഒരു ജോലി അങ്ങേയറ്റം പ്രധാനപ്പെട്ടതായിരുന്നതിനാൽ അവൾക്ക് കനം തോന്നിയത് ഓഫർലെറ്റർ തന്നെയായിരുന്നു. ചോദ്യഭാവത്തിൽ അവൾ അദ്ദേഹത്തിന്റെ മുഖത്തേക്ക് നോക്കി. അവൾക്കൊന്നും മനസ്സിലാകുന്നുണ്ടായിരുന്നില്ല. എന്നാൽ അദ്ദേഹം അവളോട് ജാലകത്തിലൂടെറോഡിനെതിർവശമുള്ള ടയർകടയിലേക്ക് നോക്കാൻ പറഞ്ഞു.

തുടർന്ന്, പതിഞ്ഞ സ്വരത്തിൽ അദ്ദേഹം പറഞ്ഞത് ഇപ്രകാരമായിരുന്നു. "ആ കടയിൽ ടയറു മാറ്റി കൊണ്ടിരിക്കുന്ന തൊഴിലാളി അതിൽ വിദഗ്ദ്ധനാണ്. വാഹനത്തിനനുസരിച്ച് മർദ്ദം കൃത്യമായി ക്രമീകരിക്കാൻ അയാൾക്ക് കഴിയും. അതിനപ്പുറം ടയർ നിർമ്മാണത്തെക്കുറിച്ച് അയാൾക്ക് ധാരണയുണ്ടാവില്ല. അയാളുടെ ജോലിക്ക് അതാവശ്യവുമില്ല."

ചുരുക്കത്തിൽ, ക്രിയേറ്റീവായി ഒന്നും ചെയ്യാനില്ലാത്ത ഒരു സാധാരണ ജോലിക്ക് ഫ്ളൈയിംഗ് കളേഴ്സിൽ ബി.ടെക് പാസായ അവൾ തയ്യാറാകുന്നുവെന്നത് അയാളെ ആശ്ചര്യപ്പെടുത്തുന്നുവത്രേ.

"Sir, I badly need a job." രജനിയുടെ സ്വരം ദയനീയമായി. ഈ ജോലി കിട്ടിയില്ലെങ്കിൽ അവൾക്ക് വോൾസ്വാനയോട് വിട പറയേണ്ടി വരും.

എന്നാൽ അവളുടെ അവസ്ഥ അയാളിൽ ഒരു സഹതാപവും ഉണ്ടാക്കിയില്ല. അയാൾ പുഞ്ചിരിച്ചു കൊണ്ടിരുന്നു. ഓഫർലെറ്റർ തിരിച്ചു വാങ്ങിച്ചു, സമയം കളഞ്ഞിട്ടു കാര്യമില്ലെന്ന രീതിയിൽ അവളെയും കൂട്ടി പുറത്തേക്കുള്ള കവാടത്തിനരികിലേക്ക് നടന്നു. അവൾക്ക് അയാളോട് അതിയായ അമർഷം തോന്നി.

'യോഗ്യയല്ലെങ്കിൽ പിന്നെ ഇന്റർവ്യൂവിനു വിളിച്ചതെന്തിന്?' തന്നെ ഒഴിവാക്കുന്നതിന് മറ്റെന്തോ കാരണമുണ്ടെന്ന് അവൾക്കു തോന്നി.

അവളുടെ റെസുമെ അപ്പോഴാണ് അയാൾ കാണുന്നതെന്നായിരുന്നു മറുപടി. അവൾക്ക് ഇന്റർവ്യൂ ക്ഷണമയച്ചതും വരുത്തിയതും ടെക്നിക്കൽ മാനേജരാണ്.

നിരാശയും സങ്കടവും ഇടകലർന്ന് അവളുടെ മുഖഭാവം കണ്ട് ഒരു കാര്യം കൂടെ അദ്ദേഹം കൂട്ടിച്ചേർത്തു. "ഒരിക്കൽ നീ ഉയർന്ന നിലയിലെത്തും. അന്ന് ഈ വഴിയിലൂടെ യാത്ര ചെയ്യുന്നുവെങ്കിൽ എന്നെ കാണാൻ വരിക, എന്തുകൊണ്ട് ഈ ജോലി നിനക്ക് തന്നില്ല എന്നതിന്റെ ഉത്തരം അന്ന് ബോധ്യപ്പെടും."

ഒരാളെ മാറ്റി നിർത്തുമ്പോൾ സാധാരണ പറയുന്ന ഒരു ന്യായമെന്നതിൽ കവിഞ്ഞു അതിലെന്തെങ്കിലും കഴമ്പുണ്ടെന്ന് അവൾക്കു തോന്നിയില്ല. കിട്ടിയെന്നുറപ്പിച്ച ജോലി ഇതാ ചുണ്ടിനും കപ്പിനുമിടയിൽ നഷ്ടമായിരിക്കുന്നു.

ഇന്ത്യയെ പ്രതിസന്ധി വലുതായി ബാധിച്ചിട്ടില്ല. വലിയ ആഘാതം നേരിട്ടത് അമേരിക്ക ആസ്ഥാനമായ ബാങ്കുകൾക്കും അവയുടെ വിവിധ രാജ്യങ്ങളിലെ ശാഖകൾക്കുമായിരുന്നു. ദേശസാൽകൃതബാങ്കുകളെ സ്വകാര്യവത്കരണത്തിനും വിദേശനിക്ഷേപത്തിനും വിട്ടുകൊടുക്കാതെ സംരക്ഷിച്ചുനിർത്തിയത് ഇന്ത്യയെ ഈ പ്രത്യക്ഷ തകർച്ചയിൽ നിന്നും കഷ്ടിച്ച് രക്ഷപ്പെടുത്തി. എന്നാൽ പുതിയ തൊഴിലവസരങ്ങൾ ഇന്ത്യയിലുമില്ല. മാന്ദ്യം മൂലം വിവിധ രാജ്യങ്ങളിൽനിന്ന് നാട്ടിലേക്ക് മടങ്ങുന്ന ഇന്ത്യക്കാരുടെ എണ്ണവും വർദ്ധിച്ചിരുന്നു. വോൾസാനയിൽ ജോലി ഒന്നും ശരിയാകാത്തതിനാൽ കാൾസെന്ററിൽ ജോലി സ്വീകരിക്കാനും തയ്യാറായി കിരൺ നാട്ടിലേക്ക് മടങ്ങാൻ തീരുമാനിച്ചു.

സന്ദീപിന് ഒരു ഗ്രോസറിയിൽ പർച്ചേസിംഗ് ജോലി ലഭിച്ചു. രണ്ടു വർഷത്തെ ബോണ്ട് ഒപ്പിട്ടു നൽകണമായിരുന്നു. മാന്ദ്യം നീങ്ങുകയാണെങ്കിൽ പഠിച്ചതുമായി ബന്ധപ്പെട്ട ജോലിയിലേക്ക് അന്നേരം മാറാമെന്ന കണക്കുകൂട്ടലിൽ ബോണ്ട് ഒപ്പിട്ട് അവൻ ഗ്രോസറിയിൽ ജോലിക്കു കയറി. രണ്ടു വർഷത്തെ പ്രൊഫഷണൽ ബ്രേക്കിനെക്കുറിച്ച് പലരും

മുന്നറിയിപ്പു നൽകിയെങ്കിലും ഈ ഘട്ടത്തിൽ അതല്ലാതെ മറ്റു മാർഗ്ഗമില്ലെന്നു അവനു തോന്നി.

പിന്നെയും ഒന്ന് രണ്ടു ശ്രമങ്ങൾ രജനി നടത്തി നോക്കിയെങ്കിലും അവയും ഫലം കണ്ടില്ല. പ്രതിസന്ധി കൂടുതൽ രൂക്ഷമാകുകയാണ്. ടൂറിസ്റ്റുകളുടെ വരവ് കുറഞ്ഞത് കാരണം റിസോർട്ടിലെ പാർട്ട് ടൈം ജോലിയും അവൾക്ക് നഷ്ടപ്പെട്ടു. മിച്ചംവെച്ച ഇത്തിരി പണം മാത്രമേ കയ്യിലുള്ളൂ.

നന്നായി പ്രവർത്തിച്ചു കൊണ്ടിരുന്ന മെർലിന്റെ കമ്പനിയും മാന്ദ്യത്തിൽ പെട്ട് ഏതു നിമിഷവും ലേഓഫ് പ്രഖ്യാപിക്കാമെന്ന അവസ്ഥയിലാണെന്നറിഞ്ഞപ്പോൾ ജോലി തിരയൽ ശ്രമങ്ങൾ താൽക്കാലികമായി അവസാനിപ്പിച്ച് ഈവനിംഗ് ബാച്ചിൽ മാസ്റ്റേഴ്സിനു ചേരാൻ രജനി തീരുമാനിച്ചു.

നിലവിലെ വിസയുടെ കാലാവധി ആറു മാസം കൊണ്ട് കഴിയുമ്പോൾ നാട്ടിലേക്ക് തിരിച്ചുപോകേണ്ടി വരുമെന്നും മാസ്റ്റേഴ്സ് പൂർത്തിയാക്കാൻ കഴിയില്ലെന്നും അറിഞ്ഞുകൊണ്ട് തന്നെയാണ്, മറ്റൊന്നും ആ ഘട്ടത്തിൽ ചെയ്യാനില്ലാത്തതിനാൽ വോൾസാന നാഷണൽ യൂണിവേഴ്സിറ്റിയിൽ ഈവനിംഗ് ബാച്ചിൽ ചേർന്നത്. റെഗുലർ ബാച്ചിൽ മാസ്റ്റേഴ്സ് ചെയ്യാനുള്ള സാമ്പത്തികസ്ഥിതി അവൾക്കില്ല. മാത്രവുമല്ല അമ്മയുടെ ആരോഗ്യസ്ഥിതി കാരണം പെട്ടെന്നൊരു സ്ഥിരവരുമാനം ആവശ്യമായി വന്നിരിക്കുന്നു. മുൻപ് ജോലി ചെയ്തിരുന്ന കെ.എഫ്.സിയിൽ കുറഞ്ഞ വേതനത്തിന് വീണ്ടും കയറിയാണ് നിത്യചിലവുകൾക്കുള്ള വരുമാനം അവളിപ്പോൾ കണ്ടെത്തുന്നത്.

വൈകിട്ട് ആറു മുതൽ രാത്രി പത്തുമണി വരെയാണ് ഈവനിംഗ് ക്ലാസ്സ്. ഇത്രയൊക്കെ പഠിച്ചതിന് അനുയോജ്യമായൊരു ജോലി ലഭിച്ചില്ലല്ലോ എന്ന നിരാശ രജനിയെ ഇടയ്ക്കിടെ അലട്ടിയിരുന്നു.

ഓഫ്ഷോർ ടെക്നോളജിയായിരുന്നു അവൾ മാസ്റ്റേഴ്സിനു തിരഞ്ഞെടുത്തത്. ശ്രീരാജും അൻവറും ജോലിക്ക് പോകുന്നതോടൊപ്പം അതേ ക്യാമ്പസിൽ അവളുടെ സീനിയറായി ഈവനിംഗ് ക്ലാസ്സിനു പഠിക്കുന്നുണ്ട്. ഡിസൈനിംഗ് എഞ്ചിനീയറിംഗിലായിരുന്നു ശ്രീയുടെ പോസ്റ്റ്ഗ്രാജുവേഷൻ. അൻവർ ഇലക്ട്രിക്കലും. അനിശ്ചിതാവസ്ഥയെല്ലാം ഉടനെ മാറുമെന്നു പറഞ്ഞു അവരിരുവരും അവൾക്കു പ്രതീക്ഷ നൽകി.

ഒരുദിവസം വൈകി റൂമിലെത്തിയ രജനി കണ്ടത് മെർലിൻ ഉറങ്ങാതെ അവളെ കാത്തിരിക്കുന്നതാണ്. ആകെ വിഷണ്ണയായിരിക്കുന്നു. കാരണം അന്വേഷിച്ചു.

അവസാനം പേടിച്ചത് തന്നെ സംഭവിച്ചിരിക്കുന്നു. മെർലിന്റെ കമ്പനിയിൽ ലേ ഓഫ്. പിറ്റേന്ന് മുതൽ അവൾക്കു ജോലിയില്ല!

രണ്ട്

അസാധാരണമായി ഒന്നും സംഭവിക്കാതെ ദിവസങ്ങൾ കടന്നുപോയി. മാന്ദ്യത്തിന്റെ പശ്ചാത്തലത്തിൽ വിദേശ വിദ്യാർത്ഥികളുടെ വിസ കാലാവധി നീട്ടി നൽകാൻ ഭരണകൂടം തീരുമാനമെടുത്തുവെന്നത് മാത്രമായിരുന്നു ഈ ദിവസങ്ങളിൽ രജനിയെ തേടിയെത്തിയ ഏക സമാശ്വാസ വാർത്ത. ഈവനിംഗ് ക്ലാസ്സിൽ പി.ജിക്ക് പഠിക്കാൻ പോകുന്നതു കാണിച്ച് അപേക്ഷ നൽകിയപ്പോൾ രജനിയുടെ സ്റ്റുഡന്റ്സ് വിസ ഒരു വർഷത്തേക്കു കൂടെ നീട്ടി കിട്ടി. വിസയുടെ കാലാവധി തീരാൻ വെറും രണ്ടു മാസം മാത്രമുള്ളപ്പോഴാണ് ഇത് സംഭവിച്ചത്. താൽക്കാലികമാണെങ്കിലും അതവൾക്ക് നൽകിയ ആശ്വാസം ചെറുതല്ല.

ഇടയ്ക്കൊരു പ്രതീക്ഷ വന്നുവെങ്കിലും മാന്ദ്യം പിന്നെയും നീളുകയാണ്. തല മുതൽ കാലുവരെ ബ്ലാങ്കറ്റിനുള്ളിൽ മൂടി ചുരുണ്ടുകൂടി ഉറങ്ങിയും തെളിയാത്ത കണ്ണുകളുമായി അടുക്കളയിൽ കയറിയും അടുത്ത ഫ്ളാറ്റിലെ കുട്ടികളുടെ കൂടെ ചെസ്സ് കളിച്ചും വൈകുന്നേരങ്ങളിൽ അങ്ങാടിവരെ നടന്നും അങ്ങനെയങ്ങനെ തീർക്കുകയാണ് മെർലിൻ തന്റെ ദിവസങ്ങൾ. ഈവനിംഗ് ക്ലാസ്സു കഴിഞ്ഞാൽ രജനിക്കും ഒഴിവാണ്. മുൻപത്തെ അത്ര സമയമില്ലെങ്കിലും ഹോട്ടലിലെ പാർട്ട് ടൈം ജോലി രജനി തുടരുന്നുണ്ട്.

അങ്ങനെയിരിക്കെ ഒരു ദിവസം തികച്ചും അപ്രതീക്ഷിതമായി ജെന്നയുടെ വിവാഹറിസപ്ഷന് ക്ഷണം വന്നപ്പോൾ രജനിക്ക് ഏറെ ആഹ്ലാദം തോന്നി. കല്യാണം കൂടുന്നതോടൊപ്പം ഏറെ നാളായുള്ള തന്റെ ആഗ്രഹമായ ദക്ഷിണാഫ്രിക്ക കാണാനുള്ള അവസരവുമായി. മെർലിൻ ഇപ്പോൾ വെറുതെയിരിക്കുകയായതിനാൽ അവൾക്കും ഇതൊരു മാറ്റമാകും.

അറുന്നൂറു നോട്ടിക്കൽ മൈൽ ദൂരമുണ്ട്. ചാർജ്ജ് കുറവായതിനാലും സൗത്ത് അറ്റ്ലാന്റിക് ഓഷ്യൻഅതിർത്തി വരെയുള്ള സമുദ്രയാത്ര ഒരു അനുഭവമാകുമെന്നോർത്തും കപ്പലിൽ പോകാമെന്ന് അവർ ഉറപ്പിച്ചു.

രണ്ടര ദിവസത്തെ യാത്രയുള്ളതിനാൽ കൂട്ടുകാരെ ആരെയെങ്കിലും കൂടെ വിളിച്ചാലോ എന്ന് രജനി ഒന്നു രണ്ടുവട്ടം മെർലിനോട് ചോദിച്ചു. ശ്രീയെക്കൂടി വിളിക്കാൻ അവളാഗ്രഹിക്കുന്നുവെന്ന് ആ ചോദ്യങ്ങളിൽ നിന്ന് മെർലിന് മനസ്സിലായി. ശ്രീയെക്കുറിച്ച് പറയുമ്പോൾ രജനിയുടെ കണ്ണുകളിൽ ഒരു പ്രത്യേക തിളക്കം മെർലിൻ ഇടയ്ക്ക് ശ്രദ്ധിച്ചിട്ടുണ്ട്.

“മനുവുമായി പിണങ്ങിയതിൽപ്പിന്നെ എനിക്കിപ്പോൾ അടുപ്പമുള്ള സുഹൃത്തുക്കളൊന്നുമില്ല. നമുക്ക് നിന്റെ ശ്രീയെ വിളിച്ചാലോ...?”

രജനിയുടെ മുഖത്ത് നിമിഷനേരത്തേക്ക് വിവിധ വികാരങ്ങൾ മിന്നിമറഞ്ഞു.

തന്റെ ഭാവപ്പകർച്ച മെർലിൻ കാണാതിരിക്കാൻ അവൾ പണിപ്പെട്ടു. പ്രൊജക്റ്റിനു സഹായിക്കായി ശ്രീ റൂമിൽ വന്നുപോയതിനുശേഷം രജനിക്ക് അവനോടുള്ള അടുപ്പത്തിൽ എന്തൊക്കെയോ മാറ്റങ്ങൾ തോന്നി തുടങ്ങിയിരുന്നു. തന്റെ ഭാവപകർച്ച മെർലിൻ കാണാതിരിക്കാൻ പണിപ്പെട്ടു രജനി പറഞ്ഞു.

"ശ്രീ ഒറ്റയ്ക്ക് വരാനിടയില്ല. അൻവറിന് യാത്രകൾ ഇഷ്ടമാണ്. അവനെക്കൂടെ വിളിക്കാം, ഇരുവർക്കും ലീവ് കിട്ടുമോ എന്നും അറിയണം..."

പിറ്റേന്ന് തന്നെ രജനി രണ്ടു പേരെയും വിളിച്ചു കാര്യം തിരക്കി. ശ്രീക്ക് മിഡ്ഇയർ ലീവുണ്ട്, അൻവറിന് രണ്ടു ദിവസം അഡ്മിൻ ലീവ് ലഭിക്കുമെന്ന് പറഞ്ഞു.

"എന്നാ പിന്നെ പോകാം അല്ലേ..?" ശ്രീക്കും താത്പര്യമായി.

തങ്ങൾ നാല് പേരു വരുന്നുവെന്ന് അവൾ ജെന്നയെ മെയിൽ ചെയ്ത് അറിയിച്ചു. നൊബറ്റ്സിയ പോർട്ടിൽ നിന്ന് ഡർബൻ പോർട്ടിലേക്ക് ടിക്കറ്റ് ബുക്ക് ചെയ്യുകയെന്നതേ ഇനി ബാക്കിയുള്ളൂ. ഏറ്റവും ആവേശം മെർലിനായിരുന്നു. റൂമിലിരുന്നിരുന്ന് വിരസത അനുഭവിച്ചിരുന്നതിനാൽ ടിക്കറ്റ് ബുക്ക് ചെയ്യുന്നതടക്കം യാത്രയ്ക്കുള്ള ഒരുക്കങ്ങൾക്കു മുന്നിൽ നിന്നത് അവളാണ്.

വ്യാഴാഴ്ച്ച വൈകീട്ട് ആറു മണിയോടെ അവർ പോർട്ടിൽനിന്നും പുറപ്പെട്ടു. കടൽ പൊതുവേ ശാന്തമായിരുന്നു. തീരം വിട്ടു കുറേക്കൂടി ഉള്ളിലേക്കു പോയപ്പോൾ കാറ്റ് മൂലം കപ്പൽ ഇളകി തുടങ്ങി. മെറൂൺ നിറത്തിലുള്ള ജുബ്ബയായിരുന്നു ശ്രീ ധരിച്ചത്, അൻവർ നീല ജീൻസും കറുപ്പ് ടി ഷർട്ടും. വെളുത്ത പുള്ളികളോടുകൂടിയ ഓറഞ്ചു നിറത്തിലുള്ള ചുരിദാറിൽ രജനി ആകർഷകയായി കാണപ്പെട്ടു. മെർലിനാകട്ടെ, യാത്രയ്ക്കായി ബ്രൗൺ നിറത്തിലുള്ള അയഞ്ഞ ബൊഹീമിയൻ ജിപ്സി വേഷം സംഘടിപ്പിച്ചിരുന്നു.

കടൽ ചൊരുക്കുണ്ടാകാനുള്ള സാധ്യത കണക്കിലെടുത്ത് അവർ കപ്പലിന്റെ മധ്യത്തിൽ നിലയുറപ്പിച്ചു. രാത്രിയായപ്പോൾ ഡക്കിലിറങ്ങി തണുത്ത കാറ്റേറ്റ് വർത്തമാനം പറഞ്ഞു. കടൽ അതിന്റെ സൗന്ദര്യം പൂർണ്ണമായും വെളിപ്പെടുത്തുന്നത് രാത്രിയിലാകയാൽ, നിലാവെളിച്ചത്തിൽ തിരയിളകുന്നത് കാണാൻ തന്നെ നല്ല ചേലുണ്ടായിരുന്നു.

രാത്രി ഡെക്കിലിരുന്ന് അത്താഴം കഴിച്ച് ഉറങ്ങാനായി അവർ കാബിനിലേക്കുപോയി. മെർലിൻ മുകളിലെ ബെർത്തിലും രജനി താഴെയും കിടന്നു. ശ്രീയും അൻവറും തൊട്ടടുത്തുള്ള കാബിനിലേക്ക് പോയി.

വൈകിയാണ് എല്ലാരും ഉണർന്നത്. കുളിച്ചൊരുങ്ങി പ്രാതൽ കഴിച്ച് അവർ ക്യാബിനിൽനിന്നും പുറത്തേക്കു വന്നു. ഡക്കിന്റെ വിശാലമായ ഭാഗത്ത് നാടൻ വേഷവിധാനങ്ങളോടെ ഒരു ആഫ്രിക്കൻ യുവതി ഡാൻസ്

ചെയ്യുകയും ചുറ്റുമുള്ളവർ കൈയ്യടിച്ചു പ്രോത്സാഹിപ്പിക്കുകയും ചെയ്യുന്നുണ്ടായിരുന്നു.

ഡെക്കിനു ഓരം ചേർന്നുനിന്ന് കടൽകാഴ്ചകൾ കണ്ടു നിൽക്കവേ ഈർപ്പം അവരുടെ മുഖത്ത് തട്ടി. കടലിൽ ഓളങ്ങൾക്കിടയിൽനിന്ന് ഇട യ്ക്കിടെ മീനുകൾ ഉയർന്നു പൊങ്ങുന്നു. കപ്പലിന്റെ ഒരു വശത്തു നിരയായി കെട്ടിയ ചൂണ്ടയിൽ കുരുങ്ങുന്ന മീനുകളെ കപ്പൽ ജീവന ക്കാർ വലിച്ചെടുത്തു ഡക്കിലേക്കിടുന്നുണ്ട്. ഉച്ചഭക്ഷണത്തിനുള്ളതാണ് അവയൊക്കെയും. കൗതുകത്തോടെ നോക്കിനിൽക്കുകയായിരുന്ന മെർലിനും ജീവനക്കാരുടെ അനുമതിയോടെ മെർലിനും മീനുകളെ പിടിച്ചു ഡെക്കിലിട്ടു. ചൂണ്ടയിൽ കുരുങ്ങി മീനുകൾ കുറച്ചു ദൂരം കപ്പ ലിനൊപ്പം സഞ്ചരിച്ച ശേഷമാണ് മെർലിന് അവയെ ഉയർത്താനായത്.

പാതിരാത്രിയായപ്പോൾ അവർ വീണ്ടും ഡെക്കിൽ ഒത്തുകൂടി. ശ്രീയും രജനിയും അടുത്തടുത്തുനിന്ന് അറ്റമില്ലാതെ പരന്നുകിടക്കുന്ന നീലക്കട ലിന്റെ ഭംഗി ആസ്വദിച്ചു. കപ്പൽ ഇളകുമ്പോൾ അവളും അവനും അടുത്തും അകന്നും വന്നു. ഇടയ്ക്കെപ്പോഴോ കടൽപ്പരപ്പിൽ നിന്ന് ദൃഷ്ടി കൾ മാറ്റി ധൈര്യം സംഭരിച്ചു രജനി അവന്റെ കണ്ണുകളിലേക്ക് നോക്കി. തന്നെ വീക്ഷിച്ചു കൊണ്ടിരുന്ന ശ്രീയെയാണ് അവൾ കണ്ടത്. മുൻപി ല്ലാത്ത വിധം ഒരു തണുപ്പ് ആ നോട്ടത്തിൽ രണ്ടുപേർക്കും അനുഭവ പ്പെട്ടു. അവളുടെ മിഴികൾക്ക് കടലിനേക്കാൾ ആഴവും നീലിമയുമുള്ള തായി അവനു തോന്നി.

ഇളകുന്ന തിരകളെ നോക്കി മെർലിൻ ഹൃദ്യമായി പാട്ടുമൂളി. അവൾ മൂളുന്നതിന് അനുസരിച്ച് അൻവർ ഡെക്കിലെ ബെഞ്ചിൽ താളം പിടിച്ചു പ്രോത്സാഹിപ്പിച്ചു കൊണ്ടിരുന്നു.

കാഴ്ചകളും കളിയും പാട്ടും ഉറക്കവുമായി രണ്ടു ദിവസം പോയത് അവരറിഞ്ഞില്ല. കപ്പൽ ദക്ഷിണാഫ്രിക്കൻ തീരത്തോട് അടുക്കാറായി രിക്കുന്നു.

കരയോട് അടുത്തുകൊണ്ടിരിക്കെ പഴയ പ്രതാപം വിളിച്ചോതി ദർബൻ പട്ടണം അവരെ സ്വാഗതം ചെയ്തു. എമിഗ്രേഷൻ പരിശോധന യ്ക്ക് സാമാന്യം തിരക്കുണ്ടായിരുന്നു. രജനി വളരെ ആവേശത്തിലായി രുന്നു. കാലങ്ങളായുള്ള തന്റെ ആഗ്രഹമാണ് പൂവണിയുന്നത്. പുറത്തി റങ്ങിയ ശേഷം ആ സ്ഥലത്തിനെക്കുറിച്ച് വായിച്ചറിഞ്ഞത് രജനി അവ രോടു പറഞ്ഞു.

“ഇതാണ് ഡർബൻ, വെള്ളക്കാരായ ഒരു കൂട്ടം ആളുകൾ ഗാന്ധിയെ ആക്രമിച്ച് പരിക്കേല്പിച്ച സ്ഥലം, ഇവിടെയായിരുന്നു അദ്ദേഹം ഇന്ത്യൻ ഒപ്പീനിയനെന്ന പത്രം തുടങ്ങിയത്.”

അധികം താമസിയാതെ ജെന്ന അയച്ച ആൾ കാറുമായി വന്നു. തുടർന്നു നൂറുകിലോമീറ്റർ അകലെയുള്ള ഹോവിക്കിലേക്ക് പുറപ്പെട്ടു. താമസ സൗകര്യമൊരുക്കി ജെന്ന അവരെ കാത്തുനിൽക്കുന്നുണ്ടായിരുന്നു.

മൂന്ന്

പാരമ്പര്യ രീതിയിലുള്ള വിവാഹം രാവിലെ കഴിഞ്ഞിരുന്നതിനാൽ രജനിക്കും കൂട്ടുകാർക്കും അതിൽ പങ്കെടുക്കാൻ കഴിഞ്ഞില്ല. എന്നാൽ രാത്രി നടന്ന റിസപ്ഷനിൽ അവർ ആദ്യാവസാനം പങ്കെടുത്തു. ബ്രൗൺ കളർമേലുടുപ്പും താഴേക്കു കാലറ്റം വരെ വിടർന്നു തൂങ്ങിനിൽക്കുന്ന തൂവെള്ളവസ്ത്രവുമായിരുന്നു ജെന്ന ധരിച്ചിരുന്നത്. വരനാകട്ടെ പരമ്പ രാഗത ആഫ്രിക്കൻ വേഷത്തിൽ കൂടുതൽ സുന്ദരനായി കാണപ്പെട്ടു.

ജെന്നയെപ്പോലെ കൊക്കേഷ്യനല്ല, ഇരുനിറക്കാരനാണ് വരൻ. അയാ ളുടേത് ഒരു പാരമ്പര്യ ആഫ്രിക്കൻ കുടുംബമാണെന്ന് ബന്ധുക്കളുടെ ചമത്കാരങ്ങൾ പറഞ്ഞു തരുന്നുണ്ട്. വോൾസാനയിൽ വെച്ചാണ് അവ രിരുവരും പ്രേമബദ്ധരായതെന്ന് രജനിക്കറിയാം. ജെന്നയുടെ കൂടെ ഒന്ന് രണ്ടു തവണ കോഫീ ഷോപ്പിൽ വെച്ച് കണ്ടിട്ടുണ്ട്.

രജനിയെ തന്നോട് ചേർത്ത് നിർത്തി ജെന്ന ബന്ധുക്കൾക്ക് പരി ചയപ്പെടുത്തി.

വലിയ ബൂട്ടുകൾ കെട്ടി പ്രത്യേക രീതിയിൽ ചുവടു വെയ്ക്കുന്ന ഗംബൂട്ട് ഡാൻസും താളമേളങ്ങളും കല്യാണത്തിന് പൊലിമയേകാൻ ഉണ്ടായിരുന്നു. കാഴ്ചക്കാരായി മാറി നിൽക്കാതെ രജനിയും കൂട്ടുകാരും അവയെല്ലാം അടുത്ത് നിന്ന് ആസ്വദിച്ചു.

അവരുടെ വിവാഹങ്ങളിൽ വിചിത്രമായ ചില ആചാരങ്ങളുണ്ടത്രെ! ആദ്യരാത്രി കഴിഞ്ഞു നേരം പുലർന്നാൽ വരന്റെ അമ്മ വന്നു കന്യക യുടെ രക്തം പടർന്ന കിടക്കവിരി ജനലിലൂടെ പുറത്ത് കാണിക്കും. ബന്ധു ക്കളും നാട്ടുകാരും പുറത്തു കാത്തു നിൽപ്പുണ്ടാകും. രക്തപ്പാട് കണ്ടി ല്ലെങ്കിൽ വധുവിന് ലഭിച്ച സമ്മാനങ്ങൾ തിരിച്ചു കൊടുക്കണം.

കേട്ടപ്പോൾ ആദ്യം എല്ലാവർക്കും തമാശയായി തോന്നി.

“ആഹാ, എത്ര മനോഹരമായ ആചാരം... കേരളത്തിലും ഇതു കൊണ്ടുവരണം.” അൻവർ ചിരിച്ചു കൊണ്ട് പറഞ്ഞു.

“അതിന്റെ ഒരു കുറവേയുള്ളൂ” മെർലിൻ അവജ്ഞയോടെ പ്രതിക രിച്ചു.

പുരുഷന്റെ ചാരിത്ര്യം തിരിച്ചറിയാനുള്ള ലിറ്റ്മസ് പരീക്ഷണങ്ങൾ ലോകത്തൊരിടത്തും നടത്തപ്പെടാത്തതെന്തെന്ന ചിന്തയാണ് അന്നേരം രജനിക്കുണ്ടായത്.

റിസപ്ഷൻ തീർന്നപ്പോൾ നേരം നന്നേ ഇരുട്ടി. വ്യാഴാഴ്ച പുലർച്ച യാണ് തിരിച്ചുള്ള കപ്പലെന്നതിനാൽ രണ്ടു ദിവസംകൂടി ബാക്കിയുണ്ട്... ജോഹന്നാസ്ബർഗ് ഉൾപ്പെടെയുള്ള ചരിത്രപ്രധാനസ്ഥലങ്ങൾ അവർ സന്ദർശിച്ചത് ഈ സമയം കൊണ്ടാണ്. കാണേണ്ട സ്ഥലങ്ങളുടെ ലിസ്റ്റ് രജനി ആദ്യമേ തയ്യാറാക്കി വെച്ചിരുന്നതു അവർക്ക് ഉപകാരപ്പെട്ടു.

ഗാന്ധിജി സ്ഥാപിച്ച ടോൾസ്റ്റോയ് ഫാമിലെ കെട്ടിടങ്ങൾ ജീർണ്ണിച്ചു നിലം പൊത്താൻ തുടങ്ങിയത് അവർ നേരിട്ടു കണ്ടു. കെലൻബാക്ക് സൗജന്യ മായി നൽകിയ വിശാലമായ ഈ സ്ഥലത്താണ് ഗാന്ധി ഫാം സ്ഥാപി ച്ചിരുന്നത്.

ലൊക്കേഷനുകളെന്ന് അറിയപ്പെട്ടിരുന്ന, ഖനിത്തൊഴിലാളികൾ താമസിച്ചിരുന്ന ലേബർ ക്യാമ്പുകളും ജോഹന്നാസ് ബർഗിലായിരുന്നു. ഒരിക്കൽ ഒരു ലേബർക്യാമ്പിൽ പ്ലേഗ് പടരുന്നുവെന്നറിഞ്ഞപ്പോൾ ഗാന്ധി അങ്ങോട്ട് കുതിക്കുകയും സമീപത്തെ പൂട്ടിക്കിടന്ന വീട് അനുമതിയി ല്ലാതെ കുത്തിതുറന്ന് ആളുകളെ അതിലേക്കു മാറ്റുകയും ചെയ്തിരുന്നു. മാരകമായ പ്ലേഗ് ബാധിച്ചവരെ പരിചരിക്കുക ജീവത്യാഗം ചെയ്യുന്നതിന് തുല്യമായിട്ടും ശുശ്രൂഷിച്ച നേഴ്സ് മരിച്ചു പോയിട്ടും ഗാന്ധിയും അവി വാഹിതരടങ്ങുന്ന നാൽവർസംഘവും രോഗികളെ പരിചരിച്ചു.

ബാപ്പുജി ഒരു കാലത്തും ഭീരുവായിരുന്നില്ല. ഗാന്ധിയുടെ കാല്പാ ടുകൾ പതിഞ്ഞ, അദ്ദേഹത്തിന്റെ അഹിംസാസിദ്ധാന്തങ്ങൾ ബീജാവാപം ചെയ്യപ്പെട്ട നാട്ടിലാണ് തങ്ങളെന്ന് രജനി അഭിമാനത്തോടെ ഓർത്തു.

ഗാന്ധിയെ അന്വേഷിക്കാൻ ലോകത്തെ ഇന്നും പ്രേരിപ്പിച്ചു കൊണ്ടി രിക്കുന്നത് ഈ അഹിംസാസിദ്ധാന്തങ്ങളാണ്. ലക്ഷ്യം എത്ര മഹത്വ മുള്ളതായാലും ശരി, ആയുധമെടുത്തു ശീലിച്ചാൽ സിവിലിയന്മാർ പിന്നീടത് താഴെ വെയ്ക്കണമെന്നില്ല. ആൾക്കൂട്ടത്തിനു ആയുധം നൽകിയ ഇടങ്ങളെല്ലാം അശാന്തിയുടെ വിളനിലങ്ങളാകുന്ന കാഴ്ചയാണ് ലോകം കണ്ടത്. ലിബിയ മുതൽ നമ്മുടെ അയൽരാജ്യമായ പാക്കി സ്ഥാൻ വരെ നീളുന്ന നിരവധി ഉദാഹരണങ്ങൾ.

ഈജിപ്തിലും ടുണീഷ്യയിലും ഏകാധിപത്യ ഭരണകൂടങ്ങൾ കട പുഴകുന്നതിൽ സഹായമായി വർത്തിച്ചത് ഗാന്ധിയുടെ അഹിംസാ സിദ്ധാ ന്തങ്ങളാണ്. ആയുധമെടുത്ത് നിരത്തിലിറങ്ങുന്നതിനും പതിയിരുന്നു ആക്രമിക്കുന്നതിനും പകരം സാമൂഹ്യമാധ്യമങ്ങൾവഴി സമരസന്ദേശ മയയ്ക്കുകയാണ് അവർ ചെയ്തത്. ജെന്നയുമായുണ്ടായ സഹവാസം മൂലം ലോകവാർത്തകൾ ശ്രദ്ധിക്കാൻ തുടങ്ങിയതിൽ പിന്നെയാണ് രജനി ഇവയെല്ലാം മനസ്സിലാക്കിയത്. അഹിംസയും നിസ്സഹകരണവും ഭീരു ത്വമല്ല, ധീരരുടെ ഫലപ്രദമായ ആയുധങ്ങളാണെന്ന് അവൾക്കിപ്പോൾ അറിയാം. അവ അവളിൽ ഗാന്ധിയോടുള്ള ബഹുമാനം വർദ്ധിപ്പിച്ചു.

ഒരു ദിവസം കൂടി ജോഹന്നാസ് ബർഗിൽ തങ്ങി പ്രിട്ടോറിയയും സന്ദർശിച്ച് പിറ്റേ ദിവസം ഉച്ചയോടെയാണ് ജെന്നയുടെ ഭർതൃവീട്ടിലേക്ക് അവർ തിരിച്ചെത്തിയത്. ജെന്നയും ഭർത്താവും മധുവിധു ആഘോഷി ക്കാൻ മൊസാമ്പിക്കിലേക്ക് പോകാൻ തയ്യാറെടുക്കുകയായിരുന്നു. വിരി പ്പിൽ രക്തക്കറ വീണോ എന്ന് മെർലിൻ ജെന്നയോടു അടക്കം ചോദിച്ചു. സേഫ്റ്റി പിന്നും വരന്റെ വിരലിലെ മുറിവും കാണിച്ചു ജെന്ന കണ്ണി റുക്കി ചിരിച്ചു.

നാല്

തിരിച്ചുപോകുമ്പോൾ രണ്ടു ദിവസത്തെ കടൽയാത്ര വിരസമാകുമോ എന്ന് രജനി ആശങ്കപ്പെട്ടിരുന്നു. എന്നാൽ തികച്ചും അപ്രതീക്ഷിതമായി അവർക്കൊരു കൂട്ട് കിട്ടി. കപ്പലിൽ അസിസ്റ്റന്റ് ക്രൂയിസ് ഡയറക്ടറായി ജോലി ചെയ്യുന്ന മലയാളിയായ പ്രഭാകരൻ നമ്പ്യാർ. യൂനിഫോമിലെ നെയിംപ്ലേറ്റിൽ നിന്നാണ് അവർ അയാളുടെ പേര് അറിഞ്ഞത്. അമ്പതു വയസ്സിനു മുകളിൽ പ്രായം തോന്നിക്കും.

ശ്രീയും അൻവറും അദ്ദേഹത്തോട് കൂടുതൽ സംസാരിക്കാൻ താത്പര്യപ്പെട്ടു. കപ്പലിലെ സാങ്കേതിക കാര്യങ്ങൾക്കൊപ്പം കടലിന്റെ വിവിധ ഭാവങ്ങളും അദ്ദേഹം അവർക്കു വിവരിച്ചു കൊടുത്തു. തീരത്തോടു ചേർന്ന് വിശാലമായ പവിഴപ്പുറ്റുകൾ കണ്ടിരുന്നു. നടുക്കടലിൽ പവിഴ ദ്വീപാൽ ചുറ്റപ്പെട്ട നീലനിറത്തിലുള്ള പ്രദേശങ്ങൾ അവർ കണ്ടു. കടലിലെ മഴക്കാടുകൾ എന്നറിയപ്പെടുന്ന പവിഴപ്പുറ്റുകൾ നിരീക്ഷിക്കുകയായിരുന്നു രജനി. ലക്ഷദ്വീപു പോലെ ഒട്ടനവധിപ്രദേശങ്ങൾ ദ്വീപായി മാറിയതും സംരക്ഷിക്കപ്പെട്ടിരിക്കുന്നതും നിസ്സാരങ്ങളായ പവിഴജീവികളുടെ ദശലക്ഷക്കണക്കിന് വർഷത്തെ അദ്ധ്വാനംകൊണ്ടാണ്. ഒരു ജീവിയും നിസ്സാരമല്ല, മനുഷ്യനൊഴികെ ഓരോ ജീവിവർഗ്ഗവും പ്രകൃതിയിൽ അതീവപ്രാധാന്യമുള്ളവയാണ്.

"നിങ്ങൾ നമ്പ്യാർ കുടുംബത്തിൽ പെട്ട ആളാണല്ലേ..." എന്തോ പറയുന്നതിനിടെ അൻവർ പ്രഭാകരനോട് ചോദിച്ചു.

മലബാറിലെ ഒരു പ്രമുഖ വിഭാഗമാണ് നമ്പ്യാർമാരെന്നതിനാലാണ് അവൻ അങ്ങനെ ചോദിച്ചത്. ഒന്ന് മന്ദഹസിച്ചുവെന്നല്ലാതെ പ്രഭാകരൻ അതിനു മറുപടിയൊന്നുംപറഞ്ഞില്ല.

"ഇവൻ പോറ്റി കുടുംബമാണ്." അൻവർ ശ്രീയെ ചൂണ്ടി അഭിമാന സ്വരത്തിൽ പറഞ്ഞു.

ഇത്തവണ പ്രഭാകരൻ നന്നായൊന്നു ചിരിച്ചു, എന്നിട്ട് പറഞ്ഞു... "എന്നാ പോറ്റി സാർ ഒരു 64 അടി മാറി നിന്നോളു, അടിയൻ ചെറുമരിൽ പെട്ടയാളാണ്."

പ്രഭാകരന്റെ മറുപടി കേട്ടപ്പോൾ അവരെല്ലാം അമ്പരന്നു. അൻവറിന് ഒന്നും പറയേണ്ടിയിരുന്നില്ല എന്ന് തോന്നത്തക്ക വിധം ജാള്യതയുണ്ടായി.

"ഞെട്ടേണ്ട... ഞാൻ പറഞ്ഞത് കറക്റ്റാ. പണ്ടത്തെ കണക്കനുസരിച്ച് നായർ ബ്രാഹ്മണനിൽനിന്ന് പതിനാറടി മാറിനിൽക്കണം, അവർണ്ണർ ബ്രാഹ്മണനിൽനിന്നു അറുപത്തിനാല് അടി മാറിയേ നിൽക്കാവൂ, അല്ലെങ്കിൽ അശുദ്ധപ്പെടും. അതാണു ശാസ്ത്രം."

"ശാസ്ത്രമോ? ഇങ്ങനെയും ഒരു ശാസ്ത്രമുണ്ടോ?" മെർലിൻ ചോദിച്ചു.

"പക്ഷേ നിങ്ങളുടെ പേര്?" അൻവറിന് അപ്പോഴും സംശയം മാറി യിരുന്നില്ല.

അവരുടെ ആകാംക്ഷയ്ക്ക് വിരാമമിട്ട്, തനിക്കു നമ്പ്യാരെന്ന പേരു കിട്ടിയ കഥ പ്രഭാകരൻ അവരോടു പങ്കുവെച്ചു. പ്രഭാകരന്റെ യഥാർത്ഥ പേര് കണ്ണങ്കുട്ടി എന്നായിരുന്നു. ചെറുമവിഭാഗത്തിൽ പെട്ട ചേരയാണ് പ്രഭാകരന്റെ അച്ഛൻ. ഭൂവുടമകളുടെ ജന്മസ്വത്തായിരുന്നു ചെറുമർ. ജന്മി മാരുടെ നെല്ലറകൾ നിറയ്ക്കാൻ രാവും പകലും പണിയെടുക്കുകയെ ന്നതായിരുന്നു അന്ന് ചെറുമർക്ക് കൽപ്പിച്ചു നൽകിയ ധർമ്മം. കൂലി യില്ല, കഞ്ഞി മാത്രം. അതും പറമ്പിൽ കുഴികുത്തി അതിലൊഴിച്ചു കൊടുക്കും. കണ്ണങ്കുട്ടിക്ക് സ്കൂളിൽ പോകാൻ ഇഷ്ടമായിരുന്നെങ്കിലും അതിനവസരമില്ലാതെ നിൽക്കുകയായിരുന്നു. കീഴാളർക്കിടയിൽ പരി ഷ്കർത്താവായി പ്രവർത്തിച്ച ആനന്ദതീർത്ഥനെന്ന ശ്രീനാരായണ ഗുരുവിന്റെ ശിഷ്യനാണ് കണ്ണങ്കുട്ടിയെ സ്കൂളിൽ ചേർത്തത്. ദളിത് കുട്ടികൾക്ക് മറ്റുള്ളവരോടൊപ്പം നടക്കാൻ കഴിയാത്ത സാമൂഹിക സാഹചര്യമായിരുന്നു അന്ന്. സ്കൂളിൽ ചേർന്നാൽ തന്നെയും അവിടെ നിന്നുണ്ടാകുന്നതിക്താനുഭവങ്ങൾ കുരുന്നുമനസ്സുകളെ മുറിവേൽപ്പിക്കു കയും അവർ സ്കൂൾ ഉപേക്ഷിക്കുകയും ചെയ്യുമായിരുന്നു. ജാതി തിരി ച്ചറിയുന്നതൊഴിവാക്കാൻ ആനന്ദതീർത്ഥർ കണ്ടെത്തിയ മാർഗ്ഗമായി രുന്നു ഈ പേരുമാറ്റൽ. കേട്ടാൽ ആഢ്യത്വം തോന്നുന്ന പേരിനുകൂടെ മാരാർ, ശർമ്മ, നമ്പ്യാർ എന്നൊക്കെ വാലായി ചേർത്തു വെയ്ക്കും. കൂടെ പഠിക്കുന്ന കുട്ടികൾ യഥാർത്ഥ പേരറിയരുതെന്ന് ശട്ടം കെട്ടും. അദ്ദേഹമാണ് കണ്ണങ്കുട്ടിയെന്ന പേരു മാറ്റി പ്രഭാകരൻ നമ്പ്യാരാക്കി പ്രഭാ കരനെയും സ്കൂളിൽ ചേർത്തത്. ആത്മാഭിമാനത്തോടെ സ്കൂളിൽ പോകാൻ സാഹചര്യമൊത്തു വന്നപ്പോൾ പ്രഭാകരൻ നന്നായി പഠിച്ചു. സ്വാമിയുടെ നിർദ്ദേശം ശിരസ്സാ വഹിച്ചു. തന്റെ പൂർവകാല പേരോ ജാതിയോ ആരോടും പറഞ്ഞുമില്ല.

സ്വാമി ആനന്ദതീർത്ഥരെ പ്രഭാകരന് ഒരിക്കലും മറക്കാൻ കഴിയില്ല. അനന്തഷേണായിയെന്നായിരുന്നത്രെ, ഗൗഡസാരസ്വത ബ്രാഹ്മണ കുടുംബത്തിൽ ജനിച്ച അദ്ദേഹത്തിന്റെ യഥാർത്ഥ നാമം. ഒരിക്കൽ ഗുരു വായൂർക്ഷേത്രക്കുളത്തിലിറങ്ങിയ ഷേണായിയെ കീഴജാതിക്കാരനാ ണെന്ന് തെറ്റിദ്ധരിച്ച് അധികൃതർ പൊതിരെ തല്ലി. യാത്രയിലുടനീളം ഇത്തരം ജാതീയദുരിതങ്ങൾക്ക് ദൃക്സാക്ഷിയായ അദ്ദേഹം തന്റെ ജീവിതം കീഴാളജനതയ്ക്ക് വേണ്ടി മാറ്റിവെച്ചു. ശ്രീനാരായണഗുരുവിൽ നിന്ന് ദീക്ഷ സ്വീകരിച്ച് സ്വാമി ആനന്ദതീർത്ഥരായി മാറി.

പ്രഭാകരൻ സ്കൂളിലായിരിക്കെ അവന്റെ പ്രിയപ്പെട്ട അച്ഛൻ ചേര യ്ക്ക് ജ്വരം വന്ന് ജന്മിമാരുടെ കൊപ്രക്കളത്തിനടുത്തുള്ള ഓലപ്പുര യിൽ കിടപ്പിലായി. കൊപ്രക്കളത്തിനുള്ള കാവൽജോലിയിലായി രുന്നു ചേരയപ്പോൾ. പകർച്ചവ്യാധിയാണെന്ന് പറഞ്ഞു തമ്പ്രാക്കളാരും

ചികിത്സിക്കാൻ കൊണ്ടുപോയില്ലെന്ന് മാത്രമല്ല ഒരു തുള്ളി വെള്ളം കൊടുക്കാൻ പോലും കൂട്ടാക്കിയില്ല. അവർണ്ണനെ തൊട്ടു പരിശോധിച്ചാൽ പുഴയിൽ ചാടി ശുദ്ധിക്രിയ ചെയ്യേണ്ടി വരുമെന്നതിനാൽ ജന്മിമാരുടെ കുടുംബവൈദ്യരും അങ്ങോട്ട് തിരിഞ്ഞു നോക്കിയില്ല.

ഓലപ്പുരയിൽ കിടന്നു വെള്ളം കിട്ടാതെ ചേര നരകിച്ചു. പാടത്തെ പണി മുടങ്ങുമെന്നോർത്ത് പ്രഭാകരന്റെ അമ്മയിൽ നിന്നും ഈ അസുഖ വിവരം ജന്മിമാർ മറച്ചു വെച്ചു. പരിചരണം കിട്ടിയിരുന്നെങ്കിൽ തന്റെ അച്ഛൻ രക്ഷപ്പെടുമായിരുന്നുവെന്നു പ്രഭാകരന് ഉറപ്പുണ്ട്. ആറാം നാൾ ആരോ പറഞ്ഞറിഞ്ഞു അമ്മ ചെല്ലുമ്പോഴേക്കും പ്രഭാകരന്റെ അച്ഛൻ മൃതപ്രാണനായി വെള്ളത്തിനായി ചുണ്ടനക്കുകയായിരുന്നു. പകർച്ച വ്യാധിയാണെന്നും ചേര 'ചത്തു'വെന്നും പറഞ്ഞ് ജന്മിയുടെ ശിങ്കിടികൾ അമ്മയെ പിടിച്ചുകെട്ടി ഓലപ്പുരയടക്കം തീയിട്ടു കത്തിച്ചു.

ദാഹിച്ചു വലഞ്ഞു നാവ് നീട്ടിയാണ് അച്ഛൻ മരിച്ചത്. കടലിൽ നിറഞ്ഞു നിൽക്കുന്ന വെള്ളം കാണുമ്പോൾ പ്രഭാകരന് തന്റെ അച്ഛന്റെ തീരാത്ത ദാഹം ഓർമ്മ വരും.

ചത്തുവെന്നല്ലാതെ മരിച്ചുവെന്ന് പറയാൻ കീഴാളർക്ക് അന്ന് അർഹതയില്ലായിരുന്നു. അച്ഛൻ 'ചത്ത'തിൽപിന്നെ പ്രഭാകരൻ ആനന്ദ തീർത്ഥർ സ്ഥാപിച്ച ശ്രീനാരായണവിദ്യാലയത്തിലേക്ക് മാറി. മെട്രിക്കുലേഷനു ശേഷം മറൈൻകോഴ്സിന് വേണ്ടി ഉത്തരേന്ത്യയിലേക്ക് പോയി. അവിടെയും പേരുമാറ്റം കാര്യമായ സഹായം ചെയ്തു. അല്ലായിരുന്നെങ്കിൽ അവിടുത്തെ ദളിത് വിദ്യാർത്ഥികൾ അനുഭവിക്കുന്നതുപോലെ മേൽജാതിക്കാർക്കൊപ്പം ഹോസ്റ്റൽമുറി പങ്കിടാൻ കഴിയാത്തവിധം അവഗണനയും പീഡനവും പ്രഭാകരനും നേരിടേണ്ടി വന്നേനേ.

രണ്ടാം വർഷം പക്ഷേ പ്രഭാകരന്റെ കള്ളി വെളിച്ചത്തായി. അച്ഛന്റെ പേര് ചേരയെന്നു കോളേജ് രേഖകളിൽ നിന്ന് മനസ്സിലാക്കിയ ആരോ അവനെ ഒറ്റിക്കൊടുത്തു. ഇത്രനാളും തങ്ങളെ കബളിപ്പിച്ചു ഉണ്ടുമുറങ്ങിയും കൂടെ കഴിഞ്ഞതിന് സവർണ്ണവിദ്യാർത്ഥികൾ പ്രഭാകരനെ ഹോസ്റ്റലിനു പിറകിലെ ആളൊഴിഞ്ഞ കെട്ടിടത്തിലേക്ക് പിടിച്ചുകൊണ്ട് പോയി ആപാദചൂഡം മർദ്ദിച്ചു. അടിയും തൊഴിയും കിട്ടി മൂക്കിൽ നിന്ന് ചോരവരുമ്പോഴും ഇത്രയുംനാൾ അവരെ 'അയിത്ത'പ്പെടുത്തിയതോർത്തു പ്രഭാകരൻ ചിരിച്ചുകൊണ്ടേയിരുന്നു.

മർദ്ദിച്ചവർക്കെതിരെയല്ല നടപടിയുണ്ടായത്. അതങ്ങനെയേ വരൂന്ന് അറിയാമായിരുന്നതിനാൽ പ്രഭാകരൻ ഞെട്ടിയില്ല. ദളിത് വിദ്യാർത്ഥികൾക്കുള്ള ഹോസ്റ്റലിലേക്ക് ഉടനെ മാറാൻ അധികൃതർ അവനോട് കല്പിച്ചു.

"നിങ്ങൾക്ക് ഒട്ടും വിഷമം തോന്നിയില്ലേ?" പ്രഭാകരെ കേട്ടുകൊണ്ടിരിക്കെ മെർലിൻ ചോദിച്ചു. അത്തരമൊരു ഒറ്റപ്പെടുത്തലും അനീതി

തങ്ങളിലാർക്കെങ്കിലുമാണ് സംഭവിച്ചതെങ്കിൽ അതിനെ മറികടക്കാൻ കഴിയുമായിരുന്നോ എന്ന് അവൾ ഒരുവേള ചിന്തിച്ചു.

ഇത്തരം പ്രതിസന്ധികളെ അതിജീവിക്കാൻ പ്രചോദനമായി നില കൊണ്ടത് ബാബാസാഹിബാണെന്ന് പ്രഭാകരൻ പറഞ്ഞു. ക്ലാസ്സിലെ മൂലയിൽ ചാക്ക് വിരിച്ച് അതിലിരിക്കാൻ വിധിക്കപ്പെട്ട ബാബാസാഹിബ്, പിന്നീട് അന്ന് ഇന്ത്യയിലെ ഒരാൾക്കും സാധ്യമാകാത്ത വിധം വിദേശ യൂണിവേഴ്സിറ്റികളിൽ നിന്ന് ട്രിപ്പിൾഡോക്ടറേറ്റുകൾ നേടി.

അംബേദ്കറോളം ഉന്നത വിദ്യാഭ്യാസം നേടിയതും ഭരണഘടനയെ ഴുതാൻ പ്രാപ്തിയുമുള്ളതുമായ ഒരാളും സ്വതന്ത്ര ഇന്ത്യയിൽ അന്നു ണ്ടായിരുന്നില്ല. എന്നിട്ടും എങ്ങനെയാണ് ദളിതർ കാര്യപ്രാപ്തിയില്ലാ ത്തവരെന്ന് പ്രചരിപ്പിക്കപ്പെടുന്നത്? പ്രഭാകരനെ കേട്ടുകൊണ്ടിരിക്കെ രജനി ചിന്തിക്കുന്നുണ്ടായിരുന്നു. ആഫ്രിക്കയിൽ നിന്ന് പുറത്തുകടന്ന ആദിമ മനുഷ്യരുടെ പിൻതലമുറയാണ് ലോകത്തുടനീളം വ്യാപിച്ചതെന്ന് പുതിയ തെളിവുകളുണ്ടായിട്ടും ഭൂതകാലത്തിന്റെ ഉച്ഛിഷ്ടങ്ങളായ വിവേ ചനപ്രേതത്തെ ഒരു ശാസ്ത്രപഠനത്തിനും മാറ്റാൻ കഴിയാത്തതെന്തു കൊണ്ട്?

സംസാരത്തിനിടയിൽ പ്രഭാകരൻ തന്റെ കുട്ടികളുടെ ഫോട്ടോ അവർക്ക് കാണിച്ചു കൊടുത്തു. അവരുടെ പേരുകളും കൗതുകകരമാണ്. ആനന്ദ് ശർമ്മയും അനുരാധാവാര്യരും. "ചെറുമനായ 'ചേര'യുടെ പേര ക്കുട്ടികൾ." അതും പറഞ്ഞു പ്രഭാകർ കുലുങ്ങിച്ചിരിച്ചു.

എത്ര തീവ്രവും ഹാസ്യാത്മകവുമായാണ് ഇദ്ദേഹം ജാതിവിവേചന ത്തോട് കലഹിക്കുന്നതെന്ന് രജനി വിസ്മയിച്ചു.

കപ്പൽ വോൾസാന തീരത്തോടടുത്തപ്പോൾ വൈകുന്നേരമായിരുന്നു. പ്രഭാകരനോട് യാത്ര പറഞ്ഞ് അവർ പോർട്ടിലിറങ്ങി. അയാൾ കൈ വീശി അവർക്ക് ഭാവുകങ്ങൾ നേർന്നു. കരയ്ക്കിറങ്ങിയതും റൂമിലേക്കു പോകാൻ എല്ലാവരും ധൃതിപ്പെട്ടു. മെട്രോ സ്റ്റേഷനിലേക്ക് നടക്കുമ്പോൾ അവരുടെ മുഖങ്ങളിൽ യാത്രാക്ഷീണം പ്രകടമായിരുന്നു.

ട്രെയിനിറങ്ങി ബാഗ് തോളിലേറ്റി മെർലിൻ മുന്നിൽ നടന്നു. ശ്രീയും അൻവറും അവരുടെ സ്റ്റേഷനെത്തിയപ്പോൾ ഇറങ്ങിയിരുന്നു. പലതും ചിന്തിച്ചു ട്രാവൽബാഗുമായി രജനി മെർലിന് പിറകിൽ നടന്നു.

ജീവിതത്തിലെ ഏറ്റവും മനോഹരമായ യാത്രയായിരുന്നു. കടലും നിലാവും ഒരുമിച്ചു വിരുന്നൊരുക്കിയ, സൗഹൃദങ്ങൾ പൂത്തുലഞ്ഞ രാപകലുകൾ. ജെന്നയുടെ വിവാഹാഘോഷങ്ങളിൽ പങ്കെടുക്കാൻ കഴിഞ്ഞു. ഗാന്ധിസ്മൃതികൾ നിറഞ്ഞ ദക്ഷിണാഫ്രിക്ക കണ്ടു. അത്തരം സന്തോഷമുള്ളപ്പോൾ തന്നെ എന്തോ ഒന്ന് അവളുടെ മനസ്സിനെ മഥിച്ചു കൊണ്ടിരുന്നു.

അന്ന് രാത്രി ഉറങ്ങാൻ കിടക്കുമ്പോൾതന്നെ അസ്വസ്ഥപ്പെടുത്തുന്ന കാര്യമെന്തെന്ന് അവൾ കണ്ടെത്തി. ദക്ഷിണാഫ്രിക്കയിലെ ഗാന്ധി സ്മാരകങ്ങളെക്കുറിച്ച് അവൾ ഏറെ വാചാലയായപ്പോൾ പ്രഭാകരൻ ഉന്നയിച്ച ചോദ്യമായിരുന്നു അത്.

"നൂറ്റാണ്ടുകളോളം ഇന്ത്യയുടെ വിധി നിർണ്ണയിച്ച ജാതിവ്യവസ്ഥയെന്ന പൈശാചികതയുടെ അടിവേരുകളിൽ സ്പർശിക്കാൻ ഗാന്ധി എന്തുകൊണ്ട് തയ്യാറായില്ല? അയിത്തത്തിനെതിരെ പ്രവർത്തിക്കുമ്പോൾ പോലും അതിന്റെ മൂലകാരണമായ വർണ്ണവ്യവസ്ഥയെ തന്റെ പ്രാദേശിക ലേഖനങ്ങളിൽ അദ്ദേഹം തലോടി പോയതെന്തുകൊണ്ടാണ്?"

'സത്യാഗ്രഹ' പോലുള്ള ആശയങ്ങളുടെ മഹത്ത്വവും മതസൗഹാർദ്ദത്തിലൂന്നിയുള്ള അദ്ദേഹത്തിന്റെ സ്വാതന്ത്ര്യസമര തന്ത്രങ്ങളും അംഗീകരിക്കുമ്പോൾ തന്നെ, പ്രഭാകരന്റെ ഈ ചോദ്യങ്ങളും മറുവശത്ത് പ്രസക്തമാകുന്നുണ്ടെന്ന് രജനിക്ക് തോന്നി. ഗാന്ധി ചിന്തിച്ചപോലെ തൊഴിൽവിഭജനമായിരുന്നു വർണ്ണവ്യവസ്ഥയുടെ ഉദ്ദേശ്യമെങ്കിൽ നാലുവർണ്ണങ്ങളിലും പെടാത്ത മനുഷ്യരായി കണക്കാക്കപ്പെടാത്ത അവർണ്ണരുണ്ടായതെങ്ങനെ? വേടന്മാരും നായാടികളും മറ്റുള്ളവരുടെ കൺ വെട്ടത്തു വരാൻ പാടില്ലാത്ത വിധം ഒറ്റപ്പെടുത്തപ്പെട്ടതെങ്ങനെ?

തന്റെ മലബാർ സന്ദർശന വേളയിൽ മുൾപ്പടർപ്പിലൂടെയും വയലുകളിലൂടെയും നഗ്നപാദനായി സഞ്ചരിക്കുന്ന ഒരു നായാടിയെ, സകല ദുരിതങ്ങളോടും കൂടി കാണാനിടയായിട്ടും അതിന്റെ അടിസ്ഥാന കാരണം ജാതിവ്യവസ്ഥയാണെന്ന് എന്തുകൊണ്ട് ഗാന്ധിജിക്ക് മനസ്സിലായില്ല?

ഭാഗം അഞ്ച്

അന്ന് ഭൂമിയിൽ പരക്കെ മഴ പെയ്തു. മഴത്തുള്ളികൾ പുഴുക്കൂടിനു മേൽ തണുപ്പ് നിറച്ചു. മരം കോച്ചുന്ന തണുപ്പിൽ, നിദ്രയിലായിരുന്ന പുഴു കാൽപനികമായ ഒരു സ്വപ്നം കണ്ടു...

ഒന്ന്

നീണ്ട പതിനൊന്നു മാസങ്ങൾക്ക് ശേഷം സാമ്പത്തിക മാന്ദ്യം നീങ്ങിത്തുടങ്ങി. മെർലിന്റെ കമ്പനിയുൾപ്പെടെ മിക്കതും തുറന്നു പ്രവർത്തിക്കാനാരംഭിച്ചു. എല്ലായിടത്തും പൊയ്പ്പോയ സന്തോഷം തിരികെ വരുന്ന പോലെ. ശമ്പളം മുടങ്ങിയതടക്കം കടുത്ത പ്രതിസന്ധികൾ തരണം ചെയ്ത് ആളുകൾ കൂടുതൽ ആത്മവിശ്വാസമുള്ളവരായി. മാന്ദ്യം പലരെയും പല തരത്തിലുള്ള പാഠങ്ങൾ പഠിപ്പിച്ചിരുന്നു. പ്രവാസികൾ വിശേഷിച്ചും ഏഷ്യക്കാർ മിച്ചം വെക്കുന്നതിനെക്കുറിച്ചും ജന്മനാടുകളിൽ ഏതെങ്കിലും രീതിയിലുള്ള പദ്ധതികൾ തുടങ്ങുന്നതിനെക്കുറിച്ചുമെല്ലാം ഗഹനമായി ചർച്ച ചെയ്തിരുന്നു. വിവിധ കാരണങ്ങളാൽ നാട്ടിലേക്കു മടങ്ങേണ്ടി വരികയെന്നത് വിദൂരമായ കാര്യമല്ലെന്നും അത്തരമൊരവസ്ഥയിലെ അതിജീവനത്തെക്കുറിച്ച് തയ്യാറെടുക്കേണ്ടതുണ്ടെന്നും നീണ്ടു നിന്ന മാന്ദ്യകാലം അവരെ ബോധ്യപ്പെടുത്തി.

വിവിധ ഒഴിവുകൾ നോക്കി രജനി വീണ്ടും അപേക്ഷ അയച്ചു തുടങ്ങി. അഞ്ചോളം അഭിമുഖങ്ങളിൽ പങ്കെടുത്തു, പലതിലും ജോയിൻ ചെയ്യാനുള്ള അറിയിപ്പും കിട്ടി. ഇത്രയും കാത്തു നിന്ന സ്ഥിതിക്ക് ഇനിയുമൊരല്പം കൂടിയാകാമെന്നും തൃപ്തികരമായ ജോലി സ്വീകരിച്ചാൽ മതിയെന്നും മെർലിൻ അവളെ ഓർമ്മപ്പെടുത്തി. അത് ശരിയാണെന്നു രജനിക്കും തോന്നി.

ഒടുവിൽ ഓഫ്ഷോർ Inc എന്ന ഓയിൽ കമ്പനിയിൽ അസി. പ്രൊജക്റ്റ് എൻജിനീയറെന്ന തസ്തിക രജനിയെ തേടി വന്നു. അഭിമുഖത്തിന് വൈകാതെ ചെല്ലണം. താൻ പഠിച്ചതുമായി ബന്ധമുള്ള സൃഷ്ടിപരമായ ജോലി തന്നെ. അഭിമുഖദിവസമടുക്കുംതോറും രജനി ആകാംക്ഷകൊണ്ട് വീർപ്പു മുട്ടി.

ഇന്റർവ്യൂ ദിവസം ഫ്ളാറ്റിൽ നിന്നിറങ്ങുമ്പോൾ തെളിഞ്ഞ അന്തരീക്ഷമായിരുന്നു. എന്നാൽ യാത്രയാരംഭിച്ച് അല്പം കഴിഞ്ഞപ്പോൾ മഴ തുടങ്ങി. മഴയൊന്ന് തോർന്നെങ്കിലെന്ന് അന്നാദ്യമായി അവളാഗ്രഹിച്ചു. ട്രെയിനിറങ്ങിയപ്പോൾ പക്ഷേ മഴ കനക്കുകയാണ് ചെയ്തത്. തുള്ളിക്കൊരു കുടംപോലെ അത് ഭൂമിയിലേക്ക് പെയ്തിറങ്ങി. അടിമുടി നനഞ്ഞു കുളിച്ചാണ് ഒടുവിൽ അവൾ ആ കമ്പനിയുടെ പടികയറി ചെന്നത്.

അക്കാദമിക് സ്കോറിനൊപ്പം, ഓഫ്ഷോർ ടെക്നോളജിയിലാണ് അവൾ പോസ്റ്റ്ഗ്രാജുവേഷൻ ചെയ്യുന്നതെന്നതും അവരെ തൃപ്തിപ്പെടുത്തിയിരുന്നു. ഇന്റർവ്യൂനിടയിൽ ചെയർമാൻ അത് സൂചിപ്പിക്കുകയും ചെയ്തു. നനഞ്ഞു നില്ക്കുന്ന അവളെ അധികനേരം ബുദ്ധിമുട്ടിക്കാതിരിക്കാൻ അവർ ശ്രദ്ധിച്ചു. രേഖകളുടെ വെരിഫിക്കേഷനും മറ്റു നടപടിക്രമങ്ങളും വിചാരിച്ചതിലും വേഗത്തിൽ നടന്നു. ഓഫർ ലെറ്ററിൽ ഒപ്പിടുമ്പോൾ അവളുടെ മുടിയിൽ നിന്നും രണ്ടു മൂന്നു ജലകണങ്ങൾ പേപ്പറിൽ വീണു പരന്നു.

അവസാനം തനിക്കു ജോലി ലഭിച്ചിരിക്കുന്നു! അവളുടെ മനസ്സ് ആനന്ദഭരിതമായി. പുറത്തിറങ്ങുമ്പോൾ മഴ നിലച്ചു ആകാശം തെളിഞ്ഞു വരുന്നുണ്ടായിരുന്നു. കനത്ത മഴയ്ക്ക് ശേഷം മഴവില്ലു വിരിഞ്ഞു നിൽക്കുന്നത് മാനത്തല്ല തന്റെ മനസ്സിലാണെന്ന് അവൾക്ക് തോന്നി.

വിവരങ്ങളറിഞ്ഞപ്പോൾ കൂടുതൽ ആഹ്ലാദം മെർലിനായിരുന്നു. രജനിയുടെ കഥകളെല്ലാം അറിയാമായിരുന്നതിനാൽ പ്രതിബന്ധങ്ങളെയെല്ലാം അതിജീവിച്ച് അവൾ ഉയരങ്ങളിലെത്തണമെന്ന് മെർലിനാഗ്രഹിച്ചിരുന്നു.

കാലത്ത് ഏഴുമുതൽ വൈകിട്ട് മൂന്നുവരെയായിരുന്നു രജനിയുടെ ജോലി സമയം. ജോലി കഴിഞ്ഞു വൈകിട്ട് റൂമിലെത്തിയാലുടൻ കുളിച്ചു ഡ്രസ്സ് മാറി ആറുമണിക്ക് തുടങ്ങുന്ന ഈവനിംഗ് ക്ലാസ്സിനു പുറപ്പെടും. ജോലിക്കിടയിലും ക്ലാസിനു ഭംഗം വരാതിരിക്കാൻ അവൾ പ്രത്യേകം ശ്രദ്ധിച്ചു.

ശ്രീയും അൻവറും ക്ലാസിൽ വരാറുണ്ട്. അവരുടെ കോഴ്സ് തീരാൻ ഒരു മാസം കൂടിയുള്ളപ്പോൾ അവിചാരിതമായി ചില ഉൾപ്പിരിവുകൾക്ക് വഴിയൊരുങ്ങി. ഇലക്ട്രിക്കൽ ബാച്ചിന്റെ ക്ലാസ്സ് നേരത്തെ തീർന്ന് പരീക്ഷയ്ക്കായി പിരിഞ്ഞിരുന്നതിനാൽ അൻവറിന് സ്റ്റഡിലീവായിരുന്നു. മെക്കാനിക്കൽ ബാച്ചുകാരുടെ ലാബ് തീരാത്തതിനാൽ ശ്രീക്ക് ഒരാഴ്ച കൂടി ക്ലാസുണ്ട്.

അൻവർ ഇല്ലാത്തതിനാൽ തിരിച്ചു പോരുമ്പോൾ ശ്രീയും രജനിയും മാത്രമായി. ക്ലാസ്സ് കഴിഞ്ഞു മെട്രോസ്റ്റേഷൻ വരെ ഒന്നിച്ചു സംസാരിച്ചു നടക്കും. രണ്ടുപേരുടെയും കാലടികൾ ഒരേ താളത്തിലാണ് പതിയുന്നതെന്ന് കൗതുകത്തോടെ അവൾ ശ്രദ്ധിച്ചു. ചില സമയങ്ങളിൽ ശ്രീയുടെ മനസ്സ് ചിന്തകളാൽ വിക്ഷുബ്ധമാണെന്ന് അവന്റെ മുഖം വിളിച്ചു പറയുന്നുണ്ടായിരുന്നു.

ട്രെയിൻ പുറപ്പെടാൻ തുടങ്ങുമ്പോഴായിരിക്കും മിക്കപ്പോഴും അവർ സ്റ്റേഷനിലെത്തുക. പിന്നെ ഒരോട്ടമാണ്, വാതിലിൻ പടിയിൽനിന്ന് ശ്രീ അവളെ കൈപിടിച്ചു ട്രെയിനുള്ളിലേക്ക് വലിച്ചു കയറ്റും. ഉള്ളിൽ കയറിയാൽ ഇരുവരും കിതയ്ക്കും. തൊട്ടു മുൻപത്തെ ഓട്ടമോർത്തു പരസ്പരം നോക്കി ചിരിക്കും.

കിതയ്ക്കുന്നതിനിടയിൽ പലപ്പോഴും അവന്റെ ശ്വാസം അവളുടെ മുഖത്ത് പതിഞ്ഞു. അതവളിൽ അതുവരെ ഇല്ലാത്ത ഒരു അനുഭൂതി യുണർത്തി. അവളുടെ സ്നിഗ്ദ്ധമായ മുടിയിഴകൾ കാറ്റേറ്റ് അലസമായി ഇളകുന്നത് അവൻ ശ്രദ്ധിച്ചു, അതിന്റെ ഭംഗി അവന്റെ ഹൃദയത്തെ കീഴ്പ്പെടുത്തുന്നുണ്ടായിരുന്നു. ഇടയ്ക്ക് അവൾ ദൃഷ്ടിയുയർത്തുമ്പോൾ അവരുടെ കണ്ണുകൾ തമ്മിലിടഞ്ഞു. ആ കൂട്ടിമുട്ടലുകൾ പലപ്പോഴും അവാച്യമായ ഒരു അനുഭൂതിയിലേക്കായിരുന്നു അവരെ കൊണ്ടു പോയത്. ട്രെയിനിന്റെ ചലനങ്ങൾക്കനുസരിച്ച് ഒരു പ്രത്യേക താളത്തിൽ അവർ ഇളകിക്കൊണ്ടിരുന്നു.

തന്റെ സാമീപ്യം ശ്രീ ഇഷ്ടപ്പെടുന്നുണ്ടെന്ന് അവൾക്കുറപ്പായിരുന്നു. പക്ഷേ അത് പ്രണയമാണോ? അങ്ങനെയൊന്ന് അവൻ സൂചിപ്പിച്ചു കാണാത്തതിനാൽ ചോദിക്കാൻ അവളും ധൈര്യപ്പെട്ടില്ല. എന്നാൽ ഒരു കാര്യം അവൾക്കറിയാമായിരുന്നു താൻ ശ്രീയെ പ്രണയിച്ചു തുടങ്ങി യിരിക്കുന്നു. ഓരോ ദിവസം അത് കൂടുതൽ ആഴം തേടുകയാണ്.

രണ്ട്

ജെന്നയുമായുള്ള ചർച്ചകൾ രജനിയെ എങ്ങനെയാണോ സ്വാധീനിച്ചി രുന്നത്, അതുപോലെയോ അതിലേറെയുമോ രജനിയുമായുള്ള സഹ വാസം മെർലിന്റെ ചിന്തകളെയും സ്വാധീനിച്ചു തുടങ്ങി. മെർലിൻ, ഡയറി ത്താളുകളിൽ കവിത കുത്തിക്കുറിക്കാൻ തുടങ്ങിയത് ഈ കാലത്താണ്. തുടക്കക്കാരായ പെൺകുട്ടികൾ എഴുതാനാഗ്രഹിക്കുന്ന കാല്പനി കതയോ ഗൃഹാതുരതയോ ആയിരുന്നില്ല അവളുടെ വിഷയമെന്ന് അത് വായിക്കവേ രജനി കൗതുകത്തോടെ ശ്രദ്ധിച്ചു.

നിലാവിനെക്കുറിച്ചെഴുതാൻ മെർലിനാഗ്രഹിക്കാഞ്ഞിട്ടല്ല. അപ്പോ ഴൊക്കെ അവൾക്ക് ബെന്നിയെ ഓർമ്മ വരും. അവനുമൊത്തു കൈ കോർത്തു നടന്ന നക്ഷത്രവെളിച്ചമുള്ള രാത്രിയും അവന്റെ അകാല മരണവും സ്മൃതിപഥത്തെ വന്നു മൂടുകയും അതവളുടെ കണ്ണുകളെ നനയിക്കുകയും ചെയ്യും.

വെകിട്ട് അവനെ കാണാനുള്ള തയ്യാറെടുപ്പിൽ പൂവാംകുരുന്നില പിഴിഞ്ഞ് കണ്മഷി ഉണ്ടാക്കുകയായിരുന്നു അവളന്ന്. വാർത്തയറിഞ്ഞ് ജനലഴികളിൽ പിടിച്ചതും കണ്ണുനീർ ധാരയായി വീണു ഓട്ടുരുളിയുടെ അകത്തെ മഷി മുഴുവനായി പടർന്നതും അവളുടെ ഓർമ്മകളിൽ ഇപ്പോഴു മുണ്ട്.

ഭർത്താവില്ലാത്ത സ്ത്രീ താമസിക്കുന്ന വീട്ടിൽരാത്രി സമയത്ത് കണ്ടുവെന്ന് പറഞ്ഞായിരുന്നു ആളുകൾ ബെന്നിയെ പിടിച്ചു കെട്ടിയിട്ടത്. ആ യുവതിയെ വശത്താക്കാൻ ശ്രമിച്ചു പരാജയപ്പെട്ടതിന്റെ നിരാശയു ണ്ടായിരുന്ന ചിലരായിരുന്നത്രെ അവനെ പ്രഹരിക്കാൻ മുന്നിൽ നിന്നത്.

ക്രൂരമായ മർദ്ദനവും ആൾക്കൂട്ടവിചാരണയും സൃഷ്ടിച്ച മാനസികാഘാതത്തെ അതിജീവിക്കാൻ കഴിയാതെ ബെന്നി പിറ്റേന്ന് സ്വയം ജീവനൊടുക്കുകയായിരുന്നു.

വൈയക്തികമായ ഈ വേദനകൾ കാരണമാകാം സ്വന്തം ശരീരത്തിൽ നിന്ന് സ്വതന്ത്രയാവാനാഗ്രഹിക്കുന്ന സ്ത്രീ മനസ്സ് മെർലിന്റെ എഴുത്തുകളിൽ പലയിടങ്ങളിലായി പ്രതിഫലിച്ചു കണ്ടു. മുറിഞ്ഞു പോകുന്ന കാലൊച്ചകളും ഇല കരിഞ്ഞ മരച്ചില്ലകളും സർപ്പക്കാവും സെമിത്തേരിയുമൊക്കെയായി ഭ്രമാത്മകത പടർന്ന കണ്മഷിക്കൂട്ടും അവയിൽ വന്നു നിറഞ്ഞു. രജനിയാവട്ടെ ആ കുറിപ്പുകളുടെയെല്ലാം ആദ്യ വായനക്കാരിയും നിരൂപകയും ചിലപ്പോഴെല്ലാം വിമർശകയുമായി മാറി.

മെർലിന്റെ എഴുത്തുകളിൽ പുരാണേതിഹാസ സന്ദർഭങ്ങൾ മഹത്വവത്കരിക്കുന്നുവെന്നതായിരുന്നു രജനിയുടെ പ്രധാനവിമർശങ്ങളിലൊന്ന്. വേദങ്ങളും ഇതിഹാസങ്ങളും മഹത്തരമെന്ന രീതിയിൽ ഉപയോഗിക്കപ്പെടുമ്പോൾ അവയിൽ അന്തർലീനമായ സ്ത്രീവിരുദ്ധതയും ബാബാസാഹിബ് നിരീക്ഷിച്ചപോലെ ജാതിവിവേചനങ്ങളുമാണ് വാഴ്ത്തപ്പെടുന്നതെന്നായിരുന്നു രജനിയുടെ പക്ഷം.

ഉന്നതകുലജാതരായ പുരുഷന്മാരുടെയും അവർക്ക് കീഴൊതുങ്ങി കഴിയേണ്ടി വരുന്ന പെണ്ണുടലുകളുടെയും വീരകഥകളും ദ്രൗപദി, അഹല്യമാരെപ്പോലെയുള്ളവർ അനുഭവിച്ച പീഡകളും മഹത്തവത്കരിച്ച് പുനരാഖ്യാനം ചെയ്യപ്പെടുമ്പോൾ പുതിയ കാലത്തെ സമത്വവായനയല്ല നടക്കുന്നതെന്ന് രജനി അഭിപ്രായപ്പെട്ടു.

അതിൽ കാര്യമുണ്ടെന്ന് മെർലിനും തോന്നിത്തുടങ്ങി. വായനയെ മറ്റൊരു കോണിൽ കാണാൻ അവളെ അത് പ്രേരിപ്പിക്കുകയും ചെയ്തു. അവളുടെ കുറിപ്പുകളിലും അവ പ്രതിഫലിക്കാൻ തുടങ്ങി.

തന്റെ ഡയറിയിലെ ആമുഖമെഴുതാനായി ഒഴിച്ചിട്ടിരുന്ന പേജിൽ മെർലിൻ ഒടുവിൽ ഇങ്ങനെ കുറിച്ചിട്ടു. ഗ്രീക്ക് ഇതിഹാസസമാഹാരം വായിച്ച ശേഷമായിരുന്നു അത്.

“നദീദേവന്റെ സുന്ദരിയായ പുത്രി ഇയോയെ കണ്ട് ആകൃഷ്ടനായ ജൂപ്പിറ്റർ ഒരിക്കൽ തന്റെ സ്വർണ്ണരഥത്തിൽ ഭൂമിയിലേക്ക് എഴുന്നള്ളി.

ഇയോയോടു സംസാരിക്കുന്നത് തന്റെ ഭാര്യ ജൂണൊ കാണാതിരിക്കാൻ നദീതീരത്ത് ഒരു കറുത്ത മേഘമറ ജൂപ്പിറ്റർ സൃഷ്ടിച്ചു. ഉച്ച തിരിഞ്ഞു ജൂണൊ ഉറക്കത്തിൽ നിന്ന് എഴുന്നേറ്റു ജനലുകളിൽ കൂടി പുറത്തേക്ക് നോക്കി. പതിവില്ലാതെ ആകാശം പൂർണ്ണമേഘാവൃതമായതു കണ്ട് അതിശയിച്ച് മേഘങ്ങളോട് ഭൂമിക്ക് മുകളിൽനിന്ന് മാറി നിൽക്കാൻ അവൾ ആജ്ഞാപിച്ചു. എന്നാൽ ഒരു മേഘംമാത്രം നിശ്ചലമായി നദിയുടെ തീരത്ത് നിൽക്കുന്നു.

കാരണമറിയാനായി ജൂണോ തേരിലേറി ഭൂമിയിലേക്ക് ഇറങ്ങി. ജൂണോ വരുന്ന തേരിന്റെ ശബ്ദം കേട്ട് പരിഭ്രാന്തനായ ജൂപ്പിറ്റർ ഇയോയോട് പറഞ്ഞു.

‘‘ഞാൻ നിന്നെ ഒരു തടിച്ചുകൊഴുത്ത പശുവാക്കി മാറ്റാൻ പോകുന്നു.’’

‘ഞാനെന്തിന് പശുവാകണം?’’ ഇയോ ചോദിച്ചു.

ജൂപ്പിറ്റർ പറഞ്ഞു. “ജൂണോ നിന്നെ കാണാതിരിക്കാൻ ഇതല്ലാതെ മറ്റൊരു മാർഗ്ഗമില്ല.”

“ഇതെന്തു ന്യായം? താങ്കൾക്ക് പേടിയുണ്ടെങ്കിൽ താങ്കൾ പശുവാകുക.” ഇയോ പ്രതിവചിച്ചു.

ജൂപ്പിറ്റർ അവിശ്വസനീയതയോടെ അവളെ നോക്കി.

ഇയോ ഉറച്ച ശബ്ദത്തിൽ തുടർന്നു, “ചെയ്യാത്ത തെറ്റുകൾക്ക് ശിലകളും ജീവികളുമായി മാറുന്ന പതിവ് ഞങ്ങൾ അവസാനിപ്പിച്ചിരിക്കുന്നു... പുരാണങ്ങളും മിത്തുകളും മാറ്റിയെഴുതപ്പെടട്ടെ.”

മൂന്ന്

തന്റെ പ്രണയം ശ്രീയോട് തുറന്നു പറയുകയെന്ന ഉദ്യമത്തിൽ രജനി ഇതുവരെ വിജയിച്ചിട്ടില്ല. അവനെ അറിയിക്കേണ്ടതില്ലെന്നുവരെ ഒരു ഘട്ടത്തിൽ അവളാലോചിക്കുകയുണ്ടായി. പി.ജിയുടെ ചോദ്യപേപ്പർ മാതൃക വാങ്ങാൻ ശ്രീയുടെ ഫ്ളാറ്റിൽ പോയപ്പോഴായിരുന്നു അത്തരമൊരു നിഷേധചിന്ത അവളുടെ മനസ്സിനെ വലയം ചെയ്തത്.

ആദ്യമായിട്ടായിരുന്നു അവളവിടെ പോകുന്നത്. ശ്രീയും അൻവറും അവളെ സ്വീകരിച്ചു, അവളോട് ഇരിക്കാൻ പറഞ്ഞു, അവർ ധൃതിയിൽ ചായയുണ്ടാക്കി കൊടുത്തു. എന്നാൽ ചോദ്യപേപ്പറുകൾ കൈപ്പറ്റി തിരിച്ച് വാതിലിനരികിൽ എത്തിയപ്പോഴാണ് ഹാളിന്റെ മൂലയിൽ അവൾ അത് ശ്രദ്ധിച്ചത്.

ശ്രീ പരീക്ഷ പാസ്സായപ്പോൾ അവൾ കൊടുത്ത സമ്മാനമായി കൊടുത്ത ഡമ്മികാർ ഒരു ചെറിയ ടേബിളിൽ ടയറുകൾ അഴിച്ചുമാറ്റിയ രീതിയിൽ കിടക്കുന്നു. ആ കാഴ്ച അവളുടെ മനസ്സിനെ വല്ലാതെ നൊമ്പരപ്പെടുത്തി. കാറുകളോട് ഒരു വല്ലാത്ത ഭ്രമമാണ് ശ്രീക്ക്. അതറിയുന്നതിനാൽ ഹോട്ടലിൽ ഒരാഴ്ച പാർട്ട് ടൈം ചെയ്താൽ കിട്ടുന്ന കൂലിയോളം വരുന്ന തുകയ്ക്ക് ഭംഗിയുള്ള ഒരു ഡമ്മികാർ അവളവന് സമ്മാനിച്ചു.

അത്രയും പ്രിയത്തിൽ വാങ്ങിയ സമ്മാനമാണ് അനാഥമായി കിടക്കുന്നത്. ശ്രീയുടെ കണ്ണുകളിൽ തന്നോടുള്ള ഇഷ്ടം മിന്നിമറയുന്നത്

പലതവണ കണ്ടറിഞ്ഞതാണ്. ഒരുപക്ഷേ കണ്ണുകൾ കള്ളം പറഞ്ഞതാകുമോ? എല്ലാം തന്റെ ബുദ്ധിമോശം. ജാലകച്ചില്ലിൽ മഴത്തുള്ളികൾ വീണുപടർന്നപോലെ അവളുടെ ചിന്തകൾ അവ്യക്തങ്ങളായി തുടങ്ങി.

ആയിടയ്ക്കാണ് രജനിയുടെ ജന്മദിനം സമാഗതമായത്. തലേന്ന് രാത്രി അവളുടെ ഫോണിലേക്ക് ശ്രീയുടെ ആശംസാമെസ്സേജ് ചെന്നപ്പോൾ തന്റെ ജന്മദിനം അവനോർത്തുവെച്ചു എന്നതിൽ അവൾക്കു തെല്ലൊരു ആശ്ചര്യം തോന്നാതിരുന്നില്ല.

രാവിലെ ജോലിക്ക് പോകുന്നതിനിടയിൽ ശ്രീ വന്നു താഴെ നിന്നു ഫോൺ വിളിച്ചു. അവൾ ഇറങ്ങിച്ചെന്നതും നീളമുള്ളൊരു ബോക്സ് അവൾക്ക് നേരെ നീട്ടി. അവൾ ആശ്ചര്യപ്പെട്ടു നിൽക്കവേ ചെറുപുഞ്ചിരിയോടെ ജന്മദിനാശംസകൾ പറഞ്ഞു. അവളത് കൈപ്പറ്റി വൈകിട്ട് വരുമോ എന്ന് തിരക്കിയപ്പോൾ, ഇന്ന് തിരക്കാണെന്നും പറ്റിയാൽ ഞായറാഴ്ച നേരിൽ കാണാമെന്നും അവൻ പറഞ്ഞു പോകാൻ ധൃതിപ്പെട്ടു.

അവൻ പോയ ശേഷം രജനി റൂമിലേക്കു നടന്നു. സാധാരണയിൽ നിന്ന് വ്യത്യസ്തമായി സാമാന്യം നീളമുള്ളതും വീതി കുറവായതുമായ ബോക്സായതിനാൽ അതിലെന്തായിരിക്കുമെന്ന ഉദ്വേഗം അവളെ പിടികൂടിയിരുന്നു. ശ്രീ ഇതുവരെ അവൾക്കൊരു സമ്മാനം നൽകിയിട്ടില്ല.

റൂമിലെത്തി വശങ്ങളിലെ പേപ്പർകവർ പൊട്ടിച്ചു. അവളത് തുറന്നപ്പോൾ അവന്റെ കൈപ്പടയിൽ ആശംസ എഴുതിയിരിക്കുന്ന ഒരു കാർഡ് ഏറ്റവും മുകളിലായി കണ്ടു. ഭംഗിയുള്ള കയ്യക്ഷരമാണ് ശ്രീയുടേത്. കാർഡ് എടുത്തു മാറ്റിയപ്പോൾ പെട്ടിയിൽ അവശേഷിച്ചത് നീളത്തിലൊരു പാവയാണ്. അത്യധികം ആകാംക്ഷയോടെ അവൾ അത് പുറത്തെടുത്തു.

റിമോട്ട് കൊണ്ട് നിയന്ത്രിക്കാവുന്ന ഒരു പ്രത്യേക പാവ. ചലിക്കാൻ കാലുകൾക്ക് പകരം ടയറുകൾ. സൂക്ഷ്മമായി നിരീക്ഷിച്ചപ്പോഴാണ് അവൾക്ക് മനസ്സിലായത് അതൊരു സാധാരണ പാവയല്ല, കുഞ്ഞു റോബോട്ടാണ്! ശ്രീ തനിക്കൊരു അപ്രതീക്ഷിത സമ്മാനം തന്നിരിക്കുന്നു.

രജനി ഓൺ ചെയ്തതും റോബോട്ട് ചക്രങ്ങളിൽ കറങ്ങി മുന്നോട്ട് നീങ്ങി ടീപ്പോയിയിൽ തട്ടി നിന്നു. റിമോട്ടിലെ ബട്ടണിൽ കൗതുകത്തോടെ അവൾ വിരലമർത്തിയപ്പോൾ കൊച്ചു യന്ത്രകൈ നീങ്ങി അരക്കെട്ടിലെ പോക്കറ്റിൽ നിന്നും ഒരു മെഴുകുതിരിയെടുത്ത് ഇടതുകൈക്ക് നേരെ നീട്ടിപ്പിടിച്ചു. കയ്യിലെ വിരലിൽ നിന്നും സ്പാർക്കുണ്ടാകുകയും നിമിഷനേരം കൊണ്ട് മെഴുകുതിരി കത്താൻ തുടങ്ങുകയും ചെയ്തു. ഇത്രയും മനോഹരമായ ഒരു ജന്മദിന സമ്മാനം തനിക്കിതുവരെ ലഭിച്ചിട്ടില്ലെന്ന് രജനിയോർത്തു. ലളിതമായ വസ്തുക്കളാണ് ശ്രീ ഉപയോഗിക്കാറ്. എന്നിട്ടും അവനുണ്ടാക്കുന്ന യന്ത്രങ്ങൾക്ക് ഒരുതരം പൂർണ്ണതയാണ്.

വൈകിട്ട് മെർലിൻ വന്നപ്പോൾ റോബോട്ട് പാവയെ കണ്ടു ആശ്ചര്യപ്പെടുകയും അതിനു ഭംഗിയുള്ള ഒരു ഉടുപ്പ് തുന്നിക്കണമെന്നു പറയുകയും ചെയ്തു. പാവയെ സസൂക്ഷ്മം നിരീക്ഷിക്കവേ ഒരു കാര്യം കൂടെ രജനിക്ക് മനസ്സിലാക്കി, അതിന്റെ ടയറായി ഉപയോഗിച്ചിരിക്കുന്നത് താൻ സമ്മാനിച്ച ഡമ്മികാറിന്റെ ചക്രങ്ങളാണ്. അനുയോജ്യമായ ടയറുകൾ കിട്ടാതെ വന്നപ്പോഴായിരിക്കും ശ്രീ ആ കാറിന്റെ ടയറെടുത്ത് ഇതിനുപയോഗിച്ചത്. താൻ കരുതിയപോലെ തന്റെ സമ്മാനം ശ്രീ അലക്ഷ്യമായി ഉപേക്ഷിച്ചതല്ല.

“ഇതിപ്പോ ഡെല്ലയുടെയും ജിമ്മിന്റെയും ക്രിസ്മസ് സമ്മാനം പോലെയായല്ലോ.” കേട്ടപ്പോൾ മെർലിൻ പറഞ്ഞു.

കിടക്കാൻനേരം രജനി മെർലിനോട് ചോദിച്ചു, “ഡെല്ലയോടുള്ള അഗാധ പ്രണയമായിരുന്നു വിശിഷ്ടമായ ആ സമ്മാനം നൽകാൻ ജിമ്മിനെ പ്രേരിപ്പിച്ചത്. ശ്രീയെ ഇതിനു പ്രേരിപ്പിച്ചതെന്താവാം?”

“നീ ഇപ്പോഴും അത് ആലോചിച്ച് ഇരിക്കുകയാണോ?”കിടക്കവിരി ശരിയാക്കുന്നതിടയിൽ മെർലിൻ തിരിച്ചു ചോദിച്ചു.

“നീ ഒന്ന് പറയ് മെർലിൻ.” രജനി ബെഡ്ഡിൽ കിടന്നു പുതപ്പെടുത്ത് പുതച്ചു. അവളുടെ ശബ്ദം അതീവലോലമായിരുന്നു അപ്പോൾ.

തന്റെ കൂട്ടുകാരി പ്രണയത്താൽ വിവശയായിരിക്കുന്നുവെന്ന് മെർലിൻ കണ്ടു.

“പറയാം” അവൾ പ്രതിവചിച്ചു. പിന്നെ നടന്ന് അലമാരയ്ക്ക് അടുത്ത് ചെന്ന് ഷെൽഫ് തുറന്നു ബൈബിൾ എടുത്തു. വോൾസാനയിലേക്ക് വരുമ്പോൾ വഴിതെറ്റി പോകാതിരിക്കാൻ മമ്മി കൊടുത്തുവിട്ടതാണ്. പക്ഷേ അപൂർവ്വമായേ അവളത് തുറക്കാറുള്ളൂ.

“ദാ, കേട്ടോ... നിനക്ക് വേണ്ടി ഞാനിത് വായിക്കാം” എന്നു പറഞ്ഞ് ഉത്തമഗീതത്തിലെ ആദ്യ അധ്യായം അവൾ വായിക്കാൻ തുടങ്ങി.

“അവൻ തന്റെ അധരങ്ങളാൽ എന്നെ ചുംബിക്കട്ടെ; നിന്റെ പ്രേമം വീഞ്ഞിലും രസകരമാകുന്നു. നിന്റെ തൈലം സൗരഭ്യമായത്; നിന്റെ നാമം പകർന്ന തൈലംപോലെ ഇരിക്കുന്നു...”

മെർലിൻ വായന നിർത്തിയതും ഇരുവരും ചിരിച്ചു.

നാല്

അൻവറിന്റെ കുടുംബം പുതിയ വീട്ടിലേക്ക് താമസം മാറിയിരുന്നു. മുൻപ് തുടങ്ങി ഇടയ്ക്ക് പിതാവിന് സാമ്പത്തിക പ്രയാസം വന്നുഭവിച്ചതിനാൽ അൻവറിന് ജോലിയായ ശേഷമാണ് വീടുപണി പൂർത്തിയാക്കിയത്. ഗൃഹ

പ്രവേശനത്തിന് പോകാൻ പറ്റിയില്ലെങ്കിലും അന്ന് രാത്രി വോൾസാന യിലെ കൂട്ടുകാർക്ക് വിരുന്നു നൽകാൻ അവൻ തീരുമാനിച്ചു. ഒരിടവേള യ്ക്ക് ശേഷമുള്ള അവരുടെ ഒന്നിച്ചുചേരലും കൂടിയായിരുന്നു അത്.

തണുപ്പുണ്ടായിരുന്നെങ്കിലും അത് വകവെക്കാതെ പുറത്തെ ബെഞ്ചി ലിരുന്നു അവർ കുറെ നേരം വർത്തമാനം പറഞ്ഞു. പൗർണ്ണമി രാവായതി നാൽ ചുറ്റും നിലാവ് പരന്നിരുന്നു. മഞ്ഞിനെ പ്രതിരോധിക്കാൻ ജോസ് ഒരു വെള്ളത്തൊപ്പി ധരിച്ചിരുന്നു. രഘു ചെറിയ താടിവെച്ച് ചുണ്ടിലൊരു പുഞ്ചിരിയുമായി കൂടുതൽ സുന്ദരനും അടക്കമുള്ളവനുമായി കാണപ്പെട്ടു.

പിറ്റേന്ന് ജോലിയുണ്ടെന്ന് പറഞ്ഞ് ജോസും സന്ദീപും പത്ത് മണി യോടെ പിരിഞ്ഞു.

അവരിപ്പോഴും ഒരുമിച്ചാണ് താമസം. കുറച്ചുകഴിഞ്ഞ് രഘുവും യാത്ര പറഞ്ഞിറങ്ങി. മുൻപത്തെപ്പോലെയല്ല, ബാക്ക്പേപ്പറുകൾ എഴുതിയെ ടുത്തപ്പോൾ അവൻ അൽപം കൂടെ ചുമതലാബോധമുള്ളവനായി മാറി യതായി രജനിക്ക് തോന്നി. എസെൻഷൽ റിപ്പീറ്റായി മൂന്ന് പേപ്പറുകളാ യിരുന്നു രഘുവിനുണ്ടായിരുന്നത്. അതെഴുതിയെടുക്കാൻ, സങ്കോച ത്തോടെയാണെങ്കിലും അവൻ കൂട്ടുകാരുടെയെല്ലാം സഹായം തേടിയി രുന്നു.

രഘു പോയിക്കഴിഞ്ഞും രജനി കുറച്ചു സമയംകൂടെ ശ്രീക്കും അൻ വറിനുമൊപ്പം ലോണിൽ ചെലവഴിച്ചു. സന്തോഷം കൊണ്ടാവാം, അൻവർ അന്ന് ധാരാളം സംസാരിക്കുകയുണ്ടായി.

പുൽത്തകിടിയിലിരുന്നു പുതിയ വീടിന്റെ ഫോട്ടോ അൻവർ കാണി ക്കവേ ശ്രീയാണത് ആദ്യം ശ്രദ്ധിച്ചത്. വീടിനുപയോഗിച്ചിരിക്കുന്നത് പഴ യൊരു വാതിലാണ്. സൂക്ഷിച്ചു നോക്കിയാൽ വിണ്ടു കീറിയപോലെ നീളത്തിലൊരു പാടുമുണ്ട്.

“ഇതെന്താ പുതിയ വീടിനു പഴയ വാതിൽ? അതും മുൻവശത്ത്?” ശ്രീ ആശ്ചര്യത്തോടെ ചോദിച്ചു.

“പഴയതാണ്... പക്ഷേ വിണ്ടു കീറിയതല്ല, ബ്രിട്ടീഷുകാരുടെ വെട്ടു കൊണ്ട പാടാണ്.”

അൻവർ തമാശ പറയുകയാണെന്നാണ് രജനിയാദ്യം കരുതിയത്. എന്നാൽ അൻവറിന്റെ ഉമ്മയുടെ കൊണ്ടോട്ടിയിലെ തറവാടുവീട് പൊളിച്ച പ്പോൾ അവിടെ നിന്നും കണ്ണൂരിലേക്ക് കൊണ്ട് വന്നതാണത്രേ ഈ വാതിൽ. അതിന്മേൽ ഉള്ളത് മലബാർ കലാപകാലത്ത് ബ്രിട്ടീഷുകാർ വാളാൽ വെട്ടിയ അടയാളവും.

“ശരിക്കും...?” കേട്ടപ്പോൾ രജനി ആശ്ചര്യം പൂണ്ടു.

മലബാർ കലാപവുമായി ബന്ധപ്പെട്ടു പരിമിതമായ അറിവുകളേ രജനിക്കുണ്ടായിരുന്നുള്ളൂ. ദക്ഷിണാഫ്രിക്കയിൽനിന്ന് മടങ്ങിവന്ന മഹാ ത്മാഗാന്ധി കോൺഗ്രസ്സിന്റെ നേതൃത്വമേറ്റെടുത്ത ശേഷം മലബാറിൽ

ഖിലാഫത്ത് സമിതികൾ രൂപീകൃതമാകുകയും ബ്രിട്ടീഷുകാർക്കെതിരെ കലാപം പൊട്ടിപ്പുറപ്പെടുകയും ബാഹ്യകാരണങ്ങളാൽ ചില ഇടങ്ങളിലത് വർഗ്ഗീയസംഘർഷത്തിലേക്ക് വഴിമാറുകയും ചെയ്തതായി അവൾക്കറിയാം. ഗാന്ധിചരിത്രത്തിന്റെ ഭാഗമായാണ് അവളത് വായിച്ചിരുന്നത്. എന്നാൽ കലാപത്തിലെ അവൾക്ക് തീർത്തും അപരിചിതമായിരുന്ന പെൺസമരഭാഗമാണ് അൻവർ പറഞ്ഞുവന്നത്. ചരിത്രത്താളുകളിലെവിടെയും അവ ഇതുവരെ കാണാതിരുന്നത് അവളെ വിസ്മയിപ്പിച്ചുവെങ്കിലും പുരുഷന്റെ കണ്ണിലൂടെയാണ് ലോകചരിത്രങ്ങളധികവും എഴുതപ്പെട്ടതെന്നതിനാൽ അതിൽ വലിയ കാര്യമില്ലെന്ന് ഉടനെതന്നെ അവൾ സ്വയം തിരുത്തി. യുദ്ധപ്പാട്ടുകൾ പാടി ഒളിപ്പോരാളികളെ ആവേശം കൊള്ളിച്ചിരുന്ന മലബാറിലെ പെണ്ണുങ്ങളും വാമൊഴി ചരിത്രത്തിൽ മാത്രമാണല്ലോ ഉണ്ടായിരുന്നത്. അൻവറിന്റെ ഉമ്മൂമ്മയുടെ കഥയും അത്തരമൊരു എഴുതപ്പെടാത്ത പുരാവൃത്തമായിരുന്നു.

വാരിക്കുന്തവും കല്ലുകളുമായി ഒളിപ്പോരിലൂടെ സമരക്കാർ പട്ടാളത്തെ നേരിട്ടത് മുതലാണ് അൻവർ പറഞ്ഞു തുടങ്ങിയത്. അന്ന്, ഏറനാടിന്റെ പലഭാഗങ്ങളിലും ബ്രിട്ടീഷ് പട്ടാളം അതിക്രമങ്ങൾ അഴിച്ചുവിട്ടു. കൊണ്ടോട്ടി തങ്ങൾ ബ്രിട്ടീഷ് പക്ഷമായിരുന്നതിനാൽ സുരക്ഷിതമായ അഭയസ്ഥാനമെന്ന നിലയ്ക്ക് സ്ത്രീകളും കുട്ടികളുമടക്കമുള്ളവർ കൊണ്ടോട്ടിയിലേക്കൊഴുകി. ഒതായി പള്ളിയിൽ തമ്പടിച്ച കലാപകാരികളും ജമേദാർ പോഡിംഗിന്റെ നേതൃത്വത്തിലെ ബ്രിട്ടീഷ് പട്ടാളവും തമ്മിൽ അതിരൂക്ഷമായ പോരാട്ടം നടക്കവേ അവിടെ നിന്നുള്ള സ്ത്രീകൾ അഭയം തേടിയത് അൻവറിന്റെ ഉമ്മൂമ്മയുടെ തറവാട്ടിലായിരുന്നു. അഭയാർത്ഥികൾക്കൊപ്പം കലാപകാരികളും ഒളിച്ചിരിപ്പുണ്ടാകാമെന്ന ധാരണയിൽ പതിനഞ്ചോളം വരുന്ന പട്ടാളസംഘം കൊണ്ടോട്ടിയിലേക്ക് നീങ്ങി.

കാവനൂരിൽ പട്ടാളം മാർച്ച് ചെയ്തു വന്ന നടപ്പാലം പൊട്ടിവീണപ്പോൾ, പ്രതികാരമായി വേലുക്കുട്ടി ആശാരിയുടേതുൾപ്പെടെ വഴിയോരത്തെ അഞ്ചോളം ആശാരിക്കുടിലുകൾ ബ്രിട്ടീഷുകാർ അഗ്നിക്കിരയാക്കി.

അന്നൊരു പുലർകാലമായിരുന്നു. അൻവറിന്റെ ഉമ്മൂമ്മ ആമിനയെ വല്യുപ്പ ഹമീദ് മംഗല്യം ചെയ്തുകൊണ്ട് വന്നിട്ട് ഒരു വർഷമേ ആയിട്ടുള്ളൂ. പട്ടാളം വരുന്നത് ദൂരെ നിന്ന് കണ്ടപ്പോൾ കറ്റ കെട്ടുന്നവർ കയറുമായി വരുന്നുവെന്നാണ് അവർക്കാദ്യം തോന്നിയത്. പട്ടാളമാണെന്ന് തിരിച്ചറിഞ്ഞപ്പോൾ ആമിനയോട് സ്ത്രീകളെയെല്ലാം കൂട്ടി കതകടച്ചു വീട്ടിനുള്ളിലിരിക്കാൻ നിർദേശിച്ച് ഹമീദ് പുറത്ത് തൈ നടാൻ എടുത്ത കുഴിയിൽ ഒളിച്ചിരുന്നു. പട്ടാളം വീടിനടുത്തെത്തി ചുറ്റും നടന്നു. ഒച്ചയുമനക്കവും കാണാഞ്ഞ് അവർ ജനൽപഴുതിലൂടെ തോക്ക് തിരുകി ഒരു റൗണ്ട് വെടിയുതിർത്തു.

ആമിനയുടെ നിർദ്ദേശപ്രകാരം സ്ത്രീകളെല്ലാം നിലത്തു കമിഴ്ന്നു കിടക്കുകയായിരുന്നതിനാൽ ആർക്കും പരിക്ക് പറ്റിയില്ല. കരച്ചിൽ പുറത്തു വരാതിരിക്കാൻ അമ്മമാർ കുട്ടികളുടെ വായ പൊത്തിപ്പിടിച്ചിരുന്നു. എങ്ങും നിശ്ശബ്ദത! പട്ടാളക്കാർക്ക് സംശയമായി. അവർ മുൻവശത്തെ വാതിലിനു നേരെ നീങ്ങി. കമാണ്ടറുടെ മൂർച്ചയുള്ള വാൾ വാതിലിൽ ആഞ്ഞു പതിഞ്ഞു.

മൂന്നാമത്തെ വെട്ടും വീണപ്പോൾ ആമിന അപകടം തിരിച്ചറിഞ്ഞു. ഏതു നിമിഷവും വാതിൽ തകർത്തു അവരകത്ത് കയറാം. അയൽപ്രദേശമായ മാമ്പുഴയിൽ ഇതുപോലെ അഭയാർത്ഥികൾ താമസിച്ചിരുന്ന വീട്ടിൽ ബ്രിട്ടീഷ്പട്ടാളം ചെന്ന് അനുനയരൂപത്തിൽ വാതിൽ തുറക്കാനാവശ്യപ്പെടുകയും തുറന്നയുടനെ വീട്ടുടമസ്ഥനെ വെടിവെച്ചിട്ട് വീട്ടിനുള്ളിൽ അഭയം പ്രാപിച്ചിരുന്ന നൂറുകണക്കിന് ആളുകളെ തീയിട്ട് കൊലപ്പെടുത്തുകയും ചെയ്തിരുന്നു. തന്റെ ജീവൻ പോയാലും അഭയം തേടിയവരെ രക്ഷിക്കേണ്ടതുണ്ടെന്ന് ആമിനയ്ക്ക് തോന്നി. വീടിന്റെ പിറകുവശത്തെ അരവാതിലിലൂടെ ഊർന്നിറങ്ങി പട്ടാളക്കാരുടെ അരികിലേക്ക് നടന്നു, വീട്ടിനുള്ളിൽ സ്ത്രീകൾ മാത്രമേ ഉള്ളൂവെന്ന് ആംഗ്യത്തിലൂടെ അറിയിച്ചു.

കമാണ്ടർ ആമിനയെ കടുപ്പിച്ചൊന്നു നോക്കിയ ശേഷം വാളുയർത്തി വാതിലിനു ആഞ്ഞുവെട്ടി. ആമിന പിന്നെ അമാന്തിച്ചില്ല, രണ്ടും കല്പിച്ചു വാതിലിനു മുന്നിൽ കയറി നിന്നു. കമാണ്ടർ വീണ്ടും വാളുയർത്തിയപ്പോഴും അവൾ പതറിയില്ല, ഒഴിഞ്ഞുമാറിയതുമില്ല.

ആ സ്ഥൈര്യത്തിനു മുന്നിൽ പട്ടാളമേധാവി ഒരു നിമിഷം ആശയക്കുഴപ്പത്തിലായി. അവളുടെ കഴുത്തിൽ വാൾ ചേർത്തുവെച്ച് വാതിൽ തുറക്കാൻ ആവശ്യപ്പെട്ടു. വാതിൽ തുറക്കരുതെന്നും ഒരു ജനൽപ്പാളി മാത്രം തുറന്നാൽ മതിയെന്നും ആമിന ഉള്ളിലേക്ക് വിളിച്ചു പറഞ്ഞു.

ഉള്ളിൽ നിന്നും പതിയെ ഒരു ജാലകം തുറക്കപ്പെട്ടു, അതിലൂടെ എത്തി നോക്കിയ കമാണ്ടർക്ക് കാണാനായത് ഭയവിഹ്വലരായ സ്ത്രീകളെയും കുട്ടികളെയുമാണ്. ആണുങ്ങൾ ആരുമില്ലെന്ന് ബോധ്യമായപ്പോൾ പട്ടാളക്കാർ തിരിച്ചുപോകാനൊരുങ്ങി.

ഇരുനിറത്തിൽ കടഞ്ഞെടുത്തത് പോലുള്ള് ശരീരമായിരുന്നു ആമിനയുടേത്. കൂടെ വരാൻ കമാണ്ടർ ആമിനയോട് ആംഗ്യം കാണിച്ചു. എതിർത്താൽ പട്ടാളക്കാർ വാതിൽ പൊളിച്ച് അകത്തു കയറി അഭയാർത്ഥികളെ ഉപദ്രവിക്കും. ഒടുവിൽ ആമിന അവരുടെ കൂടെ പോകാൻ തീരുമാനിച്ചു.

അൻവർ ഈ കഥ പറയുമ്പോൾ രജനിയുടെ ആകാംക്ഷ അതിന്റെ പരകോടിയിലെത്തിയിരുന്നു. ആമിനയ്ക്ക് പിന്നീടെന്ത് സംഭവിച്ചുവെന്നറിയാൻ അവൾക്ക് അതിയായ ആഗ്രഹമുണ്ടായി. എന്നാൽ സമയം ഏറെ

വൈകിയിരുന്നതിനാലും ശ്രീ ഇടയ്ക്കിടയ്ക്ക് വാച്ച് നോക്കുന്നത് കണ്ടതിനാലും അൻവർ അന്നേരം കഥ പൂർത്തിയാക്കിയില്ല.

രജനിയോട് കുറച്ചു നേരം തനിച്ച് സംസാരിക്കണമെന്നുണ്ടായിരുന്നു ശ്രീക്ക്. അവന്റെ അക്ഷമയുടെ പ്രധാന കാരണം അതായിരുന്നു. അവൾ യാത്ര പറഞ്ഞിറങ്ങിയപ്പോൾ കൂട്ടിനെന്ന വ്യാജേന അവൻ കൂടെ ചെല്ലാനിറങ്ങി.

രാത്രിയിലെ തണുപ്പിൽ അവരിരുവരും നടന്നുനീങ്ങി. ഒരുമിച്ചു നടക്കുമ്പോൾ പ്രപഞ്ചം മുഴുവൻ തങ്ങളുടെ മേൽ നിലാവെളിച്ചം പൊഴിക്കുന്നതായി അവൾക്ക് തോന്നി. തന്റെ കാലടികൾക്ക് ഒപ്പം വളരെ സാവധാനമാണ് ശ്രീ ഇപ്പോൾ നടക്കുന്നത്. അവന് സൗഹൃദത്തിൽ കവിഞ്ഞ് ഒരു പ്രത്യേക ഇഷ്ടം തന്നോടുണ്ട്. ആ നടത്തത്തിനൊടുവിൽ രജനിക്ക് അത് ഏറെക്കുറെ ഉറപ്പായി.

"ഞായറാഴ്ച വൈകിട്ട് പാർക്കിൽ വരുമോ? ഒരു കാര്യം പറയാനുണ്ട്."

ബസ്സിനു കാത്ത് നിൽക്കവെ ശ്രീ പറഞ്ഞു. അവന്റെ ശബ്ദം ചെറുതായി വിറകൊണ്ടിരുന്നു.

അഞ്ച്

രജനിയുടെ കൂടെ ഒറ്റയ്ക്ക് പോകാൻ ശ്രീ ധൃതി കൂട്ടിയത് കണ്ടപ്പോൾ അൻവറിന് ചില സംശയങ്ങളുണ്ടായി. ഇത് പതിവില്ലാത്തതാണ്. തങ്ങളിരുവരും ഒരുമിച്ചാണ് രജനിക്ക് കൂട്ടുപോകാറുണ്ടായിരുന്നത്. കഥ പറയുന്ന സമയത്താകട്ടെ ഇടയ്ക്കിടെ രജനിയുടെ നേരെ ദൃഷ്ടി തിരിക്കുന്നതും അൻവർ ശ്രദ്ധിച്ചിരുന്നു. വരട്ടെ, ചോദിച്ചു നോക്കണം...

റൂമിലേക്ക് നടക്കുമ്പോൾ അൻവർ വീണ്ടും ഉമ്മൂമ്മയുടെ ഓർമ്മകളിലേക്ക് പോയി. ഉമ്മ പറഞ്ഞു ഉമ്മൂമ്മയുടെ കഥകളത്രയും അവൻ ഹൃദിസ്ഥമാണ്. കുട്ടിക്കാലത്ത് വാതിലിന്റെ മുറിപ്പാടിൽ എത്രയോ തവണ ഉമ്മ അവന്റെ കൈ പിടിപ്പിച്ചിട്ടുണ്ട്.

ആമിന വരാൻ തയ്യാറായപ്പോൾ, വാതിൽ പൊളിക്കാനുള്ള ശ്രമമുപേക്ഷിച്ചു പട്ടാളമേധാവി ആമിനയോട് തങ്ങളുടെ കൂടെ നടക്കാൻ ആംഗ്യം കാണിച്ചു. കുഴിയിൽ ചെടികൾക്കിടയിൽ ഒളിച്ചിരിക്കുകയായിരുന്ന ഹമീദ് തന്റെ പ്രിയപ്പെട്ട ഭാര്യയെ പട്ടാളക്കാർ കൊണ്ട് പോകുന്ന കാഴ്ച കണ്ടു ഞെട്ടി. ഒളിച്ചിരിക്കുന്നിടത്ത് നിന്ന് പുറത്തു വന്നു കയ്യിൽ കിട്ടിയ ഒരു മരക്കഷ്ണവുമായി മുന്നോട്ടു കുതിച്ചു.

എന്തോ ശബ്ദം കേട്ട് പട്ടാളക്കാർ തിരിഞ്ഞു നോക്കിയപ്പോൾ കണ്ടത് ഏറ്റവും പിറകിലായി നടന്ന സഹപട്ടാളക്കാരൻ അടികൊണ്ട് വേച്ചു മുന്നോട്ടു വീഴുന്നതും കയ്യിൽ മരക്കഷ്ണവുമായി നിൽക്കുന്ന ഹമീദിനെയുമാണ്. പിന്നെ നടന്നതത്രയും വിവരണാതീതമായിരുന്നു. തോക്കിന്റെ

പാത്തികൊണ്ട് ഹമീദിനെ അവർ അടിച്ചുവീഴ്ത്തി, ഷൂകൊണ്ട് ചവിട്ടിത്തേച്ചു. ശേഷം കാലുകൾ പിടിച്ചുകുറച്ചു ദൂരം വലിച്ചിഴച്ചു. തടയാൻ ചെന്ന ആമിനയ്ക്കും കിട്ടി മർദ്ദനം. കയ്യാമം വെച്ചു ഹമീദിനെയും കൊണ്ട് അവർ നടക്കാൻ തുടങ്ങി, ആമിനയോടും കൂടെ വരാൻ പറഞ്ഞു. പട്ടാളമേധാവി കോപംകൊണ്ട് വിറച്ചിരുന്നു.

ഹമീദ് ചോരയൊലിപ്പിച്ചാണ് നടക്കുന്നത്.തനിക്ക് എന്തുപറ്റിയാലും സാരമില്ല ആമിനയെ പട്ടാളക്കാരിൽ നിന്ന് എങ്ങനെയെങ്കിലും രക്ഷപ്പെടുത്തുമെന്നായിരുന്നു അന്നേരം അയാളെ ഭരിച്ചത്. തങ്ങൾ രണ്ടുപേരുമില്ലെങ്കിൽ വീട്ടിൽ അഭയം പ്രാപിച്ച സ്ത്രീകളുടെയും കുട്ടികളുടെയും കാര്യം അവതാളത്തിലാകുമെന്ന ചിന്ത ആമിനയെയും അലട്ടുന്നുണ്ടായിരുന്നു.

താഴ്ഭാഗത്ത് കൂടെ അരുവിയൊഴുകുന്നമരപ്പാലത്തിലെത്തിയപ്പോൾ പട്ടാളക്കാരുടെ ശ്രദ്ധ തെറ്റിയ തക്കം നോക്കി, രണ്ടും കല്പിച്ചു ആമിന വെള്ളത്തിലേക്ക് എടുത്തുചാടി. അബദ്ധത്തിൽ വീണെന്നാണ് സമീപത്തായി നടന്നിരുന്ന പട്ടാളക്കാരൻ ആദ്യം കരുതിയത്. രക്ഷപ്പെടാനായി ചാടിയതാണെന്ന് മനസ്സിലായി വന്നപ്പോഴേക്കും ആമിന താഴേക്ക് നീന്താൻ തുടങ്ങിയിരുന്നു. പട്ടാളക്കാരിൽ ഒരാൾ അവൾക്കു നേരെ വെടിയുതിർക്കാനായി തോക്കെടുത്ത് ഉന്നം പിടിക്കവേ തിരിഞ്ഞു നിൽക്കുകയായിരുന്ന ഹമീദ് അയാളെ ആഞ്ഞു ചവിട്ടി. തോക്കുമായി പട്ടാളക്കാരക്കാരൻ നിലത്ത് വീണു. പിടഞ്ഞെഴുന്നേറ്റു തോക്കെടുത്ത് വെടിയുതിർത്തെങ്കിലും സാമാന്യം ഒഴുക്കുണ്ടായിരുന്നതിനാൽ ആമിന കുറേക്കൂടി താഴേക്കൊഴുകി ഒരു പാറക്കെട്ടിനു പിന്നിലെത്തിയിരുന്നു.

മുന്നിലായി നടന്നിരുന്ന മറ്റു പട്ടാളക്കാർ ഓടിക്കൂടി ഹമീദിനെ തോക്കിൻപാത്തി കൊണ്ട് പിന്നെയും ക്രൂരമായി മർദ്ദിച്ചു. അരുവിയിലേക്കുള്ള ചാട്ടത്തിൽ ആമിനയുടെ ശരീരത്തിൽ ചില്ലറ മുറിവുകളുണ്ടായെങ്കിലും അവ സാരമുള്ളതായിരുന്നില്ല. ഒരു പുൽപ്പടർപ്പിൽ പിടിച്ചു കയറി അവൾ അടുത്തൊരു പറയക്കുടിലിൽ അഭയം പ്രാപിച്ചു. പട്ടാളക്കാർ പോയെന്ന് ഉറപ്പു വരുത്തി പിറ്റേ ദിവസമാണ് അവൾ വീട്ടിലേക്ക് മടങ്ങിയത്. അഭയാർഥികളായി വന്ന സ്ത്രീകളും കുട്ടികളും എന്തു ചെയ്യണമെന്ന് അറിയാതെ പേടിച്ചു വിരണ്ടിരിക്കുകയായിരുന്നു.

ദിവസങ്ങൾ കഴിഞ്ഞു, പട്ടാളക്കാർ കൊണ്ടുപോയ ഹമീദിനെക്കുറിച്ച് കൃത്യമായ ഒരു വിവരവുമില്ല. കൊണ്ടോട്ടി തങ്ങളുടെ അടുത്തേക്ക് ആളെ വിട്ട് അന്വേഷിച്ചപ്പോൾ പട്ടാളക്കാരുടെ കസ്റ്റഡിയിലാണെന്ന് മാത്രം ആമിനയ്ക്ക് അറിയാൻ കഴിഞ്ഞു. ഖിലാഫത്ത് സമരക്കാരായ തടവുകാരെ ചരക്കുവാഗണിൽ കുത്തിനിറച്ച് മൂടപ്പെട്ടു തിരൂരിൽനിന്ന് കോയമ്പത്തൂരിലേക്കു കൊണ്ടുപോയത് ഈ സമയത്താണ്. ഇടയ്ക്ക് അനക്കമൊന്നും കേൾക്കാത്തതിനെത്തുടർന്ന് പട്ടാളക്കാർ വാഗൺ തുറന്നപ്പോൾ കണ്ടത് ശ്വാസം കിട്ടാതെ പരസ്പരം കടിച്ചും മാന്തിക്കീറിയും ഒട്ടനവധി

തടവുകാർ കൊല്ലപ്പെട്ട ഹൃദയഭേദകമായ കാഴ്ചയാണ്. അവശേഷിച്ച ചുരുക്കം ചിലർ ബോധരഹിതരായി തീർന്നിരുന്നു.

ഹമീദ് മരിച്ചില്ലെന്നും വാഗണിൽ നിന്ന് ജീവനോടെ പുറത്ത് വന്ന അപൂർവ്വം പേരിൽ അദ്ദേഹവുമുണ്ടെന്നും കോയമ്പത്തൂർ ജയിലിലാണെന്നും ആമിന പിന്നീടറിഞ്ഞു. ആമിന മാത്രമല്ല, മലബാറിലെ പല സ്ത്രീകളും അന്ന് ഇതേ വിരഹം സഹിച്ചു കഴിയുകയായിരുന്നു. ബ്രിട്ടീഷുകാർക്കെതിരെ ഒളിപ്പോർ സംഘടിപ്പിച്ചതിനു തൂക്കിക്കൊല്ലാൻ വിധിക്കപ്പെട്ട പുറവൻ മോയിൻകുട്ടിയുടെ അടുത്ത സെല്ലിലായിരുന്നു ഹമീദിനെയും ഇട്ടിരുന്നത്. തൂക്കിക്കൊല്ലുന്നതിന്റെ തലേദിവസം മോയിൻകുട്ടി അയാളുടെ ഭാര്യയ്ക്ക് "നീ ദുഃഖിക്കരുത്, നമ്മുടെ നാടിനു വേണ്ടി ആയിരം വട്ടം തൂക്കിലേറുന്നതിന് എനിക്ക് സന്തോഷമേയുള്ളൂ" എന്ന് എഴുതിയപ്പോൾ ഹമീദ് അതിനു സാക്ഷിയായിരുന്നു. തന്റെ വിധിയും മറ്റൊന്നാവാനിടയില്ലെന്ന് ഹമീദ് ഉറപ്പിച്ചു.

ശ്രീ തിരിച്ചു വന്നപ്പോൾ അൻവർ ഓർമ്മകളിൽ നിന്ന് മുക്തനായി.

"രജനിക്ക് ബസ്സ് കിട്ടിയോ?" അൻവർ ചോദിച്ചു

"കിട്ടി. എന്നിട്ടു കഥയുടെ ബാക്കി പറയ്..." ശ്രീ വിഷയം മാറ്റാനെന്ന വണ്ണം പറഞ്ഞു.

"ഞാനിത്രേം കാര്യായി പറയുമ്പോ നിന്റെ ശ്രദ്ധ എങ്ങോട്ടായിരുന്നു?" അൻവർ ചോദിച്ചു.

"ഒന്നുമില്ല, ഞാൻ കേൾക്കുന്നുണ്ടായിരുന്നു. നീ പറയ്. "

ശ്രീ അത്രയും ഉറപ്പിച്ചു പറഞ്ഞപ്പോൾ എല്ലാം തന്റെ തോന്നലായിരിക്കുമെന്നും അൻവർ വിചാരിച്ചു. ആറുമാസത്തോളം മലബാറിൽ ബ്രിട്ടീഷ്മുക്ത ഭരണം വന്നു. ഹമീദ് ജയിൽമോചിതനായത് വരെയുള്ള കാര്യങ്ങൾ അവൻ ശ്രീയോട് പറഞ്ഞു. ഉമ്മൂമ്മയുടെ സമരചരിത്രം വരും തലമുറകളറിയണമെന്ന ഉമ്മയുടെ നിർബന്ധം കൊണ്ടാണത്രെ ഉപ്പ എതിർത്തിട്ടും ആ പഴയ വാതിൽ വീടിനു വെച്ചത്.

കഥ കേട്ട് കിടന്നതുകൊണ്ടാവണം, അങ്ങ് ദൂരെ ഒരു ഉമ്മ തന്റെ പേരക്കുട്ടികളോടു വാതിലിന്റെ വെട്ടുവീണ ഭാഗത്ത് കൈവെച്ച് കണ്ണടയ്ക്കാൻ പറയുന്നത് ശ്രീ തന്റെ പാതി മയക്കത്തിൽ ദർശിച്ചു. വാതിലിന്റെ ഇനിയും ഉണങ്ങാത്ത പാടുകളിലൂടെ വിരലോടിച്ച തലമുറകൾ കുതിരക്കുളമ്പടികളും വാളുകളുരയുന്നതും കേട്ട് വിസ്മയം കൊണ്ടു. വെട്ടുവീണവിടവിലൂടെ ഊർന്നിറങ്ങി പോയതലമുറകൾ വാഗൺ ട്രാജഡി കണ്ടു. ജാലിയൻവാലാബാഗും ഉപ്പുസത്യാഗ്രഹവും കണ്ടു, ഭഗത്സിങ്ങ് മുതൽ നേതാജിവരെ സ്വാതന്ത്ര്യത്തിനുവേണ്ടി ജീവനും ജീവിതവും കൊടുത്തവരെ കണ്ടു. പുറവൻ മോയിൻകുട്ടിയെപ്പോലെയുള്ള പോരാളികളെ കണ്ടു. ഇനിയും ഉണങ്ങിയിട്ടില്ലാത്ത വാതിൽ മുറിപ്പാടുകളിലൂടെ ഊർന്നുവീണ രക്തത്തിൽനിന്ന് ഒരു ദേശത്തിന്റെ സ്വാതന്ത്ര്യം അതിലെ ജനതയുടെ ഹൃദയവികാരമാകുന്നതെങ്ങനെയെന്ന് തലമുറകളറിഞ്ഞു.

ആറ്

ഞായറാഴ്ച വൈകിട്ട് രജനിയും ശ്രീയും പാർക്കിൽ ഒത്തുകൂടി. അന്തരീക്ഷം മേഘാവൃതമായിരുന്ന ആ സായാഹ്നത്തിലെ കൂടിക്കാഴ്ചയുടെ പ്രത്യേകത കാലങ്ങളായി അവരുടെ മനസ്സിൽ ഘനീഭവിച്ചു കിടക്കുകയായിരുന്ന പ്രണയം ഇരുവരും പുറത്തേക്കു പെയ്യിച്ചു എന്നതായിരുന്നു.

ശ്രീയാണ് തുടക്കമിട്ടത്. ഹോസ്റ്റൽ കാലത്ത് തന്നെ അവളെ ഇഷ്ടമായിരുന്നുവെന്ന് അവൻ ഓർത്തെടുത്തു. തങ്ങളിരുവരും വ്യത്യസ്ത ജാതിയിൽപെട്ടവരാണെന്ന് അറിഞ്ഞപ്പോൾ അതൊരു പ്രശ്നമാകുമോ എന്ന് കരുതി മനസ്സിനെ നിയന്ത്രിക്കാൻ ശ്രമിച്ച ദിനങ്ങൾ. അടുത്ത സുഹൃത്തുക്കളായി കഴിഞ്ഞിരുന്നതിനാൽ അതിനിടയിൽ എങ്ങനെ പ്രണയം പറയുമെന്നോർത്തു തിരിഞ്ഞുനടന്ന നിമിഷങ്ങൾ. അങ്ങനെയൊന്നു മനസ്സിലില്ലെങ്കിൽ രജനിയുടെയടുത്ത് നിന്നും വരാനിടയുള്ള പ്രതികരണത്തെക്കുറിച്ചുള്ള ഉത്ക്കണ്ഠ. ഇഷ്ടം പറയാൻ ഇത്രയും കാലമെടുത്തതിനു ശ്രീക്കുണ്ടായിരുന്ന കാരണങ്ങൾ ഇവയൊക്കെയായിരുന്നു.

എപ്പോഴാണ് അവനോടുള്ള ഇഷ്ടം പ്രണയമായി ആത്മാവിൽ തൊട്ടതെന്ന് കൃത്യമായി പറയാൻ രജനിക്കും കഴിഞ്ഞില്ല. പ്രൊജക്ടിന് സഹായിക്കാൻ ശ്രീ തന്റെ റൂമിൽവന്നു പോയ ശേഷമാണെന്ന് തോന്നുന്നു അവനോടുള്ള ഇഷ്ടം പ്രണയമായി മനസ്സിൽ ഉരുണ്ടുകൂടാൻ തുടങ്ങിയത്, അതോ അതിനു മുൻപ് കാമ്പസിലൂടെ ഒരുമിച്ചു നടക്കുമ്പോഴോ? രണ്ടായാലും അവൻ റൂമിൽ വന്നു പോയതിനു ശേഷമാണ് അവൾക്കത് പ്രത്യക്ഷത്തിൽ അനുഭവപ്പെടാൻ തുടങ്ങിയത്.

പ്രണയം പരസ്പരം അറിയിച്ചു കഴിഞ്ഞതോടെ, കുറേക്കാലമായി തങ്ങളെ ചൂഴ്ന്നു നിന്ന അസന്ദിഗ്ധാവസ്ഥ പെയ്തുതീർന്നതിന്റെ ആശ്വാസം ഇരുവരുടെയും മുഖത്ത് പ്രകടമായി. തുറന്നു പറയാൻ അത്രയും കാലമെടുത്തതിൽ ഇരുവർക്കും ലജ്ജ തോന്നി.

അവിചാരിതമായി മറ്റൊന്ന് കൂടെ അവർക്കിടയിൽ സംഭവിക്കുന്നുണ്ടായിരുന്നു. മാസങ്ങളായി തങ്ങൾ കൊണ്ടുനടന്ന വലിയ ജിജ്ഞാസയും മാനസികസമ്മർദ്ദവും ക്ഷണനേരം കൊണ്ട് അലിഞ്ഞില്ലാതായി. നോക്കിനിൽക്കെ ഒരു മഞ്ഞുമല ഉരുകിയൊലിക്കുന്നപോലെ. പ്രതീക്ഷിച്ച വികാരവിക്ഷോഭമൊന്നും തോന്നാത്തതിനാൽ വെറുമൊരാകർഷണം മാത്രമായിരുന്നോ തങ്ങളിൽ ഉണ്ടായിരുന്നതെന്ന് ഇരുവരും സംശയിച്ചു. അല്ലെങ്കിൽ പല രാത്രികളിലും ഉറക്കം വരാത്ത തരത്തിലുണ്ടായിരുന്ന ആ ആവേശമെവിടെ?

തുറന്നുപറയാനാകാതെ ഘനീഭവിച്ചു കിടക്കുന്നതാണ് പ്രണയങ്ങളിൽ ഏറ്റവും തീവ്രമായത്. ഒരിക്കലും പെയ്യാത്ത മേഘങ്ങളെപ്പോലെ ഹൃത്തിനു മുകളിൽ തണൽ വിരിച്ചു സ്ഥിതി ചെയ്യും. രജനിയും ശ്രീയും

ആ തീവ്രത ഇത്രയും കാലം അനുഭവിച്ചതാണ്. പരസ്പരം അറിഞ്ഞു കഴിയുമ്പോൾ പെയ്തൊഴിഞ്ഞ ആകാശംപോലെ, ഭാരമൊഴിഞ്ഞ് മനസ്സ് പൊടുന്നനെ ശൂന്യമായി മാറുന്നു.

പ്രണയിക്കുന്നുവെന്ന് പരസ്പരം അറിയിച്ചു കഴിയുന്ന നിമിഷങ്ങളിൽ ലോകത്തുള്ള മിക്ക കാമുകീകാമുകന്മാരും ഇത്തരമൊരവസ്ഥയിലൂടെ കടന്നു പോയിട്ടുണ്ടാകാമെന്ന് ഇരുവരും അന്നേരം ഓർത്തില്ല. വാക്കുകൾക്കായി അവർ പരതി. തങ്ങളുടെ പ്രണയം കണക്കു കൂട്ടിയതിനേക്കാൾ ആഴമില്ലാത്ത ഒന്നായിരുന്നോ എന്ന് രജനി സംശയിച്ചു. ശ്രീയും ഏറെക്കുറെ അതേ മാനസികാവസ്ഥയിലായിരുന്നു.

“വരൂ... നമുക്ക് പോകാം, നാളെ ജോലിയുള്ളതല്ലേ?”നിമിഷങ്ങൾ നീണ്ട മൗനത്തിനൊടുവിൽ ശ്രീ പറഞ്ഞു.

“ശ്രീ നടന്നോ... ഞാനല്പനേരം കൂടി ഇവിടെ ഇരിക്കട്ടെ.”

തണുത്ത കാറ്റുള്ള സമയങ്ങളിൽ പാർക്കിൽ ഒറ്റയ്ക്കിരിക്കാൻ അവൾ താത്പര്യപ്പെടാറുണ്ടായിരുന്നു. അതറിയുന്നതിനാൽ ശ്രീ പിന്നെ നിർബന്ധിച്ചില്ല.

ശ്രീ നടന്നു നീങ്ങുന്നതു നിർന്നിമേഷയായി നോക്കി രജനി അവിടെ തന്നെ ഇരുന്നു. അവൻ കാഴ്ചയിൽ നിന്നും മറഞ്ഞപ്പോൾ മനസ്സാന്നിധ്യം വീണ്ടെടുക്കാൻ അവൾ ശ്രമിച്ചു. എന്തുകൊണ്ടാണ് ശ്രീ വേഗം പോയത്. പ്രണയം പറഞ്ഞ ഉടനെ ഒരു ആലിംഗനത്തിൽ വീഴാൻ തങ്ങൾക്കു തോന്നാതെ പോയതെന്തേ? അനിശ്ചിതത്വത്തിൽ നിലനിൽക്കുകയും തുറന്നു പറഞ്ഞാൽ കുറഞ്ഞു പോകുകയും ചെയ്യുന്ന ഒന്നാണോ പ്രണയം?

തങ്ങളുടെ ഈ സ്നേഹബന്ധത്തിന്റെ ഭാവിയെക്കുറിച്ച് ആരായണമെന്ന് അൽപനേരം മുൻപ് അവളാഗ്രഹിച്ചിരുന്നു. ശ്രീ എണീറ്റ് പോയ സ്ഥിതിക്ക് ഇനിയെങ്ങനെ ചോദിക്കും? മോഹഭംഗം അവളെ വന്നു ചൂഴാൻ തുടങ്ങി.

എത്ര നേരം അവിടെ തന്നെ ഇരുന്നുവെന്ന് അവൾക്ക് ഓർമ്മയില്ല. മഴത്തുള്ളികൾ മുഖത്ത് പതിഞ്ഞപ്പോഴാണ് സ്ഥലകാല ബോധമുണ്ടായത്, സമയം രാത്രി ഒമ്പത് മണിയായിരിക്കുന്നു. ചെറുതായി മഴ ചാറുന്നുണ്ട്. മഴത്തുള്ളികൾ മുഖത്ത് പതിച്ചു ചിന്നിച്ചിതറവെ അവളുടെ ഉള്ളിലെവിടെയോ ചെറിയ തണുപ്പ് പടർന്നു. ശ്രീ ഇപ്പോൾ അവന്റെ റൂമിലെത്തിക്കാണും. അവൻ വിളിച്ചിട്ടും കൂടെ പോകാതെ, ഇവിടെ തന്നെ ഇരുന്നത് കാരണം അവനെന്തെങ്കിലും മാനസികപ്രയാസം തോന്നിക്കാണുമോ? ഒന്ന് വിളിച്ചു നോക്കാം, താനിവിടെ ഇടയ്ക്ക് ഇരിക്കാറുള്ളതാണെന്നും പ്രശ്നമൊന്നുമില്ലെന്നും അവനെ അറിയിക്കണം. രജനി മൊബൈലിൽ ശ്രീയെ വിളിച്ചു.

“രജനീ, നീ ഇതെവിടെയാണ്, പോയില്ലേ?” ഫോൺ എടുത്തതും അവൻ ചോദിച്ചു.

"ഇല്ല... പാർക്കിൽ തന്നെയുണ്ട്, മഴ ചാറുന്നു, പോകാൻ തുടങ്ങുകയാണ്, ശ്രീ ഉറങ്ങാറായോ?" രജനി ചോദിച്ചു.

"റൂമിൽ പോയില്ല, ഇവിടെ തന്നെയുണ്ട്... ഒരു മിനുട്ട്... ഞാൻ കൊണ്ട് വിടാം." ശ്രീ പറഞ്ഞു.

ഇത്രയും സമയവും പാർക്കിന്റെ മറ്റേ അറ്റത്ത് ബെഞ്ചിൽ അവനും ഇരിക്കുന്നുണ്ടായിരുന്നുവെന്ന അറിവ് അവളെ കൂടുതൽ വിഷമിപ്പിച്ചു. ചാറ്റൽ മഴ കാരണം പാർക്ക് ഏറെക്കുറെ വിജനമായിരിക്കുന്നു,

അൽപസമയത്തിന് ശേഷം ശ്രീയെത്തി. മഴ താൽക്കാലികമായി ശമിച്ചിരിക്കുന്നു. അവന്റെ കണ്ണുകളിൽ വല്ലായ്മ നിഴലിക്കുന്നതായി ഇരുണ്ട വെട്ടത്തിലും അവൾ കണ്ടു. അവളുടെ ഹൃദയം വേദനിച്ചു.അവനെന്തിനാണ് വിഷമിക്കുന്നത്...? പൊയ്പ്പോയെന്നു കരുതിയ തന്നിലെ പ്രണയം ശക്തമായി തിരിച്ചു വരുന്നതായി അവൾക്കുതോന്നി. അവനെ ഗാഢമായി പുണരണമെന്ന് അവൾ കൊതിച്ചു.

"ശ്രീ എന്തേ റൂമിൽ പോകാത്തേ?" അവനൊന്നും മിണ്ടുന്നില്ല.

മഴ വീണ്ടും പെയ്യാൻ തുടങ്ങിയിരുന്നു...

"ശ്രീ... നിനക്ക് എന്നെ ശരിക്കും ഇഷ്ടമല്ലേ?" അവളുടെ ചോദ്യം അവനെ വേദനിപ്പിച്ചു. അവളുടെ കണ്ണ് നിറഞ്ഞതായി അവൻ കണ്ടു, പരിചയപ്പെട്ടത് മുതൽ ഇതുവരെ താനവളെ മുറിപ്പെടുത്തിയിട്ടില്ല. ആ കണ്ണുനീർ തുടയ്ക്കാൻ അവന്റെ ഹൃദയം വെമ്പി.

"രജനീ..." വികാരവായ്പയോടെ അവൻ വിളിച്ചു. ആദ്യമായാണ് അവൻ അത്രയും ഹൃദ്യമായി അവളെ വിളിക്കുന്നത്.

ആ കവിളിലെ അശ്രുക്കൾ തുടയ്ക്കാൻ അവൻ അടുത്തേക്ക് നീങ്ങിയതും തീവ്രമായൊരു ആശ്ലേഷത്തിലേക്ക് അവർ വഴുതി വീണു.

ശക്തമായ മഴ ഇരുവരെയും നനച്ചു ഭൂമിയിലേക്ക് പെയ്തിറങ്ങി. മഴത്തുള്ളിയാണോ ശ്രീയുടെ ഉമിനീരാണോ തന്റെ ചുണ്ടിൽ പടരുന്നതെന്ന് അവൾക്ക് മനസ്സിലായില്ല. ഗാഢമായി ആലിംഗനബദ്ധരായിരുന്നതുകൊണ്ടാണ് തങ്ങളുടെ മുൻവശം നനയാതിരുന്നതെന്നു മഴ തോർന്നപ്പോൾ മാത്രമാണ് ഇരുവരും അറിഞ്ഞത്.

ഏഴ്

അന്നത്തെ കൂടിക്കാഴ്ചയ്ക്ക് ശേഷം രജനിയും ശ്രീയും പിന്നീട് പല തവണ കണ്ടുമുട്ടി. ഒരു നിമിഷത്തേക്ക് നിശ്ചലമായെന്ന് ഭയപ്പെട്ട പ്രണയം പൂർവ്വാധികം ശക്തിയോടെ തിരിച്ചുവന്നതിൽ പിന്നെ ഇവരുവരും അനുരാഗത്തിന്റെ ആഴിയിലേക്ക് വീണിരുന്നു. മറ്റൊന്നും അവരെ സ്പർശിച്ചതേ ഇല്ല. ചുറ്റുമുള്ള ലോകത്ത് എന്തു സംഭവിക്കുന്നു എന്ന്

ശ്രദ്ധയില്ലാത്തവിധം അവരിരുവരും ആ പ്രണയധാരയിൽ അലിഞ്ഞു പോയി.

പാർക്കിലെ പുൽത്തകിടിയിൽ രജനിയുടെ മടിയിൽ തലവെച്ച് കിടക്കവേ ശ്രീ ഏറെ ശാന്തനായി കാണപ്പെട്ടു. തന്റെ മുടിയിഴകളിൽ അവൾ സാവധാനം വിരലോടിച്ചുകൊണ്ടിരിക്കെ ആകാശത്തിന്റെ പശ്ചാത്തലത്തിൽ അവളുടെ മുഖം എത്രമേൽ ഭംഗിയുള്ളതായിരിക്കുന്നുവെന്ന് അവൻ കണ്ടു. അങ്ങനെ കിടന്ന് അവൻ ഉറങ്ങിപ്പോകുന്ന അപൂർവ്വം വേളകളിൽ കുനിഞ്ഞ് ആ നെറ്റിയിൽ ഉമ്മവെച്ച് ഉണർത്താൻ അവൾക്കാഗ്രഹം തോന്നും.

വാരാന്ത്യത്തിൽ നൊബറ്റ്സിയ നഗരം വിട്ട് അടുത്ത ദ്വീപിലേക്കും അവരൊരുമിച്ചു യാത്ര ചെയ്തു. രജനി ആദ്യമായാണ് കടലിനടിയിലെ ടണലിലൂടെ രണ്ടാമത്തെ ദ്വീപിലേക്ക് പോകുന്നത്. അവിടെ ഒരാൾക്ക് കയറിയിരുന്ന് സഞ്ചരിക്കാവുന്നത്രയും വലിയ ആമകൾ വിഹരിക്കുന്ന നാഷണൽ പാർക്കിൽ, ഏതു വേനൽ കാലത്തും തണുപ്പ് നിറയുന്ന ഗുഹകളിൽ, സമുദ്രാന്തർഭാഗത്തെ അക്വേറിയത്തിൽ, ഡോൾഫിനൊപ്പം നീന്താവുന്ന ജലാശയങ്ങളിൽ, പ്രാവുകൾ ചിറകടിച്ചു പറക്കുന്ന അതിപുരാതനദേവാലയങ്ങളിൽ അങ്ങനെ പലയിടങ്ങളിലായി അവർ കറങ്ങി. തിരക്കില്ലാത്ത സ്ഥലങ്ങളിൽ വിരലുകൾ കോർത്ത് സാവധാനം നടക്കും. ആൾക്കൂട്ടത്തിൽ കാണാതായാൽ ചുറ്റുമുള്ള കാഴ്ചകളെ മറന്ന് അന്യോന്യം തിരയും. ഓരോ കൂടിച്ചേരലുകളും ആഹ്ലാദത്തിന്റെ മഞ്ഞു പെയ്യിക്കും. ആ യാത്രയിലാണ് പരസ്പരം എത്രമാത്രം കരുതലുണ്ടെന്ന് ഇരുവർക്കും ബോധ്യമായത്.

നൊബറ്റ്സിയയിൽ അവർ കൂടുതലും ഒരുമിച്ചിരിക്കാറുള്ളത് തങ്ങളുടെ പ്രണയം ആദ്യമായി തുറന്നു പറഞ്ഞ, വോൾസാന സ്വാതന്ത്ര്യ സമരത്തിന്റെ ഭാഗമായ സ്തൂപങ്ങളധികവും സ്ഥിതി ചെയ്യുന്ന വിശാലമായ വിസ്ഡം പാർക്കിലാണ്. ഇവിടെയുള്ള പട്ടാളവേഷം ധരിച്ച എല്ബിയ സിമോണിന്റെ പ്രതിമയ്ക്ക് കീഴെ വിശേഷദിവസം സ്ത്രീകൾ മെഴുകുതിരി തെളിയിക്കുന്നത് കാണാം.

വോൾസാനയിലെ ഏകാധിപത്യ ഭരണകൂടത്തിനെതിരെ പോരാട്ടത്തെ ഏകോപിക്കുന്നതിൽ പ്രധാന പങ്കു വഹിച്ച വ്യക്തിയാണിവർ. ഒരു ധനിക കുടുംബത്തിൽ ബാരിസ്റ്ററുടെ മകളായി ജനിച്ച അവരെ സ്വേച്ഛാധിപതിക്കെതിരെ പോരാടിയതിന് സൈന്യത്തിന്റെ ഹിറ്റ് ലിസ്റ്റിൽ ആദ്യത്തെ പേരുകാരിയാകുകയും സ്വന്തം വീട്ടിൽനിന്ന് പുറത്താക്കപ്പെടുകയും ചെയ്തു. തനിക്കു സ്ഥിരമായി പൂക്കൾ നൽകാറുണ്ടായിരുന്ന റൈനയെന്ന പത്തു വയസ്സുകാരി ഗ്രാമീണപ്പെൺകുട്ടിയെ കാസിനോ മാഫിയ തട്ടിക്കൊണ്ടുപോകുകയും റേപ്പിനുശേഷം സമീപത്തെ വയലിൽ കൊല്ലപ്പെട്ട നിലയിൽ ഉപേക്ഷിക്കുകയും ചെയ്തതിനു പിന്നാലെയാണ്,

അത് കണ്ടു ഹൃദയം നുറുങ്ങി എല്ബിയ ജനാധിപത്യപോരാട്ടങ്ങളിൽ അണിചേരുന്നത്.

എല്ബിയയുടെ പ്രതിമയ്ക്ക് താഴെ മെഴുകുതിരി തെളിയിക്കണമെന്ന് രജനിയും ആഗ്രഹിച്ചിരുന്നു. രാത്രി വൈകിയും സ്ത്രീകൾക്ക് നിർഭയം സഞ്ചരിക്കാവുന്ന രീതിയിൽ വോൾസാനിയൻ തെരുവീഥികൾ മാറിയതിനു പിന്നിൽ എല്ബിയയുടെ പോരാട്ടങ്ങൾക്ക് വലിയ പങ്കുണ്ടെന്നറിഞ്ഞ ശേഷമായിരുന്നു അങ്ങനെ ഒരാഗ്രഹം രജനിയിൽ ഉണ്ടായത്.

"എല്ബിയയ്ക്ക് മാത്രമല്ല, കുഞ്ഞു റൈനയ്ക്ക് കൂടിയാണ് ഞാൻ അഞ്ജലികളർപ്പിക്കുന്നത്."

ഒരു കയ്യിൽ ലൈറ്റർ പിടിച്ചു മറുകൈകൊണ്ട് കാറ്റിനെ പ്രതിരോധിച്ചു മെഴുകുതിരി കത്തിക്കാൻ ശ്രമിക്കവേ അവൾ ശ്രീയോട് പറഞ്ഞു.

എന്നാൽ അവളുടെ പ്രതിരോധത്തെയും മറി കടന്നു കാറ്റ് വന്നു അത് കെടുത്തിക്കൊണ്ടിരുന്നു. അവൾ ചെയ്യുന്നതത്രയും കൗതുകത്തോടെ നോക്കിനിൽക്കുകയായിരുന്ന ശ്രീ അടുത്ത് ചെന്നുകുനിഞ്ഞിരുന്ന് തന്റെ കൈകൾ അവളുടേതിനോട് ചേർത്ത് വെച്ചു. മെഴുകുതിരി കത്തി തെളിയാൻ തുടങ്ങിയിട്ടും അവൻ തന്റെ കൈ പിൻവലിക്കാതെ അവിടെ തന്നെ വെച്ചു. അവളുടെ കൈവിരലുകൾക്ക് സാധാരണയിൽ കവിഞ്ഞ തണുപ്പുണ്ടായിരുന്നു. തങ്ങൾ ഒരുമിച്ചു തുടങ്ങാനിരിക്കുന്ന ജീവിതത്തിന്റെ വെളിച്ചമാണ് കത്തിപ്പടരുന്നതെന്ന് അവർക്ക് തോന്നി.

അന്ന്, മെഴുകുതിരിയുടെ അരണ്ട വെളിച്ചത്തിൽ പാർക്കിലെ പുല്ലിലിരിക്കവേ വിവാഹത്തെക്കുറിച്ചും അവരാലോചിച്ചു.

"രണ്ടു പേർക്കും ജോലിയായ സ്ഥിതിക്ക് രണ്ടിടത്തായി ഇനി ജീവിക്കണോ?"രജനി ചോദിച്ചു.

വിഷയത്തിന്റെ ഗൗരവം കാരണം ശ്രീ അവളുടെ മടയിൽനിന്നും എണീറ്റിരുന്നു.

"എന്റെ വീട്ടിൽ ഞാൻ പറഞ്ഞോളാം, അമ്മയ്ക്ക് അങ്ങനെ എതിർപ്പുണ്ടാകാനിടയില്ല... ശ്രീയുടെ പ്ലാൻ എന്താണ്?"

ശ്രീയുടെ മനസ്സ് സമ്മർദ്ദം നിറഞ്ഞ ഒരു പ്രത്യേക അവസ്ഥയിലായിരുന്നു. വീട്ടുകാരെ പറഞ്ഞു ബോധ്യപ്പെടുത്തുകയെന്നത് ചെറിയ പ്രയത്നമല്ലെന്ന് അവനറിയാമായിരുന്നു. എങ്കിലും കാര്യങ്ങൾ അനുകൂലമാകുന്നതുവരെ രജനിയെക്കൂടി സമ്മർദ്ദത്തിലാക്കേണ്ടെന്ന് കരുതി അവൻ പറഞ്ഞു.

"എന്റെ വീട്ടുകാർ പെട്ടെന്ന് അനുകൂലിക്കുമെന്ന് തോന്നുന്നില്ല... പിന്നെ നമ്മൾ രണ്ടുപേരും ഒരേ പ്രൊഫഷനിൽ വിദേശത്ത് ജോലി ചെയ്യുന്നതുകൊണ്ട് ഒടുവിൽ അവർ സമ്മതം മൂളുമെന്നാണ് എന്റെ പ്രതീക്ഷ."

വിവാഹക്കാര്യം വീടുകളിൽ അവതരിപ്പിക്കേണ്ടതും സമ്മതം വാങ്ങേണ്ടതും അവരവർ തന്നെയാണ് എന്ന ധാരണയിലാണ് അവരന്ന് പിരിഞ്ഞത്.

പിറ്റേന്ന് വൈകിട്ട് ഫോൺ ചെയ്തപ്പോൾ ശ്രീ അമ്മയോട് കാര്യം ചെറുതായൊന്ന് സൂചിപ്പിച്ചു. കൂടെ പഠിച്ച കുട്ടീന്ന് മാത്രമേ അവൻ പറഞ്ഞുള്ളൂ. ഉടനെ വന്നു ജാതി ഏതെന്ന ചോദ്യം. ഏതൊരു ചോദ്യത്തിൽ നിന്ന് അവൻ ഒഴിഞ്ഞുമാറാൻ ശ്രമിച്ചോ അതേ ചോദ്യം. അവന്റെ പരുങ്ങൽ കണ്ടപ്പോൾ എന്തോ പിശകുണ്ടെന്ന് അമ്മയ്ക്ക് മനസ്സിലായി. നായരോ മേനോനോ ഏറിവന്നാൽ ക്രിസ്ത്യാനിയോ ആവുമെന്നല്ലാതെ ഒരു പുലയപ്പെൺകുട്ടിയായിരിക്കുമെന്ന് അവർ സ്വപ്നത്തിൽ പോലും വിചാരിച്ചില്ല. ശ്രീ ഉത്തരം പറയാതെ ഒഴിഞ്ഞുമാറുന്നത് കണ്ട് അമ്മയ്ക്കെന്തോ കൂടുതൽ സംശയം തോന്നി. ഉടനെ നാട്ടിലേക്ക് വരാൻ അമ്മ അവനോടു കല്പിച്ചു.

പ്രധാന കാര്യമായതിനാൽ നേരിട്ട് പറയുന്നതാണ് ഉചിതം. ശ്രീ വിചാരിച്ചു. രജനിയും അത് തന്നെ അഭിപ്രായപ്പെട്ടു. നേരിട്ടാകുമ്പോൾ അവരെ പറഞ്ഞു അനുനയിപ്പിക്കാൻ കുറേക്കൂടി എളുപ്പമാകും.

അങ്ങനെയാണ് രണ്ടാഴ്ചത്തെ ലീവ് ശരിയാക്കി ശ്രീ നാട്ടിൽ പോകാൻ തീരുമാനിച്ചത്. പോകുന്ന ദിവസം പതിവില്ലാത്തവിധം അവൻ രജനിയുടെ കൈകൾ കുറെ നേരം ചേർത്ത് പിടിച്ചു. അവനെ യാത്രയാക്കാൻ അൻവറും ചെന്നിരുന്നു. അന്നാണ് രജനിയും ശ്രീയും തമ്മിൽ ഇത്രത്തോളം തീവ്രമായ ഒരു പ്രണയമുണ്ടായിരുന്നെന്ന് അൻവർ തിരിച്ചറിഞ്ഞത്.

എട്ട്

രജനിയും ശ്രീയും വിവാഹത്തെക്കുറിച്ച് ചിന്തിക്കുന്നുവെന്ന് അറിഞ്ഞപ്പോൾ ഏറെ സന്തോഷിച്ചത് മെർലിനാണ്. ശ്രീ, രജനിക്ക് അനുയോജ്യനാണെന്ന് മെർലിന് ഉറപ്പുണ്ടായിരുന്നു. ഏറേക്കാലമായി നിശ്ശബ്ദമായി പ്രണയിക്കുന്ന അവർ തന്നെയാണ് ഒന്നുചേരേണ്ടത്.

മെർലിനും വീട്ടിൽ കല്യാണം തിരയുന്നുണ്ടായിരുന്നു. ഒടുവിൽ അത് ഉറപ്പിച്ചു. അവളുടെ അകന്ന ബന്ധത്തിലുള്ള സിജോയാണ് വരൻ. അവൾ നാട്ടിൽ പോയപ്പോൾ അവരിരുവരും പരസ്പരം കണ്ടിരുന്നു.

കല്യാണശേഷം വോൾസാനയിലേക്ക് ഇനി തിരികെ വരുന്നില്ലെന്നു മെർലിൻ തീരുമാനിച്ചു. നാട്ടിൽ ഒരു ജോലി നോക്കണം.

വോൾസാന ഉപേക്ഷിച്ചു മെർലിൻ പോകുന്നതിന്റെ തലേദിവസം രാത്രി ഫ്ളാറ്റിൽ അവർ ഒരുമിച്ചു കൂടി. മെർലിന്റെ ബന്ധു അഞ്ജുവും വന്നിരുന്നു.

"രജനീ... നീ ഇന്നെന്നെ തടയരുത്... വിഷമങ്ങളൊക്കെ എനിക്ക് ഇന്നത്തോടെ മറക്കണം." മെർലിൻ പറഞ്ഞു.

എന്നാൽ ആൾക്കഹോളില്ലാത്ത ബിയർ കൊണ്ടുവരാനേ രജനി സമ്മതിച്ചുള്ളൂ. സ്ത്രീകൾക്ക് ആഘോഷിക്കാനും സങ്കടമൊഴുക്കി കളയാനും പുരുഷാധിപത്യ വ്യവസ്ഥയുടെ ഉപകരണം തന്നെ വേണ്ടതില്ലെന്നായിരുന്നു രജനിയുടെ പക്ഷം. ഫ്ളാറ്റുടമസ്ഥരെങ്ങാനും ബഹളം കേട്ടു വന്നു നോക്കിയാൽ മദ്യമുപയോഗിക്കില്ലെന്ന വാക്ക് ഇത്രയും കാലം പാലിച്ചതിനു ഫലമില്ലാതെയാകും. ഫ്ളാറ്റുമായി അത്രമേൽ ഇഴുകിച്ചേർന്നതിനാലാണ് ജോലി ലഭിച്ചിട്ടും താമസം മാറാൻ രജനി ഇതേവരെ താത്പര്യപ്പെടാതിരുന്നത്.

ഒടുവിൽ പിസ്സയോടൊപ്പം ഓർഗാനിക് ബിയർ ഓർഡർ ചെയ്തു വരുത്തി. വോൾസാനയിൽ ട്രെൻഡായി മാറിക്കൊണ്ടിരിക്കുകയായിരുന്നു ഈ ഓർഗാനിക് ബിയർ. സാധാരണ ബിയറിനെക്കാൾ രുചിയും പോഷകഗുണവുമുണ്ട്; ദോഷഫലങ്ങളുമില്ല. രുചിച്ചു നോക്കിയപ്പോൾ അഞ്ജുവിനും ഇഷ്ടമായി.

ഒഴിയുന്നതിന് അനുസരിച്ച് മെർലിൻ ഗ്ലാസ് നിറച്ചുകൊണ്ടേയിരുന്നു. അവളന്ന് ഏറെ വികാരാധീനയായി കാണപ്പെട്ടു. ഇടയ്ക്ക് ബെന്നിയെക്കുറിച്ചു പറഞ്ഞ് അവൾ കരഞ്ഞു. ഇഷ്ടമാണെന്ന് പറയാൻ കാത്തു നിന്ന ദിവസം തന്നെ ബെന്നി തന്നിൽനിന്ന് മാഞ്ഞുപോയത് എത്രയായിട്ടും മറക്കാനവൾക്ക് സാധിച്ചിട്ടില്ലായിരുന്നു.

പത്താം ക്ലാസിലായിരിക്കെ അവളുടെ സയൻസ് സംശയങ്ങൾ തീർത്തുകൊടുത്തിരുന്നത് ബെന്നിയായിരുന്നു. ഉത്തരം തെറ്റിച്ചാൽ വിചിത്രമായൊരു ശിക്ഷയായിരുന്നു ബെന്നി അവൾക്ക് നൽകിയിരുന്നത്. ഒരു മിനുട്ടോളം ഇമ ചിമ്മാതെ അവന്റെ കണ്ണിലേക്ക് തന്നെ നോക്കിയിരിക്കുക. ചുറ്റുപാടുകളെ വിസ്മരിച്ചു അങ്ങനെ കണ്ണിൽ നോക്കിയിരിക്കെ അവളുടെ മുഖം ലജ്ജകൊണ്ട് ചുവക്കുമായിരുന്നു. തന്നോടുള്ള ഇഷ്ടംകൊണ്ടാണ് ബെന്നി ഈ കുസൃതിയൊപ്പിക്കുന്നതെന്ന് അറിയാമായിരുന്നതിനാൽ ശിക്ഷയ്ക്ക് വേണ്ടി അവൾ അറിയുന്ന ഉത്തരവും ഇടയ്ക്ക് തെറ്റിച്ചു പറയുമായിരുന്നു. അവരുടെ കണ്ണുകളിലെ നോട്ടം വല്ലാതെ നീണ്ടു പോകുമ്പോൾ അതേ മുറിയിൽ പഠിക്കാൻ ഇരിക്കുന്ന മെർലിന്റെ അനിയത്തി കൃത്രിമമായി ചുമയ്ക്കും. അതോടെ ബെന്നി നോട്ടം പിൻവലിച്ചു ബാക്കി പാഠഭാഗംപറഞ്ഞു കൊടുക്കും. മെർലിൻ അമർത്തി ചിരിക്കും

ബെന്നി മരിച്ചിട്ടും എത്രയോ രാത്രികളിൽ അവനടുത്ത് വന്നിരുന്നു വിളിക്കുന്നതായി അവൾക്ക് തോന്നിയിട്ടുണ്ട്. അങ്ങനെ ഉണർന്നാൽ പിന്നെ അവനെയോർത്തു കിടക്കും. നിശ്ശബ്ദമായി കരയും. ബെന്നിയെ ആൾക്കൂട്ടം ഇല്ലാതാക്കിയത് എന്തിനാണ്? അവൾക്കിപ്പോഴും കൃത്യമായ ഒരുത്തരം ലഭിക്കാത്ത ചോദ്യമാണത്. ടൗണിൽ നിന്ന് സാധനങ്ങൾ

വാങ്ങിച്ചു കൊടുക്കാൻ ബെന്നി ഒരു സ്ത്രീയെ സഹായിക്കാറുണ്ടായിരുന്നുവെന്ന് മെർലിന് അറിയാമായിരുന്നു. അതിനു പകരം അവർ അവനു ചില്ലറ പണം കൊടുക്കും. അതവന് വലിയൊരു സഹായമായിരുന്നു. ആൾക്കൂട്ടത്തോട് അതൊക്കെയും വിളിച്ചു പറയണമെന്നുന്നുണ്ടായിരുന്നെങ്കിലും അവൾ അറിഞ്ഞു വന്നപ്പോഴെക്കും അവനീ ഭൂമിയിൽ നിന്ന് തന്നെ പൊയ്ക്കഴിഞ്ഞിരുന്നു. ബെന്നി താഴിട്ടു സൂക്ഷിച്ചിരുന്ന കൊച്ചു ഇരുമ്പ്പെട്ടി മരണശേഷം തുറന്നപ്പോൾ കണ്ടത് അവളുടെ വളപ്പൊട്ടുകളും അവൾ തൊട്ടിരുന്ന വർണ്ണപ്പൊട്ടുകളുമായിരുന്നു.ആ ദുഃഖം അവൾക്കിനിയും മാറിയിട്ടില്ല. അതും പറഞ്ഞ് അവൾ വിതുമ്പിക്കരഞ്ഞു.

രജനിയും അഞ്ജുവും അവളെ ആശ്വസിപ്പിച്ചു. “ദുഃഖം ഒരു പെൺകുട്ടിയുടെ മേയാൻ വിട്ട ആട്ടിൻകുട്ടിയാണ്. അത് കുറച്ചു നേരത്തേക്ക് അവളെ വിട്ടുപോയാലും അധികം വൈകാതെ തിരിച്ചണയും.”

പുരുഷാധിപത്യ വ്യവസ്ഥിതിയാണ് സ്ത്രീകളുടെ ഈ ദുഃസ്ഥിതിക്ക് കാരണമെന്നതിൽ അഞ്ജുവിനു യാതൊരു സംശയവുമില്ല. മെർലിൻ മാത്രമല്ല അഞ്ജുവും അതിന്റെ ഇരയാണ്.

“പുരുഷകേന്ദ്രീകൃത വ്യവസ്ഥയാണോ പ്രശ്നം? അതോ പുരുഷനാണോ പ്രശ്നം?” രജനി അഞ്ജുവിനോട് ചോദിച്ചു.

“പുരുഷ കേന്ദ്രീകൃതവ്യവസ്ഥയിലെ പുരുഷൻ.” ഒട്ടും ആലോചിക്കാൻ നിൽക്കാതെ അഞ്ജു പറഞ്ഞു.

പാർട്ട്ടൈം ചെയ്തിരുന്ന കാലത്ത് റിസോർട്ടിൽ വെച്ചാണ് രജനിക്ക് അഞ്ജുവിനെ പരിചയം. അഞ്ജു അവിടെ എന്തിനു വന്നുവെന്ന് അവളൊരിക്കലും ചോദിച്ചിരുന്നില്ല. ചോദിച്ചിരുന്നുവെങ്കിൽ തന്നെയും അഞ്ജുവിന് അന്നത് പറയാൻ കഴിയുമായിരുന്നില്ല. എന്നാൽ ഇന്ന് അഞ്ജുവിന് അത് സമചിത്തതയോടെ ഓർക്കാനും പങ്കുവെക്കാനും കഴിയുന്നുണ്ട്.

ഇരയെ കൂട്ടിലേക്ക് ഓടിച്ചു കയറ്റുന്ന പോലെയാണ് പുരുഷന്മാർ സ്ത്രീകളെ വേട്ടയാടിപ്പിടിക്കുന്നത്. അസമയത്ത് കണ്ടുവെന്നു പറഞ്ഞു ബെന്നിയെ പിടികൂടിയതിലൂടെ ആ യുവതിയെ ബ്ലാക്ക്മെയിൽ ചെയ്തു തങ്ങളുടെ ഇംഗിതം സാധിക്കാമെന്നായിരുന്നു മുന്നിൽ നിന്നവരുടെ ഉദ്ദേശ്യം.

അഞ്ജുവിനെ വേട്ടയാടിയത് വോൾസാനയിൽ ജോലി ചെയ്യുന്ന അവളുടെ നാട്ടുകാരൻ തന്നെയായിരുന്നു. അനുഭാവം കാണിച്ചും അത്യാവശ്യഘട്ടത്തിൽ സഹായഹസ്തം നീട്ടിയും ആറേഴുമാസമായി അയാൾ നടത്തിയ ആസൂത്രണത്തിന്റെ അവസാന ഭാഗമാണിതെന്ന് അവൾക്ക് മനസ്സിലായത് റിസോർട്ടിലെ അയാളുടെ മുറിയിലെത്തി കഴിഞ്ഞാണ്. ആ അറിവ് അവളെ സ്തബ്ധയാക്കുകയും വേദനിപ്പിക്കുകയും ചെയ്തു.

ജാലകവിരികൾ നീക്കിയടച്ചു വെളിച്ചം മറച്ചശേഷം അയാൾ അവളെ കടന്നു പിടിച്ചു...

“നീ എന്നെ വേട്ടയാടുകയായിരുന്നല്ലേ..?” ഞെട്ടൽ മാറാതെ അവൾ ചോദിച്ചു.

“കാലങ്ങളായി, ഞങ്ങൾ വേട്ടക്കാരും നിങ്ങൾ ഇരകളുമാണ്...” അയാൾ ഒരു വല്ലാത്ത ചിരിയോടെ പറഞ്ഞു.

അവളുടെ മുഖത്ത്പരിഭ്രമത്തോടൊപ്പം ചെറുത്തുനിൽപ്പിന്റെയും ലാഞ്ഛന കണ്ടപ്പോൾ അയാൾ തുടർന്നു. “ഒഴിഞ്ഞു മാറിയാൽ, നീ മുൻപ് ഒപ്പിട്ടു തന്ന ചെക്കുവെച്ച് ഞാനിന്നുതന്നെ കേസ് ഫയൽ ചെയ്യും.”

ചെക്ക് കേസുകൾ വോൾസാനയിൽ അതീവ ഗൗരവമാണ്. കോടതി വിചാരണയും ജയിലും മാത്രമല്ല, ജോലിയെയും കരിയറിനെയും ബാധിക്കും. അത്തരമൊരു സ്ഥിതിയിൽ അവൾ എതിർക്കാനിടയില്ലെന്ന് അയാൾകണക്ക് കൂട്ടി. എന്നാൽ പെട്ടെന്നുള്ള ആഘാതം മാറിയപ്പോൾ അഞ്ജു പറഞ്ഞു.

“അനുമതിയില്ലാതെ ശരീരത്തിൽ തൊടാൻ നിനക്ക് സാധിക്കില്ല. ബലം പ്രയോഗിച്ചു നിന്റെ ആഗ്രഹം നടത്തിയാൽപോലും ഞാൻ തളരില്ല. ഒരു തേളോ പഴുതാരയോ കുത്തിയ പോലെ കണക്കാക്കി മുന്നോട്ട് പോകും. പക്ഷേ പിന്നീട് നീ കുറെ അനുഭവിക്കേണ്ടി വരും...”

ഒന്ന് നിർത്തിയശേഷം ആ മുഖത്തേക്ക് നോക്കി ഉറച്ച ശബ്ദത്തിൽ അഞ്ജു തുടർന്നു.

“ഇത് എല്ബിയ സിമോണിന്റെ വോൾസാനയാണ്... മറക്കേണ്ട.”

അയാളുടെ ഉള്ളിലെ ഭീരുത്വത്തെ പുറത്തു ചാടിക്കാൻ മാത്രം ശക്തി ആ വാക്കുകൾക്കുണ്ടായിരുന്നു. അവളുടെ മാറിയ ഭാവം കൂടെ കണ്ട പ്പോൾ പ്രശ്നമാകുമോയെന്ന ഭയം അയാളെ വന്നു പൊതിഞ്ഞു. ആ ആശയക്കുഴപ്പത്തിനിടയിൽ ആ കൈ തട്ടിമാറ്റി വാതിൽ തുറന്നടച്ച് അവൾ ഇറങ്ങിപ്പോന്നു.

‘‘അന്നാണോ നമ്മൾ റിസപ്ഷനിൽ വെച്ചു സംസാരിച്ചത്?” കസേര യിലിരുന്ന് അഞ്ജുവിനെ കേട്ടുകൊണ്ടിരുന്ന രജനി ചോദിച്ചു. ഇത്തര മൊരു ദുരനുഭവം റിസോർട്ടിൽ വെച്ച് അഞ്ജുവിന് സംഭവിച്ചിരുന്നുവെന്ന് രജനിക്ക് പുതിയ അറിവായിരുന്നു. മെർലിനപ്പോഴേക്കും ക്ഷീണത്താൽ ഉറങ്ങിയിരുന്നു. രജനി ഒരു പുതപ്പെടുത്ത് അവളെ പുതപ്പിച്ചു.

“അല്ല, കമ്പനീന്ന് ലോൺ ശരിയാക്കി അയാളുടെ പണം തിരിച്ചു കൊടുക്കാൻ ഞാൻ ഒരിക്കൽകൂടി അവിടെ വന്നിരുന്നു, ലോബിയിൽ അയാളെ കാത്തിരുന്നപ്പോഴാണ് നമ്മൾ സംസാരിച്ചത്.” അഞ്ജു പറഞ്ഞു.

ശരിയാണ് അന്ന് തന്നോട് സംസാരിക്കുന്നതിനിടയിലും അഞ്ജു ആരെയോ പ്രതീക്ഷിച്ചിരിക്കുന്നപോലെ തോന്നിയിരുന്നു, രജനിയോർത്തു.

റൂമിലേക്ക് ഒരാളെ തിരയുന്നുവെന്നു താൻ പറഞ്ഞപ്പോൾ മെർലിന്റെ കാര്യം അഞ്ജു സൂചിപ്പിച്ചത് അന്നായിരുന്നു. സംസാരിച്ചു സംസാരിച്ച് എപ്പോഴോ അഞ്ജുവും ഉറങ്ങിപ്പോയി. മെർലിന് കൊണ്ടുപോകാനുള്ള സാധനങ്ങൾ കാർട്ടനുകളിൽ അടുക്കി വെച്ച ശേഷമാണ് താഴെ വിരിപ്പ് വിരിച്ചു രജനി ഉറങ്ങിയത്. ഇനി തിരിച്ചു വരുന്നില്ലെന്ന് മെർലിൻ പറഞ്ഞതിനാൽ അവളുടെ സാധനസാമഗ്രികളെല്ലാം രജനി പാക്കു ചെയ്തുവെച്ചു.

"നീ കല്യാണത്തിന് വരാതിരിക്കരുത്." പിറ്റേന്ന് എയർപോർട്ടിലേക്ക് പുറപ്പെടാൻ നേരം മെർലിൻ രജനിയെ വീണ്ടും ഓർമ്മിപ്പിച്ചു.

"ഞാൻ വരും." രജനി ഉറപ്പു നൽകി.

ഒമ്പത്

നാട്ടിൽ പോയി ഒരാഴ്ചയായിട്ടും ശ്രീ തന്നെ ബന്ധപ്പെട്ടു കണ്ടില്ലല്ലോയെന്ന് രജനി ആകുലപ്പെട്ടു. അങ്ങനെയൊരു കാലതാമസം അവന്റെയടുത്തുനിന്നും അവൾ പ്രതീക്ഷിച്ചതല്ല. അവനെ പ്രയാസപ്പെടുത്തേണ്ടെന്നു കരുതി അങ്ങോട്ട് വിളിക്കാനും മടിച്ചു. ഒടുവിൽ എന്തെങ്കിലും വിശേഷമുണ്ടെങ്കിൽ കൂട്ടുകാരനെ അറിയിക്കാതിരിക്കില്ലല്ലോ എന്ന ചിന്തയിൽ അൻവറിനോട് ചോദിക്കാമെന്ന് തീരുമാനിച്ചു.

രജനിയുടെ മെസ്സേജ് വന്നപ്പോൾതന്നെ അൻവർ ശ്രീയുടെ വീട്ടിലെ നമ്പറിൽ വിളിച്ചു, അടുത്ത് ആരുമില്ലെന്ന് ഉറപ്പുവരുത്തി രജനിയുമായുള്ള വിവാഹക്കാര്യങ്ങൾ എവിടംവരെയായെന്ന് ചോദിച്ചു.

ശ്രമിക്കുന്നുണ്ട്, വിചാരിച്ചത്ര എളുപ്പമല്ലെന്ന നിരാശകലർന്ന മറുപടിയാണ് ശ്രീയിൽ നിന്ന് ലഭിച്ചത്.

കാര്യങ്ങൾ പന്തിയല്ലെന്നു തോന്നിയതിനാൽ ഈ വിവരം അൻവർ രജനിയെ വിളിച്ചറിയിച്ചു. "വീട്ടുകാരുമായി ദൃഢമായ ബന്ധമാണ് ശ്രീക്ക്. അവനിൽ നിന്ന് പെട്ടെന്നൊരു വിപ്ലവം പ്രതീക്ഷിക്കുന്നതിൽ അർത്ഥമില്ല." അൻവർ അവളോട് പറഞ്ഞു. രജനി മൗനവലംബിച്ചു. അത്ര ഗാഢമാണ് ശ്രീക്ക് തന്നോടുള്ള ഇഷ്ടം.

എന്തൊക്കെയായാലും ശ്രീ ഒടുവിൽ അനുകൂല തീരുമാനമുണ്ടാക്കുമെന്ന് അവൾക്ക് വിശ്വാസമുണ്ടായിരുന്നു. എന്നാൽ അൻവർ അത്ര ശുഭാപ്തി പ്രകടിപ്പിച്ചുകണ്ടില്ല.

"രജനീ... നമ്മൾ വിചാരിക്ക്ണപോലെയല്ല... പുറമേക്ക് ശാന്തമാണെങ്കിലും ശക്തമായ ജാതി ചിന്തയാണ് സമൂഹത്തിന്റെ അടിത്തട്ടിൽ."

"ഉം..." രജനിയെല്ലാം മൂളിക്കേട്ടു. ആശങ്കയുണ്ടാകാൻ മാത്രം ഒന്നുമില്ല. സ്വതന്ത്രമായി ചിന്തിക്കാൻ കഴിയുന്ന ആളാണ് ശ്രീ. എല്ലാത്തിനും പുറമേ തന്നോടുള്ള അവന്റെ ഇഷ്ടത്തിൽ അവൾക്ക് വിശ്വാസവുമുണ്ട്.

രണ്ടാഴ്ചത്തെ സ്പെഷ്യൽ ലീവെടുത്തു വീട്ടിലേക്കു പോകാൻ രജനിയും തീരുമാനിച്ചു. തങ്ങളുടെ വിവാഹക്കാര്യം അമ്മയോടു വിശദമായി സംസാരിക്കേണ്ടതുണ്ട്. മെർലിന്റെ മനസ്സമ്മതത്തിന് സംബന്ധിക്കുകയുമാവാം. മനസ്സമ്മതച്ചടങ്ങ് ഒരാഴ്ചയ്ക്കുള്ളിൽ നടക്കുമെന്നും വരാതിരിക്കരുതെന്നും നാട്ടിലെത്തിയ ശേഷവും മെർലിൻ അവളെ ഓർമ്മപ്പെടുത്തിയിരുന്നു. പോകുന്നതിനു തൊട്ടു മുൻപ് ശ്രീയുടെ അടുത്ത് നിന്നും എന്തെങ്കിലും വിവരമുണ്ടോ എന്നറിയാൻ അവൾ ഒന്ന് കൂടി അൻവറിനെ വിളിച്ചു.

പത്ത്

ശ്രീയുടെ വീട്ടിൽ നിന്ന് എതിർപ്പുയരുകയും അവന്റെയടുത്ത് നിന്ന് പുതിയ വിവരങ്ങളൊന്നും ഇല്ലാതിരിക്കുകയും ചെയ്ത സാഹചര്യത്തിൽ വേപഥു പൂണ്ട മനസ്സുമായാണ് രജനി നാട്ടിലെത്തിയത്. രാജി ഹോസ്റ്റലിലേക്ക് പോയിരുന്നതിനാൽ വീട്ടിൽ അമ്മയും അനിയനും മാത്രം. ആകെയൊരു ശ്മശാന മൂകത. പരിചരിക്കാൻ ആളില്ലാത്തത് കാരണം മുറ്റത്തെ ജമന്തിച്ചെടികൾ വേനൽചൂടിൽ വാടിക്കരിഞ്ഞിരിക്കുന്നു. ഒരു പുഴു പോലും പുതുതായി കൂടുണ്ടാക്കുന്നില്ല. ഇലകൾ കൂമ്പി ചെമ്പകമരത്തിന്റെ പ്രസരിപ്പ് വാർന്നു പോയിരിക്കുന്നു. സ്ഥിരമായി കാണാറുണ്ടായിരുന്ന അണ്ണാറക്കണ്ണനും കാടപ്പക്ഷികളും തുമ്പികളുംവരെ തങ്ങളുടെ തൊടിയെ കയ്യൊഴിഞ്ഞിരിക്കുന്നു.

രാത്രി ഭക്ഷണം കഴിക്കുമ്പോൾ രജനി അമ്മയുടെ അടുത്ത് പതുക്കെ കാര്യമവതരിപ്പിച്ചു. ശ്രീയെക്കുറിച്ച് അവൾ മുൻപ് പറഞ്ഞുകേട്ടിരുന്നുവെങ്കിലും ദേവകിക്ക് ഒരു ഞെട്ടലാണുണ്ടായത്.

"ഇത് വേണോ മോളേ?"

ഒരു ബ്രാഹ്മണ തറവാട്ടിലേക്ക് മകൾ കയറി ചെല്ലുന്ന അവസ്ഥയോർക്കുമ്പോൾ ഒരു സമാധാനവും ദേവകിക്ക് കിട്ടുന്നില്ല. ഇങ്ങനെയൊരു മുൻചരിത്രം കേട്ടുകേൾവി പോലുമില്ല. ശ്രീയുടെ നിർബന്ധത്തിനു വഴങ്ങി അവന്റെ വീട്ടുകാർ ഈ കല്യാണം നടത്തിയാൽ ആ കുടുംബത്തിലേക്ക് തനിക്കും ഇളയ മക്കൾക്കും ധൈര്യത്തോടെ കയറിച്ചെല്ലാൻ കഴിയുമോ? നാട്ടിലെങ്ങും ജാതി വേർതിരിവുകൾ കൂടി വരികയാണ്. ഒരു ദുരഭിമാനക്കൊലപോലും ദേവകിയുടെ മനസ്സിലൂടെ പാഞ്ഞുപോയി. ദാസൻ തന്നെ ഏൽപ്പിച്ചു പോയ കണ്മണികളാണ്. കൊത്തിപ്പറിക്കാൻ ഒരാൾക്കും താൻ വിട്ടുകൊടുക്കില്ല. അമ്മയുടെ ആശങ്കകൾക്ക് മറുപടി പറയാൻ രജനി നിന്നില്ല. അതിനൊന്നും അവളുടെ കയ്യിൽ ഉത്തരമില്ലായിരുന്നുതാനും. അമ്മയ്ക്ക് ശ്രീയെ പരിചയമില്ലാഞ്ഞിട്ടാണ്, അവൻ നേരിട്ട് വന്നു സംസാരിക്കുമ്പോൾ അമ്മയ്ക്ക് സമാധാനമായിക്കൊള്ളും.

രജനി നാട്ടിലെത്തി രണ്ടുദിവസം കഴിഞ്ഞതും ശ്രീ തിരിച്ചു പോയി രുന്നു. കാര്യങ്ങൾ സങ്കീർണ്ണമായിരിക്കുകയാണെന്നും വോൾസാനയിലെ ത്തിയിട്ട് കൂടുതൽ പറയാമെന്നും പോകുന്നതിനു മുൻപേ അവൻ വിളി ച്ചറിയിച്ചു.

“ദേവീ സാന്നിദ്ധ്യമുണ്ടെന്ന് വിശ്വസിക്കുന്ന ഇടത്തിൽ അയിത്ത ജാതിയോ?”ശ്രീയുടെ അമ്മാവന്റെ പ്രതികരണം അങ്ങനെയായിരുന്നത്രെ. “നിന്റെ അനിയത്തിക്ക് പിന്നെ മാന്യമായൊരു വിവാഹാലോചന വരുമോ?” എന്ന് അവന്റെ അച്ഛനും രോഷംകൊണ്ടു.

‘എന്തൊരു ദുരവസ്ഥയാണിത്. ഈ കാലഘട്ടത്തിലും.’ രജനിക്ക് സങ്കടവും രോഷവും വന്നു. വോൾസാനയിലെത്തിയിട്ട് നേരിൽ സംസാരി ക്കാമെന്ന് പറഞ്ഞു ശ്രീ ഫോൺ വെച്ചു.

രാത്രി ഉറങ്ങാൻ കിടന്നപ്പോൾ അവൾ അസ്വസ്ഥയായി. തൊഴിൽ വിഭജനമാണ് ജാതിയെങ്കിൽ ശ്രീയും താനും ഒരേ തൊഴിലിലേർപ്പെടുന്ന വരാണ്. ഒരേപോലെ പഠിച്ചവരുമാണ്. പരസ്പരം ഇഷ്ടപ്പെടുകയും ചെയ്യുന്നു. ജന്മത്തിന്റെ പേരിലുള്ള ഈ അപമാനം ബാല്യത്തിൽ കുറേ ക്കാലംതന്നെ പിന്തുടർന്നിരുന്നതായി വിഷമത്തോടെ അവളോർത്തു. അതെല്ലാം പതിയെ മറന്നു തുടങ്ങിയിരുന്നു.

എന്നാൽ കടൽ കടന്നതോടെ ഇനി വരില്ലെന്ന് വിശ്വസിച്ച ജാതി ‘സത്വം’ പൂർവ്വാധികം ശക്തിയോടെ തിരിച്ചുവന്നു തന്നെ വരിഞ്ഞു മുറു ക്കുന്നതായി അവൾക്കനുഭവപ്പെട്ടു. അതവളെ ശ്വാസം മുട്ടിച്ചു. സമൂഹ മനസ്സിന്റെ അടിത്തട്ടിൽ കട്ട പിടിച്ചുപോയ ഈ വിവേചനക്കറകൾ വലിയ പരിധിവരെ മായ്ച്ചുകളയാൻ കഴിവുള്ള ഒരാളുണ്ടായിരുന്നു. അന്ന് പിടിച്ചു കെട്ടാതെ വിട്ടത് കാരണം ജാതിചിന്തകൾ സ്വാതന്ത്ര്യത്തിന്റെ ഏഴു ദശകങ്ങൾക്കിപ്പുറവും സമൂഹത്തിൽ ഹിംസ്രരൂപം പൂണ്ട് അലഞ്ഞു നടക്കുന്നു.

“ജാതിയാൽ അപമാനിക്കപ്പെടുന്ന കോടിക്കണക്കിന് ജനങ്ങളുടെ വേദന കാണുന്നതിൽ പ്രിയ ബാപ്പുജി, അങ്ങ് പോലും പരാജയമായല്ലോ...”

തലയണ ചേർത്തു കിടന്നപ്പോൾ അവളുടെ കവിളിലൂടെ കണ്ണുനീരൊ ഴുകി.

പതിനൊന്ന്

ഒരു ഇടവേളയ്ക്കുശേഷമാണ് ജോസ് വട്ടവടയിൽ വന്നിറങ്ങുന്നത്. തന്റെ ഗ്രാമം ഏറെ മാറിയിരിക്കുന്നതായി അവൻ കണ്ടു. പച്ചക്കറി വണ്ടിയിൽ പട്ടണത്തിലെ കലാലയത്തിലെത്തിയ അഭിയെന്ന ആദിവാസി വിദ്യാർത്ഥി സാമുദായികവാദികളാൽ കൊല്ലപ്പെട്ടതിനെ തുടർന്ന് കേരളത്തിന്റെ ശ്രദ്ധ

വട്ടവടയിലേക്ക് തിരിഞ്ഞതായിരുന്നു ഈ മാറ്റങ്ങളുടെയെല്ലാം മൂല കാരണം.

സന്നദ്ധസംഘങ്ങളുടെ ഇടപെടലിന് ഒപ്പം സർക്കാർ സംവിധാനങ്ങളും ഉണർന്നപ്പോൾ അടിസ്ഥാനസൗകര്യങ്ങളിൽ പുരോഗതിയുണ്ടായി. കൃഷി വകുപ്പിന്റെ സഹായവും അവിടത്തുകാർക്കു ലഭിച്ചു. പ്രദേശത്ത് വരൾച്ച വിതച്ചിരുന്ന ഗ്രാന്റിസ് മരങ്ങൾ വെട്ടിമാറ്റാൻ ഭരണതലത്തിൽ അനുമതി യായി.

പഞ്ചായത്ത് ഓഫീസിനോട് ചേർന്ന് അഭിയുടെ പേരെഴുതിയ പുതി യൊരു ലൈബ്രറി കെട്ടിടവും വിശാലമായ കമ്യൂണിറ്റി ഹാളും ഉയർന്നി രിക്കുന്നതായി ജോസ് കണ്ടു. അഭി അവസാനമായി വായിച്ചു പാതി യാക്കി വെച്ച പുസ്തകം, മരക്കഷ്ണത്തിൽ വെള്ളത്തുണി ചുറ്റി രക്ത വർണ്ണം മുക്കി വട്ടവടയിൽ അവനാദ്യമായി ഉയർത്തിയ കൊടി, അവൻ എഴുതിയ നിവേദനങ്ങൾ, മരണശേഷം കണ്ടെത്തിയ ഡയറി, എല്ലാം അവിടെ സംരക്ഷിച്ചു വെച്ചിരിക്കുന്നു. ഒരു ആദിവാസി യുവാവ് തന്റെ ജനതയെക്കുറിച്ച് കണ്ട സ്വപ്നങ്ങളായിരുന്നു ആ ഡയറിക്കുറിപ്പുകൾ.

തങ്ങളുടെ മോചനത്തിന് രാഷ്ട്രീയം പ്രധാനപ്പെട്ടതാണെന്ന് തിരിച്ച റിഞ്ഞതിനാലാവണം അഭി വിദ്യാർത്ഥി സമൂഹത്തിൽ പ്രവർത്തിച്ചതും നേതാവായതും. നഗരത്തിന്റെ ചതിക്കുഴികളറിയാത്ത അവൻ പാതിരാത്രി യിൽ മതവാദികളൊരുക്കിയ പത്മവ്യൂഹം ഭേദിക്കാനാവാതെ ഒറ്റക്കു ത്തിനു ഹൃദയം പിളർന്നുവീഴുകയായിരുന്നു.

ആദിവാസി യുവതയ്ക്ക് മുഖ്യധാരാ നേതൃസ്ഥാനങ്ങളിലെത്തി പ്പെടുകയെന്നത് അങ്ങേയറ്റം ദുഷ്കരമാണ്. സാമൂഹികവും ചരിത്രപരവു മായ ഈ പ്രതിബന്ധങ്ങളെ തങ്ങളുടെ സർഗ്ഗാത്മകതകൊണ്ട് മറികടന്നു വരുന്ന അഭിയെപ്പോലെയുള്ളവർ, സവർണ്ണാടിത്തറയിൽ പടുത്തയർത്ത പ്പെട്ട സ്ഥാപനങ്ങളാൽ ഇല്ലായ്മ ചെയ്യപ്പെടുകയാണ്. അഭിയുടെ കാര്യ ത്തിൽ ആ കൃത്യം നടത്തിയത് മതവാദികളായെന്ന് മാത്രം.

സ്വതന്ത്രമായി രാഷ്ട്രീയപ്രവർത്തനം നടത്തുകയെന്നത് കീഴാളർക്ക് ഇന്നുമൊരു വിദൂര സ്വപ്നമാണ്. സംവരണമണ്ഡലങ്ങളിൽ മാത്രം മത്സരി ക്കാൻ വിധിക്കപ്പെടുമ്പോഴും പേരു നിർദേശിക്കുന്നത് മുതൽ ചെലവ് വഹിക്കുന്നതുവരെ പ്രദേശത്തെ രാഷ്ട്രീയപ്രമാണിയാകയാൽ വിജയി ച്ചാലും അയാളുടെ ആജ്ഞാനുവർത്തിയായേ പ്രവർത്തിക്കാൻ കഴിയൂ യെന്ന നിസ്സഹായതയുമുണ്ട്. വട്ടവടയിലെ ദ്രാവിഡസംസ്കാരം പേറുന്ന ജനതയോട് ചേർന്ന് ജീവിക്കാൻ അവസരമുണ്ടായതുകൊണ്ടാണ് ജോസ് ഇതേക്കുറിച്ചെല്ലാം ചിന്തിക്കാനിടയായത്.

ജോലി കിട്ടിയ ശേഷം നാട്ടിലേക്കുള്ള ജോസിന്റെ രണ്ടാമത്തെ വരവാണിത്. അപ്പന് രോഗം കലശലായപ്പോഴാണ് കഴിഞ്ഞ തവണ അവൻ വന്നത്. അവന്റെ കൈകളിൽ കിടന്ന് അദ്ദേഹം സമാധാനത്തോടെ കണ്ണടയ്ക്കുകയും ചെയ്തു. ഈ രണ്ടു വർഷത്തെ അധ്വാനം കൊണ്ട്

തനിക്കു പഠനത്തിന് ചെലവായ തുക ജോസ് പള്ളിയിലേക്ക് തിരിച്ചടച്ചിരുന്നു. അവന്റെ വീടിനോട് ചേർന്നുള്ള സ്ഥലത്താണ് സഹോദരിയും വീട് വെച്ചിരിക്കുന്നത്. ചേച്ചിയുമായി ബന്ധപ്പെട്ട് ഒരു വിഷമം അവനെ ഇപ്പോഴും അലട്ടുന്നുണ്ട്. അളിയന്റെ മദ്യപാനവും മർദ്ദനവുമാണ് അത്. പാവമായതിനാലും ജീവിതത്തിൽ കഷ്ടപ്പാടുകൾ പുതിയ കാര്യമല്ലാത്തതിനാലും ചേച്ചി അതെല്ലാം നിശ്ശബ്ദം സഹിച്ചു പോന്നു.

ചേച്ചിക്ക് രണ്ടു പെൺമക്കളാണ്. വൈകുന്നേരം ജോസ് വീട്ടിലിരിക്കുമ്പോൾ ഇരുവരും കരഞ്ഞുകൊണ്ട് ഓടി വന്നു. ചേച്ചി സ്ട്രോബെറി നട്ടു വളർത്തി അതുകൊണ്ട് ജാം ഉണ്ടാക്കി വട്ടവടയിലെ സന്ദർശകർക്ക് വിൽക്കാറുണ്ടായിരുന്നു. അങ്ങനെ കിട്ടിയ പണം ഭർത്താവിന് നൽകാത്തതിലെ അരിശമായിരുന്നു അന്നത്തെ മർദ്ദനത്തിന് ഹേതു. ജോസിന് രോഷം ഇരച്ചു കയറി. ഇതിനൊരു അവസാനം കാണണമെന്നുറപ്പിച്ചു വിറകുകൂട്ടിയിട്ട ഇടത്ത് നിന്ന് ഒരു തടിക്കഷ്ണമെടുത്തു. ആ കൈ ഇനി തന്റെ സഹോദരിയുടെ നേരെ ഉയരരുത്. വേണ്ടെന്ന് പറഞ്ഞ് അമ്മ ജോസിനെ വട്ടംപിടിച്ചു തടഞ്ഞെങ്കിലും അമ്മയെ വകഞ്ഞു മാറ്റിവടിയുമായി അവൻ ചേച്ചിയുടെ വീട്ടിലേക്കു നടന്നു.

ചേച്ചിയെ തല്ലി മടുത്ത അളിയൻ വെളിയിലേക്കിറങ്ങി കമ്പെടുത്ത് വീട്ടിലെ പട്ടിയെ ഉപദ്രവിക്കാൻ തുടങ്ങിയിരുന്നു. ശരീരം വേദനിച്ച പട്ടി അളിയനെ കടിക്കാൻ കുരച്ചു ചാടുന്നതാണ് മരക്കഷ്ണവുമായി മുറ്റത്തെത്തിയ ജോസ് കണ്ടത്. അവനോടിച്ചെന്ന് തന്റെ കയ്യിലെ മരക്കഷ്ണം കൊണ്ട് പട്ടിയെ തല്ലിയോടിക്കാൻ ശ്രമിച്ചു. തലങ്ങും വിലങ്ങും വടി വീശിയതും പട്ടി കരഞ്ഞുകൊണ്ട് ഓടിപ്പോയി.

വടി താഴെയിട്ട് ജോസ് അളിയനെ പരിശോധിച്ചു. പട്ടിയുടെ കടിയേറ്റ പാടുണ്ട്. ഒരു ഓട്ടോ പിടിച്ചു ജോസ് അയാളെ ജില്ലാ ആശുപത്രിയിൽ കൊണ്ടു പോയി. പട്ടിക്ക് പേയുണ്ടോന്ന് അറിയുന്നതുവരെ കുറച്ചു ദിവസം ആശുപത്രിയിൽ കിടക്കാൻ ഡോക്ടർ പറഞ്ഞു. വൈകിട്ട് വീട്ടിൽ കെട്ടിയിട്ട പട്ടി രണ്ടാംദിവസം ചത്തുപോയതോടെ ആശങ്ക വർദ്ധിച്ചു.

അളിയന്റെ ഈ അപ്രതീക്ഷിത ആശുപത്രിവാസം കാരണം മെർലിന്റെ വിവാഹചടങ്ങുകൾക്ക് പോകാൻ ജോസിനു സാധിച്ചില്ല. 'മെർലിന്റെ മനസ്സമ്മതത്തിനു വാ, അവിടുന്ന് കാണാമെന്ന്' വോൾസാനയിൽ വെച്ച് രജനിയും അവനോടു പറഞ്ഞിരുന്നു. ആദ്യമായാണ് ഇരുവരും ഒരുമിച്ചു നാട്ടിലുണ്ടാകുന്നത്.

ഒടുവിൽ, മനസ്സമ്മതത്തിനു പങ്കെടുത്ത് രജനി വോൾസാനയിലേക്ക് മടങ്ങിയതായി അവനറിഞ്ഞു. മെർലിന്റെ വിവാഹചടങ്ങുകളിൽ കൂടാൻ സാധിക്കാത്തതിലും രജനിയെ നാട്ടിൽവെച്ചു കാണാനൊക്കാത്തതിലും അവനു വലിയ ഖേദമുണ്ടായി.

ശ്രീയുടെ വീട്ടുകാരുമായുള്ള പ്രശ്നങ്ങൾ സങ്കീർണ്ണമായി തീർന്ന സ്ഥിതിക്ക് അതേക്കുറിച്ച് സംസാരിക്കാനും തന്റെ അമ്മയെ പറഞ്ഞു സമാധാനിപ്പിക്കാനും ഒരു ആത്മസുഹൃത്തെന്ന നിലയിൽ ജോസിനെ കാണണമെന്ന് രജനിയും ആഗ്രഹിച്ചിരുന്നു

പന്ത്രണ്ട്

വോൾസാനയിൽ തിരിച്ചെത്തിയ രജനിയെ ചില ശുഭവാർത്തകൾ കാത്തിരിപ്പുണ്ടായിരുന്നു. പ്രസ്തുത ക്വാർട്ടറിലെ ബെസ്റ്റ് എമ്പ്ലോയി അവാർഡ് അവൾക്കാണെന്നതായിരുന്നു അതിലൊന്നാമത്തേത്. ഉത്തരവാദിത്വത്തിനു പുറമേ അധികമായി എന്തെങ്കിലും ചെയ്യുന്നതിന് ഓരോ ക്വാർട്ടറിലും ഒരാൾക്ക് വീതം നൽകുന്ന അംഗീകാരമാണത്. കടലിന്റെ അടിത്തട്ടിലുപയോഗിക്കുന്ന ടെലിറോബോട്ടിക് സബ്സീമെഷീൻ, വെർച്വൽ റിയാലിറ്റിയുമായി ബന്ധപ്പെടുത്തി കമ്പനിക്ക് പ്രയോജനകരമായ രീതിയിൽ ഉപയോഗിക്കുന്നതിൽ രജനി വിജയിച്ചിരുന്നു. മെഷീൻ കടലിലേക്കിറക്കി ബോട്ടിലെ സ്ക്രീനിൽ നോക്കി ഒരാൾക്ക് കടലിനടിത്തട്ടിലെ വസ്തുക്കളെ എടുത്തുയർത്താൻ സാധിക്കും. ബിരുദകാലത്ത് പ്രൊജക്റ്റായി ചെയ്ത ആർ.ഒ.വി യന്ത്രമായിരുന്നു ഈ സബ്സീ ടോർക്ക് മെഷീനിൽ പ്രവർത്തിക്കാൻ അവൾക്ക് പ്രചോദനം.

ഇതും ഓഫ്ഷോർ ടെക്നോളജിയിലെ അവളുടെ പി.ജി. റിസൾട്ട് വന്നതും കണക്കിലെടുത്ത് കമ്പനിയിൽ ഒഴിവുണ്ടായിരുന്ന സീനിയർ എൻജിനീയർ തസ്തികയിലേക്ക് അവളെ പരിഗണിച്ചിരിക്കുന്നുവെന്നതായിരുന്നു രണ്ടാമത്തെ സന്തോഷവാർത്ത. പരിശീലനത്തിന്റെ ഭാഗമായി ഓസ്ട്രേലിയയിലെ പെർത്തിലുള്ള മെയിൻ ബ്രാഞ്ചിലേക്ക് അവളെ ഒരു വർഷത്തേക്ക് അയയ്ക്കാൻ പോകുന്നു.

അന്ന് വൈകിട്ട് തന്നെ കോഫിഷോപ്പിൽ വെച്ച് അവൾ ശ്രീയെ സന്ധിച്ചു. വൈകുന്നേരം നേരിൽ കാണാമെന്നും അവൾ ശ്രീയെ വിളിച്ചറിയിച്ചിരുന്നു. അവനെ മാത്രമാണ് പ്രതീക്ഷിച്ചിരുന്നതെങ്കിലും പക്ഷേ അൻവറിനെയും കൂട്ടിയാണ് അവൻ വന്നത്.

“എന്തൊക്കെയാണ് സംഭവിച്ചത് ശ്രീ...? കണ്ടയുടനെ അവൾക്ക് ചോദിക്കാതിരിക്കാനായില്ല. ശ്രീയുടെ മുഖം പതിവിനു വിപരീതമായി വിഷാദാത്മകമായിരിക്കുവെന്ന് അവൾ ശ്രദ്ധിച്ചു. അതവളെ ഉത്കണ്ഠപ്പെടുത്തി.

“അങ്ങനെ പേടിക്കേണ്ട കാര്യമൊന്നുമില്ല... പക്ഷേ അമ്മയെ എങ്ങനേലും സമ്മതിപ്പിക്കാമെന്നു വെച്ചപ്പോൾ അമ്മാവന് എണ്ണ ഒഴിച്ച് കൊടുത്തു. ഇപ്പൊ അമ്മ ഒന്നും കേൾക്കാൻ തയ്യാറാകുന്നില്ല.” ശ്രീ നിരാശ പുറത്തു കാണിക്കാതെ പറഞ്ഞു.

"എന്റെ അമ്മയ്ക്കും സമ്മതമില്ല. അത് പക്ഷേ അപമാനിക്കപ്പെടുമോ യെന്ന പേടി കാരണമാണ്. അത് സാരമില്ല, എന്റെ ജീവിതമല്ലേ... അവ സാന തീരുമാനമെടുക്കേണ്ടത് ഞാൻ തന്നെയാണ്." രജനി പറഞ്ഞു.

"വീട്ടുകാരുമായി അമിതമായ ബന്ധമാണ് നിങ്ങളിരുവരുടെയും പ്രശ്നം." അൻവർ ഇടപെട്ടു.

"പെട്ടെന്ന് കേട്ടപ്പോഴുണ്ടായ ഷോക്കാണ്എന്റെ അമ്മയ്ക്ക്, പഴയ ആളുകളല്ലേ. പതിയെ പറഞ്ഞു മനസ്സിലാക്കാം. എടുത്തുചാടിയാൽ പ്രശ്നം സങ്കീർണ്ണമാകും. പിന്നെ വീട്ടിലേക്കൊരു തിരിച്ചുപോക്ക് തര പ്പെട്ടെന്ന് വരില്ല." ശ്രീ പറഞ്ഞു.

രജനിക്ക് അതിനോട് യോജിക്കാൻ തോന്നിയില്ല. "വിശദീകരിച്ച് മനസ്സ് മാറ്റാൻ കഴിയുമെന്നതൊക്കെ പ്രതീക്ഷ മാത്രമല്ലേ ശ്രീ... നമ്മുടെ കോഴ്സുകൾ കഴിഞ്ഞു. ഇരുവർക്കും ജോലിയുമായി. ഇനിയുമീ സമ്മർദ്ദം താങ്ങാനെനിക്ക് വയ്യ... നീയൊരു തീരുമാനമെടുക്കണം."

"രജനി... എനിക്ക് നീ ഇല്ലാതെ പറ്റില്ലെന്ന് അറിയാവുന്നതല്ലേ? പക്ഷേ എനിക്ക് കുറച്ചു സമയം വേണം. അനിയത്തിക്ക് ഒരാലോചന കണ്ടെ ത്തണം ആദ്യം. ഞാൻ കാരണം അവളുടെ ജീവിതം തകർന്നൂന്ന് ആരും പറയേണ്ട... അതുവരെയെങ്കിലും എനിക്ക് വേണ്ടി നീ കാത്തുനിന്നേ ഒക്കൂ."

തന്റെ അവസ്ഥ ബോധ്യപ്പെടുത്താൻ ശ്രീ ശ്രമിച്ചു. ആ സമയമത്രയും അവന്റെ സ്വരത്തിൽ താനൊരു ബാധ്യതയാകുന്നുണ്ടോ എന്ന് പരിശോധി ക്കുകയായിരുന്നു അവൾ. അങ്ങനെയുണ്ടെങ്കിൽ പിന്നെ താനവനെ നിർ ബന്ധിക്കില്ല. എന്നാൽ അങ്ങനെയൊന്ന് അവന്റെ വാക്കുകളിൽ കണ്ടെ ത്താനും അവൾക്ക് കഴിഞ്ഞില്ല.

നിമിഷനേരത്തെ നിശ്ശബ്ദത അവർക്കിടയിൽ സംജാതമായി.

ഇത്രയുമായപ്പോൾ എല്ലാം കേട്ടുനിൽക്കുകയായിരുന്ന അൻവർ രണ്ടു പേരോടുമായി പറഞ്ഞു. "വിവാഹമെന്നത് ധൃതിപിടിച്ചു നടത്തേണ്ട കാര്യ മല്ല, പൂർണ്ണമനസ്സോടെ സംഭവിക്കേണ്ട ഒന്നാണ്... ഒരു ആവേശത്തിന് എടുത്തുചാടി നടത്തുന്ന വിവാഹങ്ങൾ പലതും പരാജയമാകുന്നത് കണ്ടി ട്ടില്ലേ."

ശ്രീയും രജനിയും ഒന്നും പ്രതികരിച്ചില്ല. അൻവർ തുടർന്നു.

"എന്റെ അഭിപ്രായത്തിൽ രജനി ഓസ്ട്രേലിയയിൽ പോയി വരട്ടെ, ഈ കാലയളവിൽ അമ്മയെ സമ്മതിപ്പിക്കാൻ ശ്രീക്ക് ശ്രമിക്കാം. ധാരാളം സമയമുണ്ട്. ഇനിയതല്ല, ആ ഒരു വർഷംകൊണ്ട് നിങ്ങൾ ഇരുവരുടെയും ഇഷ്ടം ഇല്ലാതാകുകയോ, മനസ്സ് മാറുകയോ ചെയ്താൽ ഇരുവർക്കും പരസ്പരം ബാധ്യതയാകാതെ തന്നെ പിരിയാം."

ഒരു പ്രധാന നിബന്ധന കൂടെ അൻവർ കൂട്ടിച്ചേർത്തു.

"തമ്മിൽ കാണാതാകുകയോ വേറെ പരിചയങ്ങളുണ്ടാകുകയോ ചെയ്താൽ കുറഞ്ഞു പോകുന്ന പ്രണയങ്ങളുമുണ്ട്. അതിനാൽ ഈ കാലയളവിൽ നിങ്ങൾ പരസ്പരം ബന്ധപ്പെടരുത്. ആത്മാർത്ഥമായ പ്രണയമെങ്കിൽ ഒരു വർഷമെന്ന ഈ ചെറിയ കാലയളവിനെ അതിജയിക്കും, ഇനി അതല്ല പിരിയാനാണ് നിങ്ങളുടെ തീരുമാനമെങ്കിൽ ഈ വിട്ടുനിൽക്കൽ അതിനെയും എളുപ്പമാക്കും."

നിർദ്ദേശത്തോട് ശ്രീക്ക് യോജിപ്പ് തോന്നി. വീട്ടുകാരെ അനുനയിപ്പിക്കാൻ ഒരു വർഷത്തെ വലിയ സാവകാശം തനിക്ക് ലഭിക്കും, അതിനിടയ്ക്ക് അനിയത്തിയുടെ കല്യാണം കണ്ടെത്താം. പിന്നീട് അച്ഛനമ്മമാരിൽ ഒരാളുടെയെങ്കിലും സമ്മതമൊപ്പിക്കാം.

ഒടുക്കം രജനിക്കും ഇതിനോട് യോജിക്കേണ്ടി വന്നു. വീട്ടുകാരെ ബോധ്യപ്പെടുത്താൻ ശ്രീക്ക് താൻ സമയം നൽകിയില്ലെന്ന് പരാതി പിന്നീട് വരരുതല്ലോ.

തന്റെ നിർദ്ദേശം അംഗീകരിക്കപ്പെട്ടതിൽ അൻവർ ആഹ്ലാദവാനായി. രണ്ടു വ്യത്യസ്ത അഭിപ്രായങ്ങൾക്കിടയിൽ, അവയിലെ ന്യായാന്യായങ്ങളേക്കാൾ മൂന്നാമതൊരു നിർദ്ദേശം പറഞ്ഞു അംഗീകരിപ്പിക്കുകയെന്നത് അവന് താത്പര്യമുള്ള കാര്യമായിരുന്നു.

ഒരുമിച്ചു ഡിന്നർ കഴിച്ചാണ് അന്നവർ പിരിഞ്ഞത്. ചെറിയൊരു യാത്രയയപ്പ് പാർട്ടി കൂടിയായിരുന്നു അത്. അൻവറിന് മിഡിൽ ഈസ്റ്റിൽ അവന്റെ ബന്ധുക്കളുടെ അടുത്ത് കൂടുതൽ മെച്ചപ്പെട്ട ജോലി തരപ്പെട്ടിട്ടുണ്ട്. അധികം താമസിയാതെ അവൻ വോൾസാനയോട് വിട പറയും.

രജനിക്ക് ഓസ്ട്രേലിയയിലേക്ക് പോകാൻ ഇനി വിരലിലെണ്ണാവുന്ന ദിനങ്ങൾ മാത്രം.അത്യാവശ്യ സാധനങ്ങളൊക്കെ ആദ്യമേ പാക്ക് ചെയ്തുവെച്ചു. മെർലിൻ ഇനി മടങ്ങിവരില്ലെന്ന് അറിയിച്ചിരുന്നതിനാൽ താൻ തിരിച്ചുവരുന്നതുവരെ റൂം മറ്റാർക്കെങ്കിലും വാടകയ്ക്ക് കൊടുക്കാൻ ഫ്ളാറ്റുടമസ്ഥരെ രജനി അറിയിച്ചു.

യാത്രയ്ക്കുള്ള അവസാനഘട്ട ഒരുക്കങ്ങളും പൂർത്തിയാക്കി, ക്ഷീണത്താൽ പതിവിലും നേരത്തെ മയങ്ങിപ്പോയി.

അവളും ശ്രീയും ഒരു പാതയ്ക്കിരുവശവുമായി സംസാരിച്ചു നടക്കുകയാണ്. അങ്ങിങ്ങായി ഭംഗിയുള്ള മരങ്ങൾ, തണുത്ത കാറ്റടിക്കുമ്പോൾ അവ ചുവന്ന നിറത്തിലുള്ള ഇല പൊഴിക്കുന്നു. പാതയോരത്തെ നീണ്ട മരത്തിന്റെ താഴെ ചില്ലയിലിരുന്നു പേരറിയാത്ത ഒരു പക്ഷി പാട്ട് പാടുന്നുണ്ടായിരുന്നു. തനിക്ക് അപരിചിതമായ രാഗത്തിലാണല്ലോ അത് പാടുന്നതെന്ന് ആശ്ചര്യപ്പെട്ട് അവളാ മരത്തിനടുത്തേക്ക് നടന്നു. പെട്ടെന്ന് രണ്ടു വെള്ളക്കുതിരകളെ പൂട്ടിയ ഒരു കുതിരവണ്ടി വേഗത്തിൽ അവർക്കിടയിലൂടെ കുളമ്പടി ശബ്ദമുണ്ടാക്കി കടന്നുപോയി. അവളും ശ്രീയും

രണ്ടു വശങ്ങളിലായിപ്പോയി. കുതിരവണ്ടി പോയിക്കഴിഞ്ഞ് പൊടിപടല ങ്ങൾ അടങ്ങിയപ്പോൾ ശ്രീ നിന്നിരുന്ന ഭാഗത്തേക്ക് അവൾ നോക്കി. അവിടം ശൂന്യം! ചുറ്റും നോക്കി. എവിടെയും ശ്രീ ഇല്ല. വിജനതയിൽ അവൾ മാത്രം. വിയർത്തൊലിച്ചു കൂട്ടിനാരുമില്ലാതെ, ഏകയായി!

രജനി ഞെട്ടിയുണർന്നു. വല്ലാത്ത ദാഹം തോന്നി... എന്തേ ഇങ്ങനെ യൊരു സ്വപ്നം...? അവൾ ആലോചിച്ചു. ഉപബോധമനസ്സിലെ ആധി കൊണ്ടാകും. തനിക്ക് ശ്രീയെയും അവനു തന്നെയും അറിയാം. അവന്റെ കാര്യത്തിൽ യാതൊരു ആശങ്കയുടെയും ആവശ്യമില്ല.

ജഗ്ഗിലെ വെള്ളം മുഴുവൻ ഒറ്റയടിക്ക് കുടിച്ചുതീർത്ത് മുറിയിലൂടെ അൽപനേരം നടന്നു. വീണ്ടും ഉറക്കം വരാതെയായപ്പോൾ എന്തെങ്കിലും വായിക്കാമെന്നു വെച്ച് മേശപ്പുറത്തുണ്ടായിരുന്ന പുസ്തകമെടുത്തു. “നീയും കേടു വരട്ടെ” എന്നു പറഞ്ഞു മെർലിൻ സമ്മാനിച്ചുപോയ ബൈബിളായിരുന്നു അത്.

മെർലിൻ അന്ന് വായിച്ച് അടയാളം വെച്ച സോളമന്റെ പ്രണയഗീത മാണ് തുറന്നപ്പോൾ കിട്ടിയത്. തെല്ലൊരു ആകാംക്ഷയോടെ അവളത് വായിച്ചു.

“രാത്രിസമയത്ത് എന്റെ കിടക്കയിൽ ഞാനെന്റെ പ്രാണപ്രിയനെ അന്വേഷിച്ചു; ഞാനവനെ അന്വേഷിച്ചു; കണ്ടില്ലതാനും... ഞാനെഴുന്നേറ്റു നഗരത്തിൽ സഞ്ചരിച്ചു. വീഥികളിലും വിശാലസ്ഥലങ്ങളിലും എന്റെ പ്രാണപ്രിയനെ അന്വേഷിക്കുമെന്നു പറഞ്ഞു; ഞാനവനെ അന്വേഷിച്ചു; കണ്ടില്ലതാനും.”

ഭാഗം ആറ്

പുഴു ചെടിയോടു പറഞ്ഞു "എനിക്ക് ചിറകുകൾ മുളച്ചു തുടങ്ങുന്നു, നീ പറഞ്ഞതെത്ര വാസ്തവം!"

ചെടി ചോദിച്ചു, "ചിറകുകൾക്ക് ഏതു നിറമാണ് നീ തിരഞ്ഞെടുക്കുന്നത്? കറുപ്പോ വെളുപ്പോ?"

"കറുപ്പ്. അതല്ലേ കൂടുതൽ ഭംഗി?" പുഴു പ്രതിവചിച്ചു.

ചെടി പറഞ്ഞു, "പ്രകൃതിയിൽ വെളുപ്പിനെക്കാൾ മനോഹാരിത കറുപ്പിനാണ്... അത് നിനക്ക് ശത്രുക്കളിൽ നിന്ന് രക്ഷയും നൽകും."

ഒന്ന്

രജനി പെർത്തിലെത്തിയിട്ട് മൂന്ന് മാസങ്ങൾ കഴിഞ്ഞിരിക്കുന്നു. ഓസ്ട്രേലിയയിലെ മറ്റു നഗരങ്ങളെ അപേക്ഷിച്ച് ഏറെക്കുറെ ശാന്തമാണ് പെർത്ത്. നഗരവീഥിയിലെ ഭംഗിയോടെ സംവിധാനിക്കപ്പെട്ട ബൈസിക്കിൾ ലൈനിലൂടെ സവാരിക്കാർ നിരനിരയായി സഞ്ചരിക്കുന്നു. തൊഴിലാളികൾ മുതൽ കമ്പനി മേധാവികൾവരെ വസ്ത്രത്തിന് മുകളിൽ പ്രത്യേകതരം ജാക്കറ്റുകൾ അണിഞ്ഞു സൈക്കിളുപയോഗിക്കുന്നു. ആദ്യത്തെ കൗതുകത്തിനുശേഷം രജനിയും ഒരു സൈക്കിൾ വാങ്ങി.

ഹെഡ് ഓഫിസിൽ, അക്കൗണ്ട്സ് വിഭാഗത്തിലെ ദേവനെന്ന ഒരു മലയാളി മാത്രം. രേഖകളിൽ മുപ്പത്തഞ്ചുവയസ്സ് പ്രായമുണ്ടെങ്കിലും കാഴ്ചയിൽ അത്രയും തോന്നിക്കുന്നില്ല. ആദ്യകൂടിക്കാഴ്ചകളിൽ തന്നെ അയാളൊരു അന്തർമുഖനാണെന്നു തോന്നിയതിനാൽ കാര്യങ്ങൾ ചോദിച്ചറിയുമെന്നല്ലാതെ ഒരു സൗഹൃദമൊന്നും അവർക്കിടയിൽ രൂപപ്പെട്ടു വന്നില്ല.

ആദ്യ മാസങ്ങൾ, ജോലിപരിശീലനത്തിന്റെയും നഗരകാഴ്ചകളുടെയും ആകാംക്ഷയിൽ കടന്നുപോയി. പതിയെ പെർത്തിൽ താൻ ഒറ്റയ്ക്കാണല്ലോ എന്ന ചിന്ത അവളുടെ മനസ്സിനെ വന്നു മഥിച്ചു. രാത്രികളിലായിരുന്നു പ്രശ്നം. ജോലികഴിഞ്ഞു റൂമിലെത്തിയാൽ പിന്നെയൊന്നും ചെയ്യാനില്ല. ഒന്നു മിണ്ടാൻപോലും ആരുമില്ല. എത്രയെന്ന് വെച്ച് പുറത്തു കറങ്ങും? സിഡ്നിയിലും മറ്റുനഗരങ്ങളിലും കാണുന്ന രാത്രി ജീവിതം പെർത്തിൽ കുറവാണ്. ആളുകൾ കുടുംബത്തിനൊപ്പം സമയം ചെലവഴിക്കട്ടെയെന്ന ഉദ്ദേശ്യത്താലാകാം രാത്രി എട്ടുമണിയോടെ ഷോപ്പിംഗ്മാളുകളുൾപ്പെടെ കച്ചവടസ്ഥാപനങ്ങൾ അടയ്ക്കുന്നു, പകരം പാർക്കുകളും ജിംനേഷ്യങ്ങളും തുറന്നുവെയ്ക്കുന്നു

ശ്രീയുടെ അഭാവം അവൾക്ക് അനുഭവപ്പെട്ടു തുടങ്ങി. തമ്മിൽ അടുത്തതിൽ പിന്നെ അവനെ ഇതുപോലെ പിരിഞ്ഞിരുന്നിട്ടില്ല. അകന്നിരിക്കുമ്പോൾ ഓർമ്മകൾക്ക് തീക്ഷ്ണതയും പ്രണയത്തിന് തീവ്രതയും കൂടുന്നു. ശ്രീയെ വിളിക്കാൻ പല തവണ തുനിഞ്ഞെങ്കിലും അവനെ

സമ്മർദ്ദത്തിലാഴ്ത്തേണ്ടെന്നു കരുതി സ്വയം നിയന്ത്രിച്ചു. ക്ഷമാപൂർവ്വം കാത്തിരിക്കേണ്ടതുണ്ട്. താൻ കൊടുത്ത വാക്കാണ്.

ഇതിനിടെ അനിയത്തിക്കുവേണ്ടി രജനി മാട്രിമോണിയൽ സൈറ്റുകളിൽ പരസ്യം കൊടുത്തിരുന്നു. രാജി നഴ്സിംഗ് കഴിഞ്ഞു ജോലിക്ക് പോകാൻ തുടങ്ങിയിരുന്നതിനാൽ, കല്യാണം നോക്കണമെന്ന് അമ്മ അഭിപ്രായപ്പെട്ടതിന്റെ അടിസ്ഥാനത്തിലായിരുന്നു രജനി അത് ചെയ്തത്. എന്നാൽ രാജിയുടെ കൂടെ തന്റെയും കല്യാണത്തിനുള്ള നിർബന്ധമേറിയപ്പോൾ അവൾ വീട്ടിലേക്കുള്ള വിളി കുറച്ചു.

വിശേഷങ്ങളറിയാൻ ജോസിനെയും രഘുവിനെയും രണ്ട് തവണ വിളിച്ചിരുന്നെങ്കിലും ഓവർടൈമും മറ്റുമായി അവർ ജോലിത്തിരക്കിലാണെന്ന് മനസ്സിലായപ്പോൾ അതും നിയന്ത്രിച്ചു. നൊബറ്റ്സിയും പെർത്തും തമ്മിലുള്ള സമയ വ്യത്യാസവും അതിനൊരു കാരണമായിരുന്നു. രജനി ജോലി കഴിഞ്ഞു റൂമിലെത്തുമ്പോൾ വോൾസാനയിൽ സമയം അർദ്ധരാത്രിയാകും.

പതിയെ ഒരു പ്രത്യേക മാനസികാസ്ഥയിലേക്ക് നീങ്ങുകയായിരുന്നു അവൾ. ശ്രീയുടെ ഓർമ്മകൾ വന്നു തന്നെ വലംവെക്കുന്നതായി അവൾക്കു തോന്നും. ട്രെയിനിൽ അവനോടൊപ്പം ഓടിക്കയറിയ ദിനങ്ങൾ, പരസ്പരം മിഴികളിൽ നോക്കിയിരുന്നത്, പാർക്കിൽ വെച്ച് പ്രണയം പറഞ്ഞത്. അവനോടൊത്തുള്ള ഓരോ നിമിഷങ്ങളും അനിർവചനീയമായ അനുഭൂതിയായിരുന്നു.

പുറമേക്ക് ശാന്തമായ അകമേ ഇരമ്പുന്ന കടലാണ് അവളുടെ മനസ്സിപ്പോൾ. ഓഫീസിൽനിന്നും വന്നാൽ വസ്ത്രം പോലും മാറാതെ കിടക്കയിലേക്ക് വീഴും. കുറേ നേരമങ്ങനെ അലസമായി കിടക്കും. രാത്രിയുടെ യാമങ്ങളിൽ ഉറക്കം വരാതെ ഗസലുകൾ കേൾക്കുമ്പോഴും ഓർമ്മകളിൽ നിറയുന്നത് അവൻ തന്നെ. താൻ എന്തിനാണ് അവനെ പിരിഞ്ഞിരിക്കുന്നതെന്ന് ആലോചിക്കും. മിക്കപ്പോഴും തലയണ നനഞ്ഞു കുതിർന്നിട്ടുണ്ടാകും. തന്റെ കൈചേർത്ത് പിടിക്കാൻ, കണ്ണുകളിൽ മൃദുവായി ചുംബിക്കാൻ, ഗാഢമായൊന്ന് പുണരാൻ അവനൊന്ന് വന്നെങ്കിൽ എന്നോർക്കും. ജാലകത്തിനരികിൽ ചെന്നുനിന്ന് വിരിമാറ്റി പുറത്തേക്ക് നോക്കവേ, മേപ്പിൾദലങ്ങളിൽ മഞ്ഞുപെയ്യുന്നത് കാണുമ്പോൾ അവളിൽ വിഷാദം പെയ്തിറങ്ങും.

ഓസ്ട്രേലിയയിലെ സ്ഥലങ്ങളൊക്കെ ചുറ്റി കാണണമെന്ന രജനിയുടെ മുൻപേയുള്ള ആഗ്രഹം പൂവണിഞ്ഞത് അവളവിടെയെത്തി ആറുമാസങ്ങൾ കഴിഞ്ഞപ്പോഴാണ്. പൊതുഅവധിയും വാരാന്ത്യവും അടുത്തടുത്ത് വരുന്നതിനാൽ ഓഫീസിലുള്ളവർ ക്രിസ്മസ് ഐലൻഡിലേക്ക് വിനോദയാത്ര പ്ലാൻ ചെയ്തു. രജനിയും അതിൽ പങ്കെടുക്കാൻ സമ്മതമറിയിച്ചു.

ദേവനും രജനിയും തൊട്ടടുത്ത സീറ്റുകളിലാണ് ഇരുന്നത്. കടന്നു പൊയ്ക്കൊണ്ടിരിക്കുന്ന സ്ഥലങ്ങളുടെ ഭൂമിശാസ്ത്ര പ്രത്യേകതകൾ അയാൾ അവൾക്ക് വിവരിച്ചുകൊടുത്തു. ഐലൻഡിലൂടെ സഞ്ചരിച്ചു കൊണ്ടിരിക്കെ വലത്തോട്ടുള്ള റോഡിലേക്ക് തിരിഞ്ഞതും നിമിഷങ്ങൾക്കുള്ളിൽ വാഹനം വേഗത കുറച്ച് നിർത്തി.

റോഡിനു കുറുകെയുള്ള സൈൻ ബോർഡിൽ 'റെഡ് ക്രാബ് മൈഗ്രേഷൻ, നോ എൻട്രി ഫോർ വെഹിക്കിൾസ് ബിയോണ്ട് ദിസ് പോയിന്റ്' എന്ന് വലിയ അക്ഷരങ്ങളിൽ എഴുതിയിരിക്കുന്നു. രജനിയും ദേവനുമുൾപ്പെടെ ഓരോരുത്തരായി വാഹനത്തിൽനിന്നും പുറത്തിറങ്ങി നടന്നു. ബോർഡിന് അടുത്തെത്തി വാഹനഗതാഗതം നിയന്ത്രിച്ചിട്ടുള്ള റോഡിലേക്ക് അവരെല്ലാം കൗതുകത്തോടെ നോക്കി. ചുവന്ന നിറത്തിലുള്ള ഞണ്ടുകളാൽ റോഡ് നിറഞ്ഞിരിക്കുന്നു. അവയാ വീഥി മുറിച്ചു കടക്കുകയാണ്. ആയിരക്കണക്കിന് സുന്ദരൻ ഞണ്ടുകൾ പട്ടാളമാർച്ച് പോലെ തോളോട് തോൾ ചേർന്ന് സഞ്ചരിക്കുന്നത് ജീവിതത്തിൽ ഇന്നേവരെ ദർശിച്ചിട്ടില്ലാത്ത അവിസ്മരണീയ കാഴ്ചയായിരുന്നു അവൾക്ക്.

ചുവന്ന ഞണ്ടുകളുടെ പ്രജനന കാലമായാൽ മുട്ടയിടാനായി അവ കൂട്ടത്തോടെ വനത്തിൽനിന്നും തീരദേശത്തേക്ക് പലായനം ചെയ്യും. മുൻപും അവിടെ പോയിട്ടുള്ളതിനാൽ ദേവൻ ഇതെല്ലാം അവൾക്കു പറഞ്ഞു കൊടുത്തു. ഞണ്ടുകൾ കടന്നു പോകുന്ന പ്രദേശത്തെ ദേശീയ പാതയിൽ അവയുടെ സുഗമമായ സഞ്ചാരത്തിനു വേണ്ടി ടണലുകളും കമ്പികൊണ്ടുള്ള പ്രത്യേക മേൽപാലങ്ങളും നിർമ്മിച്ചിട്ടുണ്ട്.

ചെറിയ റോഡുകൾ അധികൃതർ ഈ ആഴ്ചകളിൽ അടച്ചിടും. വീടുകൾക്കുള്ളിലൂടെ ഞണ്ടുകൾ സമാധാനപൂർവ്വം കടന്നുപോകുന്നത് ഓസ്ട്രേലിയിലെ തന്റെ ഏറ്റവും കൗതുകകരമായ കാഴ്ചയായി രജനിക്ക് അനുഭവപ്പെട്ടു. രണ്ടു ഞണ്ടുകൾ അവളുടെ കാൽപാദത്തിലൂടെ കയറി ദേഹത്തിലൂടെ സഞ്ചരിച്ചു മറുവശത്ത് കൂടെ ഇറങ്ങിപ്പോയി. പറഞ്ഞറിയിക്കാനാവാത്ത ഒരു അനുഭൂതിയാണ് അതവൾക്ക് സമ്മാനിച്ചത്.

ഒരു സീസണിൽ കോടിക്കണക്കിന് ഞണ്ടുകളാണ് അങ്ങോട്ടുമിങ്ങോട്ടും സഞ്ചരിക്കുന്നത്. കാട്ടിൽ നിന്നും ആൺഞണ്ടുകൾ ആദ്യമെത്തി കടൽതീരത്തു പൊത്തുകളുണ്ടാക്കി ഇണകളെ കാത്തിരിക്കുന്നു. പുൽമേടുകളും നിരത്തുകളും മുറിച്ചു കടന്ന് പെൺഞണ്ടുകളുമെത്തിയാൽ ഈ പൊത്തുകളിൽ വെച്ച് അവ പ്രണയിക്കുന്നു. ആൺഞണ്ടുകൾ മടങ്ങിപ്പോയാലും പെൺഞണ്ടുകൾ പിന്നെയും രണ്ടാഴ്ചയോളം പൊത്തുകളിൽ മുട്ടകൾക്ക് അടയിരിക്കുന്നു. അവസാനം പെൺഞണ്ടുകളും മടങ്ങിപ്പോയാൽ, പൗർണ്ണമി ദിവസത്തിലുണ്ടാകുന്ന വേലിയേറ്റത്തിലൂടെ തിരകൾ വന്നു, വിരിയാറായ മുട്ടകളെ വാത്സല്യത്തോടെ കടലിലേക്ക് കൂട്ടികൊണ്ടുപോകുന്നു. കടലിൽ വെച്ച് വിരിഞ്ഞിറങ്ങുന്നു.

ഞണ്ടുകളുടെ വിവിധ ചലനങ്ങൾ എന്തിനെയൊക്കെ സൂചിപ്പിക്കുന്നുവെന്ന് രജനിക്ക് കുറച്ചൊക്കെ അറിയാം.അവയുടെ കാലുയർത്തിയുള്ള നൃത്തം ജീവലോകത്തെ മനോഹരമായ നൃത്തങ്ങളിൽ ഒന്നാണ്. കടൽതീരത്തുവെച്ച് പ്രത്യേക രീതിയിൽ ശബ്ദമുണ്ടാക്കി ഞണ്ടുകളെ നൃത്തം ചെയ്യിപ്പിച്ചത് കണ്ടു ദേവൻ അമ്പരന്നു പോയി.

ഇതെങ്ങനെ സാധിച്ചുവെന്ന് ദേവന്റെ ആകാംക്ഷയ്ക്ക് തിരിച്ചുപോരുമ്പോൾ അവൾ ഇങ്ങനെ മറുപടി കൊടുത്തു...

"മനുഷ്യർക്ക് എന്തുകൊണ്ട് മറ്റു ജീവികളെയും സുഹൃത്തുക്കളാക്കിക്കൂടാ?"

"നടന്നത് തന്നെ." അസംഭവ്യമായ കാര്യം കേട്ടപോലെ ദേവൻ ചിരിച്ചു.

രാത്രി തിരിച്ചെത്തി തന്റെ ഡയറിയിൽ രജനി ഇങ്ങനെ കുറിച്ചു: "ക്രിസ്മസ് ദ്വീപിലെ ചുവന്ന ഞണ്ടുകൾ ഭാഗ്യവാന്മാർ, അവയ്ക്ക് അവയുടെ സഞ്ചാരവഴികളോ പ്രണയമോ മനുഷ്യരാൽ നഷ്ടപ്പെടുന്നില്ല."

രണ്ട്

ക്രിസ്മസ്ദ്വീപ് യാത്രയ്ക്ക് ശേഷം ദേവനും രജനിയും സുഹൃത്തുക്കളായി. ഉച്ചയ്ക്ക് ഓഫീസ് കിച്ചണിൽ ഒന്നിച്ചിരുന്നു ഭക്ഷണം കഴിക്കും. ഷോപ്പിങ്ങിനും ഒരുമിച്ചു പോകും. ദേവന് അനുയോജ്യമായ വസ്ത്രങ്ങൾ തിരഞ്ഞെടുക്കാൻ അവളും, അവൾക്ക് പാചകത്തിന് വേണ്ട സാധനങ്ങൾ വാങ്ങാൻ ദേവനും സഹായിച്ചു.

ഇടയ്ക്ക് ഒരാഴ്ചയോളം ദേവനെ കാണാതായപ്പോൾഅവൾക്ക് വേവലാതിയായി. ഓഫീസിലും വരുന്നില്ല. അന്വേഷിച്ചപ്പോഴാണ് കുന്നിൻ ചെരിവിലൂടെയുള്ള സൈക്ക്ലിംഗ് റേസിനിടെ അപകടം പറ്റി കാലിനു ബാന്റേജിട്ട് കിടക്കുകയാണെന്ന് അറിയുന്നത്.

അന്നു വൈകിട്ട് അവൾ അയാളുടെ ഫ്ളാറ്റിൽ ചെന്നു.വീഴ്ചയിൽ കൈക്കും പരിക്കുള്ളതിനാൽ അയാൾ ഏറെപ്രയാസപ്പെടുന്നുണ്ടായിരുന്നു. നീരുവന്ന ഭാഗങ്ങളിൽ ചൂട് പിടിപ്പിക്കാനും അടുക്കളയിൽ കയറി കാപ്പിയുണ്ടാക്കാനും രജനി സഹായിച്ചു.

ഒരു അവധി ദിനം അയാളെ നിർബന്ധിച്ച് അവൾ കുറച്ചുദൂരം നടത്തിച്ചു. പിന്നെ കോറിഡോറിൽ കസേരയിട്ടു കാറ്റേറ്റ് സംസാരിച്ചിരുന്നു. രജനിക്കും തന്നെ ചുറ്റിവരിയുന്ന ചിന്തകളിൽ നിന്നുള്ള രക്ഷപ്പെടലായിരുന്നു അത്.

ഒരാഴ്ച കൊണ്ട് ദേവന് നല്ല മാറ്റം തോന്നി. ആ ഞായറാഴ്ചയും ഭക്ഷണവുമായി രജനി വന്നപ്പോൾ അയാൾ മടിച്ചുമടിച്ചു ചോദിച്ചു

"അവിടെ തനിച്ചല്ലേ? തനിക്കിവിടെ താമസിച്ചൂടെ?"

ആലോചിച്ചപ്പോൾ അതിൽ തെറ്റില്ലെന്ന് അവൾക്ക് തോന്നി. ഇനിയും ഒറ്റയ്ക്കായാൽ തനിക്കു ഭ്രാന്ത് പിടിക്കും. ജീവിതത്തിൽ മുൻപുണ്ടായിരുന്ന ഒരു താളം ഇപ്പോൾതന്നെ നഷ്ടമായിട്ടുണ്ട്. അറിഞ്ഞിടത്തോളം ദേവൻ കുഴപ്പക്കാരനാണെന്ന് തോന്നുന്നില്ല. മാന്യമായാണ് പെരുമാറുന്നത്.

അടുത്ത വാരാന്ത്യത്തിൽ അത്യാവശ്യസാധനങ്ങളുമായി അവൾ ദേവന്റെ ഫ്ളാറ്റിലേക്ക് മാറി. അവിടെ അവൾക്ക് കുറേക്കൂടി വിശാലത അനുഭവപ്പെട്ടു. ഫ്ളാറ്റിലെ കോറിഡോറിൽ നിന്നും നോക്കിയാൽ വിദൂരതയിൽ വെള്ളമേഘങ്ങളാൽ മൂടിയ കുന്നുകൾ കാണാം. സമീപത്തായുള്ള മിനിഗോൾഫ് കോർട്ടിലെ മരച്ചുവട്ടിൽ ചുകപ്പു നിറമാർന്ന 'കിംഗ് പാരറ്റ്' തത്തകൾ കൊത്തിപ്പറിക്കുന്നുണ്ട്.ശരത്ക്കാലമായതിനാൽ ഇലകൾ നിറംമാറാൻ തുടങ്ങിയിരിക്കുന്നു. പച്ചപ്പുല്ല് പതിഞ്ഞുകിടക്കുന്ന മൈതാനത്തെ മഞ്ഞച്ചായമടിച്ച സിമന്റു ബെഞ്ചിലേക്ക്, ചാഞ്ഞു കിടക്കുന്ന മരച്ചില്ലകളിൽ നിന്ന് നിറം മാറിയ ഇലകൾ കൊഴിഞ്ഞു വീഴുന്നു. രജനിക്ക് അവിടം ബോധിച്ചു.

ഏകാന്തതയിൽനിന്ന് രക്ഷപ്പെടാൻ രണ്ടു വ്യക്തികൾ ഒരുമിച്ചു താമസിക്കുന്നുവെന്നതിൽ കവിഞ്ഞൊരു ബന്ധം വരാതിരിക്കാൻ രജനി പ്രത്യേകം ശ്രദ്ധിച്ചു. ഭക്ഷണമുണ്ടാക്കാൻ ദേവനും കൂടും. അയാളൊരു നല്ല പാചകക്കാരനാണെന്ന് രജനിക്ക് പെട്ടെന്ന് ബോധ്യമായി. ശ്രീയുമായുള്ള തന്റെ പ്രണയത്തിന്റെയും കാത്തിരിപ്പിന്റെയും കഥ അവൾ ഇതിനിടയ്ക്ക് ഒരു ദിവസം പാചകത്തിനിടെ ദേവനോട് പറഞ്ഞു. അയാൾ അതെല്ലാം ശ്രദ്ധയോടെ കേട്ടിരുന്നു.

കാല് ഭേദമായ ശേഷം കാലത്ത് ജോഗിങ്ങിന് പോകാൻ ദേവൻ അവളെ വാതിലിൽ മുട്ടി വിളിച്ചുണർത്തും. ട്രാക്ക്സ്യൂട്ടണിഞ്ഞു ഇരുവരും ഓടാൻ പോകും. പിന്നെ കുളിച്ചു വൃത്തിയായി പ്രാതൽ കഴിച്ച് ഓഫീസിലേക്ക് ഇറങ്ങും.

ഒരു ദിവസം തീർത്തും ആകസ്മികമായാണ് രജനിയത് ശ്രദ്ധിച്ചു, ദേവൻ രാത്രിയിൽ എന്തോ രഹസ്യമായി കലക്കി കുടിക്കുന്നു. ഗാൽനട്ട് ട്രീയുടെ തോടായിരുന്നു അതെന്ന് മനസ്സിലായപ്പോൾ അവളതേക്കുറിച്ചു ചോദിച്ചു. മടിച്ചുമടിച്ച് ദേവൻ പറഞ്ഞു, "ഒരു യുവതി അപ്പുറത്തെ റൂമിൽ കിടക്കുമ്പോൾ വേണ്ടാത്ത ചിന്ത തോന്നിയാലോ?"

തൃഷ്ണകളെ നിയന്ത്രിക്കാൻ ശ്രമിക്കുന്നത് നല്ലതു തന്നെ. പക്ഷേ അതിന് കടുക്കവെള്ളവും മറ്റുമെന്തിന്? ദേവന്റെ ഈ ചെയ്തി അവൾക്കത്ര നന്നായി തോന്നിയില്ല. അതവൾ പറയുകയും ചെയ്തു.

ശാരീരികഭ്രമം മാറി നിന്നാൽ, സ്ത്രീപുരുഷ സൗഹൃദത്തിന്റെ വിശാലമായ വാതായനങ്ങളാണ് തുറക്കപ്പെടുക. ചപലതകളില്ലാതെ, ഒരു ചാറ്റൽ മഴപോലെ പെയ്യുന്ന ആൺപെൺസൗഹൃദങ്ങൾ ഭാഗ്യമാണ് ജീവിതത്തിൽ. അത്തരമൊരു ബന്ധമാണ് ദേവനുമായുണ്ടാവാൻ അവളാഗ്രഹിച്ചിരുന്നത്.

സ്ത്രീപുരുഷസൗഹൃദത്തിന്റെ വിവിധ മാനങ്ങളെക്കുറിച്ച് അവരിരുവരും കൂടുതൽ സംസാരിച്ചു. പുരുഷന്റെ ലൈംഗിക അച്ചടക്കമില്ലായ്മയെ തങ്ങളെ ടെസ്റ്റോസ്റ്റിറോൺ ഹോർമോണിന്റെ പ്രശ്നമായി ബന്ധപ്പെടുത്തി ലഘൂകരിക്കാൻ ദേവൻ ശ്രമിച്ചു.

എന്നാൽ ദേവൻ പറഞ്ഞ തൃഷ്ണാവ്യത്യാസത്തെ രജനി കണ്ടത് ഇങ്ങനെയാണ്. സ്ത്രീകൾ താനിഷ്ടപ്പെടുകയും അടുത്തറിയുകയും ചെയ്യുന്ന വ്യക്തിയുമായി മാത്രം ശാരീരികബന്ധം ആഗ്രഹിക്കുമ്പോൾ, പുരുഷൻ ഒരു പരിചയവുമില്ലാത്ത സ്ത്രീകളോട് ആസക്തി തോന്നുകയും സ്ത്രീയുടെ സമ്മതമില്ലാതെപ്പോലും അത് പ്രകടിപ്പിക്കാൻ ശ്രമിക്കുകയും ചെയ്യുന്നു. ചെറുക്കപ്പെടുമ്പോൾ ആക്രമണസ്വഭാവം കൈവരിക്കുന്നു. സ്ത്രീകളെ ലൈംഗിക വസ്തുവായി കാണുന്ന പുരുഷകേന്ദ്രീകൃത സാമൂഹികാവസ്ഥയുടെ ആനുകൂല്യമാണ് അവൻ ഇക്കാര്യത്തിൽ പ്രയോജനപ്പെടുത്തുന്നത്. ലിംഗവിവേചനം കൂടിയ രാജ്യങ്ങളിൽ സ്ത്രീകൾക്കെതിരായ ആക്രമങ്ങളും കൂടുതലാകുന്നത് അതിനുദാഹരണമാണ്.

സംസാരത്തിനൊടുവിൽ രജനി പറഞ്ഞു.

“ദേവനറിയോ... ഓരോ മൂന്നു മിനുട്ടിലും ഇന്ത്യയിൽ ഒരു പെൺകുട്ടിയെങ്കിലും ലൈംഗികമായി അതിക്രമിക്കപ്പെടുന്നുണ്ട്.”

മൂന്ന്

രാജിയുടെ കല്യാണമുറപ്പിച്ച ദിവസം രജനിയും ദേവനും രാത്രി പുറത്ത് പോയി. അന്നത്തെ ചിലവ് രജനിയുടെ വകയായിരുന്നു. ഹോട്ടലിൽ പത്തൊൻപതാം നിലയിലെ റൂഫ്ടോപ്പിൽ പരസ്പരം അഭിമുഖമായിരുന്ന് അവർ ഭക്ഷണം കഴിച്ചു. അരണ്ട വെളിച്ചത്തിൽ രജനി സന്തോഷവതിയായി കാണപ്പെട്ടു. അവളന്ന് ദേവനോട് ഒരുപാട് സംസാരിച്ചു. അയാൾ സാകൂതം കേട്ടുകൊണ്ടിരുന്നു. അവളുടെ സന്തോഷം തന്റേതുകൂടെ ആയിരിക്കുന്നുവല്ലോ എന്ന് തിരിച്ചു പോരുമ്പോൾ ദേവനോർത്തു.

അവന് രജനിയോട് തോന്നിയ ലൈംഗികഭ്രമം ഇതിനോടകം ഇല്ലാതെയായിരുന്നു. അന്നത്തെ ചർച്ചയോടെ രജനി തന്നെ അത് വേരോടെ പിഴുതെടുത്തുവെന്നു പറയാം. അവൾക്ക് അത്തരം താത്പര്യമില്ലെന്ന് വ്യക്തമായ സ്ഥിതിക്ക് അവളുടെ വ്യക്തിത്വത്തിന്റെ പരിധിയിലേക്ക് ചിന്തകളിലൂടെപ്പോലും അതിക്രമിച്ചു കയറാൻ അയാൾക്കവകാശമില്ലെന്ന് രജനി

തെര്യപ്പെടുത്തിയിരുന്നു. കടുക്കവെള്ളം തനിക്കിനി ആവശ്യമില്ലെന്ന് ദേവന് ബോധ്യമായി. അയാളുടെ മനോനിയന്ത്രണത്തിൽ വിശ്വാസം വന്നതിനാൽ തന്റെ റൂം ലോക്ക് ചെയ്യാതെപോലും രജനി കിടന്നുറങ്ങാൻ തുടങ്ങി.

രാജിയുടെ കല്യാണം ഭംഗിയായി നടന്നു. മുംബൈയിൽ ജോലിയുള്ള മണികണ്ഠനാണ് വരൻ. വിവാഹവിരുന്നുകൾക്കു ശേഷം അവളും മുംബൈയിലേക്ക് പോകും. ട്രെയിനിംഗ് പീരിയഡ് ആയതിനാൽ ലീവ് കിട്ടില്ലെന്നു പറഞ്ഞു രജനി കല്യാണത്തിന് ചെന്നില്ല. തന്റെ കല്യാണത്തെക്കുറിച്ചുള്ള ചോദ്യങ്ങളെ അഭിമുഖീകരിക്കേണ്ടിവരുമെന്നതിനാൽ അവൾ പോകാൻ ഇഷ്ടപ്പെട്ടില്ല എന്നും പറയാം. കല്യാണച്ചെലവുകൾക്കായി പണം അമ്മയ്ക്ക് അയച്ചുകൊടുത്തു. ഓസ്ട്രേലിയയിൽ നിന്നും വന്നാലുടൻ രജനിയുടെയും കല്യാണമുണ്ടാകുമെന്ന് ദേവകി അടുത്ത ബന്ധുക്കളോട് പറഞ്ഞു.

അംബേദ്കർ അസോസിയേഷനിലെ ആളുകളുമായി എഴുത്തുകുത്തുകൾ പുനരാരംഭിച്ചുവെന്നതായിരുന്നു തന്റെ ചിന്തകൾ വഴി തിരിച്ചുവിടാൻ അവൾ കണ്ടെത്തിയ ഒരു മാർഗ്ഗം. ദില്ലിയിൽ പരീക്ഷയെഴുതാൻ പോയപ്പോൾ സൗകര്യമൊരുക്കി കൊടുത്തിരുന്നത് അവരായിരുന്നല്ലോ. ആ ബന്ധമവൾ പുതുക്കി. വിദ്യാർത്ഥികൾക്ക് വിദേശപഠനത്തിന് പദ്ധതികൾ ആവിഷ്കരിക്കാനും ലീവിന് വരുമ്പോൾ ഡൽഹിയിലേക്ക് വരാനും അവർ അവൾക്കെഴുതി.

പരിശീലനകാലം തീരാൻ ഇനി കഷ്ടിച്ച് ഒരു മാസം മാത്രം. അന്ന് രാത്രി അവൾ വീട്ടിലേക്കു വിളിച്ച് അമ്മയുമായി ദീർഘനേരം സംസാരിച്ചു. അനിയത്തിയുടെ കല്യാണം കഴിഞ്ഞ സ്ഥിതിക്ക് ശ്രീയുമായുള്ള വിവാഹത്തിന് എതിരു നിൽക്കരുതെന്ന് അവൾ അമ്മയോട് പറഞ്ഞു.

മകളുടെ മനസ്സ് മാറില്ലെന്നറിഞ്ഞ് ദേവകി ആദ്യം നിശ്ശബ്ദയായി. ഒടുവിൽ ഇങ്ങനെ പറഞ്ഞു, "ന്ന അവിടെവെച്ച് ചടങ്ങ് നടത്തിക്കോ മോളെ, ഇവിടെ വെച്ച് നടക്കില്ല, അറിയാലോ നിനക്ക്."

അമ്മയുടെ വാക്കുകളിലെ ആശങ്കയേക്കാൾ അതിലെ സമ്മതം അവളിൽ ആശ്വാസമുണ്ടാക്കി. അമ്മയുടെ മനസ്സ് തന്റെ കൂടെയുണ്ട്. ശ്രീയും ഇതിനോടകം കാര്യങ്ങൾ മുന്നോട്ട് നീക്കിയിരിക്കും. തിരിച്ചു വോൾസാനയിലെത്തിയാൽ നേരെ ശ്രീയുടെ അടുത്ത് പോകണം. എന്നിട്ട് അവനോടു പറയണം "ഇതാ ഞാനെന്റെ വാക്ക് പാലിച്ചിരിക്കുന്നു. നിനക്ക് എന്നെ തന്നെയും സമ്മാനിക്കുന്നു. ഈ ലോകത്തിന്റെ ഏതെങ്കിലും അറ്റത്തേക്ക് എന്നെ കൊണ്ടുപോകൂ."

ശ്രീയും ഇതേ വിരഹം അനുഭവിച്ചിരിക്കില്ലേ? താൻ തിരിച്ചുവരുന്നുവെന്ന വാർത്ത ഇപ്പോൾതന്നെ അവനോടു പറയണം.

വിവരം പറയാൻ ശ്രീയുടെ നമ്പറിലേക്ക് അവൾ വിളിച്ചെങ്കിലും കിട്ടുന്നില്ല. നമ്പർ സ്വിച്ചോഫാണ്. ഒരു പക്ഷേ ജോലി തിരക്കിലാകും.

നീണ്ട പതിനൊന്നു മാസങ്ങൾക്ക് ശേഷമാണ് താൻ വിളിക്കുന്നതെന്ന യാഥാർത്ഥ്യം അവളോർത്തു.

പോകാനുള്ള ഒരുക്കങ്ങൾ പൂർത്തിയായി. ദേവൻ അവളെ എയർ പോർട്ടിൽ കൊണ്ടുവിട്ടു. ഇതുവരെ ഒന്നിച്ചു നിന്ന് പെട്ടെന്ന് ഒരു ദിവസം ഫ്ളാറ്റിൽ ഒറ്റയ്ക്കാവുന്നതിന്റെ വിഷമം ദേവന്റെ മുഖത്ത് പ്രകടമായിരുന്നു. അവളുടെ സാമീപ്യവും സൗഹൃദവും അയാൾക്ക് അത്രമേൽ പ്രിയപ്പെട്ടതായി മാറിയിരുന്നു.

രജനിയുള്ളപ്പോൾ വാരാന്ത്യങ്ങളിൽ അവർ പുറത്തായിരുന്നു. ആർട്ട് ഗാലറികളിലും ഡ്രാമ തിയറ്ററുകളിലും അവർ അലഞ്ഞുനടന്നു. ആ ദിവസങ്ങളിൽ പുറത്ത് നിന്ന് ഭക്ഷണം കഴിച്ചു നേരമിരുട്ടിയേ തിരിച്ചു വരൂ. ഇടയ്ക്ക് പച്ചപിടിച്ച മൈതാനങ്ങളിലൂടെ സൈക്കിളിൽ കറങ്ങാൻ പോകും. കുതിരലാടം പോലെയുള്ള കിങ്ങ്സ് കാനോൻ റിമ്മിലൂടെ നടന്നു ചെങ്കുത്തായ ഏദൻ തോട്ടത്തിലേക്ക് കയറുമ്പോൾ വീണുപോകാതിരിക്കാൻ പരസ്പരം കൈ പിടിക്കും.

രജനിക്ക് തിയേറ്റർ നാടകങ്ങൾ കാണാൻ ഇഷ്ടമായിരുന്നതിനാൽ ദേവൻ അതിന് കൂട്ടുചെല്ലും. ചുമർചിത്രങ്ങളായിരുന്നു ദേവന്റെ ഇഷ്ടം. അയാൾ നന്നായി വരയ്ക്കും. ചുമരിൽ പശതേച്ചു അത് ഉണങ്ങിയ ശേഷം അതിന്മേൽ വരയ്ക്കുന്ന മ്യൂറൽ ചിത്രങ്ങൾ അയാളുടെ പ്രിയപ്പെട്ട ഐറ്റമായിരുന്നു. അത്തരം ചിത്രങ്ങൾ വരയ്ക്കാൻ ദേവനൊരുങ്ങുന്ന വേളയിൽ, പശ തേക്കാനും ചായം കൂട്ടിക്കലർത്താനും രജനി സഹായിയായി.

ഫ്ളൈറ്റിനു പിന്നെയും സമയമുണ്ടായിരുന്നതിനാൽ അവർ പുറത്ത് സംസാരിച്ചിരുന്നു. അവളുടെ അഭാവം തന്നെ ഒരുപാട് ബാധിക്കുമെന്ന് അയാൾ പറഞ്ഞു. രജനി പോകുന്നതിന്റെ ശൂന്യത എങ്ങനെ നികത്തുമെന്ന് അയാൾക്ക് നിശ്ചയമില്ലായിരുന്നു. അയാളുടെ സംസാരം പലപ്പോഴും പരസ്പരബന്ധമില്ലാതായി.

ഇങ്ങനെയൊരു വേർപിരിയൽ മുൻകൂട്ടി കണ്ടാണ് രജനി ദേവനുമായി ഒരു അകലം പാലിച്ചിരുന്നത്. എന്നാൽ ദേവന്റെ വിഷമം കണ്ടപ്പോൾ അയാളെപ്പോലെ ഒരു സുഹൃത്തിനെ പിരിയുന്നതിൽ അവൾക്കും സങ്കടമുണ്ടായി. അവളത് പുറത്തു കാണിക്കാതിരിക്കാൻ ശ്രദ്ധിച്ചു.

ഫ്ളൈറ്റിനു സമയമായപ്പോൾ ദേവനോട് യാത്രപറഞ്ഞ് അവൾ ഉള്ളിലേക്ക് നടന്നു. യാത്ര പറയുമ്പോൾ ദേവന്റെ കണ്ണുകളിലേക്ക് അവൾ നോക്കിയതേയില്ല.

വോൾസാനയിലേക്കുള്ള എമിഗ്രേഷന് ക്യൂവിൽ നിൽക്കുമ്പോഴും അവൾ ശ്രീയുടെ നമ്പരിൽ വിളിച്ചു... ഇല്ല ഫോണിപ്പോഴും സ്വിച്ച് ഓഫ് തന്നെയാണ്, നമ്പർ മാറിയോ?

എന്തിത്ര വിഷമിക്കാനിരിക്കുന്നു.. നേരിട്ട് കാണാമല്ലോ!

നാല്

നൊബറ്റ്സിയയിൽ വിമാനമിറങ്ങി കാബ് പിടിച്ചുറൂമിലേക്ക് പോകുമ്പോൾ അന്തരീക്ഷത്തിലെന്ന പോലെ അവളുടെ മനസ്സിലും മഞ്ഞുവീഴ്ച തുടങ്ങിയിരുന്നു. തനിക്ക് കൂടൊരുക്കാൻ ഇടം തന്ന മണ്ണ്. വർഷങ്ങൾക്ക് മുൻപ് അപരിചിതമായിരുന്ന ഈ നിരത്തുകളിലൂടെ, അംബരചുംബികളായ കെട്ടിടങ്ങളെ മറികടന്ന് സന്ദീപുമൊത്ത് ബാഗും തൂക്കി വരുമ്പോൾ അപരിചിതത്വംകൊണ്ട് വിറകൊള്ളുകയായിരുന്നു തന്റെ ഉള്ളം. ഇന്നിപ്പോൾ ഈ നാടിനെയോർത്ത് ആർദ്രമാകുകയാണ് മനസ്സ്.

നൊബറ്റ്സിയ മാത്രമല്ല, മനുഷ്യൻ കോറിവരച്ചിട്ട അതിരുകളെ വകവെക്കാതെ തന്നിലേക്കണയുന്ന ജീവികളെയെല്ലാം സ്വീകരിക്കുകയാണ് ഓരോ ഭൂപ്രദേശവും. പരുന്തോ പുലിയോ പൂച്ചയോ എന്നൊന്നും ഉച്ചനീചത്വങ്ങളില്ലാതെ മരണപ്പെടുമ്പോൾ ഒരുപോലെ മാറോടു ചേർത്ത് തന്നിൽ ലയിപ്പിക്കുകയും ചെയ്യുന്നു.

ഫ്ളാറ്റിന് മുന്നിൽ കാബ് നിർത്തി ഇറങ്ങവേ അവളെ കണ്ടു വീട്ടുടമസ്ഥരുടെ മക്കൾ ഓടി വന്നു. വരുന്ന വിവരം നേരത്തെ വിളിച്ചു പറഞ്ഞിരുന്നതിനാൽ അവർ ചാവിയുമായി കാത്തിരിക്കുകയായിരുന്നു.

ചാവി വാങ്ങി റൂമിലേക്ക് പോന്നു. ഒരു പിജി വിദ്യാർത്ഥി അവിടെ താമസിച്ചിരുന്നുവെന്ന് അവർ പറഞ്ഞറിഞ്ഞു. മൂലയിൽ അടുക്കിവെച്ച സാധനങ്ങളെല്ലാം അതുപോലെ തന്നെയുണ്ട്

വോൾസാനയിലെത്തിയ വിവരം പറയാൻ അവൾ ദേവനെ വിളിച്ചു. അവിടെ സമയം പാതിരാത്രിയായിരുന്നെങ്കിലും രജനിയുടെ വിളി പ്രതീക്ഷിച്ച് ഉറങ്ങാതിരിക്കുകയായിരുന്നു അയാൾ. ദേവന്റെ ശബ്ദത്തിൽ വിഷാദഛായ കലർന്നിരുന്നു. നക്ഷത്രങ്ങൾ നഷ്ടപ്പെട്ട ആകാശമായി രാത്രി അയാൾക്ക് മുന്നിൽ നീണ്ടുകിടന്നു.

ഫോൺ വെക്കാൻ നേരം 'ആ ഹാൻഡ്ബാഗ് ഒന്ന് നോക്കൂ'എന്ന് ദേവൻ പറഞ്ഞിരുന്നതിനാൽ മേശപ്പുറത്ത് അതേപടി കൊണ്ട് വെച്ചിരുന്ന ബാഗെടുത്ത് തുറന്നുനോക്കി. ഉള്ളിലെ അറയിലായി ഭംഗിയുള്ള ബോക്സിൽ അതിലേറെ ഭംഗി തോന്നിക്കുന്ന ഒരു റിസ്റ്റ്വാച്ച്!

അത്ര വില കൂടിയ വാച്ച് താൻ സ്വീകരിക്കാൻ തയ്യാറാകില്ലെന്ന് കരുതിയാവണം പറയാതെ ഹാൻഡ്ബാഗിൽ വെച്ചത്. എന്നാൽ അനിഷ്ടമല്ല, ആശ്ചര്യമാണ് അവൾക്ക് തോന്നിയത്. ഒരിക്കൽ സ്വാൻബെൽ ടവറിനരികിലൂടെ നടക്കുമ്പോൾ വാച്ചുകളോടുള്ള തന്റെ താത്പര്യം പറഞ്ഞിരുന്നത് ഓർത്തുവെച്ചാവാം ദേവനിത് വാങ്ങിയത്. അവനു കയ്യിൽ കെട്ടിത്തരാമായിരുന്നു.

ഭക്ഷണം കഴിച്ചു അവൾ നന്നായൊന്നുറങ്ങി. നാലു മണിക്കൂറിനു ശേഷമാണ് അവൾ എണീറ്റത്. രാത്രി വീണ്ടും ശ്രീയെ വിളിക്കാൻ ശ്രമിച്ചു,

ഇല്ല. ഫോൺ അപ്പോഴും കിട്ടുന്നില്ല. നമ്പർ മാറിയതാകാനുമിടയുണ്ട്. കാലത്ത് നേരിട്ട് പോയി തിരക്കാമെന്ന് അവൾ തീരുമാനിച്ചു .കമ്പനിയിൽ തിരിച്ചു ജോയിൻ ചെയ്യാൻ ഇനിയും മൂന്നുദിവസം ബാക്കിയുണ്ട്.

പിറ്റേന്ന് എവിടെയെല്ലാം ശ്രീയെ അന്വേഷിച്ചുവെന്ന് അവൾക്കുതന്നെ നിശ്ചയമില്ല, എന്നാൽ ഒരിടത്തും അവനെ കണ്ടില്ല. താമസസ്ഥലത്ത് ചെന്നു ഗേറ്റിലെ കാവൽക്കാരനോട് ചോദിച്ചു. താമസം ഒഴിഞ്ഞു പോയെന്നു മാത്രം അയാൾക്കറിയാം. അവന്റെ കമ്പനിയിൽ അന്വേഷിച്ചു, മൂന്നുമാസങ്ങൾക്ക് മുൻപ് എല്ലാം സെറ്റിൽ ചെയ്ത് ജോലി രാജിവെച്ചെന്ന് മാത്രമേ അവിടെയുള്ളവർക്ക് അറിയൂ. ജോസിനെ വിളിച്ചന്വേഷിച്ചു. എവിടെയെന്ന് അവനും അറിയില്ല. തന്നോട് ഒരു വാക്ക് പറയാത്തതിൽ ജോസിന് ശ്രീയോട് അമർഷമുണ്ട്.

ശ്രീ എവിടെപ്പോയി? അവൾ ആശ്ചര്യപ്പെട്ടു. ഇനി നാട്ടിൽ പോയതാകുമോ? മുൻപ് അവൾ വാങ്ങിവെച്ചിരുന്ന അവന്റെ വീട്ടിലെ നമ്പറിൽ വിളിച്ചു. ശബ്ദം കേട്ടിട്ട് ഹൈസ്കൂളിൽ പഠിക്കുന്ന അനിയത്തിയാണെന്ന് തോന്നുന്നു

"ശ്രീ ഉണ്ടോ അവിടെ" എന്ന ചോദ്യത്തിന് "ശ്രീയേട്ടൻ പോയിട്ട് രണ്ടു മാസമായല്ലോ." എന്ന മറുപടിയാണ് ലഭിച്ചത്. ശ്രീയുടെ അമ്മയാകണം, "ആരാ ഫോണിൽ" എന്ന് ചോദിക്കുന്നത് കേട്ടതും കൂടുതൽ പറയാൻ നില്ക്കാതെ രജനി ഫോൺ വെച്ചു.

വളരെ ക്ഷീണിതയായാണ് അവൾ റൂമിലെത്തിയത്. എല്ലാം ഉപേക്ഷിച്ച് അവനിതെവിടെ പോയി? ഇനി അന്വേഷിക്കാനിടമില്ല. രജനിക്ക് ചെറുതായി ഭയം അനുഭവപ്പെടാൻ തുടങ്ങി. ജോസിനോടും രഘുവിനോടും പോലും യാത്ര പറയാതെ പോകാൻ അവനെങ്ങനെ കഴിഞ്ഞു? താൻ മടങ്ങിവരുമ്പോൾ കാണേണ്ടന്ന് കരുതി വോൾസാന ഉപേക്ഷിച്ചതാണോ? ഒരു ഊഹവും കിട്ടാതെ അവളുടെ മനസ്സ് അസ്വസ്ഥമായി.

ആലോചനാനിമഗ്നയായി അങ്ങോട്ടും ഇങ്ങോട്ടും നടക്കവേ, അന്ന് മടക്കിവെച്ച മെർലിന്റെ ബൈബിൾ അതേപടി ഷെൽഫിലിരിക്കുന്നത് ശ്രദ്ധയിൽപ്പെട്ടതും അന്നത്തെ വല്ലാത്ത സ്വപ്നം അവൾക്കോർമ്മ വന്നു.

ആ ഓർമ്മയിൽ ഷെൽഫിനടുത്തേക്ക് ചെന്ന് ഉത്തമഗീതങ്ങളിലെ അന്ന് നിർത്തിയിടത്ത് നിന്നും തുടർന്ന് വരുന്ന ഭാഗം വായിച്ചു.

"ഞാൻ എന്റെ പ്രിയനു വേണ്ടി തുറന്നു, എന്റെ പ്രിയനോ പൊയ്ക്കളഞ്ഞിരുന്നു; ഞാൻ അന്വേഷിച്ചു അവനെ കണ്ടില്ല; ഞാനവനെ വിളിച്ചു; അവനുത്തരം പറഞ്ഞില്ല..."

നഗരത്തിൽ ചുറ്റി സഞ്ചരിക്കുന്ന കാവൽക്കാർ എന്നെ കണ്ടു; അവർ എന്നെ അടിച്ചു, മുറിവേല്പിച്ചു; മതിൽകാവൽക്കാർ എന്റെ മൂടുപടം എടുത്തുകളഞ്ഞു."

അഞ്ച്

ജോസും സന്ദീപും രഘുവും രജനിയുടെ ക്ഷണപ്രകാരം ട്രീ ഹൗസ് റെസ്റ്റോറന്റിൽ വന്നതാണ്. നഗരത്തിരക്കിൽ നിന്ന് അല്പം മാറി മോട്ടോർ വാഹനങ്ങൾക്ക് നിയന്ത്രണമുള്ള ഇടത്ത് സ്ഥിതി ചെയ്യുന്ന മരങ്ങളാലും വള്ളികളാലും ചുറ്റപ്പെട്ട ഇവിടം രജനിക്ക് ഏറെ പ്രിയപ്പെട്ടതാണ്.

സമയം ഇരുൾവീണു തുടങ്ങിയിരിക്കുന്നു. റെസ്റ്റോറന്റിന് ചുറ്റുമുള്ള മരങ്ങൾ ദീർഘമായ പകലിന്റെ അധ്വാനത്തിന് ശേഷം ശിഖരങ്ങൾ താഴ്ത്തി ഇലകൾ കൂമ്പി വിശ്രമിക്കാനൊരുങ്ങുന്നു. സൂര്യവെളിച്ചത്തിൽ ആഹാരം തേടിപ്പോയ കിളികൾ, തങ്ങളുടെ മുട്ടകളും കുഞ്ഞുങ്ങളുമുള്ള മരച്ചില്ലകൾ ഇന്നും അവിടെ തന്നെയുണ്ടല്ലോ എന്ന വലിയ ആശ്വാസത്തോടെ സന്ധ്യയ്ക്ക് കൂടണഞ്ഞിരിക്കുന്നു. അമ്മക്കിളികളുടെ ചിറകിനടിയിലെ ചൂടിലേക്ക് കയറിക്കൂടിയ കുഞ്ഞുങ്ങളുടെ ആഹ്ലാദക്കുറുകൽ അന്തരീക്ഷത്തെ മുഖരിതമാക്കുന്നു.

ഒരു വർഷത്തെ ഇടവേളയ്ക്ക് ശേഷം കാണുന്നുവെന്ന നിലയിലും ജോലിക്കയറ്റം ലഭിച്ച് ഓസ്ട്രേലിയയിൽ പോയതിന്റെ പാർട്ടി നൽകാൻ വേണ്ടിയുമാണ് അവൾ അവരോടു വരാൻ പറഞ്ഞത്. എന്നാൽ ശ്രീയുടെ തിരോധാനത്തെക്കുറിച്ച് കൂടുതലറിയുകയെന്നതും രജനിയുടെ ഉദ്ദേശ്യമായിരുന്നു. കൂട്ടുകാരുടെയടുത്ത് നിന്ന് എന്തെങ്കിലുമൊരു സൂചന കിട്ടാതിരിക്കില്ല.

"ശ്രീയും അൻവറും പലതും ഒളിച്ചുവെക്കുന്നതായി മുൻപേ തോന്നിയിരുന്നു. അത് വെറും തോന്നലാകുമെന്നേ അന്ന് ഞാൻ കരുതിയിരുന്നുള്ളൂ, പക്ഷേ ഇപ്പൊ അതിലെന്തോ കാര്യമുള്ളപോലെ തോന്നുന്നു." റെസ്റ്റോറന്റിലെ മരത്തടി കൊണ്ടുള്ള ഇരിപ്പിടത്തിലിരുന്ന് ഭക്ഷണം കഴിക്കുന്നതിനിടയിൽ ജോസ് പറഞ്ഞു.

"ഒരു വർഷം നിങ്ങളെ തമ്മിൽ അകറ്റിയത് അൻവറിന്റെ ബുദ്ധിയാണെന്നാണ് എനിക്ക് തോന്നുന്നത്." എല്ലാം കേട്ടപ്പോൾ രഘു അഭിപ്രായപ്പെട്ടു.

"അതുകൊണ്ട് അൻവറിന് എന്ത് ഗുണം? ഞാനും അവന്റെ സുഹൃത്തായിരുന്നില്ലേ?" രജനി ചോദിച്ചു.

"അതിൽ കാര്യമില്ല, അവനു നിന്നേക്കാൾ വലുത് ശ്രീ തന്നെയാ."

"ജോസ് പറഞ്ഞു വരുന്നതെന്താ?"

"രജനി.., എന്റെ നിഗമനമാണ്, ചിലപ്പോ തെറ്റാകാം, എന്നാലും എനിക്ക് തോന്നുന്നത് നാട്ടിൽ പോയി വന്ന ശ്രീ ഈ ബന്ധം ഒരു കാലത്തും വീട്ടിൽ അംഗീകരിക്കാൻ പോകുന്നില്ലെന്ന് മനസ്സിലാക്കിക്കാണും. അമ്മയെ വിഷമിപ്പിക്കാൻ അവന് കഴിയില്ല, ഈ കാര്യം നിന്നോട് പറയാൻ അന്ന് ധൈര്യവും ഉണ്ടാകില്ല. അന്നേരം ശ്രീയും

അൻവറും കൂടെ കണ്ടുപിടിച്ച ആശയമായിരിക്കും ഒരു വർഷത്തെ പിരിഞ്ഞുനിൽക്കൽ."

രജനി ഒന്നും മിണ്ടിയില്ല. ഏതാണ് ശരി, ഏതാണ് തെറ്റ് എന്നൊന്നും മനസ്സിലാകുന്നില്ല. എന്തായാലും അവനെ കാണണം, എന്താണ് സംഭവിച്ചതെന്ന് അറിയണം. സത്യമറിയാതെ ശ്രീയെ കുറ്റപ്പെടുത്താൻ തോന്നിയില്ല, ഒരു ദിവസംകൊണ്ട് ഇല്ലാതാകുന്ന ഒന്നായിരുന്നില്ല തങ്ങളുടെ ഇഷ്ടം!

ശ്രീയെ കണ്ടുപിടിക്കാൻ സഹായിക്കാൻ കൂട്ടുകാർ ഒരുക്കമാണ്. നാട്ടിൽ പോയി അന്വേഷിക്കേണ്ടി വരും. പക്ഷേ കൂടെ പോകാൻ, അളിയന്റെ പെട്ടെന്നുള്ള മരണം കഴിഞ്ഞു വന്നതേയുള്ളൂ എന്നതിനാൽ ജോസിന് ലീവ് കിട്ടില്ല. രഘുവിനും ലീവില്ല. സന്ദീപാണെങ്കിൽ ഗ്രോസറിയിലെ രണ്ടുവർഷത്തെ ബോണ്ട് കഴിഞ്ഞ് ഇറങ്ങി മറ്റൊരു ജോലിക്ക് കിണഞ്ഞ് ശ്രമിക്കുകയാണ്. എഞ്ചിനീയറിംഗ് മേഖലയിൽ ജോലി ലഭിക്കുന്നതിൽ രണ്ടു വർഷത്തെ പ്രൊഫഷണൽ ബ്രേക്ക് അവന് വിനയായിരിക്കുന്നു.

ഒടുവിൽ ഒറ്റയ്ക്ക് പോകാൻതന്നെ രജനി തീരുമാനിച്ചു. ലീവിന് അപേക്ഷിക്കണം. അതനുവദിച്ചു കിട്ടിയാലുടനെ നാട്ടിൽ പോകണം. ശ്രീയുടെ വീട്ടിൽ അന്വേഷിച്ചിട്ട് പ്രത്യേകിച്ച് കാര്യമില്ല. ഒരു വിവരവും അവർ തരില്ല. കാണുമ്പോൾതന്നെ മുഖം തിരിക്കാനാണ് സാധ്യത.

"അൻവറിനെ ബന്ധപ്പെടാൻ ശ്രമിക്കുന്നതാകും നല്ലത്, അവന്റെ നാട്ടിലെ അഡ്രസ് എന്റെ കയ്യിലുണ്ട്." ജോസ് പറഞ്ഞു.

രജനിയും അങ്ങനെയൊരു സാധ്യത ആലോചിക്കാതിരുന്നില്ല. അൻവറിന് അറിയാതിരിക്കില്ല. മാത്രമല്ല തങ്ങൾക്കിടയിൽ ഒരു വർഷത്തെ വിടവ് സൃഷ്ടിച്ചതും അവനാണ്. പക്ഷേ അവൻ വീട്ടിലുണ്ടാകുമോ എന്നതിന് യാതൊരു ഉറപ്പുമില്ല.

പുഴയിലകപ്പെട്ട മരത്തടിപോലെ ഏതു കര പറ്റണമെന്നറിയാതെ അവൾക്ക് ചുറ്റിലും അനിശ്ചിതത്വം കുത്തിയൊഴുകിക്കൊണ്ടിരുന്നു.

"അവിടെ പോയാൽ രണ്ടുണ്ട് കാര്യം... ശ്രീയുടെ വിവരങ്ങളറിയാം, ഉമ്മച്ചിയുടെ കയ്യിൽനിന്ന് ബിരിയാണി കഴിക്കേം ചെയ്യാം." രഘു പുഞ്ചിരിയിലൂടെ സന്ദർഭം ലഘൂകരിക്കാൻ ശ്രമിച്ചു.

റെസ്റ്റോറന്റിൽ നിന്ന് ഇറങ്ങി മരങ്ങൾക്കിടയിലൂടെ അൽപദൂരം അവർ ഒരുമിച്ചു നടന്നു. മരച്ചില്ലകളിൽ തണുത്ത കാറ്റ് പതിഞ്ഞു വീശുന്നുണ്ടായിരുന്നു. മുൻപ് സ്വപ്നത്തിൽ കണ്ട അതേ സ്ഥലം. അന്നേരം രണ്ടു വെള്ളക്കുതിരകളെ പൂട്ടിയ ഒരു വണ്ടി അവളെ കടന്നു പോകുകയും ചെയ്തു. വല്ലാത്ത യാദൃച്ഛികതയാണല്ലോ എന്ന്കൂട്ടുകാരോട് യാത്ര പറഞ്ഞു തിരിച്ചു പോരാനൊരുങ്ങവെ അവൾ ഓർത്തു.

നാട്ടിൽ ചെല്ലുന്ന വിവരം അമ്മയോട് മുൻകൂട്ടി പറയേണ്ടെന്ന് അവൾ നിശ്ചയിച്ചു. അമ്മയിൽ നിന്ന് ഉണ്ടാകാനിടയുള്ള ചോദ്യങ്ങൾക്ക് നൽകാൻ കൃത്യമായ ഒരു ഉത്തരം ഇപ്പോൾ തന്റെ കയ്യിലില്ല.

ഓരോന്ന് ആലോചിച്ച് അവൾ ട്രെയിനിൽ ഇരിക്കുകയാണ്. തിരക്ക് പിടിച്ച ഒരു സ്റ്റേഷനിൽ ട്രെയിൻ നിർത്തിയപ്പോൾ അവൾക്ക് പെട്ടെന്ന് ആ സ്ഥലം ഓർമ്മവന്നു. മാന്ദ്യകാലത്ത് തനിക്ക് ജോലി നിഷേധിച്ച കമ്പനി അധികം അകലെയല്ലാതെ കാണാം. അന്ന് ജപ്പാൻകാരനായ മാനേജർ പറഞ്ഞ വാചകം വർഷങ്ങൾക്കിപ്പുറം അവൾ ഓർത്തു. "ഒരിക്കൽ നീ അർഹിച്ച നിലയിലെത്തും. അന്ന് ഈ വഴിയിലൂടെ യാത്ര ചെയ്യുന്നുവെങ്കിൽ എന്നെ കാണാൻ വരിക, എന്തുകൊണ്ട് ഈ ജോലി നിനക്ക് തന്നില്ല എന്നതിന്റെ ഉത്തരം അന്ന് ബോധ്യപ്പെടും."

അവൾക്ക് ആ സ്റ്റേഷനിൽ ഇറങ്ങാൻ തോന്നി. അപ്പോഴേക്കും വണ്ടി മുന്നോട്ടു നീങ്ങിയിരുന്നു.

ആറ്

വളരെ കാലത്തിനു ശേഷമാണ് രജനി അവളുടെ ജന്മഗ്രാമമായ കരുപ്പാട്ടേക്ക് വരുന്നത്. മുൻപ് വന്നപ്പോഴെല്ലാം അമ്മയും കൂടപ്പിറപ്പുകളും മലബാറിലെ വാടക വീട്ടിലായിരുന്നു. കുറേയായി ശ്രമിക്കുന്നുണ്ടായിരുന്നെങ്കിലും ആയിടയ്ക്കാണ് ദേവകിക്ക് തിരിച്ചുനാട്ടിലേക്ക് സ്ഥലമാറ്റം സാധ്യമായത്. രാജി ഭർത്താവിനൊപ്പം മുംബൈയിലായിരുന്നതിനാൽ രജനി വന്നുകയറുമ്പോൾ കുട്ടനും ദേവകിയും മാത്രമേ വീട്ടിലുണ്ടായിരുന്നുള്ളൂ.

കേരളത്തിലെ സാമൂഹികജീവിതം ദളിതരെ കോളനികളിൽ തളച്ചപ്പോൾ, രജനിയുടെ അച്ഛന് പൈതൃകമായി ലഭിച്ച വീട് നിലകൊള്ളുന്നത് അച്ചൻകോവിലാറിന് തെക്കുമാറിയുള്ള കരുപ്പാട് ഗ്രാമത്തിലെ ഈ കുന്നിൽചെരുവിലാണ്. പ്രമാണി കുടുംബങ്ങൾ അയൽക്കാരായുള്ള പ്രദേശത്ത്, ഈ മൂന്ന് സെന്റ് സ്ഥലം രജനിയുടെ അച്ഛന് ലഭിച്ചതിന് പിന്നിൽ ഒരു ചരിത്രമുണ്ട്.

മുൻപ്, ജന്മിമാരുടെ വയലുകൾക്ക് കാവലായി പാടത്ത് മുളങ്കാലുകൾ നാട്ടി മാടം കെട്ടിയായിരുന്നു അടിയാളുകൾ പാർത്തിരുന്നത്. ദാസന്റെ മുത്തച്ഛൻ ചൂലനും അത്തരമൊരു മാടത്തിലാണ് ജനിച്ചത്. അന്നൊക്കെ തമ്പ്രാക്കന്മാരുടെ പറമ്പിലും പാടത്തും എല്ലുമുറിയെ പണിയെടുത്താലും വൈകീട്ട് കൂലിക്ക് ചെല്ലുമ്പോൾ നെൽപ്പത്തായത്തിന്റെ താക്കോൽ കാണുന്നില്ല, പണി വൃത്തിയായി ചെയ്തില്ല, ഇന്ന് നല്ല ദിവസമല്ല എന്നൊക്കെ ഓരോ കാരണമുണ്ടാക്കി മിക്കപ്പോഴും ഒന്നും നൽകാതെ തിരിച്ചയയ്ക്കും.

കഠിനാദ്ധ്വാനിയായിരുന്നു ചൂലൻ. സ്വന്തമായി ഒരു തുണ്ടു കൃഷിഭൂമി മറ്റു കീഴാളരെപ്പോലെ ചൂലന്റെയും സ്വപ്നമായിരുന്നു. അങ്ങനെയാണ് തരിശായി കിടന്നിരുന്ന കുന്നിൻചെരിവുൾപ്പെടുന്ന രണ്ടേക്കറോളം വരുന്ന സ്ഥലം നാലഞ്ചു വർഷത്തെ അശ്രാന്തപരിശ്രമത്തിലൂടെ ചൂലനും ഭാര്യ തേവിയും ചേർന്ന് തെളിച്ചെടുത്തത്. പുല്ലു മുളയ്ക്കാത്ത ഇടമായിരുന്ന സ്ഥലം കഠിനാദ്ധ്വാനം ചെയ്ത് തെളിച്ചു വിളവും പച്ചപ്പുമുള്ള ഭൂമിയാക്കി യപ്പോൾ ചൂലന്റെ ഉടമസ്ഥരായ ജന്മികുടുംബം ചന്ദ്രഹാസമിളക്കി വന്ന് അത് കയ്യടക്കുകയും ഈ വിവരം ഇതുവരെ അറിയിച്ചില്ലെന്നും പറഞ്ഞു കാര്യസ്ഥനെക്കൊണ്ട് ചൂലന്റെ മുഖത്തടിപ്പിക്കുകയും മേലിൽ അവിടെ കാലു കുത്തരുതെന്ന് ആജ്ഞാപിച്ച് ഇറക്കിവിടുകയും ചെയ്തു.

ചൂലനത് താങ്ങാവുന്നതിലും അധികമായിരുന്നു. അയാളുടെ അഞ്ചു വർഷത്തെ കഷ്ടപ്പാടും ജീവിതകാല സ്വപ്നവുമായിരുന്നു ഒരൊറ്റ നിമിഷം കൊണ്ട് അവർ തകർത്ത് കളഞ്ഞത്.

“ഏൻ ഓറെ കൊല്ലും തേവ്യേ...” മനസ്സിന്റെ സമനില നഷ്ടപ്പെട്ട ചൂലൻ പുലമ്പി.

“മേണ്ട... ഇത് നമ്പളെ തലേലെയുത്ത്.” തേവി ചൂലനെ അണച്ച് പിടിച്ചു കരഞ്ഞു.

എന്നാൽ ചൂലന്റെ വിഷമം നാൾക്കുനാൾ അധികരിച്ച് വന്നു. അത് അധികം കണ്ടു നിൽക്കാൻ തേവിക്ക് കഴിഞ്ഞില്ല. ജന്മി ക്രൂരതകൾ ക്കെതിരെ അങ്ങിങ്ങായി ചില രഹസ്യക്കൂട്ടായ്മകൾ രൂപംകൊണ്ടു വരുന്ന സമയമായിരുന്നു അത്. മറ്റാരും അറിയാതെ തേവി ആ കൂട്ടങ്ങളെ അന്വേ ഷിച്ചു നടന്നു.

ചൂലനും ഉടപ്പിറപ്പുകളും വിപ്ലവസംഘങ്ങളുടെ കൂടെക്കൂടി പതിയി രുന്ന് ആക്രമിക്കാനിടയുണ്ടെന്ന് വിവരം കിട്ടിയ ജന്മികുടുംബം ഭയപ്പാടി ലായി.

ഒടുവിൽ രോഷം തണുപ്പിക്കാനായി കുടിൽ നിൽക്കുന്ന മൂന്നുസെന്റ് സ്ഥലം മാത്രം ഒഴിയേണ്ടെന്ന സൗജന്യം ജന്മിമാർ ചൂലന് ചെയ്തു കൊടുത്തു. അത് തങ്ങളുടെ മഹാമനസ്കതയായി അവർ വളരെക്കാലം പറഞ്ഞു നടക്കുകയും ചെയ്തു. എന്നാൽ ബാക്കി സ്ഥലത്ത് പ്രവേശി ക്കാൻ പോലും ചൂലനെ അവർ അനുവദിച്ചില്ല.

പിന്നീട് തരിശുഭൂമികൾ കൈവശം വെച്ചിരുന്നവർക്ക് അതെല്ലാം രജിസ്റ്റർ ചെയ്തു കൊടുക്കപ്പെട്ടപ്പോൾ ഈ മൂന്നുസെന്റ് മാത്രമാണ് ചൂലന് നിയമാനുസൃതമായി ലഭിച്ചത്. ചൂലനും തേവിയും ചോര നീരാക്കി ഉപയോഗയോഗ്യമാക്കിയ ബാക്കി സ്ഥലം മുഴുവൻ ജന്മിമാർ അവരുടെ സിൽബന്ധികളായ ഉയർന്ന ജാതിക്കാരുടെ പേരിൽ ഇഷ്ടദാനമെഴുതി രജിസ്റ്റർ ചെയ്യിച്ചു.

പറമ്പ് പിന്നെയും കൈമാറ്റം ചെയ്യപ്പെട്ടപ്പോഴെല്ലാം പുതിയ ഉടമസ്ഥർ ചൂലനെയും തേവിയെയും ഭീഷണിപ്പെടുത്തിയും പ്രലോഭിപ്പിച്ചും അവിടെ നിന്ന് ഓടിച്ചുവിടാൻ നോക്കി. അതിനെയെല്ലാം അതിജീവിച്ചു അവർ ആ മൂന്നുസെന്റിൽ പിടിച്ചുനിന്നു.

ആ പ്രദേശത്തെ ഏക ദളിത് കുടുംബമായിരുന്നു അവരുടേതെന്ന തായിരുന്നു എതിർപ്പിന് പ്രധാന കാരണം. ചൂലനും തേവിക്കും മൂന്നു മക്കളുണ്ടായതിൽ ഒരാൺകുട്ടി ഒഴികെ ബാക്കി രണ്ടുപേരും ദീനം വന്നു മരണപ്പെട്ടപ്പോൾ സ്ഥലത്തിന്റെ ശാപമാണെന്ന് പറഞ്ഞ് കോളനിയിലേക്ക് മാറി താമസിക്കാൻ അവരെല്ലാം വീണ്ടും ആവശ്യപ്പെട്ടു. അധികാരിയുടെ ആളും ചൂലനും തേവിയും പണി ചെയ്തിരുന്ന വയലിലെ കാണക്കാരനും വരെ വന്നു മാറിപ്പോകാൻ അവരെ നിർബന്ധിച്ചു.

“തേവ്യേ... നമ്മക്ക് എടേം പോണ്ടട്ടോ”

“എങ്കട്ടും പോണ്ട... ഓര്ന്ന് ബേണേലും ച്ചെയട്ടെ.” തേവി സമാധാനി പ്പിച്ചു.

“തേവ്യേ...”

“ഉം...”

“എനക്കാ പറമ്പ് കണ്ടു മരിക്കണം.”

രാത്രിയാമങ്ങളിൽ പറമ്പിൽ മാങ്ങയോ ചക്കയോ വീഴുമ്പോൾ ചൂലൻ സൂക്ഷ്മമായി കാതോർക്കും. ആ ശബ്ദമങ്ങനെ കുടിലിന്റെ ചുവരുകളിൽ തട്ടി ചൂലന്റെ ചെവികളിൽ കുറേനേരം പ്രതിധ്വനിക്കും. അന്നേരം അയാ ളുടെ കവിളിലൂടെ അറിയാതെ ഒലിച്ചിറങ്ങുന്ന ചുടുനീർ കാണവേ തന്റെ ചുണ്ടുകളാൽ തേവിയത് ഒപ്പിയെടുക്കും. ചൂലന്റെ വേദനയുടെ ആഴം മനസ്സിലാക്കി ഭർത്താവിനെ തേവി കൂടുതൽ ശ്രദ്ധിച്ചു പോന്നു.

അവരുടെ ഏകമകൻ തേവിയുടെ വീട്ടിൽ വിരുന്നുപോയ ഒരു ദിവസം, തന്റെ കരവലയത്തിൽനിന്ന് ചൂലൻ ഇറങ്ങിപ്പോകുന്നതായി അർദ്ധമയക്ക ത്തിൽ തേവിക്ക് അനുഭവപ്പെട്ടു. സ്വപ്നമാണെന്ന് കരുതി തേവി അന്നേരം ഉണർന്നില്ല. അന്ന് രാത്രി ആ കുന്നിൻചെരുവിൽ നിന്ന് ചൂലന്റെ അട്ട ഹാസം ഗ്രാമത്തിലൊന്നാകെ മാറ്റൊലി കൊണ്ടു. പിറ്റേന്ന് രാവിലെ ഉറക്ക മുണർന്ന തേവി കണ്ടത് സമീപത്തെ പറമ്പിലേക്ക് തുറന്ന കണ്ണുകളു മായി വേലിക്കരികിൽ മരിച്ചു കിടക്കുന്ന ചൂലനെയാണ്.

രാത്രി അത്താഴം കഴിക്കവേ ദേവകി രജനിയോട് ശ്രീയുടെ കാര്യം തിരക്കി. “ഞാൻ വന്നല്ലേ ഉള്ളൂ അമ്മേ, പിന്നെ സംസാരിക്കാം”എന്ന് പറഞ്ഞു രജനി ഒഴിഞ്ഞു മാറി. അവൾക്കും ശ്രീക്കുമിടയിൽ കാര്യമാ യെന്തോ സംഭവിച്ചിട്ടുണ്ടെന്ന് ദേവകിക്ക് തോന്നി. എന്താണ് സംഭവിച്ച തെന്ന് അവൾ തന്നെ പറയട്ടെ.

ഏഴ്

കാലത്ത് എണീറ്റ് രജനി മുറ്റത്തേക്കിറങ്ങി നടന്നു. അച്ഛൻ പണിക്കു പോകാൻ ഇതുപോലെ പുലർകാലത്ത് എഴുന്നേൽക്കുമായിരുന്നെന്ന് അവൾ ഓർത്തു. തണുപ്പു കാലമാകുമ്പോൾ കരിയിലകൾ അടിച്ചുകൂട്ടി തങ്ങൾ തീ കായുമായിരുന്നു.

മുത്തശ്ശനും മുത്തശ്ശിയും അരവയർ മുറുക്കിയുടുത്ത് ഉപയോഗയോഗ്യമാക്കിയതും പിന്നീട് തങ്ങൾക്കു കാലുകുത്താൻ അനുവാദമില്ലാതായതുമായ പറമ്പിലെ, മുറ്റത്തേക്ക് തൂങ്ങിനിൽക്കുന്ന മാവിൻകൊമ്പിൽ നിന്ന്, പല്ലുതേക്കാനായി തളിരില പൊട്ടിച്ചെടുക്കുമ്പോൾ മുത്തച്ഛന്റെ വിയർപ്പാണിതെന്ന് പറഞ്ഞ് ദാസൻ വികാരനിർഭരനാകുന്നത് രജനി കണ്ടിട്ടുണ്ട്.

തേവി ദാസനെ മതിയാവോളം താലോലിച്ചു നടന്നിട്ടുണ്ട്. മുത്തശ്ശി പറഞ്ഞ കഥകളിലൂടെയായിരുന്നു ദാസന്റെ ലോകം വളർന്നതും പന്തലിച്ചതും. ദാസന്റെ അച്ഛൻ ഗ്രാമത്തിലുള്ളവരുടെ പരിഹാസവും കയ്യേറ്റവും നിശ്ശബ്ദം സഹിച്ചാണ് ജീവിച്ചിരുന്നതെങ്കിൽ വലുതാകുമ്പോൾ ആരുടേയും മുന്നിൽ തലകുനിക്കരുതെന്ന ദാസന്റെ തീരുമാനത്തിനു പിന്നിൽ മുത്തശ്ശി പറഞ്ഞു കൊടുത്ത കഥകളായിരുന്നു.

തങ്ങൾക്ക് ഒരു പെൺകുഞ്ഞ് ജനിക്കണമെന്നും അവളെ രാജകുമാരിയെപ്പോലെ വാഴിക്കണമെന്നും ചൂലൻ തേവിയോടു ആഗ്രഹം പറയാറുണ്ടായിരുന്നത്രേ. എന്നാൽ രണ്ടു തലമുറയിലും ആൺകുട്ടികൾ മാത്രമാണുണ്ടായത്. തേവിയിൽനിന്ന് ആ ആഗ്രഹം കേട്ടറിഞ്ഞിരുന്നതിനാലാവാം തങ്ങൾക്കൊരു പെൺകുഞ്ഞു ജനിച്ചപ്പോൾ ദാസൻ അതിരറ്റു സന്തോഷിച്ചത്. തമ്പ്രാക്കളുടെ വീട്ടിൽ മാത്രമല്ല തങ്ങളുടെ ചെറ്റക്കുടിലുകളിലും രാജകുമാരിമാരുണ്ടാകുമെന്നും അവരീ നാടും നഗരവും കീഴടക്കുമെന്നും അവരുടെ കഥകൾക്കും ലോകത്തിനു ചെവി കൊടുക്കേണ്ടി വരുമെന്നും ദാസൻ ഉറപ്പായും വിശ്വസിച്ചിരുന്നു.

അങ്ങനെ ചൂലൻ-തേവി പരമ്പരയിലെ ആദ്യ പെൺകുഞ്ഞായാണ് രജനി ജനിച്ചത്. എന്നാൽ ആ രാജകുമാരി വളരുന്നത് കാണാൻ ദാസന് ഭാഗ്യമുണ്ടായില്ല. അതിനു മുൻപേ പൂർത്തിയാകാത്ത സ്വപ്നങ്ങളുമായി വീടിനു മുന്നിലെ ശവക്കുഴിയിൽ ദാസൻ അടക്കം ചെയ്യപ്പെട്ടു.

ചാരുപടിയിൽ ഇരിക്കവേ അച്ഛനെക്കുറിച്ചുള്ള നിരവധി ഓർമ്മകൾ രജനിയുടെ മനസ്സിലൂടെ കടന്നു പോയി. തന്നെ പഠിപ്പിച്ചു വലിയ നിലയിലെത്തിക്കണമെന്ന് അച്ഛൻ എപ്പോഴും അമ്മയോട് പറയുമായിരുന്നത്രെ. രാജകുമാരീന്നായിരുന്നു അച്ഛൻ തന്നെ ഇടയ്ക്ക് വിളിക്കാറ്.

അതോർത്തപ്പോൾ അവളുടെ കണ്ണുകൾ നിറഞ്ഞൊഴുകി.

"അച്ഛാ... അച്ഛന്റെ മോൾ കടലു കടന്നു പോയി, അച്ഛൻ ആഗ്രഹിച്ച

പോലെ പഠിച്ചു ജോലി സമ്പാദിച്ചിരിക്കുന്നു." കുഴിമാടത്തിലേക്ക് നോക്കി അവൾ ഗദ്ഗദത്തോടെ പറഞ്ഞു,

"രജനീ... നിന്നെ അന്വേഷിച്ച് ഒരു കുട്ടി വന്നിരിക്കുന്നു." മുറ്റത്ത് നിന്ന് ദേവകി അവളെ വിളിച്ചു പറഞ്ഞു.

"ആരാ തന്നെ തിരക്കി വരാൻ?" രജനി കണ്ണു തുടച്ച് ഓർമ്മകളിൽ നിന്ന് മടങ്ങി. ചാരുപടിയിൽനിന്ന് എണീറ്റു നോക്കി. നാട്ടിൽ അവൾക്കു കൂട്ടുകാരില്ല.

വേലിക്കരികിൽ നിൽക്കുകയാണ് ഒരു കൗമാരക്കാരി.

അമ്മ അടുത്ത് വന്നു പറഞ്ഞപ്പോഴാണ് രജനിക്ക് മനസ്സിലായത്. സമീപത്തെ ഒരു വീട്ടിലെ കുട്ടിയാണ്. നല്ല പോലെ പഠിക്കുമത്രേ. അവൾ സിംഗപ്പൂരിൽ മെക്കാട്രോണിക്സ് കോഴ്സിന് ചേരാൻ അപേക്ഷ കൊടുത്തിട്ടുണ്ട്. എൻട്രൻസ് എക്സാമിനു സഹായകമാകുന്ന പുസ്തകങ്ങൾ രജനിയുടെ കയ്യിലുണ്ടോ എന്നറിയാൻ വന്നതാണ്.

കുട്ടി വേലിക്കരികിൽ തന്നെ നിൽക്കുകയാണ്.

"ഇങ്ങോട്ട് വരാൻ പറയൂ അമ്മേ..."

"മോളെ... അവൾക്ക് ഇങ്ങോട്ടു വരാൻ മടികാണും. നീയൊന്ന് അങ്ങോട്ട് ചെല്ല്." അമ്മ രജനിയോട് ശബ്ദം താഴ്ത്തി പറഞ്ഞു.

അച്ഛന്റെ കുഴിമാടം ചാടി കടക്കാനുള്ള മടിയാണോ? അതോ ഒരു പുലയവീട്ടിലേക്കു വരാനുള്ള ബുദ്ധിമുട്ടോ? എന്താണ് ആ കുട്ടിയുടെ പ്രശ്നമെന്ന് രജനിക്ക് മനസ്സിലായില്ല.

"എന്നെ കാണേണ്ടവർക്ക് ഇവിടെവരാം, അല്ലേൽ പോകാം." രജനി ആ കുട്ടിയോട് വിളിച്ചു പറഞ്ഞു.

ഒന്ന് സംശയിച്ചശേഷം മടിച്ചുമടിച്ച് അവൾ വീട്ടിലേക്കു വന്നു. രജനി ഒരു കസേരയിട്ടു കൊടുത്ത് ഇരിക്കാൻ പറഞ്ഞു. അവളിരുന്നില്ല.

"പേരെന്താ...?" രജനി ചോദിച്ചു.

"രാധിക മേനോൻ."

"രാധികയ്ക്ക് പ്ലസ്ടൂന് എത്ര മാർക്കുണ്ട്?"

"89"

"പൗരസമിതിയുടെ സ്വീകരണമൊക്കെ ഉണ്ടായിരുന്നു കുട്ടിക്ക്, അല്ലേ മോളെ?" ദേവകി വാത്സല്യത്തോടെ പറഞ്ഞു. രാധിക അതേ എന്ന് തലയാട്ടി. അമ്മ ചായയെടുക്കാൻ പോയപ്പോൾ രജനി രാധികയോട് ചോദിച്ചു.

"സിംഗപ്പൂരിൽ പോകാൻ തോന്നാൻ കാരണമെന്താ? ഏതാ യൂണിവേഴ്സിറ്റി."

"നന്യാങ്, ഇന്ത്യൻ വിദ്യാർത്ഥികൾക്ക് സിംഗപ്പൂരിൽ പഠിക്കാൻ അവസരംന്ന് പത്രത്തിൽ ഉണ്ടാർന്നു, അവരുടെ സൈറ്റിൽ നോക്കിയപ്പോൾ

മെക്കാട്രോണിക്സ് കോഴ്സ് കണ്ടു. രജനി ഇതാ പഠിച്ചതെന്ന് ആരോ പറഞ്ഞു."

രജനി ചിരിച്ചു. "ആര് പറഞ്ഞു... എനിക്ക് പൗരസമിതി സ്വീകരണ മൊന്നും കിട്ടിയിട്ടില്ലല്ലോ..."

വോൾസാന യൂണിവേഴ്സിറ്റിയിലേക്ക് പ്രവേശനം നേടിയിട്ടും ഗ്രാമത്തിലത് യാതൊരു ചലനവുമുണ്ടാക്കിയിരുന്നില്ലെന്ന് രജനി ഓർത്തു. രാജിയുടെ കല്യാണം വിളിക്കാൻ അമ്മയും രാജിയും അയൽവീടുകളിൽ ചെന്നപ്പോൾ, ഇവൾക്ക് ഒരു ജ്യേഷ്ഠത്തി ഉണ്ടായിരുന്നില്ലേന്ന് ചിലർ ചോദിച്ചുവത്രേ. ഇപ്പൊ ഓസ്ട്രേലിയയിൽ എൻജിനീയറാണെന്ന് പറഞ്ഞപ്പോൾ അവരുടെ മുഖത്തൊന്നും തെളിച്ചമില്ലായിരുന്നു. പലർക്കുമത് വിശ്വാസം തന്നെയായില്ലെന്ന്.

എൻട്രൻസ് പരീക്ഷയ്ക്ക് ശ്രദ്ധിക്കേണ്ട ചില കാര്യങ്ങളെക്കുറിച്ചു രാധികയ്ക്ക് പറഞ്ഞുകൊടുത്ത് തന്റെ കയ്യിലുണ്ടായിരുന്ന സയൻസ് ജേർണലുകളും രജനി കൈമാറി.

"സയൻസിലെ അപ്ഡേറ്റ്സും യോഗ്യതാപരീക്ഷയിൽ പ്രധാനമാണ്." രജനി പറഞ്ഞു.

ദേവകി നൽകിയ ചായ കുടിക്കാൻ മടിച്ചു. കൂടെ വെച്ച പലഹാരങ്ങളിലും തൊടാതെ ഒരു പഴം മാത്രം കയ്യിലെടുത്ത് രാധിക അവിടെ നിന്നിറങ്ങി. എത്ര നിർബന്ധിച്ചിട്ടും അവൾ ചായ കുടിച്ചില്ല.

രാധികയുടെ നോട്ടുപുസ്തകത്തിൽ സ്വന്തം പേര് എഴുതിയിരിക്കുന്നത് ജാതിവാൽ ചേർത്താണെന്നു രജനി ശ്രദ്ധിച്ചിരുന്നു. ജാതീയത പുതിയ തലമുറയിലേക്ക് മറ്റൊരു രൂപത്തിൽ തിരിച്ചുവരികയാണ്. അരമണിക്കൂർനേരം തന്റെ വീട്ടിൽ ചെലവഴിക്കേണ്ടി വന്ന രാധികയുടെ ശരീരഭാഷയിൽനിന്ന് രജനിക്കത് ബോധ്യപ്പെട്ടിരുന്നു.

എട്ട്

ഉച്ചഭക്ഷണം കഴിഞ്ഞ് ഒന്നും ചെയ്യാനില്ലാതിരിക്കുമ്പോഴാണ് ദേവകി ആ പോസ്റ്റ്കാർഡ് എടുത്തു കൊടുത്തത്. രജനിയത് കൗതുകത്തോടെ വാങ്ങി വായിച്ചു. അവൾ പഠിച്ച കൊയിലാണ്ടി ഗവ. ഹൈസ്കൂളിൽ പൂർവ്വവിദ്യാർത്ഥി സംഗമം. തിയ്യതി നോക്കി. ഭാഗ്യം! കഴിഞ്ഞിട്ടില്ല. വരുന്ന ശനിയാഴ്ചയാണ്.

"ഇതെങ്ങനെ ഇവിടെയെത്തി?" രജനി അമ്മയോട് ചോദിച്ചു.

"സ്കൂളിൽ നിന്ന് നമ്മുടെ പഴയ അഡ്രസ്സിൽ അയച്ചതാ, മാറി പോരുന്ന വിവരം പോസ്റ്റോഫീസിൽ പറഞ്ഞിരുന്നതിനാൽ അവരവിടെ നിന്ന് ഇങ്ങോട്ടയച്ചു."

"അല്ലേലും പോസ്റ്റൽ ഡിപ്പാർട്ട്മെന്റ് ദേവകീടെ സ്വന്തം അല്ലേ?" അവൾ അമ്മയുടെ മൂക്കിൽ പിടിച്ചു പറഞ്ഞു. ദേവകി ചിരിച്ചു.

കൊയിലാണ്ടിവരെ യാത്ര ചെയ്യണം. എന്തായാലും വേണ്ടില്ല. എല്ലാവരെയും ഒന്ന് കാണാമല്ലോ. അവിടെ നിന്നും കണ്ണൂരിലേക്ക് അധികം ദൂരമില്ലാത്തതിനാൽ അൻവറിന്റെ വീട്ടിൽ പോകാൻ ഇതിലും നല്ലൊരവസരം ഇനി കിട്ടിയെന്നും വരില്ല. വെറുതെ കണ്ണൂർവരെ പോകുന്നു എന്ന് പറഞ്ഞാൽ അമ്മ ചിലപ്പോൾ സമ്മതിക്കില്ല. ഇതിപ്പോൾ തക്കതായ ഒരു കാരണമായി. പൂർവ്വവിദ്യാർത്ഥി സംഗമത്തിന് പോകുന്നുവെന്ന് പറഞ്ഞപ്പോൾ അനിയനെ കൂടെ കൂട്ടാൻ പറഞ്ഞുവെന്നല്ലാതെ ദേവകി എതിർപ്പൊന്നും പ്രകടിപ്പിച്ചില്ല.

രജനി ഒന്ന് യാത്രചെയ്ത് വരട്ടെ, എന്തോ ദുഃഖം അവളെ അലട്ടുന്നുണ്ട്. ദേവകി ഓർത്തു. "ഷാ തങ്ങളുടെ ഉമ്മ സുഖമില്ലാതെ കിടപ്പിലാണ്. അവരെയും ഒന്ന് പോയി കാണുന്നത് നല്ലതാണ്."

കുട്ടനോട് പഴയ അയൽവാസികളെയും കൂട്ടുകാരെയും കാണാൻ പോരുന്നോന്ന് രജനി തിരക്കി. അവന് താത്പര്യമായി.

ശനിയാഴ്ച പുലർച്ചെ അവളും കുട്ടനും ആലപ്പുഴനിന്ന് ട്രെയിൻ കയറി. മുൻപും ഇതുപോലെ മാംഗ്ലൂർ എക്സ്പ്രസ്സിലായിരുന്നു അവർ പോയിരുന്നത്. അമ്മയുടെ കൂടെ ആദ്യമായി മലബാറിലേക്ക് പോയതും രജനി ഓർത്തു. കുട്ടന് ട്രെയിൻ യാത്ര ആദ്യമേ ഇഷ്ടമായതിനാൽ, ജനാലയ്ക്ക് അരികിൽ ഇരിക്കാൻ ആരോ അവന് സ്ഥലം കൊടുത്തതോടെ പുറംകാഴ്ചകൾ ശരിക്കും ആസ്വദിക്കുന്നുണ്ടായിരുന്നു.

കൊയിലാണ്ടി സ്റ്റേഷനിൽ ട്രെയിനിറങ്ങി അനിയനെ ഷാ തങ്ങളുടെ വീട്ടിലാക്കി പന്ത്രണ്ടു മണിയോടെ അവൾ സ്കൂളിലെത്തി. ഗേറ്റ് കടന്നപ്പോൾതന്നെ ചോറ്റുപാത്രങ്ങൾ കൂട്ടിമുട്ടുന്നതിന്റെയും അസംബ്ലിയിൽ വരിയായി നിൽക്കുന്നതിന്റെയും ടീച്ചർ ചോക്കെടുത്തു വരാൻ പറയുമ്പോൾ കൽപ്പടവുകളിലൂടെ ഓടുന്നതിന്റെയും ഓർമ്മകൾ അവളിലേക്ക് ഇരച്ചെത്തി. ആധുനിക രീതിയിലുള്ള ക്ലാസ് മുറികളുമൊക്കെയായി മറ്റു സർക്കാർ സ്കൂളുകളെപ്പോലെ തന്റെ വിദ്യാലയവും ഒരുപാട് മാറിയിരിക്കുന്നതായി അവൾ കണ്ടു.

ക്ലാസിലെ പകുതിയോളം പേർ വന്നിട്ടുണ്ട്. കുറച്ചു പേരെ ആദ്യദൃഷ്ടിയിൽതന്നെ മനസ്സിലായി, ചിലരെ മനസ്സിലാവാൻ സംസാരിക്കേണ്ടിവന്നു. രഹാനയെ കൂട്ടത്തിൽ എവിടെയും കണ്ടില്ല. പിറകിലൂടെ വന്ന് ആശ്ലേഷിച്ചപ്പോഴാണ് അനുപമയെ മനസ്സിലായത്. നല്ലപോലെ തടിച്ചിട്ടുണ്ട്, കണ്ണടയും വെച്ചിരിക്കുന്നു.

പണ്ട് പശ്ചിമഘട്ടത്തേക്കുള്ള യാത്രയിൽ അധ്യാപകരറിയാതെ രജനിക്കൊപ്പം കാട്ടിലേക്കിറങ്ങി നടന്നത് മറക്കാനാവാത്ത അനുഭവമായി സംസാരിക്കാൻ വിളിച്ചപ്പോൾ അനുപമ പറഞ്ഞു.

ആ യാത്രയ്ക്ക് ശേഷം ജീവികളോടു ഒരു പ്രത്യേക ഇഷ്ടമുണ്ടായി വന്നുവെന്നും കോരിച്ചൊരിയുന്ന മഴയത്ത് തണുത്തു വിറച്ചു വീടിന്റെ ഇറയത്ത് പെട്ട ഒരു അണ്ണാൻകുഞ്ഞിന് അച്ഛനുമമ്മയും കാണാതെ തന്റെ മേശവലിപ്പിൽ ചകിരിയും തുണിയും ചേർത്ത് വെച്ചു കൂടുണ്ടാക്കി കൊടുത്തത് അതേ തുടർന്നായിരുന്നെന്നും അവൾ പറഞ്ഞു.

കുറ്റിത്താടിയുള്ള സുമുഖനായ ഒരു ചെറുപ്പക്കാരൻ സംസാരിക്കാൻ എണീറ്റ് നിന്നപ്പോൾ രജനിക്ക് ആദ്യം ആളെ മനസ്സിലായില്ല. പേര് പറഞ്ഞപ്പോഴാണ് ഓർമ്മ വന്നത്. തന്റെ ഓട്ടോഗ്രാഫിൽ കണ്ണുകളെക്കുറിച്ച് എഴുതിയവൻ. അവൾക്ക് ചിരിയടക്കാൻ കഴിഞ്ഞില്ല. ആ മെല്ലിച്ച പയ്യനാണോ ഇത്?

സുനിൽ ഇപ്പോൾ മെഡിക്കൽ പി.ജി കഴിഞ്ഞിരിക്കുന്നു. "അപ്പൊ ഇവൻ മാത്തമാറ്റിക്സൊക്കെ വിട്ടോ?" രജനി ചിന്തിച്ചത് അതാണ്.

ഭക്ഷണശേഷം വരാന്തയിലും സ്കൂൾ കോമ്പൗണ്ടിലുമായി പഴയ ഓർമ്മകളിലേക്ക് അവർ ഇറങ്ങി നടന്നു. ഗാലറി കെട്ടാനായി ഗ്രൗണ്ടിലെ ഇരുവശങ്ങളിലെയും തണൽ മരങ്ങൾ അപ്പാടെ മുറിച്ചുനീക്കിയതായി അവർ കണ്ടു. ആ നെല്ലിമരത്തണലിലും വാകമരച്ചോട്ടിലും വെച്ചായിരുന്നു അവരുടെ സൗഹൃദങ്ങൾ പൂത്തുലഞ്ഞിരുന്നത്.

ഉച്ചയ്ക്കുശേഷം ജനറൽ മീറ്റിംഗാണ്. പൂർവ്വവിദ്യാർത്ഥികൾക്ക് സ്കൂളിനുവേണ്ടി എന്തൊക്കെ ചെയ്യാൻ കഴിയുമെന്നതാണ് പ്രധാന അജണ്ട. വേറെ ഒരു സ്ഥലത്ത് പോവാനുള്ളതുകൊണ്ട് അതിനിരിക്കുന്നില്ലെന്ന് അനുപമയോട് ചെവിയിൽ പറഞ്ഞു രജനി പുറത്തിറങ്ങി.

"എന്നെ ഓർമ്മയുണ്ടോ?" മുന്നിൽ സുനിൽ. അവൻ മീറ്റിംഗ് ഹാളിൽ കയറാതെ പുറത്തു നിൽക്കുകയായിരുന്നു.

"പിന്നില്ലാതെ?" രജനി ചിരിച്ചു.

"രജനീ... മീറ്റിങ്ങിന് ഇരിക്കുന്നില്ലേ?"

"ഇല്ല... എനിക്ക് പെട്ടെന്ന് പോണം."

"ഒരു അഞ്ചു മിനുറ്റ് ഉണ്ടാവോ? നമുക്കൊരല്പം നടന്നാലോ?"

"ഉം..."

"സുനിലിന് എന്നെ പെട്ടെന്ന് മനസ്സിലായി അല്ലേ? എനിക്ക് മാറ്റമൊന്നും ഇല്ലേ?" നടക്കുന്നതിനിടിയിൽ അവൾ ചോദിച്ചു.

"നീ കുറെക്കൂടെ സുന്ദരിയായപോലെ..."

"ഓ...ഹോ"

"പിന്നെ രജനിയെ അങ്ങനെ മറക്കാൻ പറ്റ്വോ..."

"നീ എന്റെ ഓട്ടോഗ്രാഫിൽ എഴുതിയത് ഓർമ്മയുണ്ടോ?" സുനിൽ അതോർത്തു ചിരിക്കുമെന്ന് കരുതി ഒരു മന്ദസ്മിതത്തോടെയാണ് അവളത് ചോദിച്ചത്. എന്നാൽ അവൻ പൊടുന്നനെ നിശ്ശബ്ദനായി.

“എന്തേ? വെഷമമായോ? ഞാൻ തമാശയ്ക്ക് പറഞ്ഞതാ...”

“ഇറ്റ്സ് ഓക്കേ”

നടന്നുനടന്ന് സ്കൂൾ കവാടത്തിന് മുന്നിലെ ആൽമരത്തിന് അടുത്തെത്തിയിരുന്നു. രജനി നടത്തം മതിയാക്കി മരത്തണലിലേക്ക് കയറി നിന്നു. പഴയതൊന്നും ചോദിക്കേണ്ടിയിരുന്നില്ലെന്ന് അവൾക്ക് തോന്നി.

“ഇതുപോലെ നിന്നെ ഒറ്റയ്ക്ക് സംസാരിക്കാൻ കിട്ടണേന്ന് ഞാൻ ആഗ്രഹിച്ചിരുന്നു.” ഒടുവിൽ സുനിൽ തന്നെ മൗനം ഭഞ്ജിച്ചു.

“സ്കൂൾ കാലത്താണോ?” അവൾ വിസ്മയപ്പെട്ടു.

“സ്കൂൾ കാലത്തും പിന്നെയും.”

“സുനിൽ എന്താണ് പറഞ്ഞുവരുന്നത്?” അവൾക്ക് ഒന്നും മനസ്സിലായില്ല.

“കണക്കു ചെയ്യാൻ നമ്മൾ മത്സരിച്ചിരുന്നത് ഓർമ്മയുണ്ടോ? കഴിഞ്ഞോന്നറിയാൻ നീ എന്നെ തിരിഞ്ഞുനോക്കും, നമ്മുടെ കണ്ണുകൾ കൂട്ടിമുട്ടും.”

സുനിൽ ഒന്ന് നിർത്തി അവളെ നോക്കി, പിന്നെ തുടർന്നു. “രജനി ചിരിക്കില്ലെങ്കിൽ ഒരു കാര്യം കൂടെ പറയാം... അന്നൊക്കെ ഞാൻ എന്നും രജനിക്ക് കത്തുകൾ എഴുതുമായിരുന്നു. എന്നാൽ കൈമാറാൻ ധൈര്യം കിട്ടിയില്ല അന്നത്തെ സ്കൂൾ സാഹചര്യം അങ്ങനെയായിരുന്നല്ലോ. വിദ്യാർത്ഥികൾ മാത്രമല്ല അധ്യാപകരും സദാചാരപൊലീസായിരുന്ന കാലഘട്ടം.”

ശരിയാണ്. അന്നൊക്കെ ഒരു ആൺകുട്ടിയും പെൺകുട്ടിയും തമ്മിൽ തനിച്ചു സംസാരിച്ചാലോ, എന്തേലും സമ്മാനം കൈമാറിയാലോ ഉടനെ പേരു വീഴും. പ്രണയലേഖനം പിടിച്ചെടുക്കാനായി അധ്യാപകർ തന്നെ വന്ന് ബാഗ് പരതും. ഇപ്പോൾ ആലോചിക്കുമ്പോൾ തമാശ തോന്നുന്നു.

“സുനിൽ എന്നെയൊന്ന് ഡ്രോപ്പ് ചെയ്യുമോ?”

“അതിനെന്താ, എങ്ങോട്ടാ പോകേണ്ടത്?”

“ഞങ്ങടെ പഴയ വീട് നിന്ന സ്ഥലത്തേക്ക്. അനിയനെ അവിടെ ഒരു വീട്ടിൽ നിർത്തി പോന്നതാ.”

കാറിന്റെ ഡോർ തുറന്നു സുനിൽ അവളോട് കയറാൻ പറഞ്ഞു.

പോകുന്ന വഴി അമ്പലത്തിനടുത്തെത്തിയപ്പോൾ കാറിന്റെ വേഗത ഒരല്പം കുറച്ചു.

“രജനി, നീയാ സ്ഥലം കണ്ടോ. അന്നവിടെ വലിയൊരു ചെടിക്കൂട്ടമുണ്ടായിരുന്നു.” പുറത്തെ കുറ്റിച്ചെടി ചൂണ്ടി സുനിൽ പറഞ്ഞു.

അത് വഴിയായിരുന്നു അന്ന് സ്കൂളിൽ പോയിരുന്നത് എന്നതിനാൽ അവൾക്കും ചെറിയ ഓർമ്മയുണ്ട്.

സുനിൽ തുടരുകയാണ്. “ദിവസവും നിനക്കുള്ള എഴുത്തു ബാഗിൽ ഒളിപ്പിച്ചു കൊണ്ടുവരും. തരാൻ കഴിയാതെ, സ്കൂൾ കഴിഞ്ഞു തിരിച്ചു

പോകുമ്പോൾ ഈ ചെടിക്കൂട്ടത്തിലേക്ക് വലിച്ചെറിയും. പിറ്റേന്ന് വീണ്ടു മെഴുതും. പേപ്പർ വീണു വളമായി ചെടികൾ വളർന്നുവെന്നല്ലാതെ എന്റെ പ്രണയമരം പൂക്കുകയോ തളിർക്കുകയോ ചെയ്തില്ല."

കൗമാരക്കാരിയുടെ ഗൃഹാതുരത അവളെയും ഒരു നിമിഷം ചൂഴ്ന്നു. രണ്ടു വർഷത്തോളം ഇവൻ തനിക്ക് കത്തെഴുതിയെന്നോ?! ഒട്ടും അറിഞ്ഞില്ല.

നന്നായി പഠിക്കുന്ന, സ്കൂൾ അസംബ്ലിയിൽ ഉറച്ച ശബ്ദത്തിൽ പ്രതിജ്ഞ ചൊല്ലി തരുന്ന ലീഡർ. അങ്ങനെയൊരു മമതയുണ്ടായിരുന്നു ഇവനോട്. അതിലപ്പുറം പ്രണയമായി വളരാൻ തങ്ങൾക്കിടയിൽ യാതൊരു വിധ കൊടുക്കൽ വാങ്ങലുകളുമില്ലായിരുന്നു. ഒരുപക്ഷേ ആ കത്തുകൾ കിട്ടിയിരുന്നെങ്കിൽ താനവനെ ഇഷ്ടപ്പെടുമായിരുന്നില്ലേ? അറിയില്ല.

അവർ പിന്നെയും സംസാരിച്ചു. അവളുടെ ജോലിയെക്കുറിച്ചും വിവാഹത്തെക്കുറിച്ചും അവൻ തിരക്കി. ഒരാളെ തിരഞ്ഞുള്ള യാത്രയി ലാണ് യഥാർത്ഥത്തിൽ താനെന്ന് രജനി പറഞ്ഞപ്പോൾ സുനിലിന്റെ മുഖം വിവർണ്ണമായി.

അവൾക്ക് ഇറങ്ങേണ്ട സ്ഥലം എത്തിയപ്പോൾ അവൻ നിർത്തി.

"എന്റെ വീട് നിന്നിരുന്ന സ്ഥലമൊക്കെ ഇപ്പോഴും ഓർമ്മയുണ്ട് അല്ലേ?" അവൾ ആശ്ചര്യത്തോടെ ചോദിച്ചു.

യാത്ര പറഞ്ഞ് അവൾ ഷായുടെ വീട്ടിലേക്കു നടക്കാനൊരുങ്ങി. എന്തോ ഓർത്തപോലെ തിരിഞ്ഞു നിന്ന് അവനോടു ചോദിച്ചു.

"ഒരു കാര്യം ചോദിക്കാൻ വിട്ടു. സുനിലിന്റെ വിവാഹം അടു ത്തുണ്ടോ... എന്നെ ക്ഷണിക്കില്ലേ?"

മറുപടി പറയാതെ സുനിൽ ഒന്ന് മന്ദഹസിച്ചെന്ന് വരുത്തി. പിന്നെ വണ്ടി മെല്ലെ മുന്നോട്ടെടുത്തു.

രജനി നടന്നു മറയുന്നത് റിയർവ്യൂ മിററിലൂടെ നോക്കി നിൽക്കെ, അവൻ സ്വയം പറഞ്ഞു. "കൂട്ടുകാരി... നീ എന്നെ ഒരുകാലത്തും അറി ഞ്ഞില്ലല്ലോ!"

ഒമ്പത്

രജനി തൊടിയിലൂടെ നടന്നു ഷായുടെ വീട്ടിലേക്കു കയറി. എത്ര തവണ ഓടിക്കളിച്ച സ്ഥലമാണ്. ഉമ്മാന്ന് വിളിച്ച് അവൾ കയറി ചെന്നപ്പോൾ ഷായുടെ ഉമ്മ എണീറ്റിരിക്കാൻ വിഫലമായി ശ്രമിച്ചു. കുറെ കാലത്തിനു ശേഷമാണ് രജനിയുടെ ശബ്ദം കേൾക്കുന്നത്. അവൾ വലിയ പെണ്ണായിരി ക്കുന്നു. ശബ്ദം കേട്ടില്ലായിരുന്നെങ്കിൽ ഉമ്മാക്ക് ആളെ മനസ്സിലാകുമാ യിരുന്നില്ല.

എണീക്കേണ്ടെന്ന് പറഞ്ഞു രജനി ഉമ്മയുടെ അടുത്തിരുന്നു കൈകൾ തടവി. അമ്മയില്ലാത്ത ദിവസങ്ങളിൽ എത്ര തവണ തനിക്കും

കൂടെപ്പിറപ്പുകൾക്കും ഭക്ഷണം തന്ന കൈകളാണിത്. അവൾ അവരെ തടവി ക്കൊണ്ടേയിരുന്നു. ആ സ്പർശത്തിൽ ഒരു വല്ലാത്ത സ്നേഹം ഉമ്മ അനുഭവിച്ചറിയുന്നുണ്ടായിരുന്നു. അവർ കണ്ണുകളടച്ചു നിർവൃതി കൊണ്ടു.

ഷേക്ക്ഷാ വീട്ടിലുണ്ടായിരുന്നില്ല. പുറത്തു കസേരയിട്ട് അദ്ദേഹവു മായി കുറച്ചുസമയം സംസാരിക്കണമെന്ന് അവൾ കരുതിയിരുന്നു. തന്നിൽ റാബിയയെപ്പോലെ ഒരു ആത്മീയത പ്രവചിച്ച ആൾ കൂടിയാ ണല്ലോ അദ്ദേഹം.

വോൾസാനയിൽ ഏകാന്തവാസത്തിലായിരുന്ന കാലത്ത് മതാതീത മായ ഒരു ആത്മീയത അവളെ ചൂഴ്ന്നിരുന്നുവെങ്കിലും ബാബാ സാഹിബിനെപ്പോലെ ബുദ്ധമതം സ്വീകരിക്കുന്നതിനെക്കുറിച്ചുപോലും അവളിപ്പോൾ ആലോചിക്കുന്നില്ല. വർണ്ണാശ്രമവ്യവസ്ഥ ആധാരശില യായി വർത്തിക്കുന്ന നിലവിലെ ദർശനത്തിൽ നവീകരണം അസാധ്യ മാണെന്നറിയാഞ്ഞിട്ടല്ല, അച്ഛന്റെ കുഴിമാടം മുതൽ ശ്രീയുടെ വീട്ടു കാരുടെ പ്രതികരണം വരെയുള്ള കാര്യങ്ങളിൽ നിന്ന് അവൾക്കത് ബോധ്യപ്പെട്ടിരുന്നല്ലോ. എന്നാൽ പുതുതായി പുൽകുന്ന ദർശനങ്ങളിലും പ്രത്യേകം സെമിത്തേരികളൊരുക്കി രണ്ടാംതരം പൗരന്മാരായാണ് തങ്ങൾ സ്വീകരിക്കപ്പെടുന്നതെന്ന ഇന്ത്യൻ യാഥാർത്ഥ്യത്തിനു മുന്നിൽ അവളും പകച്ചു നിൽക്കുകയാണ്. നൂറ്റാണ്ടുകളായി അനീതിക്കിരയാകുന്ന ഒരു ജനതയെ ചേർത്ത് പിടിക്കാൻ കഴിയാത്ത ഒരു തത്ത്വശാസ്ത്ര ത്തെയും തിരിച്ചു സ്നേഹിക്കാൻ അവൾക്കാവില്ല.

ലോകത്തിന്റെ വിവിധയിടങ്ങളിലെ ചെറുത്തുനിൽപ്പുകളും അവിട ങ്ങളിലെ സോഷ്യൽ എഞ്ചിനീയറിംഗ് രീതികളും സഞ്ചാരികൂടിയായ ഷായിൽ നിന്ന് നേരിട്ടറിയണമെന്നും അവളാഗ്രഹിച്ചിരുന്നു. അതുകൊണ്ടു തന്നെ ഷേക്ക്ഷായെ കാണാൻ കഴിയാത്തത് അവളിൽ പല നിലയ്ക്കും നിരാശയുണ്ടാക്കി.

ഇനിയും കാത്തു നിന്നിട്ടു കാര്യമില്ല. വൈകിയാൽ തനിക്കു തിരിച്ചു പോവാൻ ബുദ്ധിമുട്ടാകും. കണ്ണൂരിൽ ഒരു സുഹൃത്തിന്റെ വീട്ടിലേക്കാണ് യാത്രയെന്ന് അറിഞ്ഞപ്പോൾ ഷായുടെ മകൻ ജസീം കൂടെ പോരാമെന്നു നിർബന്ധം പറഞ്ഞു. കണ്ണൂർ ഭാഗങ്ങൾ അവനു പരിചിതമാണെന്നും അറിയിച്ചപ്പോൾ രജനി പിന്നെ എതിരൊന്നും പറഞ്ഞില്ല.

ജസീം ശ്രദ്ധയോടെ കാറോടിക്കുകയാണ്. കുട്ടൻ മുൻസീറ്റിലിരുന്നു കാഴ്ചകൾ കാണുന്നു. കാലത്ത് റെയിൽവേസ്റ്റേഷനിൽ നിന്ന് വാങ്ങിയ പത്രമെടുത്ത് വായിക്കാമെന്ന് വിചാരിച്ചെങ്കിലും മനസ്സ് മേഘാവൃതമായ ആകാശംപോലെ മൂടിക്കെട്ടിയിരുന്നതിനാൽ ഒരു പേജു പോലും ശ്രദ്ധി ക്കാൻ അവൾക്ക് കഴിഞ്ഞില്ല. അൻവർ വീട്ടിലുണ്ടാകുമോ? ശ്രീയെ തിരഞ്ഞ് താനിനി എത്ര കാതങ്ങൾ സഞ്ചരിക്കേണ്ടി വരും?

പുറത്തു തെയ്യം ഘോഷയാത്ര പോകുന്നുണ്ടായിരുന്നു. കുട്ടൻ ജസീമിനോട് വണ്ടി വേഗത കുറയ്ക്കാൻ പറഞ്ഞു. അവന്റെ ആവേശം കണ്ടപ്പോൾ രജനിയും പുറത്തേക്കു നോക്കി.

പൊട്ടൻ തെയ്യമാണ്. മലബാറിൽ സ്ഥിരതാമസമായ ശേഷം, തുലാം മാസമാകുമ്പോൾ കണ്ടുതുടങ്ങുന്ന തെയ്യം അന്നൊക്കെ രജനിക്കും ഏറെ പ്രിയമായിരുന്നു.

ചെണ്ടയുടെ താളത്തിനൊത്ത് എല്ലാം മറന്ന് പൊട്ടൻ തെയ്യമാടുന്നു.

"നീങ്കളെ കൊത്ത്യാലുമൊന്നല്ലേ ചോര
നാങ്കളെ കൊത്ത്യാലുമൊന്നല്ലേ ചോര?
നാങ്കളെ കുപ്പയിൽ നട്ടോരു വാഴ
പ്പഴമല്ലോ നീങ്കടെ തേവനു പൂജ!
നാങ്കളെ കുപ്പയിൽ നട്ടോരു തൃത്താരു-
പ്പൂവല്ലേ നീങ്കടെ തേവനു മാല...!"

വണ്ടി മുന്നോട്ട് നീങ്ങുന്നതിനനുസരിച്ച് തോറ്റംപാട്ടിന്റെ ശബ്ദം നേർത്തു വന്നു, പിന്നെ തീരെ കേൾക്കാതെയായി.

പത്ത്

ഉച്ചയൂണ് കഴിഞ്ഞു വീട്ടിൽ ഉറങ്ങുകയായിരുന്നു അൻവർ. മിഡിലീസ്റ്റിൽ നിന്ന് ലീവിന് വന്നിട്ട് ഒരാഴ്ചയേ ആയുള്ളൂ. വിവാഹമുറപ്പിച്ചിരുന്നതിനാൽ കാലത്ത് വിവാഹസൽക്കാരത്തിന് ആരെയൊക്കെ വിളിക്കണമെന്ന് ഉമ്മയോടൊപ്പമിരുന്നു ലിസ്റ്റുണ്ടാക്കിയതിൽ രജനിയുടെ പേരുണ്ടായിരുന്നെങ്കിലും തന്നെതേടി അവൾ കണ്ണൂരിൽ വരുമെന്ന് അവൻ സ്വപ്നത്തിൽപോലും വിചാരിച്ചില്ല.

ഉമ്മ തട്ടി വിളിച്ചപ്പോഴാണ് അവനെണീറ്റത്. ആരോ വന്നിട്ടുണ്ട്. ഷർട്ട് ധരിച്ചു ഹാളിൽ എത്തിയപ്പോ ഉറക്കച്ചടവ് പമ്പ കടന്നു, രജനിയെ കണ്ടു സ്തബ്ധനായി.

"നീ എങ്ങനെ?!" അവന് ആശ്ചര്യം അടക്കാനായില്ല.

"അതെന്താ എനിക്കിവിടെ വന്നൂടെ?" രജനി ഭാവമാറ്റം കാണിക്കാതെ ചോദിച്ചു.

"വീടെങ്ങനെ കണ്ടു പിടിച്ചു?" അൻവറിന്റെ മുഖത്ത് അപ്പോഴുമൊരു ഉൽക്കണ്ഠ നിലഴിച്ചിരുന്നു. അവനെന്തിനാണിത്ര പരിഭ്രമിക്കുന്നതെന്ന് അവൾക്ക് മനസ്സിലായില്ല.

"ജോസ് അഡ്രസ്സ് തന്നിരുന്നു. അടുത്ത് എത്തിയപ്പോ കുട്ടികളോട് ബ്രിട്ടീഷുകാരുടെ വെട്ടുകൊണ്ട വാതിലുള്ള വീടേതാന്നു ചോദിച്ചു, അവര് കാണിച്ചു തന്നു."

“നിനക്ക് അതൊക്കെ ഓർമ്മയുണ്ടല്ലേ?” അൻവർ ചിരിക്കാൻ ശ്രമിച്ചു. തന്നെക്കാണാനല്ല, ശ്രീയെ തിരഞ്ഞാണ് അവൾ വന്നതെന്ന് അവന് ഇതിനകം ഉറപ്പായി കഴിഞ്ഞിരുന്നു.

“നീ ഇരിക്ക്, ഞാനൊന്നു ഫ്രഷായി വരാം.” അൻവർ മുകളിലേക്ക് കയറിപ്പോയി.

കുറച്ചു വർത്തമാനം പറഞ്ഞു ഉമ്മ ചായ ഉണ്ടാക്കാനായി അടുക്കളയിലേക്ക് പോയി. അൻവറിനെ കാത്തിരിക്കുന്ന ഇടവേളയിൽ രജനി വീടിനകത്ത് ചുറ്റിലും കണ്ണോടിച്ചു. ഭിത്തികൾ പുതുതായി പെയിന്റ് ചെയ്തിട്ടുണ്ട്. പഴയകാല ശേഷിപ്പുകളായ പാനീസ് വിളക്കും നെല്ലളക്കാൻ ഉപയോഗിച്ചിരുന്ന ‘പറ’യും റൂഫിൽ തൂക്കിയിട്ടിരിക്കുന്നു. അൻവറിന്റെ ഉമ്മയുടെ താത്പര്യമാകും. രജനി വിചാരിച്ചു.

ചുവരിൽ ചില്ലിട്ടു തൂക്കിയിരിക്കുന്നതിൽ ഒരു ബ്ലാക്ക് ആൻഡ് വൈറ്റ് ഫോട്ടോ കണ്ടപ്പോൾ അവളടുത്ത് ചെന്നു നോക്കി. ഫോട്ടോയിൽ രണ്ടു പേരുണ്ട്. മലബാറുകാരിൽ സ്വാതന്ത്ര്യവാഞ്ഛയുളവാക്കുന്നതിൽ പ്രധാന പങ്കു വഹിച്ച മുഹമ്മദ് അബ്ദുറഹിമാൻ സാഹിബിനെ അവൾക്കറിയാം. സാഹിബ്ബിന്റെ കൂടെനിൽക്കുന്ന മെലിഞ്ഞ ശരീരമുള്ള ആളാരാണ്?

ഒരുപക്ഷേ അൻവറിന്റെ ഉപ്പൂപ്പ ഹമീദ് ആയിരിക്കും. അല്ല, ഹമീദ് തന്നെയാണ്, സൂക്ഷിച്ചു നോക്കിയപ്പോൾ ഫോട്ടോയിൽ പേരെഴുതി വെച്ചതായി കണ്ടു.

പുതുതായി പോളിഷ് ചെയ്തിട്ടുണ്ടെങ്കിലും വെട്ടുകൊണ്ട പാട് വാതിലിൽ തെളിഞ്ഞു കാണാം. അവൾ അതിനടുത്തേക്ക് നടന്ന് അതിന്മേൽ പതിയെ തൊട്ടു. ആ വിടവിലൂടെ മൃദുവായി വിരലോടിക്കവേ ബ്രിട്ടീഷുകാരുടെ വാളിനു മുന്നിൽ കയറി നിന്ന ആമിനയെ അവളോർത്തു.

പുരുഷന്റെ കണ്ണിലൂടെ ചരിത്രമെഴുതപ്പെട്ടതുകൊണ്ടാവാം ആമിനയെയും കുഞ്ഞീബിയെയുംപോലുള്ള സ്ത്രീകൾ ചരിത്രത്തിലിടം നേടാതെ പോയതെന്ന് അവൾ ചിന്തിച്ചു. മലബാർ സമരത്തിൽ മാത്രമല്ല, കീഴാള പെണ്ണുങ്ങൾക്ക് മുണ്ടുടുക്കാനോ മൂക്കുത്തി ധരിക്കാനോ അനുവാദമില്ലാത്ത കാലത്ത്, പൊന്നിൻമൂക്കുത്തിയണിഞ്ഞ് പന്തളം ചന്തയിലൂടെ നടന്ന ധൈര്യവതിയെയും കാലറ്റം നീളമുള്ള അച്ചിപ്പുടവ ധരിച്ച് വയൽ വരമ്പിലൂടെ യാത്രചെയ്ത സാഹസികയെയും വിട്ടുകളഞ്ഞു, ആ സമരങ്ങളൊക്കെയും പിന്നീടതേറ്റെടുത്ത പുരുഷന്മാരുടെ പേരിലാണ് രേഖപ്പെടുത്തിയിട്ടുള്ളത്.

ആമിനയുടെ ഫോട്ടോ ചുവരിൽ എവിടെയെങ്കിലും തൂക്കിയിട്ടുണ്ടോ എന്നവൾ ചുറ്റും കണ്ണോടിച്ചു. നിരാശയായിരുന്നു ഫലം. ഹമീദിന്റെ പൂർണ്ണകായചിത്രം മാത്രമേ ചുവരിലുള്ളൂ.

ജസീമും കുട്ടനും സിറ്റ്ഔട്ടിൽതന്നെ ഇരിക്കുകയായിരുന്നു.

അൻവറിന്റെ ഉമ്മ ചായ കൊണ്ട് വന്നു വിളിച്ചതും രജനി ചിന്തകളിൽ നിന്നുണർന്നു.

അൻവർ പറഞ്ഞു അവളെക്കുറിച്ച് ഉമ്മയ്ക്ക് അറിയാം. ചായ കുടിക്കുന്നതിനിടെ ഉമ്മ അവളോട് വിശേഷം ചോദിച്ചു, അൻവറിന്റെ കല്യാണ മുറപ്പിച്ച കാര്യം പറഞ്ഞപ്പോഴാണ് വീട് പുതുതായി പെയിന്റ് ചെയ്തതിന്റെ പ്രത്യേക ഉദ്ദേശ്യം രജനിക്ക് മനസ്സിലായത്.

അപ്പോഴേക്കും വസ്ത്രം മാറി അൻവറുമെത്തി അവർക്കൊപ്പമിരുന്നു. രജനിയുടെ മുഖത്ത് പുറമേക്ക് വലിയ ഭാവവ്യത്യാസം കാണാത്തതുകൊണ്ട് അവന്റെ പിരിമുറുക്കം അല്പം കുറഞ്ഞിരുന്നു. കഴിക്കുന്നതിനിടെ കല്യാണക്കത്തെടുത്ത് അവനവളുടെ കയ്യിൽ കൊടുത്തു, പ്രതിശ്രുത വധു പിജിക്ക് പഠിക്കുകയാണ്. ഈ വർഷത്തോടെ പഠനം കഴിയും. വിവാഹം കഴിക്കാൻ പോകുന്ന പെണ്ണിനെക്കുറിച്ചും അവളുടെ കുടുംബത്തെക്കുറിച്ചും രജനിയോട് വിസ്തരിച്ചു. അവൾ മൂളിക്കേട്ടു.

ചായ കുടിച്ചു കഴിഞ്ഞ് അൻവറും രജനിയും പുറത്തേക്കിറങ്ങി. ഭംഗിയായി വെട്ടിയൊതുക്കിയ ബുഷ് ചെടിക്കൂട്ടങ്ങൾക്കരികിലൂടെ അവർ പതിയെ നടന്നു. മുറ്റത്തെ തെങ്ങോലകളിൽ കാറ്റ് പതിഞ്ഞു വീശുന്നുണ്ടായിരുന്നു.

"ജോസിനും സന്ദീപിനും രഘുനുമൊക്കെ സുഖല്ലേ. കല്യാണത്തിന് എല്ലാരേം വിളിക്കണംന്നുണ്ട്." അൻവർ പറഞ്ഞു.

"ഉം." അവൾ വെറുതെ മൂളി.

"ഞാൻ വന്നതെന്തിനാണെന്ന് അൻവറിനറിയോ?"

അവൻ ഒരു നിമിഷത്തേക്ക് ഒന്നും മിണ്ടിയില്ല. പിന്നെ പതിഞ്ഞ ശബ്ദത്തിൽ ചോദിച്ചു

"ശ്രീ?"

"അതേ... എവിടെയുണ്ടെന്നറിയോ?"

ശ്രീക്ക് എന്തെങ്കിലും അപകടം പറ്റി എന്നാവരുതേ മറുപടിയെന്ന് മനസ്സിൽ ധ്യാനിച്ചാണ് അവളത് ചോദിച്ചത്.

"രാജസ്ഥാനിൽ, അവിടെ ഒരു ട്രാക്ടർ നിർമ്മാണ യൂണിറ്റിൽ."

അവളിൽ നിന്ന് സമാധാനത്തിന്റെ ഒരു ദീർഘനിശ്വാസമുയർന്നു,

"എന്തിനാ അവനെന്നെ മറഞ്ഞുനിൽക്കുന്നത്?"

അൻവർ മൗനം ഭജിച്ചു.

"കാര്യം പറ അൻവർ, നിന്നോടവൻ എന്താ പറഞ്ഞത്?"

പറയാൻ പ്രയാസമുള്ളപോലെ അൻവർ ഒന്നും മിണ്ടിയില്ല.

"ഞാൻ ഇത്രയും ദൂരം വന്നത് അതറിയാനാണ്." അവളുടെ സ്വരം

സ്വല്പം കടുത്തു വന്നു. "മാത്രമല്ല, നീയാണ് ഒരു വർഷത്തെ ഇടവേള ഞങ്ങൾക്കിടയിൽ ഉണ്ടാക്കിയത്..."

അൻവർ അൽപനേരത്തേക്ക് ഒന്നും പറഞ്ഞില്ല. എന്നാൽ രജനിയുടെ വാക്കുകളിൽ പതിഞ്ഞുകിടക്കുന്ന വേദനയും അരിശവും അവൻ തിരിച്ചറിഞ്ഞു.

"ഞാൻ അന്ന് ശ്രീയുടെ അവസ്ഥ കണ്ടു പറഞ്ഞുപോയതാണ്." ഒടുവിൽ അവൻ പറഞ്ഞു.

"എന്ത് അവസ്ഥ? നീ വളച്ചു കെട്ടാതെ കാര്യം പറയ് അൻവർ, എനിക്ക് സമയം പാഴാക്കാനില്ല."

ഉള്ളത് പറയുകയല്ലാതെ, തനിക്കിനി മറ്റു മാർഗ്ഗമില്ലെന്ന് അൻവറിന് മനസ്സിലായി.

"രജനി, അത് പിന്നെ, അന്ന് നാട്ടിൽ പോയി വന്നത് മുതൽ ശ്രീ പ്രത്യേക മാനസികാവസ്ഥയിലായിരുന്നു. ഒരു ആഢ്യബ്രാഹ്മണകുടുംബമെന്ന നിലയിൽ അവന്റെ വീട്ടുകാർക്ക് നിങ്ങൾ തമ്മിലെ ജാതി വ്യത്യാസം ഉൾക്കൊള്ളാൻ കഴിയുന്നതിലും എത്രയോ അധികമായിരുന്നു. ഒരുവിധത്തിലും ഇത് സമ്മതിക്കില്ലെന്ന് അവർ തീർത്തു പറഞ്ഞു. ഒരു തീരുമാനമെടുക്കാൻ ശ്രീക്ക് സമയം വേണമെന്നു തോന്നിയതിനാലാണ് ഞാനന്ന് അങ്ങനെയൊരു നിർദേശം മുന്നോട്ട് വെച്ചത്."

അൻവറും കൂടെ അറിഞ്ഞുകൊണ്ടായിരുന്നോ ഇതെല്ലാമെന്ന സംശയം കൂടിയെങ്കിലും ഭാവവ്യത്യാസം പ്രകടപ്പിക്കാതെ അവൻ പൂർത്തിയാക്കാൻ അവൾ കാത്തിരുന്നു.

"നീ ഓസ്ട്രേലിയയിൽ പോയി മൂന്നുമാസം കഴിഞ്ഞു ശ്രീ പിന്നെയും വീട്ടിൽ പോയിരുന്നു. ഒരു തവണ കൂടെ ശ്രമിക്കാൻ. വീട്ടുകാരെ ധിക്കരിച്ചു കല്യാണം കഴിച്ചാൽ പിന്നെ ആ വീട്ടിലേക്ക് ഒരു കാലത്തും കയറേണ്ടെന്ന് അച്ഛൻ തീർത്തു പറഞ്ഞു. അവനെ പിടിച്ചിരുത്തി എന്തൊക്കെയോ നീണ്ട പൂജകളും ചെയ്തുവത്രേ. വോൾസാനയിലേക്ക് ഇനി പോകേണ്ടെന്ന് പറഞ്ഞ് അമ്മ അവന്റെ പാസ്പോർട്ടെടുത്ത് അലമാരയിൽ വെച്ചുപൂട്ടി. എല്ലാം കൂടിയായപ്പോൾ മാനസികമായി തളർന്നു പോയിരുന്നു അവൻ."

രജനി ഒന്ന് മൂളി. അൻവർ തുടർന്നു

"വിവരങ്ങളറിയാൻ ഞാൻ വിളിച്ചിരുന്നു. അവൻ ഡിപ്രഷന് അടിപ്പെട്ടപോലെ. അച്ഛനെയും അമ്മയെയും ധിക്കരിക്കാനും വയ്യ, മനസ്സിൽ നിന്ന് നിന്നെ മായ്ച്ചുകളയാനും സാധിക്കുന്നില്ല. ഒടുവിൽ, രാജസ്ഥാനിൽ ഒരു ജോലി ശരിയാക്കി അങ്ങോട്ട് പോയി."

പറഞ്ഞു തീർന്നപ്പോൾ രജനിയുടെ ഭാവമെന്തെന്ന് അറിയാനായി അവൻ അവളെ നോക്കി.

"അൻവർ... എനിക്കവനെ കാണണം." രജനിയുടെ ശബ്ദം ദൃഢമായിരുന്നു.

"എന്റെ കല്യാണത്തിന് വരുമായിരിക്കും. അപ്പൊ കണ്ടാൽ പോരെ?"

"പോരാ. കല്യാണത്തിന് ഞാനുണ്ടാകുമെന്ന് ഉറപ്പില്ല. എനിക്കവനോട് നേരിട്ട് സംസാരിക്കണം. നീ അവന്റെ അഡ്രസ്സ് താ, തീരുമാനം എന്തെന്ന് അവനിൽനിന്ന് തന്നെ അറിയണം."

"രജനീ... അത് രാജസ്ഥാനിൽ... നീ എങ്ങനെ പോകും?"

"അത് ഞാൻ കൈകാര്യം ചെയ്തോളാം... അല്ലെങ്കിൽതന്നെ നീ അതോർത്ത് എന്തിന് വിഷമിക്കണം? അവൻ മാത്രമല്ല, ഞാനും നിന്റെ സുഹൃത്തായിരുന്നല്ലോ, നിനക്ക് എന്നെ കാര്യങ്ങൾ അറിയിക്കാമായിരുന്നു. അവന് വല്ല അപകടവും പറ്റിയോന്നോർത്ത് കഴിഞ്ഞ കുറച്ചു ദിവസങ്ങളായി ഇത്ര വേദനിക്കേണ്ടിവരില്ലായിരുന്നു."

അൻവറിനു ഖേദം തോന്നി. ശരിയാണ് അവളെ അറിയിക്കാമായിരുന്നു. ശ്രീക്കു പിന്തുണ നൽകുകയെന്നതിലേക്ക് താൻ ചുരുങ്ങിപ്പോയി. രജനിയും തനിക്കന്യയല്ല. തന്നെ വിശ്വസിക്കുകയും സൗഹൃദം പങ്കിടുകയും തന്റെ വാക്കുകളെ മാനിക്കുകയും ചെയ്തവളാണ്. എന്നിട്ടും അവൾക്കു വേണ്ടി ശ്രീയോട് ഒന്ന് വാദിക്കാൻപോലും തനിക്കു കഴിയാതെ പോയതെന്തേ.

"ഞാൻ അഡ്രസ് തരാം." ഒടുവിൽ അൻവർ പറഞ്ഞു.

"രജനീ, സൂക്ഷിക്കണം... അവന്റെ ബന്ധുക്കൾ ശക്തരാണ്, അഭിമാനപ്രശ്നത്താൽ അവർ അക്രമാസക്തരാകാനിടയുണ്ട്."

"എന്റെ ജീവനിലുള്ള നിന്റെ കരുതലിന് നന്ദി. പിന്നെ ഞാൻ ചെല്ലുന്ന വിവരം ശ്രീയെ അറിയിക്കരുത്. അതെങ്കിലും നീ ചെയ്തു തരുമല്ലോ അല്ലേ? അതോ ഇനിയുമെന്നെ പറ്റിക്കുമോ?"

മുഖമടച്ച് അടികിട്ടിയപോലെ അൻവർ നിശ്ശബ്ദനായി. ഒരു സുഹൃത്തെന്ന നിലയിൽ അവളുടെ വിഷമങ്ങൾ മനസ്സിലാക്കുന്നതിലും കാര്യങ്ങൾ അറിയിക്കുന്നതിലും വീഴ്ച പറ്റിയെന്ന് അവന് സ്വയം ബോധ്യമായി.

പിന്നെയവർ അധികമൊന്നും സംസാരിച്ചില്ല, രജനിക്ക് ഒരുപാട് വൈകാതെ തിരിച്ചുപോകണമായിരുന്നു. അൻവർ പോയി ഒരു പേപ്പറിൽ ശ്രീയുടെ അഡ്രസ് എഴുതി കൊണ്ടുവന്ന് അവൾക്കു കൈമാറി. Sree Raj S Potty, V.R Engineer, TAFE Tractors, Itrana Road, Alvar, Rajasthan-301001. രണ്ടുമൂന്ന് തവണ അവളത് വായിച്ചു പഠിച്ചു. പേപ്പർ നഷ്ടപ്പെട്ടുപോയാലും അഡ്രസ് മറന്നുപോകാൻ പാടില്ലല്ലോ. എത്രയോ അലഞ്ഞാണ് ഒടുവിൽ താൻ ശ്രീയിലേക്ക് എത്തുന്നത്.

പോരാൻ നേരം അൻവറിന്റെ ഉമ്മ അവളുടെ കരം ഗ്രഹിച്ച് കല്യാണത്തിന് അമ്മയെ കൂട്ടി വരാൻ വീണ്ടും വീണ്ടും നിർബന്ധം പറഞ്ഞു.

ജസീം അപ്പോഴേക്കും വണ്ടി തിരിച്ചിട്ടിരുന്നു.

പതിനൊന്ന്

വീട്ടിൽ തിരിച്ചെത്തിയതും അമ്മ വിളമ്പിവെച്ച ഭക്ഷണം കഴിക്കാൻ തോന്നാത്തവിധം രജനിയുടെ ചിന്തകളാകെ കൂടിക്കുഴഞ്ഞിരുന്നു. എതിർപ്പുകളുണ്ടാകുമെന്ന് അറിഞ്ഞുതന്നെയല്ലേ ശ്രീ താനുമായി അടുത്തത്. പിന്നെന്തിനാണ് അവന്റെ വ്യക്തിത്വത്തിന് ഒട്ടും യോജിക്കാത്ത തരത്തിൽ ഇങ്ങനെ ഒളിച്ചുനിൽക്കുന്നത്.

താനും ശ്രീയും തമ്മിലെ ജാതിവ്യത്യാസം അൻവറിനുപോലും ഉൾക്കൊള്ളാൻ കഴിയാത്തപോലെയുണ്ട്. നേരേ ചൊവ്വേ പറഞ്ഞില്ലെങ്കിലും അവന്റെ വാക്കുകളിലത് ഒളിഞ്ഞുകിടപ്പുണ്ടായിരുന്നു. എന്തൊരു അസംബന്ധമാണത്. ജന്മിപീഡനങ്ങളിൽനിന്ന് രക്ഷ നേടാൻ പുലയ-പറയ-തീയ്യ വിഭാഗങ്ങൾ മതം മാറിയവരാണ് ഏറനാട്ടിലെ മാപ്പിളമാരെന്ന കാര്യം അവനറിയില്ലെന്നുണ്ടോ? അൻവറിന്റെ പരമ്പര മാത്രമല്ല, കേരളത്തിലെ ഹിന്ദു മുസ്ലിം ക്രിസ്ത്യൻസമൂഹങ്ങളെല്ലാം ചേരമരിൽ നിന്നാണ്. ചേരമരെന്ന ജാതി മാത്രമേ കേരളത്തിലുണ്ടായിരുന്നുള്ളൂവെന്നും അവരിൽ നിന്നാണ് വിവിധ ജാതികൾ ആവിർഭവിച്ചതെന്നും ഗ്രീക്ക് ചരിത്രകാരന്മാരുടെ പുസ്തകത്തിലും രേഖപ്പെടുത്തിയിട്ടുണ്ട്.

ഇതൊന്നും ഇപ്പോൾ പറഞ്ഞിട്ട് കാര്യമില്ലെന്നു രജനിക്കറിയാം. മുകളിലേക്ക് പോകുംതോറും ശ്രേഷ്ഠതയും താഴേക്കു വരുന്തോറും അധമത്വവുമെന്ന ശ്രേണീവ്യവസ്ഥ, നിത്യസത്യമെന്ന നിലയിൽ പടുത്തുയർത്തപ്പെട്ടിരിക്കുന്നു. അയഥാർത്ഥമായ ഈ പിരമിഡിൽ ഏറ്റവും താഴത്തെ കള്ളിയിൽ നിന്ന് പോലും പുറംതള്ളപ്പെട്ട, മനുഷ്യരായി കണക്കാക്കാത്ത അവർണ്ണജനതയാണ് തങ്ങൾ. ശ്രീയാണെങ്കിൽ പിരമിഡിലെ മുകളിലത്തെ തട്ടിലും. ഈ വ്യത്യാസത്തെ പൊളിച്ചു കളയാൻ തന്റെ കയ്യിൽ തൽക്കാലം മാന്ത്രികവടിയൊന്നുമില്ല. ശ്രീ തന്നെയാണ് ഇതിനൊരു പരിഹാരം കാണേണ്ടത്.

രാജസ്ഥാൻവരെ ഒറ്റയ്ക്ക് യാത്ര ചെയ്യുക. അമ്മ ഒട്ടും സമ്മതിക്കുന്നില്ല, താൻ ഓസ്ട്രേലിയയിലൊക്കെ തനിച്ച് യാത്ര ചെയ്തവളാണ്. അത് പറഞ്ഞിട്ട് കാര്യമില്ല. അതുപോലെയാണോ നമ്മുടെ നാട്? ഇതാണ് അമ്മയുടെ ആശങ്ക.

രാജി പലപ്രാവശ്യം വിളിച്ചിരുന്നു, കുറച്ചുദിവസം മുംബൈയിലേക്ക് താമസിക്കാൻ ചെല്ലാൻ. മണികണ്ഠനേയും കണ്ടിട്ടില്ലല്ലോ. കുട്ടന് ക്ലാസ്സുള്ളതുകൊണ്ടും ദേവകിക്ക് ദീർഘയാത്ര ചെയ്യാനുള്ള ശാരീരിക ക്ഷമതയില്ലാത്തതിനാലും ആരുമിതുവരെ അവിടെ ചെന്നിട്ടില്ല. അതിന്റെ വിഷമവും രാജിക്കുണ്ട്.

ഇവിടെ ഇങ്ങനെ ഭ്രാന്തുപിടിച്ചിരിക്കുന്നതിനേക്കാൾ നല്ലത് മുംബൈയിൽ പോയി രാജിയെ കാണുന്നതാണ്. ബാക്കി കാര്യങ്ങൾ അവിടെ ചെന്നിട്ട് ആലോചിക്കാം. രജനി കരുതി.

“രാജീടെ അടുത്തേക്ക് അല്ലേ അമ്മേ...” അതു പറഞ്ഞ് അമ്മയെ അവൾ ഒരുവിധം സമ്മതിപ്പിച്ചു.

അമ്മയുടെ അർദ്ധസമ്മതം കിട്ടിയ ഉടനെ രജനി ട്രെയിൻ ബുക്ക് ചെയ്തു. ഇറങ്ങാൻ നേരം ദേവകി അവളുടെ കവിളിൽ ദീർഘമായി ചുംബിച്ചു. അതിന്റെ യഥാർത്ഥ അർത്ഥം അവൾക്കന്നേരം മനസ്സിലായില്ല. അവൾ പറഞ്ഞു “ഞാൻ വേഗം തിരിച്ചുവരില്ലേ അമ്മേ?”

ദേവകി മറുപടിയൊന്നും പറഞ്ഞില്ല. അമ്മയുടെ കണ്ണുകൾ കലങ്ങിയിരുന്നു. വോൾസാനയിലേക്ക് പോയപ്പോൾ പോലും അമ്മ ഇങ്ങനെ വിഷമിക്കുന്നത് അവൾ കണ്ടിട്ടില്ല. ട്രെയിനിൽ കോയമ്പത്തൂർ വഴി മുംബൈയിലേക്ക് പോകാനാണ് അവൾ തീരുമാനിച്ചത്. വ്യത്യസ്തരായ ആളുകളുമായി ഇടപഴകാനുള്ള ഒരു അവസരമാണ് ഇന്ത്യൻ ട്രെയിൻ യാത്രകളെന്നതിനാൽ, ഉത്തരേന്ത്യൻ ഗ്രാമങ്ങളിലൂടെ ഒരു സഞ്ചാരമെന്ന മുൻപ് എപ്പോഴൊക്കെയോ തോന്നിയിരുന്ന ആഗ്രഹം കൂടെ ഈ യാത്രയിൽ നികത്തപ്പെടാനിടയുണ്ടെന്ന് അവളോർത്തു.

ഹാൻഡ്ബാഗിൽ അത്യാവശ്യത്തിനുള്ള വസ്ത്രവും ഒന്നുരണ്ട് പുസ്തകങ്ങളും മാത്രമേ കരുതിയുള്ളൂ. നീർച്ചാലുകളും കൃഷിയിടങ്ങളും വകഞ്ഞുമാറ്റിയും പാലങ്ങളിലും തുരങ്കങ്ങളിലും കയറിയിറങ്ങിയും തരിശുഭൂമികളും വറ്റിവരണ്ട പുഴകളും തീവെച്ചു നശിപ്പിക്കപ്പെട്ട വനപ്രദേശങ്ങളും പിന്നിട്ടും ട്രെയിൻ വേഗത്തിൽ മുന്നോട്ട് പൊയ്ക്കൊണ്ടിരുന്നു.

ശ്രീക്ക് എന്തുപറ്റിക്കാണുമെന്ന ചിന്തയിൽനിന്ന് മനസ്സിനെ മാറ്റി നിർത്താൻ അവൾ ശ്രമിച്ചു. അൻവർ പറഞ്ഞത് അവന്റെ കാഴ്ചയാണ്. പൂർണ്ണമായും ശരിയായിക്കൊള്ളണമെന്നില്ല. ശ്രീയെ നേരിൽ കാണുമ്പോൾ മാത്രമേ കാര്യങ്ങൾ വ്യക്തമാകൂ.

മധുര സ്റ്റേഷന് അടുത്തുള്ള ഒരു ഗ്രാമത്തിൽ ക്രോസിങ്ങിനായി ട്രെയിൻ നിർത്തിയപ്പോൾ, സമീപത്തെ ഒരു ചായക്കടയിൽ നാല് ഗ്ലാസ്സുകൾ പ്രത്യേകം കയറിൽ തൂക്കിയിട്ടിരിക്കുന്നത് കണ്ട് അതെന്തിനാണെന്ന് അവൾ അടുത്തിരിക്കുന്ന സ്ത്രീയോട് ചോദിച്ചു. ദളിതർക്ക് ചായ കുടിക്കാൻവേണ്ടിയാണ് എന്നറിഞ്ഞപ്പോൾ സമൂഹത്തിൽ വിവേചനചിന്തകൾ കൂടി വരുന്നതിൽ ആശ്ചര്യപ്പെട്ടു. കയ്യിലെ പുസ്തകം മടക്കിവെച്ച്, തന്റെ സഹയാത്രികരായ ഗ്രാമീണരോട് അതേക്കുറിച്ചു കൂടുതൽ തിരക്കാമെന്നു വെച്ചു.

രാജ്യത്ത് ദളിതർക്കെതിരായ ആക്രമണങ്ങൾ വർദ്ധിച്ചതായി കേട്ടിരുന്നെങ്കിലും അതിന്റെ വിശദാംശങ്ങൾ അവൾക്കറിയുമായിരുന്നില്ല. എന്നാൽ ആളുകൾ അതേക്കുറിച്ച് പറയാൻ തുടങ്ങിയപ്പോൾ തനിക്ക് മോഹാലസ്യമുണ്ടായേക്കുമോ എന്ന് അവൾ ഭയപ്പെട്ടു.

ശിവഗംഗയിൽ നിന്ന് കയറിയ ചുവപ്പും മഞ്ഞയും കലർന്ന ചേലയുടുത്ത ഒരു മധ്യവയസ്ക പറഞ്ഞ ദാരുണസംഭവമാണ് അവളാദ്യം ശ്രവിച്ചത് ."കച്ചനാതത്തെ ക്ഷേത്രത്തിനു പുറത്ത് രണ്ടു കീഴ്ജാതിക്കാർ ചമ്രം പടിഞ്ഞിരുന്നതിനെ തുടർന്ന് ഉയർന്ന ജാതിക്കാർ സംഘടിച്ചെത്തി കോളനിയിൽ നടത്തിയ ആക്രമണത്തിൽ രണ്ടു ദളിതർ കൊല്ലപ്പെട്ടു.

പൂവിറുക്കുന്നപോലെ നിസ്സാരമായാണോ രാജ്യത്ത് ദളിത് ജീവനുകൾ ഹനിക്കപ്പെടുന്നത്? അവളിൽ ഒരു നടുക്കമുണ്ടായി.

"ഇതിൽ അത്ഭുതപ്പെടാനെന്ത്?" അവൾക്ക് അഭിമുഖമായിരുന്ന കണ്ണട വെച്ച ചെറുപ്പക്കാരൻ പറഞ്ഞു. "നിങ്ങൾ ഇന്ത്യയ്ക്ക് വെളിയിലാണെന്ന് തോന്നുന്നു, അതുകൊണ്ടാണ് ഇതൊക്കെ അത്ഭുതമായി തോന്നുന്നത്. എന്റെ ജന്മഗ്രാമമായ ഭദ്രാനിയയിൽ ഗർഭആഘോഷം കണ്ടുനിൽക്കുകയായിരുന്ന ജയേഷിന്റെ മരണവും ഇതുപോലെയായിരുന്നു, കീഴ്ജാതിക്കാർക്ക് നൂറ്റാണ്ടുകളായി ഈ ആഘോഷം കാണാൻ പാടുണ്ടായിരുന്നില്ല."

നൃത്തം കണ്ടതിന്റെയും ചമ്രം പടിഞ്ഞിരുന്നതിന്റെയും പേരിൽ ഒരു ജനാധിപത്യരാജ്യത്ത് ജീവൻ നഷ്ടമാകുക... കുറച്ചുനേരത്തേക്ക് വിശ്വസിക്കാൻ അവൾക്ക് പ്രയാസമനുഭവപ്പെട്ടു.

പൊടുന്നനെ അവൾക്ക് തന്റെ പ്രിയപ്പെട്ട അച്ഛനെ ഓർമ്മ വന്നു. കലുങ്കിനടിയിൽ നിന്ന് ചോര കട്ടപിടിച്ച അച്ഛന്റെ മൃതദേഹം പുറത്തെടുക്കുമ്പോൾ അത് കണ്ടുനിൽക്കേണ്ടി വന്ന ആറുവയസ്സുകാരിയുടെ നടുക്കം. അതോർക്കവേ, ജനലഴികളിൽ പിടിച്ചിരുന്നിട്ടും അവൾക്ക് തല കറങ്ങി.

ആളുകൾ പിന്നെയും അനുഭവങ്ങൾ വിവരിക്കുന്നുണ്ടായിരുന്നു. ഷൂ ധരിച്ചതിനും കുളത്തിൽ നീന്തിയതിനും കൂലി ചോദിച്ചതിനുമൊക്കെ കീഴാളശരീരങ്ങളിൽ ചാട്ടവാറടയാളങ്ങൾ പതിയുന്ന ശബ്ദം ഒരു മയക്കത്തിലെന്നപോലെ അവൾ കേട്ടു.

ഇടയ്ക്ക്, വെള്ളത്തിനായി പോകുമ്പോൾ ലൈംഗികാതിക്രമണത്തിന് വിധേയമാകാത്ത ഒരു ദളിത് പെൺകുട്ടി പോലുമില്ലാത്ത ഗ്രാമപ്രദേശങ്ങളിലൂടെ മുരൾച്ചയോടെ ട്രെയിൻ കയറിയിറങ്ങിപ്പോയി. ട്രെയിൻ പിന്നെയും മുന്നോട്ട് പോകവേ, പാതയോരത്തെ അദൃശ്യമായ അതിരുകൾ മറികടക്കാൻ അധൈര്യപ്പെട്ടു നിൽക്കുന്ന നൂറുകണക്കിന് കീഴാളമുഖങ്ങൾ അവൾ കണ്ടു. ആ മുഖങ്ങളിലൊക്കെയും വിഷാദം തളം കെട്ടിയിരുന്നു.

"അടിമത്തത്തേക്കാൾ ഭീകരമാണ് ജാതീയത." ബാബാസാഹിബിന്റ വാക്കുകൾ അവളുടെ കാതിൽ വന്നലച്ചു.

ട്രെയിൻ താനെയും പിന്നിട്ടു മുംബൈ ദാദർ സ്റ്റേഷനെത്താറായി. രാജിയും ഭർത്താവും അവിടെ അവളെ കാത്തിരിപ്പുണ്ടായിരുന്നു.

പന്ത്രണ്ട്

അന്ധേരി ഈസ്റ്റിലെ ഒരു ഹോസ്പിറ്റലിലാണ് രാജി ജോലി ചെയ്യുന്നത്. നഴ്സിംഗ് രംഗത്ത് തൊഴിൽ ചൂഷണം മുംബൈയിൽ താരതമ്യേന കുറവായതിനാൽ തല്ക്കാലം അവിടെ തന്നെ തുടരാനാണ് രാജിയുടെ തീരുമാനം. കാലത്ത് രാജിയും മണികണ്ഠനും ജോലിക്കു പോകും. ഫ്ളാറ്റിൽ തനിച്ചുള്ള ഇരുപ്പ് ഒറ്റ ദിവസംകൊണ്ടുതന്നെ രജനിക്ക് മടുത്തു.

മണികണ്ഠനു സ്വല്പം വായനയും എഴുത്തുമൊക്കെയുണ്ടെന്ന് ലഘുലേഖകളും പോസ്റ്ററുകളും അങ്ങിങ്ങായി ചിതറിക്കിടക്കുന്നതിൽനിന്ന് അവൾക്ക് മനസ്സിലായി.

"They cannot make history who forgets hostory" ഫ്ളാറ്റിലെ സ്വീകരണ മുറിയിൽ അംബേദ്കർ വചനങ്ങൾ തൂക്കിയിരിക്കുന്നത് രജനി കണ്ടു. എത്രയോ ശരിയായ വാചകമെന്ന് അവളോർത്തു. ഒരു ജന വിഭാഗത്തിന്റെ ഓർമ്മകളെ മായ്ച്ചുകളഞ്ഞാൽ പിന്നെ അവരെ അടിമകളാക്കാൻ എളുപ്പമാണ്.

തന്റെ ചരിത്രത്തിന്റെ ഉടഞ്ഞുപോയ കഷ്ണങ്ങൾ യോജിപ്പിച്ച് പിറകിലോട്ടു സഞ്ചരിക്കാൻ അവൾ ഒരു ശ്രമം നടത്തി നോക്കി. എട്ടില്ലം താവഴി പത്തില്ലം കുലമാണ് തങ്ങളുടെ വംശാവലിയെന്ന് അമ്മമ്മ പറഞ്ഞു കേട്ടിട്ടുണ്ട്. അവിടെനിന്നും പിന്നിലേക്ക് പോയാൽ പ്രാചീനകാലത്ത് രാജ്യാധികാരം കയ്യാളിയിരുന്നതും ആര്യകുടിയേറ്റശേഷം അടിമകളായി തരം താഴ്ത്തപ്പെട്ടവരുമായ ചേരമരിൽ എത്തിനിൽക്കുന്നു. വീണ്ടും പിറകിലോട്ടു പോയാൽ ഏതൊരു ഇന്ത്യക്കാരെനെയുംപോലെ ഹാരപ്പൻ ജനതയിലാണ് തന്റെ വേരുകളും ചെന്നുചേരുന്നത്.

സിന്ധുനദീതടത്തിലെ പൂർവ്വികരെക്കുറിച്ചോർക്കുമ്പോൾ അവൾക്ക് അഭിമാനവും സങ്കടവും തോന്നും. ഊടും പാവും നെയ്യുന്ന പോലെയാണ് അവർ നഗരനിർമ്മാണം നടത്തിയിരുന്നത്. ആരാധനാലയങ്ങൾക്കമിത പ്രാധാന്യം നൽകാതെയും വേർതിരിവുകളില്ലാതെയും ജീവിച്ച, കളിപ്പാട്ടങ്ങളും ആഭരണങ്ങളുമുണ്ടാക്കി മെസൊപ്പൊട്ടേമിയിലേക്ക് കയറ്റുമതി ചെയ്തിരുന്ന, ഒടുവിൽ ഭൂമിയുടെ ഉള്ളടരുകളിലേക്ക് മാഞ്ഞുപോയ സംസ്കാരസമ്പന്നരായ ജനത. അവിടുത്തെ കളിപ്പാട്ടങ്ങളുരുട്ടി നടക്കുന്ന കുട്ടിയായും ജലസംഭരണി രൂപകൽപന ചെയ്യുന്ന സാങ്കേതികവിദഗ്ദയായും രജനി സ്വയം സങ്കല്പിച്ചു നോക്കിയിട്ടുണ്ട്.

അവൾക്ക് സങ്കടം തോന്നുന്നത് ആയിരത്തഞ്ഞൂറ് വർഷത്തെ ഈ സംസ്കാരം പിന്തുടർച്ചകളില്ലാതെ നശിച്ചുപോയതോർത്താണ്. കടുത്ത വരൾച്ചയോടൊപ്പം മധ്യേഷ്യയിൽനിന്ന് വന്ന കുടിയേറ്റക്കാരോട് അടിയറവു പറയുകയും ചെയ്തതോടെ ആ സാംസ്കാരിക മുന്നേറ്റം നിലച്ചു. പല ഘട്ടങ്ങളിലായുള്ള ആര്യകുടിയേറ്റക്കാരുടെ സ്വാധീനത്തെ തുടർന്ന്

ക്രമേണ ജനങ്ങൾ വിവിധ തട്ടുകളിലായി ജാതിവ്യവസ്ഥ നിലവിൽ വന്നു. എതിർത്തു നിന്ന ദസ്യുക്കളെ അവർണ്ണരായി മുദ്രകുത്തി അടിമകളാക്കി.

ഉത്തരേന്ത്യൻ ആര്യബ്രാഹ്മണസംഘത്തെ കദംബരാജാവായ മയൂര ശർമ്മൻ തുളുനാട്ടിലേക്ക് ക്ഷണിച്ച് സർവ്വസൗകര്യങ്ങളോടെ കുടിയിരുത്തിയതിനെ തുടർന്നാണ് കേരളത്തിലും ബ്രാഹ്മണ്യം അധീശത്വമുറപ്പിക്കുന്നത്. മയൂരശർമ്മനും ആര്യബ്രാഹ്മണ്യപ്രതിനിധികളുമായി നടന്നിരിക്കാനിടയുള്ള ചർച്ച രജനി മനസ്സിൽ കണ്ടു.

മയൂരശർമ്മൻ : വിശിഷ്ടരേ, പല്ലവർക്കെതിരെ യുദ്ധം ചെയ്താണ് ഞാൻ സാമ്രാജ്യം കെട്ടിപ്പടുത്തതെന്ന് അറിയാമല്ലോ. എന്നാൽ സ്വീകാര്യത ലഭിക്കുന്നതിനു ആയുധബലം മാത്രം പോര, ഭയഭക്തിയും വേണം.

ആര്യബ്രാഹ്മണ്യ-
പ്രതിനിധികൾ : അതത്ര പ്രയാസമുള്ള കാര്യമല്ല മയൂരശർമ്മൻ, ഞങ്ങളുടെ കയ്യിൽ വേദങ്ങളുണ്ട്.

മയൂരശർമ്മൻ : അറിയാം..! നിങ്ങളെന്താണ് ചെയ്യാനുദ്ദേശിക്കുന്നത്?

ആര്യബ്രാഹ്മണ്യ-
പ്രതിനിധികൾ : യജ്ഞം നടത്തി താങ്കൾക്ക് ക്ഷത്രിയ പദവി നൽകാം. താങ്കൾ പൂജനീയനാകും.

മയൂരശർമ്മൻ : ധാരാളം! പകരം നിങ്ങൾക്കിവിടെ രാജസംരക്ഷണത്തിൽ അധിവസിക്കാനുള്ള സൗകര്യങ്ങളൊരുക്കാം.

ആര്യബ്രാഹ്മണ്യ-
പ്രതിനിധികൾ : സമൂഹത്തെയാകെ അഴിച്ചു പണിയേണ്ടതുണ്ട്. ഉയർന്നു ജീവിക്കുന്നവരെ ബ്രാഹ്മണരും കച്ചവടം ചെയ്യുന്നവരെ വൈശ്യരുമാക്കാം. എതിർത്തു നിൽക്കുന്നവരെ മുഴുവൻ കുടുംബത്തോടെ ശൂദ്രരാക്കണം. വേദം കേൾക്കുന്നത് തടയപ്പെടണം.

മയൂരശർമ്മൻ : അതിനുള്ള നടപടികൾ തുടങ്ങാം. തെക്കുള്ള ദ്രാവിഡരാജാക്കന്മാരുമായി സംസാരിക്കാൻ ഞാൻ സൗകര്യമൊരുക്കാം.

ആര്യബ്രാഹ്മണ്യ-
പ്രതിനിധികൾ : തഥാസ്തു.

തുടർന്ന് ആര്യബ്രാഹ്മണ്യസംഘങ്ങൾ കേരളക്കരയിലെ ദ്രാവിഡരാജാക്കന്മാരുമായിചർച്ച നടത്തുന്നതും രജനി സങ്കല്പിച്ചു.

ദ്രാവിഡ-
രാജാക്കന്മാർ : നിങ്ങളുടെ വേദമന്ത്രണതന്ത്രങ്ങൾ ഞങ്ങളെ ആകർഷിക്കുന്നു. ഞങ്ങളേയും ക്ഷത്രിയരാക്കി ഉയർത്തിയാലും.

ബ്രാഹ്മണ്യ-
പുരോഹിതർ : യജ്ഞം നടത്തണം. നിങ്ങളുടെ കുലത്തെ സൂര്യചന്ദ്രയദുവംശങ്ങളോട് ബന്ധിപ്പിച്ചു മഹത്തപ്പെടുത്താം.

ദ്രാവിഡ-
രാജാക്കന്മാർ : വേദം പഠിച്ചവരെ, അതൊരു മഹത്തായ പാരമ്പര്യദാനം തന്നെ. ഞങ്ങളെന്താണ് തിരിച്ചു ചെയ്യേണ്ടത്?

ബ്രാഹ്മണ്യ-
പുരോഹിതർ : ബ്രാഹ്മണ്യത്തിലൂടെ മാത്രമേ ദൈവത്തിലുമെത്തിപ്പെടാൻ കഴിയൂ. ഭൂസ്വത്തുക്കൾ ബ്രഹ്മസ്വത്തിന്റെ പേരിലാവണം.

ദ്രാവിഡ-
രാജാക്കന്മാർ : വിശിഷ്ടരേ, കീഴ്ജാതികൾ തമ്മിൽ ഐക്യമുണ്ടായി രാജ്യത്തിനെതിരെ വന്നാലോ?

ബ്രാഹ്മണ്യ-
പുരോഹിതർ : ജാതികൾ തമ്മിൽ തൊട്ടുകൂടായ്മയുടെ അതിർവരമ്പുകളുണ്ടാകും. ഓരോ ജാതിയും തൊട്ടുതാഴെയുള്ള ജാതിയേക്കാൾ അന്തസ്സിന്റെ ചിഹ്നമാണ്. അതിനെ മറികടന്ന് അവർക്ക് ഒന്നുചേരാനാവില്ല.

ദ്രാവിഡ-
രാജാക്കന്മാർ : ഗംഭീരം! ജനങ്ങൾ കുറ്റം ചെയ്താലുള്ള ശിക്ഷാവിധികൾ എങ്ങനെയാണ്?

ബ്രാഹ്മണ്യ-
പുരോഹിതർ : ശിക്ഷയും വർണ്ണത്തിനനുസരിച്ച്. ബ്രാഹ്മണരെ സ്വജാതിയിൽനിന്ന് പുറത്താക്കുക.അപരാധികൾ ശൂദ്രരിൽ താഴെയുള്ളവരെങ്കിൽ അവരെ തീർത്തു കളയണം.

ദ്രാവിഡ-
രാജാക്കന്മാർ : അത് അനീതിയായി കണക്കാക്കപ്പെടില്ലേ?

ബ്രാഹ്മണ്യ-
പുരോഹിതർ : ബ്രഹ്മഹത്യ കൊടിയ പാപമാണ്. ആ പാപം രാജാക്കന്മാരുടെ കൈകളിൽ പുരളരുത്... ബ്രാഹ്മണനെ സ്വകുലത്തിൽ നിന്ന് പുറത്താക്കുകയെന്നത് തന്നെ ഒരു കീഴ്ജാതിക്കാരനെ കഴുവേറ്റുന്നതിലും വലിയ ശിക്ഷയാണ്.

ക്രമേണ ദ്രാവിഡർ അധിവസിച്ചിരുന്ന ഭൂപ്രദേശങ്ങൾ ബ്രഹ്മജനപഥങ്ങളായും ബ്രാഹ്മണഗ്രാമങ്ങളായും പരിവർത്തിപ്പിക്കപ്പെട്ടു. തങ്ങളെ

കുടിയിരുത്തിയ രാജാക്കന്മാരെ തന്നെയും ബ്രാഹ്മണ്യം ചിന്താപരമായി അടിമപ്പെടുത്തി. ഒരു സാമൂതിരി വിവാഹം കഴിച്ചാൽ ആദ്യസന്താനത്തെ ദൈവത്തിനു സമർപ്പിക്കുന്നുവെന്ന നിലയിൽ, പ്രഥമരാത്രിയിൽ ഒരു നമ്പൂതിരിയോ പ്രധാന പുരോഹിതനോ വധുവുമായി രമിക്കണമെന്ന നിയമം വരെ ഉണ്ടായി.

അങ്ങനെ നിയമമുണ്ടാക്കിയവർക്കാണോ മണ്ണിൽ അധ്വാനിക്കുന്ന ജനതയെ വർണ്ണത്തിലെ ഹീനതയാരോപിച്ചു അടിമപ്പണി ചെയ്യിക്കാൻ പ്രയാസം? അവൾ അസ്വസ്ഥപ്പെട്ടു.

ബാബാസാഹിബ് പറഞ്ഞപോലെ മായ്ച്ചു കളയപ്പെട്ട ചരിത്രത്തിന്റെ വീണ്ടെടുപ്പ് മാത്രമാണ് പ്രതിവിധി. അടിച്ചമർത്തപ്പെട്ടിട്ടും കൃഷിക്കാവശ്യമായ സാങ്കേതികവിദ്യകൾ നിലനിർത്തിയത് തങ്ങളുടെ ജനതയായിരുന്നുവെന്ന് അവളോർത്തു. പൗരോഹിത്യസാഹിത്യം നിത്യജീവിതത്തിനാവശ്യമായ യാതൊരു വിജ്ഞാനവും ഉത്പാദിപ്പിക്കാതിരുന്നപ്പോൾ, ചതുപ്പ് തരിശുപ്രദേശങ്ങളും വെള്ളക്കെട്ടുകളും കൃഷിപ്പറമ്പുകളാക്കി ഉപയോഗയോഗ്യമാക്കിയത് കീഴാളസമൂഹത്തിന്റെ അധ്വാനവും അറിവുകളുമാണ്.

അതോർക്കവേ അവൾക്ക് അച്ഛന്റെ മുത്തച്ഛൻ ചൂലന്റെ മുഖം മനസ്സിൽ വന്നു. തന്റെ അദ്ധ്വാനം മറ്റാരോ അനുഭവിക്കുന്നത് കണ്ട് വേദനിച്ച് ഇല്ലാതായ തന്റെ പിതാമഹൻ. ഭൂമിക്കടിയിലൂടെ കുഞ്ഞുചാലുകൾകീറി തരിശുഭൂമിയിലേക്ക് വെള്ളമെത്തിക്കാൻ മുത്തച്ഛൻ ഉണ്ടാക്കിയ ഇറിഗേഷൻ സംവിധാനം ഇന്നും ആ പറമ്പിൽ നിലനിൽക്കുന്നു.

അദ്ദേഹത്തിന്റെ വിയർപ്പിനാൽ സമൃദ്ധമായ ആ ഭൂമി പാതിയെങ്കിലും വാങ്ങിക്കണമെന്ന് രജനി ആഗ്രഹിക്കുന്നുണ്ട്. പൊന്നുംവില കൊടുത്താലും ഇപ്പോഴത്തെ ഉടമസ്ഥർ തനിക്ക് തരണമെന്നില്ല. തങ്ങൾ അവിടം ഉപേക്ഷിച്ച് ഏതെങ്കിലും കോളനിയിലേക്ക് പോകണമെന്ന് ആഗ്രഹിക്കുന്നവരാണ് അയൽവാസികളിൽ ഏറിയ പങ്കും. തന്റെ കൂട്ടുകാരെ ആരെയെങ്കിലും ജോസിനെയോ മെർലിനെയോ ശ്രീയെ കണ്ടുകിട്ടിയാൽ അവനെയോ മുൻനിർത്തി വാങ്ങിക്കണം. രജനി തീരുമാനിച്ചു.

പതിമൂന്ന്

മുംബൈയിൽ നിന്നും ആൽവാറിലേക്ക് ഇരുപത്തിരണ്ടു മണിക്കൂർ യാത്രയുണ്ട്. ആൽവാറിൽനിന്ന് ആൾക്കൂട്ടക്കൊലപാതക വാർത്തകൾ വന്നിരുന്ന സമയമായതിനാൽ രജനിയെ ഒറ്റയ്ക്ക് വിടാൻ രാജിയോ മണികണ്ഠനോ തയ്യാറായില്ല. എന്നാൽ രണ്ടു ദിവസത്തിൽ കൂടുതൽ രാജിയുടെ അടുത്ത് നില്ക്കാൻ രജനി ഒരുക്കമല്ലായിരുന്നു.

പോയേ തീരൂവെങ്കിൽ കൂടെ ചെല്ലാമെന്ന് മണികണ്ഠൻ അറിയിച്ചു. ട്രെയിനിൽ സ്ലീപ്പർ ടിക്കറ്റില്ലാത്തതിനാൽ ബസ്സിൽ സൂറ്റ് വഴിപോകേണ്ടി വരും. കുറഞ്ഞത് രണ്ടുദിവസം മണികണ്ഠൻ ലീവാക്കണം. രാജിക്ക് ലീവുമില്ല. അത് വേണ്ട, ഒറ്റയ്ക്ക് പോകാൻ തന്നെ രജനി തീരുമാനിച്ചു.

മുംബൈയിൽ നിന്ന് പുറപ്പെട്ടപ്പോൾ അധികം ആളുകളില്ല. ഓരോ സ്റ്റോപ്പിലെത്തുമ്പോഴും ആളുകൾ കൂടിക്കൂടി വന്നു. അപരിചിതമായ സ്ഥലങ്ങളിലൂടെയാണ് ബസ്സ് സഞ്ചരിക്കുന്നതെങ്കിലും പുറത്തെ കാഴ്ചകൾ ആകർഷകമായി അവൾക്ക് തോന്നി.

ആസ്ട്രേലിയയോ യൂറോപ്പോ പോലെയല്ല, നാനാത്വങ്ങൾ കൊണ്ട് സവിശേഷമായ രാജ്യമാണ് ഇന്ത്യ. ആകസ്മികതകളുമായാണ് ഓരോ പ്രഭാതവും ഇവിടെ പുലരുന്നത്. ഈ വൈവിധ്യങ്ങളും ഉൾപ്പിരിവുകളുമാണ് രാജ്യത്തെ ആന്തരികമായി ഊർജ്ജസ്വലമാക്കുന്നത്. ആഘോഷങ്ങളും കലയും ഭാഷയും സംസ്കാരവും എന്ന് വേണ്ട എല്ലാത്തിലും ഈ വൈവിധ്യത്തിന്റെ സൗന്ദര്യമുണ്ട്.

നിറങ്ങളുമായി ബന്ധപ്പെട്ട ഉത്സവങ്ങൾ ധാരാളമായി നടക്കുന്ന ഒരിടം കൂടെയാണ് ഇന്ത്യയെന്നത് പുഷ്കർമേള നടക്കുന്ന നിരത്തിലൂടെ ബസ്സ് കടന്നുപോയപ്പോൾ അവൾക്ക് നേരിലനുഭവപ്പെട്ടു.

തണുപ്പ് കാരണം കണ്ടക്ടറുടെ കയ്യിൽനിന്നും കമ്പിളി വാങ്ങിച്ചിരുന്നു. കൂടെ സീറ്റിലിരുന്ന ജയ്പൂർ യൂണിവേഴ്സിറ്റി വിദ്യാർത്ഥി അവളോട് മിണ്ടാൻ ശ്രമിക്കുന്നുണ്ടെങ്കിലും എന്തുകൊണ്ടോ അധികം സംസാരിക്കാൻ അവൾക്ക് താത്പര്യം തോന്നിയില്ല. അവൾ വീണ്ടും തന്റെ ചിന്തകളിലേക്ക് ആഴ്ന്നുപോയി.

ലോകത്തെ ഏറ്റവും വലിയ ജനാധിപത്യ രാജ്യം, സ്പേസ് റിസർച്ച് മുതൽ എണ്ണമറ്റ അഭിമാനനേട്ടങ്ങൾ, വലിയ മനുഷ്യവിഭവശേഷി. ജാതി സംഘർഷങ്ങളില്ലായിരുന്നെങ്കിൽ ഇന്ത്യ ഇതിനോടകം വികസിത രാജ്യമായേനേ.

ഡൽഹി യൂണിവേഴ്സിറ്റിയിൽ സംവരണത്തിലൂടെ ജോലിക്ക് കയറിയവരെ വിദേശപരിശീലനത്തിൽ നിന്ന് ഒഴിവാക്കുന്നുവെന്നും ഉയർന്ന മാർക്കോടെ പരീക്ഷകൾ പാസ്സായ ദളിത് വിദ്യാർത്ഥികൾക്ക് അഭിമുഖങ്ങളിൽ കുറഞ്ഞ സ്കോർ നൽകി തഴയപ്പെടുന്നുവെന്നും ഉള്ള പാർലിമെന്ററി കമ്മിറ്റി റിപ്പോർട്ട് അവളെ അസ്വസ്ഥപ്പെടുത്തിയിരുന്നു. വോൾസാനയിലായതിനാലാണ് ഇതൊന്നുമനുഭവിക്കാതെ ജോലിക്കയറ്റം ലഭിക്കാനും ട്രെയിനിങ്ങിന് പോകാനും തനിക്ക് സാധിച്ചത്

“Gandhiji, I have no motherland...” അംബേദ്കർ വേദനയോടെ പറഞ്ഞത് അവളോർത്തു.

അനുഭവങ്ങളാകും അങ്ങനെ പറയാൻ അദ്ദേഹത്തെ പ്രേരിപ്പിച്ചത്.

"ബാപ്പുജീ... അങ്ങ് അറിയുന്നോ... തിരസ്കൃതരായിട്ടും ഞങ്ങളീ രാജ്യത്തെ സേവിക്കുന്നു, സ്നേഹിക്കുന്നു." അവൾ സ്വയം പറഞ്ഞു.

ജൈന, ബുദ്ധിസത്തിന്റെയും ദ്രാവിഡ, ചാർവാകരുടെയും പോലെ നിരവധി സാംസ്കാരികധാരകളുണ്ടായിട്ടും ആര്യവേദാന്തത്തെ ഇന്ത്യക്കാരുടെ പൊതു ആദർശമായി അവതരിപ്പിക്കപ്പെട്ടതാണ് തങ്ങളിന്നും ജന്മനാട്ടിൽ തിരസ്കൃതരാകാൻ കാരണമെന്ന് രജനിക്ക് തോന്നുന്നുണ്ട്. അതെക്കുറിച്ചുള്ള ബാബാസാഹിബിന്റെ നിരീക്ഷണങ്ങളും അവൾ വായിച്ചിരുന്നു. ചിത്രകഥകൾ മുതൽ തത്ത്വചിന്തവരെ ഈ ബ്രാഹ്മണ്യ സംസ്കാരത്തിൽ മുങ്ങിക്കുളിച്ചു നിൽക്കുന്നത് കൊണ്ടാവണം, ഇന്ത്യയിൽ വിദ്യാഭ്യാസം നേടിയവർപോലും ജാതിചിന്തയുടെ നിശ്ശബ്ദപ്രയോക്താക്കളായി മാറിയത്.

അൻവർ പറഞ്ഞത് സത്യമെങ്കിൽ ശ്രീയും ഈ വ്യവസ്ഥിതിയുടെ ഇരയായി മാറി കാണും. അല്ലെങ്കിലെങ്ങനെയാണ് യാതൊരു യുക്തിയുമില്ലാത്ത ഈ വിവേചനത്തിനടിപ്പെടാൻ അവന് കഴിയുക? അപരിമിതവും അളക്കാനാവാത്തതുമായ വികാരമാണ് പ്രണയം. അതിന്റെ അതിരുകൾ പ്രപഞ്ചത്തെയും കടന്നുപോകുന്നു. നക്ഷത്രസമൂഹങ്ങളിലോ ആഴിയുടെ അടിത്തട്ടിലെ അമൂല്യമായ ചിപ്പിയിലോ ആണ് അതിന്റെ ആത്മാവ്. ശ്രീയും താനും അതനുഭവിച്ചറിഞ്ഞതുമാണ്. പിന്നെ എപ്പോഴാണ് അവൻ അതിൽ നിന്നിറങ്ങിപ്പോയത്?

ശ്രീയെക്കുറിച്ച് ഓർത്തപ്പോൾ അവളുടെ മനസ്സ് വീണ്ടും അസ്വസ്ഥമായി. എന്തായിരിക്കും അവന് തന്നോട് പറയാനുണ്ടാവുക? അത്രമേൽ ഇഷ്ടപ്പെട്ടു പോയവരാണ് തങ്ങളെന്നതിനാൽ, തന്നെ വിജനതയിൽ ഉപേക്ഷിച്ചുപോകാൻ അവനാകുമോ? മറ്റെന്തോ പ്രയാസത്തിൽ അകപ്പെട്ടതാകും.

മനസ്സിനെ ചിന്തകളിൽനിന്ന് മാറ്റി നിർത്താൻ അവൾ വീണ്ടും പുറത്തെ കാഴ്ചകളിലേക്ക് ശ്രദ്ധ തിരിച്ചു. ജയ്പൂരിനടുത്തൊരു ഗ്രാമത്തിൽ എത്തിയപ്പോൾ ബസിന്റെ വേഗത പെട്ടെന്ന് കുറഞ്ഞു. പുറത്ത് ആൾക്കൂട്ടം കണ്ടു സൂക്ഷിച്ചു നോക്കിയപ്പോൾ കുതിരപ്പുറത്ത് വേഷഭൂഷാദികളോടെ യാത്ര ചെയ്യുകയാണ് ഒരു പെൺകുട്ടി. പൊലീസ് അകമ്പടിയുമുണ്ട്. കൗതുകം തോന്നി അന്വേഷിച്ചപ്പോഴാണ്, തന്റെ കല്യാണത്തിന് പോകുകയാണ് ആ പെൺകുട്ടിയെന്ന് അറിയുന്നത്. പാലി ജില്ലയിൽതന്നെ ദളിതർ കുതിരപ്പുറത്തു പോകുന്ന ആദ്യത്തെ സംഭവമാണത്രെ ഇത്.

ആടയാഭരണങ്ങളണിഞ്ഞു കുതിരപ്പുറത്ത് തലയുയർത്തി നിൽക്കുന്ന നവവധുവിന്റെ ചിത്രം രജനി തന്റെ മൊബൈലിൽ പകർത്തി. ഒരുപക്ഷേ ഈ പെൺകുട്ടി ഇതിന്റെ പേരിൽ ആക്രമിക്കപ്പെട്ടേക്കാം. എന്നാൽ നൂറ്റാണ്ടുകളായുള്ള വിലക്കിനെയാണ് അവൾ നിസ്സാരമായി തകർത്തുകളയുന്നത്.

സാമൂഹികനീതിക്ക് വേണ്ടി സമരങ്ങളിലും ഇത്തരം ഗാന്ധിയൻ മാതൃകകളുപയോഗിക്കുന്നതാണ് അനുയോജ്യം. ജനങ്ങളാൽ തിരഞ്ഞെടുക്കപ്പെട്ട ഭരണകൂടങ്ങളോട് ജനാധിപത്യപരമായ സംവാദങ്ങളും അഹിംസാ പ്രതിഷേധങ്ങളും തന്നെയാണ് കാടുകളിൽ തമ്പടിച്ചു ആയുധമെടുക്കുന്നതിലും ഉത്തമം.

ചെറുപ്പത്തിലേ മനസ്സിൽ കയറിക്കൂടിയ ഗാന്ധിയോടുള്ള ഇഷ്ടം അവൾക്ക് ഇനിയും ഇല്ലാതായിട്ടില്ല. സാമൂഹികജനാധിപത്യ ചിന്തകളിൽ അംബേദ്കർ മുഴുവൻ ഇന്ത്യക്കാരുടേയും നേതാവാണെന്നപോലെ അഹിംസാസിദ്ധാന്തങ്ങളിലെ ഗാന്ധി തങ്ങളുടേത് കൂടിയാണ്. ജീവിച്ചിരുന്ന കാലഘട്ടത്തിലെ ഇരുണ്ട ചിന്താപരിസരങ്ങൾ ഒരാളിൽ പ്രതിസന്ധികൾ സൃഷ്ടിച്ചിരുന്നു എന്നതുകൊണ്ട് മാത്രം അദ്ദേഹം കീഴാളരുടെ ശത്രുവാകുന്നില്ല.

ഓരോന്ന് ആലോചിച്ച് ബസ്സിലെ തണുപ്പിൽ മയങ്ങിപ്പോയി. കൂടെ സീറ്റിലുണ്ടായിരുന്ന വിദ്യാർത്ഥി യാത്ര പറഞ്ഞു ഇറങ്ങിപ്പോയത് പാതി ഉറക്കത്തിലാണ് അവളറിഞ്ഞത്. അവന്റെ പേര് രോഹിത് എന്നായിരുന്നു. അതാണോ കാരണമെന്നറിയില്ല ഉറക്കത്തിൽ അവൾ ഒരു സ്വപ്നം കണ്ടു. ഹൈദരാബാദ് യൂണിവേഴ്സിറ്റിയിൽ വെച്ചു സ്വയം മരണത്തിലേക്ക് നടന്നുപോയ ഒരു വിദ്യാർത്ഥി തന്റെ കൂടെ യാത്ര ചെയ്യുന്നു.

"എന്നോട് ദേഷ്യണ്ടോ... ഈ ഭൂമിയിൽ നിന്നും പോയതിൽ?" അവൻ ചോദിക്കുന്നു.

"ഉണ്ട്... നീയല്ലല്ലോ, നിന്നെ ദ്രോഹിച്ചവരല്ലേ മരിക്കേണ്ടിയിരുന്നത്?" അവൾ തിരിച്ചു ചോദിച്ചു.

"കുട്ടിക്കാലത്ത് ഞാനൊരുപാട് അനുഭവിച്ചു, ഉന്നതകലാലയത്തിലെത്തിയപ്പോൾ സ്ഥിതി മാറുമെന്ന് ഉറപ്പായും കരുതി, എന്നാൽ എന്നെയത് അവിടെയും പിന്തുടർന്നു... ഒടുവിൽ വേദനയോടെ ഞാനാ സത്യം അംഗീകരിച്ചു." പതിഞ്ഞ സ്വരത്തിൽ അവൻ പറഞ്ഞു.

"ഏത് സത്യം..." അവൾ ചോദിച്ചു.

"എന്റെ ജനനം തന്നെയായിരുന്നു എനിക്ക് സംഭവിച്ച തെറ്റ്."

രജനി ഞെട്ടിയുണർന്നു. ആൽവാറിനടുത്തെത്തിയിരുന്നു ബസ്സ് അപ്പോൾ.

പതിനാല്

രജനി ഒറ്റയ്ക്ക് രാജസ്ഥാനിലേക്ക് പോയതറിഞ്ഞപ്പോൾ ദേവകിയുടെ ഉള്ളം പിടച്ചു. ജീവിതത്തിലെ പ്രധാന കാര്യമെന്ന നിലയിൽ അവൾക്കു പോയേ തീരൂവെന്നു ദേവകിക്ക് അറിയാം. തന്റെ മകൾ ആ ചെറുപ്പക്കാരനെ അത്രമേൽ ആഗ്രഹിക്കുകയും വിശ്വസിക്കുകയും ചെയ്യുന്നുണ്ട്.

പുറത്ത് കാണിക്കുന്നതിലും എത്രയോ അധികമാണ് അവളുടെ ഉള്ളിലെ ഇഷ്ടവും സങ്കടവും. ഒരു അമ്മയ്ക്ക് മാത്രമേ മകളുടെ പ്രയാസത്തിന്റെ ആഴവും വ്യാപ്തിയും മനസ്സിലാക്കാൻ കഴിയൂ.

കുട്ടന് ക്ലാസ് തുടങ്ങിയത് കാരണം ഓഫീസ് കഴിഞ്ഞുവന്നാൽ ദേവകി വീട്ടിൽ ഒറ്റയ്ക്കാണ്. ചാരുപടിയിലിരുന്നു പത്രവായന കഴിഞ്ഞു പുറത്തേക്ക് നോക്കിയിരിക്കുമ്പോൾ ഓരോന്ന് ഓർമ്മ വരും. ദുരിതപർവ്വങ്ങളുടെ കുട്ടിക്കാലം. അന്ന് വന്നു ഭവിച്ച അസുഖമില്ലായിരുന്നെങ്കിൽ പഠിക്കാനോ സർക്കാർ ജോലി സമ്പാദിക്കാനോ കഴിയുമായിരുന്നില്ല.

വിദ്യാഭ്യാസത്തിലൂടെ മാത്രമേ തങ്ങളുടെ പ്രശ്നങ്ങളെ മറികടക്കാൻ കഴിയുകയുള്ളൂവെന്ന് ഇതിനോടകം തിരിച്ചറിഞ്ഞിരുന്നതിനാലാണ് മക്കളെ പഠിക്കാൻ പ്രേരിപ്പിച്ചുകൊണ്ടിരുന്നത്. ജോലിയുണ്ടായിരുന്നിട്ടും താൻ അപമാനിക്കപ്പെട്ടിട്ടുണ്ട്, എന്നാൽ അത് കൂടെ ഇല്ലായിരുന്നെങ്കിലോ? അതാണ് ദേവകിയുടെ ചിന്ത.

ചെമ്മണ്ണ് റോഡിന് മറുവശത്തെവീട്ടിലെ ഗൃഹനാഥൻ, ദേവകിയും മക്കളും ഇവിടം ഒഴിഞ്ഞുപോകണമെന്ന് കുറേക്കാലമായി ആഗ്രഹിക്കുന്നുണ്ട്. അവധിക്കാലത്ത് അയാളുടെ വീട്ടിൽ കൂട്ടുകുടുംബങ്ങളൊക്കെ വരുമ്പോൾ എതിർവശത്തായി ഒരു അധഃസ്ഥിതവീടുള്ളതും മുറ്റത്ത് ശവക്കുഴി കാണുന്നതും അയാൾക്ക് കുറച്ചിലാണ്. അതിലും പ്രധാനം, രജനിയുടെ വീടിനോട് ചേർന്നുള്ള പറമ്പ് ഇപ്പോൾ അയാളുടെ കൈവശമാണ്, ഈ മൂന്നുസെന്റ് കൂടി കിട്ടിയാൽ പറമ്പിലേക്ക് കുറേക്കൂടി വീതിയിൽ റോഡ് വെട്ടാമെന്ന് അയാൾ ചിന്തിക്കുന്നുണ്ട്.

വീട് നിൽക്കുന്ന സ്ഥലം തുച്ഛവിലയ്ക്ക് അയാൾക്ക് നൽകി ഒഴിഞ്ഞു പോവാൻ വേണ്ടിയാവണം, ദേവകിയെയും മക്കളെയും പ്രകോപിപ്പിക്കാൻ ലഭിക്കുന്ന അവസരങ്ങൾ അയാൾ പാഴാക്കാറില്ല. ഒരിക്കൽ റോഡിൽ വെച്ച് അയാൾ രാജിയെ തടഞ്ഞുനിർത്തുകയും 'നിങ്ങടെ ആൾക്കാരുള്ള സ്ഥലത്തേക്ക് പൊക്കൂടേ'ന്ന് സ്നേഹം ഭാവിച്ചു പറയുകയും ചെയ്തു. ജനിച്ചു വളർന്ന ഗ്രാമം തങ്ങളുടേതല്ലെന്ന് രാജിക്ക് ബോധ്യമായത് അന്നാണ്.

പിന്നീട് ഒരു ദിവസം, വിരുന്നവന്ന കുട്ടികളെയെല്ലാം വീട്ടുമുറ്റത്ത് നിർത്തി അയാൾ പഴഞ്ചൊല്ലുകൾ ഉറക്കെ ചൊല്ലിക്കൊടുത്തു.

"പുലയാടിച്ചി മകളും പുലയാടിച്ചി."

അർത്ഥമറിഞ്ഞും അറിയാതെയും കുട്ടികൾ അത് ഉച്ചത്തിൽ ഏറ്റു ചൊല്ലുകയുണ്ടായി. ഇത്തരം പ്രയോഗങ്ങളും ചൊല്ലുകളും ധാരാളമായി ഭാഷയിലുള്ളതിനാൽ തന്റെ കുലമഹിമ കാണിക്കാനും ദേവകിയെ പരിഹസിക്കാനും അയാൾ ഭാഷയെ കൂട്ടുപിടിച്ച് പോന്നു.

സവർണ്ണർക്ക് ജാതി ഒരലങ്കാരമാകുമ്പോൾ തങ്ങൾക്കത് മരണം വരെ ചുമക്കേണ്ട അഴുക്കുഭാണ്ഡമായി തീർന്നിരിക്കുന്നു. ദേവകി ഓർത്തു.

തന്റെ കാര്യം മാത്രമല്ല, ചെറുമ വിഭാഗത്തിൽപെട്ട ഒരാൾ പൊലീസ് ഉദ്യോഗസ്ഥനായി വന്നിട്ട് അദ്ദേഹത്തിന്റെ നിയമപരിഷ്കാരങ്ങളെ 'ചെറുമന് അധികാരിപ്പണി കിട്ടിയപോലെ' എന്ന് പറഞ്ഞു പരിഹസിക്കുകയാണ് ഇവിടുത്തെ നാട്ടുകാർ.

ദുർബലമായ തോട്ടി കാണിച്ചു പാപ്പാൻ ആനയെ നിയന്ത്രിക്കുന്ന തെങ്ങനെയാണോ അതുപോലെയാണ് ജാതിവിവേചനം കാലങ്ങളായി തങ്ങളുടെ മേൽ പ്രവർത്തിച്ചിരുന്നതെന്നും ദേവകി ഇപ്പോൾ തിരിച്ചറിയുന്നുണ്ട്. സ്വന്തം ശക്തിയെക്കുറിച്ച് ആന ബോധവാനാകുന്ന സമയങ്ങളിലൊക്കെയും അതിനെ ചതിയിൽ ഉടമപ്പെടുത്തിയവർ തോട്ടിയുപേക്ഷിച്ച് ഓടിയ ചരിത്രമാണുള്ളത്. അനീതികളിൽ ഇത്രത്തോളം വിധേയപ്പെട്ട് നിൽക്കേണ്ട കാര്യം തങ്ങളുടെ സമൂഹത്തിനില്ലായിരുന്നു.

ജാതീയത പുതിയ രൂപമെടുത്ത് വരുന്ന സാഹചര്യത്തിൽ മാറ്റി നിർത്തപ്പെട്ട ഇടങ്ങളിലൂടെയെല്ലാം ഇനിയും വില്ലുവണ്ടികളുരുളേണ്ടതുണ്ട്. രജനിയുടെ കടൽ കടന്നു പോയുള്ള പഠനവും ഇത്തരമൊരവസ്ഥയിൽ ഏറെ പ്രസക്തമായിരുന്നു. അന്നതിന്റെ പ്രാധാന്യമറിയില്ലായിരുന്നു. ഇന്നിപ്പോൾ ഈ ഗ്രാമത്തിലെ മറ്റേത് പെൺകുട്ടിയെക്കാളും വിദ്യാഭ്യാസം നേടിക്കഴിഞ്ഞു രജനി.

മാനസികപ്രയാസങ്ങളിൽ അകപ്പെട്ട് നിരാശയാകരുതെന്ന് അവളോട് പറയണം. പ്രണയനൈരാശ്യമോ മറ്റോ മൂലം അവൾ തകർന്നാൽ ദാസന് അവളെക്കുറിച്ചുണ്ടായിരുന്ന സ്വപ്നങ്ങൾ മാത്രമല്ല ഇല്ലാതാകുക, ഒരു സമൂഹത്തിന്റെ പ്രതീക്ഷകളും കൂടിയാണ്. ദേവകി മനസ്സിലുറപ്പിച്ചു.

പതിനഞ്ച്

ബസ്സിറങ്ങി ആൽവാർ ട്രാൻസ്പോർട്ട് സ്റ്റേഷനടുത്തുള്ള ഹോട്ടലിൽ രജനി റൂമെടുത്തു. പുലർകാലത്ത് മഞ്ഞുമേലങ്കിയോടെ കാറ്റ് വീശുന്നതിനാൽ അന്തരീക്ഷം തണുത്തിരിക്കുന്നു. ആരവല്ലി മലനിരകളും താർ മരുഭൂമിയും മുതൽ പദ്മാവതി- ഖിൽജിമാരുടെ കഥകളുറങ്ങുന്ന ചിറ്റോർ ഗർഹയും അംബരചുംബികളായ കൊട്ടാരങ്ങളുമുണ്ട് രാജസ്ഥാനിൽ. അതെല്ലാം കാണണമെന്ന് അവൾ മുൻപ് ആഗ്രഹിച്ചിരുന്നതുമാണ്. എന്നാൽ അവയൊന്നും ഇപ്പോൾ ആകർഷിക്കാത്തവിധം അവളുടെ ഹൃദയം അസ്വസ്ഥമാണ്.

ഇളംചൂട് വെള്ളത്തിൽ കുളിച്ചപ്പോൾ യാത്രാക്ഷീണം മാറി വന്നു. ഹോട്ടലിലെ താഴെ നിലയിലെ റെസ്റ്റോറന്റിൽ ചെന്ന് പ്രാതൽ കഴിച്ച് ശ്രീയുടെ ഓഫീസ് സ്ഥിതി ചെയ്യുന്ന ഇറ്റ്റാണ റോഡ് അന്വേഷിച്ചു. ആൽവാറിൽ എവിടേക്ക് പോകണമെങ്കിലും ടാക്സി ഹോട്ടലിനു മുൻപിൽ വരുമെന്ന് റിസപ്ഷനിലുള്ള പയ്യൻ പറഞ്ഞു.

സൂര്യപ്രകാശം വശങ്ങളിലൂടെ കെട്ടിടങ്ങളെ ആശ്ലേഷിച്ചു തുടങ്ങി. ഇറങ്ങാൻ നേരമായതോടെ അവളുടെ മാനസിക പിരിമുറുക്കവും വേവലാതിയും കൂടിവന്നു. എന്താണ് ശ്രീക്ക് പറയാനുണ്ടാവുകയെന്ന് ഒരു ഊഹവും ഇല്ല. അവനെ കാണുമ്പോൾ ചോദിക്കാനുള്ളതെല്ലാം താൻ മറന്നുപോകുമോ?

വേണ്ട, പരാതിയോ പരിഭവമോ വേണ്ടതില്ല. അവന് പറയാനുള്ളതെന്തെന്ന് ശാന്തമായി കേൾക്കുക, അവസാന തീരുമാനമറിയുക. അവൾ നിശ്ചയിച്ചു.

മുറി പൂട്ടി താഴെയിറങ്ങി വന്നു ടാക്സിയിൽ കയറി. ചെറിയ തണുപ്പ് കാരണം അവൾ മഫ്ളറണിഞ്ഞിരുന്നു. സൂര്യനഗറും ദുർഗകോളനിയും കഴിഞ്ഞു വണ്ടി മുന്നോട്ട് പോയി. മനസ്സിലെ പിരിമുറുക്കം മാറ്റാൻ ചുറ്റുപാടുകൾ വീക്ഷിക്കാൻ ശ്രമിച്ചു. നിരത്തിന് ഇരുവശവും കച്ചോരിയും പാവ്ബാജിയും വിൽക്കുന്ന തെരുവ് കടകൾ കാണാം. വിനോദയാത്രയ്ക്കായി അലങ്കരിച്ച ഒട്ടകങ്ങളെയും ഒറ്റക്കും തെറ്റയ്ക്കും തെരുവോരത്ത് കാണുന്നുണ്ട്. അംബേദ്കർനഗർ ചുറ്റി വലിയ മാർബിൾ ഷോപ്പുകളും പിന്നിട്ടു ജൈനക്ഷേത്രം കഴിഞ്ഞയുടനെ വാഹനം വലത്തോട്ട് തിരിഞ്ഞു. 'ഇറ്ററാണ'എന്നെഴുതിയ ബോർഡ് കവലയിലെ തിരക്കിനിടയിലും രജനിക്ക് വായിക്കാൻ കഴിഞ്ഞു.

ഇറ്ററാണ റോഡിലൂടെ ഏകദേശം ഒന്നര കിലോമീറ്ററോളം ഓടിയ ശേഷം അൽക്കാപുരിയിലെ റ്റാഫെ ട്രാക്ടേഴ്സിന് മുന്നിൽ വണ്ടി നിർത്തി. വിവിധതരം അഗ്രോ എഞ്ചിനുകളുടെ പരസ്യബോർഡുകൾ മുൻവശത്ത് സ്ഥാപിച്ചിട്ടുണ്ട്. ആദ്യമായി എത്തുന്ന ആരും ശ്രദ്ധിക്കുക ഈ കൂറ്റൻ ബോർഡുകളാണ്. ഡ്രൈവർക്ക് ടാക്സിക്കൂലി കൊടുക്കുമ്പോൾ ബോർഡ് കണ്ണിൽപെട്ടെങ്കിലും വായിക്കാൻ കഴിയാത്തത്ര, ശ്രീയുമായി ഒടുവിലൊരു കയ്യകലത്തിലെത്തിയിരിക്കുന്നു താനെന്ന ചിന്ത അവളുടെ ഹൃദയത്തെ പെരുമ്പറ കൊട്ടിക്കുകയായിരുന്നു. ഗേറ്റിൽ വെച്ച് സെക്യൂരിറ്റിയുടെ ചോദ്യത്തിന് അവ്യക്തമായ ഒരു ഉത്തരം പറഞ്ഞ് ഉള്ളിലേക്ക് നടന്നു.

റിസപ്ഷനിൽ ശ്രീരാജിനെ അന്വേഷിച്ചതും അവിടെയിരുന്ന പെൺകുട്ടി എഞ്ചിനീയറിംഗ് സെക്ഷനിലേക്ക് കാൾ ചെയ്ത്, വിസിറ്റേഴ്സ് ലോഞ്ചിന് നേരെ കൈ ചൂണ്ടി രജനിയോട് ഇരിക്കാൻ പറഞ്ഞു.

ലോഞ്ചിലെ ടിവി സ്ക്രീനിൽ ദൃശ്യങ്ങൾ മാറിമറിയുകയും ആരൊക്കെയോ വന്നുപോകുകയും അവിടെ ഇരിപ്പുണ്ടായിരുന്ന ചിലർ ഔപചാരികതയ്ക്ക് വേണ്ടി അവളോട് പുഞ്ചിരിക്കാൻ ശ്രമിക്കുകയും ചെയ്തു. എന്നാൽ അതൊന്നും അവളുടെ നേത്രപടലത്തിൽ പതിയുകയുണ്ടായില്ല. കാത്തിരിപ്പിന്റെ നിമിഷങ്ങൾക്ക് വർഷങ്ങളുടെ ദൈർഘ്യമുള്ളതായി അവൾക്ക് അനുഭവപ്പെട്ടു.

ഒടുവിൽ ശ്രീ നടന്നുവരുന്നത് അവൾ കണ്ണാടിച്ചില്ലിലൂടെ കണ്ടു. ഇളം നീല യൂണിഫോമിലാണ് അവൻ. അവനെ കണ്ടതും ഒരു നിമിഷത്തേക്ക് മറ്റെല്ലാം വിസ്മരിച്ചു. അവളുടെ മനസ്സ് പൂർവ്വസ്മൃതികളാൽ ദീപ്തമായി. ആൾക്കൂട്ടത്തിൽ നിമിഷാർദ്ധത്തേക്ക് തന്നെ കാണാതാകുമ്പോൾ വേവലാതിപ്പെട്ടിരുന്നവൻ, മടിയിൽ തലവെച്ച് കണ്ണുകളിലേക്ക് നോക്കിക്കിടക്കുമ്പോൾ നീ തന്നെയാണ് ആകാശമെന്ന് പറഞ്ഞവൻ.

താനിവനെ എത്രമേൽ സ്നേഹിക്കുന്നുണ്ടെന്ന് ഇവനറിഞ്ഞിരുന്നെങ്കിൽ!

വിസിറ്റേഴ്സ് ലോഞ്ചിലേക്കു കയറിയതും രജനിയെ കണ്ടു ശ്രീ സ്തബ്ധനായി. ഏതോ ക്ലയന്റ് കാത്തിരിക്കുന്നുവെന്നാണ് അവൻ കരുതിയത്.

“രജനി നീ..!” അമ്പരപ്പോടെ അവൻ ചോദിച്ചു.

“കൂട്ടുകാരൻ ഒന്നും പറഞ്ഞില്ല അല്ലേ...?” ഹൃദയമിടിപ്പ് അതിന്റെ ഉച്ചസ്ഥായിയിലെത്തിയിരുന്നെങ്കിലും അത് പുറത്ത് കാണാതിരിക്കാൻ അവൾ ശ്രദ്ധിച്ചു

“ആര്... അൻവറോ?”

അവളതിന് മറുപടിയൊന്നും പറഞ്ഞില്ല.

“അവനെ കണ്ടിരുന്നോ? എവിടെ വെച്ച്?”

“മറ്റെവിടുന്ന്? ഞാനവിടെ പോയിരുന്നു, കണ്ണൂരിൽ.”

“രജനി അൻവറിനെ തേടി അവന്റെ വീടുവരെ പോയെന്നോ?” അമ്പരപ്പിനൊപ്പം ശ്രീക്ക് അൻവറിനോട് കഠിനമായ ദേഷ്യവും തോന്നി. ഈ വിവരം അവന് തന്നെയൊന്ന് വിളിച്ചറിയിക്കാമായിരുന്നു.

“ഒരു മിനുട്ട്, ഞാനൊന്ന് പറഞ്ഞു വരാം...”

അവൻ റിസപ്ഷനിൽ ചെന്ന് തന്റെ സെക്ഷനിലേക്ക് ഫോൺ ചെയ്ത് തിരിച്ചു വന്നു,

“നമുക്ക് കാന്റീനിൽ പോകാം.” ആളുകൾ വന്നുപോയ്കൊണ്ടിരിക്കുന്നതിനാൽ ലോഞ്ചിലിരുന്ന് സംസാരിക്കാൻ രജനിയും ഇഷ്ടപ്പെട്ടില്ല.

കൈകൾ നെഞ്ചിൽ ചേർത്തുപിടിച്ച് അവൾ അവനൊപ്പം നടന്നു. വോൾസാനയിൽ ശ്രീയെയും കൂട്ടുകാരെയും കാണാൻ ആദ്യമായി മെൻസ് ഹോസ്റ്റലിലേക്ക് പോകുമ്പോൾ താനിതുപോലെ കൈകൾ നെഞ്ചോട് ചേർത്തുപിടിച്ചിരുന്നു. എന്നാലിത് ശ്രീയുമായുള്ള അവസാന കൂടിക്കാഴ്ചയാണെന്ന് അവളുടെ മനസ്സ് പറഞ്ഞു.

കാന്റീനെത്തുന്നതുവരെ ഇരുവരും സംസാരിച്ചില്ല. പെട്ടെന്നുള്ള ഞെട്ടൽ മാറിയപ്പോൾ ശ്രീ അവളെ സാവധാനം ശ്രദ്ധിക്കാൻ തുടങ്ങി. മാസങ്ങൾക്ക് ശേഷമാണ് അവനവളെ കാണുന്നത്. ഓസ്ട്രേലിയയിലെ

തണുപ്പ്കാല ജീവിതം അവളെ കൂടുതൽ ഭംഗിയുള്ളവളാക്കിയിരിക്കുന്നതായി അവൻ കണ്ടു. തന്നെ ആകർഷിച്ചിരുന്ന കണ്ണുകൾ കൂടുതൽ നീലിമയുള്ളതായി അവൻ കണ്ടു. അവളുടെ സാമീപ്യം തന്നിലിപ്പോഴും അനുരണനങ്ങൾ ഉണ്ടാക്കുന്നുവെന്ന് നഷ്ടബോധത്തോടെ അവൻ തിരിച്ചറിഞ്ഞു.

കാന്റീനിൽ വലിയ തിരക്കുണ്ടായിരുന്നില്ല. കോഫി ഓർഡർ ചെയ്ത് ഏറ്റവും പിറകിൽ മേഘക്കീറുപോലെ വെളിച്ചം ഉള്ളിലേക്ക് വീഴുന്ന ജാലകത്തിനരികിലെ മേശയിൽ അഭിമുഖമായി അവരിരുന്നു. ജാലകത്തിലൂടെ ഇളം തണുപ്പാർന്ന കാറ്റുവന്ന് അവളുടെ കഴുത്തിലെ മഫ്ളറിനെ ചെറുതായി ഇളക്കിക്കൊണ്ടിരുന്നു.

"നീയെന്നാ നാട്ടിലെത്തിയത്?" അവളുടെ മുഖത്തേക്ക് നോക്കാതെ അവൻ ചോദിച്ചു.

അതിനുത്തരം പറയണമെന്ന് അവൾക്ക് തോന്നിയില്ല. താൻ ഒരു വർഷം കഴിഞ്ഞ് ആസ്ട്രേലിയയിൽ നിന്ന് വരുന്നത് അവനറിയാമല്ലോ.

"ആൽവാറിൽ എവിടെയാ താമസം?" അവൻ വീണ്ടും ചോദിച്ചു.

രജനി ഹോട്ടലിന്റെ പേര് പറഞ്ഞു. തന്റെ കണ്ണുകളിലേക്കു നോക്കാൻ അവൻ അധൈര്യപ്പെടുന്നത് അവൾ വ്യക്തമായി കണ്ടു.

"കാറുകളെയായിരുന്നല്ലോ താത്പര്യം? അഗ്രോ എഞ്ചിനിലേക്ക് എപ്പോ മാറി?"

എന്ത് മറുപടി പറയണമെന്ന് ശ്രീ ആലോചിക്കുന്നതായി കണ്ടപ്പോൾ, അവനെ തന്നെ നോക്കി രജനി ചോദിച്ചു, "വീട്ടുകാരുടെ നിർബന്ധം കൊണ്ടാണോ ശ്രീ വോൾസാന വിട്ടത്?"

അപ്പോൾ അൻവർ കാര്യങ്ങൾ ഏറെക്കുറെ അവളോട് പങ്കുവെച്ചിരിക്കുന്നു. ഇനി പറയാതിരുന്നിട്ട് കാര്യമില്ല. ശ്രീയൊരു ദീർഘനിശ്വാസമെടുത്തു.

"വ്യക്തമായൊരു ഉത്തരം കിട്ടീട്ട് നിന്റെ മുന്നിൽ വരാമെന്ന് കരുതി. വീട്ടുകാരെ ബോധ്യപ്പെടുത്താൻ ഞാൻ പരമാവധി നോക്കി, അവരിതിന് സമ്മതിക്കുന്നില്ല."

"അതുകൊണ്ട്?"

"എനിക്കിപ്പോഴും ഒരു തീരുമാനത്തിലെത്താൻ കഴിയുന്നില്ല."

"ഇത്ര കാലമായിട്ടും?"

ശ്രീക്ക് അതിന് മറുപടിയുണ്ടായില്ല.

"എന്താണ് അവരുടെ യഥാർത്ഥ പ്രശ്നം. ഞാൻ പോസ്റ്റ്ഗ്രാജുവേഷൻ കഴിഞ്ഞിരിക്കുന്നു, ഭേദപ്പെട്ട ജോലിയുണ്ട്, നമ്മളാണെങ്കിൽ മാനസികമായി അങ്ങേയറ്റം അടുക്കുകയും ചെയ്തു."

"നിനക്കറിയില്ലേ? അത് തന്നെ... നിന്റെ കുടുംബ പശ്ചാത്തലം, അവർക്ക് അതത്ര നിസ്സാരമല്ല."

കുടുംബപശ്ചാത്തലമെന്നതുകൊണ്ട് ജാതിയാണ് അവനുദ്ദേശിക്കുന്നതെന്ന് രജനിക്ക് വ്യക്തമായി. രോഹിത് പറഞ്ഞത് എത്ര ശരിയാണ്, ജന്മം തന്നെയാണ് തങ്ങൾക്ക് സംഭവിച്ച പിഴവ്, പരിഹാരം മരണം മാത്രം. ജനനത്തിനും മരണത്തിനുമിടയ്ക്ക് മറ്റൊരു പരിഹാരവും തങ്ങൾക്കില്ല.

"തിരുപ്പൂരിൽ നടന്ന അഭിമാനക്കൊല വായിച്ചിരുന്നോ ശ്രീ?"

"പത്രത്തിൽ കണ്ടതായി ഓർക്കുന്നു... എന്തേ?"എന്താണ് അവൾ ഉദ്ദേശിക്കുന്നതെന്ന് അവനു വ്യക്തമായില്ല.

"ആ കൊല നടത്തിയ ബന്ധുക്കളിൽനിന്ന് എന്തു വ്യത്യാസമാണ് ശ്രീയുടെ വീട്ടുകാർക്ക് ഉള്ളത്?"

"ഇവിടാരും ആരെയും കൊല്ലാനൊന്നും പോണില്ലല്ലോ." അവന്റെ സ്വരത്തിൽ അതൃപ്തി കലർന്നിരുന്നു.

"നിഷേധിച്ചിട്ട് കാര്യമില്ല ശ്രീ... വിവാഹം നടന്നാൽ തങ്ങളുടെ വംശത്തിന്റെ ശുദ്ധി നശിക്കുമെന്നായിരുന്നില്ലേ കൊല നടത്തിയ കുട്ടിയുടെ വീട്ടുകാരുടെ പേടി? അതേ പേടി തന്നെയല്ലേ ശ്രീയുടെ കുടുംബക്കാർക്കും?"

അല്ലെന്നു വാദിക്കാനൊരുങ്ങിയെങ്കിലും തങ്ങളുടെ ആഢ്യരക്തം അവർണ്ണജാതിയുമായി കൂടിക്കലരുന്നതിനെക്കുറിച്ച് അമ്മാവൻ ആധി കൊള്ളുകയും രജനിയെ കുടുംബത്തോടെ ഇല്ലാതാക്കിക്കളയുമെന്ന് ഭീഷണിപ്പെടുത്തുകയും ചെയ്തതായി അവനോർമ്മ വന്നു. ആ ഓർമ്മയിൽ അവൻ നിശ്ശബ്ദനായി.

താൻ ഇത്രയും ദൂരം വന്നു തർക്കിക്കുകയാണെന്ന് കരുതിയാണോ ശ്രീ മിണ്ടാതിരിക്കുന്നത്?രജനി അങ്ങനെയാണ് ചിന്തിച്ചത്.

"തർക്കിക്കാനില്ല. ഒന്നും പിടിച്ചു വാങ്ങാനുമല്ല. നിന്റെ തീരുമാനം നേരിട്ടറിയാൻ മാത്രമായി വന്നതാണ്." അവൾ പറഞ്ഞു

"രജനി..., കഠിനമായ സമ്മർദ്ദത്തിലാണ് ഞാൻ, നിനക്ക് ഊഹിക്കാൻ കഴിയുന്നതിലും അപ്പുറമാണത്."

രജനിക്ക് അത് ഉൾകൊള്ളാൻ കഴിഞ്ഞില്ല. എത്ര നിസ്സാരമായാണ് അവൻ തന്റെ സ്നേഹത്തെ കാണുന്നത്.

"സമ്മർദ്ദങ്ങൾ എന്റെ മേലിലും ഉണ്ട് ശ്രീ.., പക്ഷേ ഇത് നമ്മുടെ ജീവിതമല്ലേ? ഏതോ അസംബന്ധങ്ങൾക്ക് വേണ്ടിയാണ് നീ നമ്മുടെ ഇഷ്ടത്തെ ഇങ്ങനെ വിലയില്ലാതെ ഒഴുക്കിക്കളയുന്നത്."

അവളെ ആശ്വസിപ്പിക്കണമെന്നുണ്ടായിരുന്നെങ്കിലും ഒരു വാക്കു കൊടുക്കാൻ അവൻ അധൈര്യപ്പെട്ടു. അവളോടുള്ള ഇഷ്ടം ഇപ്പോഴും തന്നിലുണ്ട്. പക്ഷേ വോൾസാനയിൽ വെച്ച് കരുതിയതുപോലെ അത്ര നിസ്സാരമല്ല, നാട്ടിൽ വന്നപ്പോഴാണ് ഇതിന്റെ പ്രത്യാഘാതം മനസ്സിലായത്. ഒരു പുലയയുവതിയെ താൻ സ്വീകരിച്ചാൽ അതൊരു ഭൂകമ്പമായിരിക്കും. അച്ഛനും അമ്മയും തനിക്ക് ഒരിക്കലും മാപ്പ് തരില്ല, കുടുംബത്തിന്റെ മാനം പോയാൽ അമ്മാവൻ അക്രമാസക്തനാകും. പിന്നെ തനിക്കൊരു സാമൂഹ്യജീവിതമില്ല. അവരുടെയെല്ലാം ശാപവും പേറി താൻ ജീവിക്കേണ്ടി വരും.

ജനാധിപത്യ ഇന്ത്യയിൽ ഓരോ ബ്രാഹ്മണനും ഇത്തരം ആത്മസംഘർഷങ്ങളിലൂടെ കടന്നു പോകുന്നുണ്ടാകുമെന്ന് അവനോർത്തു. തങ്ങളുടെ പ്രശ്നങ്ങൾ പുറത്തുള്ളവർക്ക് പറഞ്ഞാൽ മനസ്സിലാകണമെന്നില്ല.

ശ്രീയുടെ നീണ്ട മൗനം കണ്ടപ്പോൾ താനും അവനും ഇവിടെവെച്ച് എന്നെന്നേക്കുമായി വഴിപിരിയുകയാണെന്ന് അവൾക്ക് മനസ്സിലായി. ദുർബലയാവരുതെന്ന് അവളുടെ മനസ്സ് അവളോട് മന്ത്രിച്ചു.

ഒടുവിൽ രജനിതന്നെ മൗനം ഭഞ്ജിച്ചു.

"ഞാൻ ഇറങ്ങട്ടെ ശ്രീ... വേറെ ഒന്നും ഇല്ലല്ലോ."

"നീ ഇങ്ങനെ വെഷമിക്കല്ലേ രജനീ... നോക്ക്, എനിക്ക് നിന്നെ ഇപ്പോഴും ഇഷ്ടമാണ്. പക്ഷേ കുറച്ചൂടെ സമയം വേണം, ഞാൻ എങ്ങനേലും വീട്ടുകാരെ..."

ശ്രീ അർദ്ധോക്തിയിൽ വിരമിച്ചു.

"വീട്ടുകാരെ എങ്ങനെ? എന്നെ ജാതിയിൽ ഉയർത്തിയാണോ? കർമ്മം കൊണ്ടാണ് ഒരാൾ ബ്രാഹ്മണനാകുന്നതെന്നല്ലേ വർണ്ണത്തെ ന്യായീകരിക്കാൻ നീ മുൻപ് പറഞ്ഞിരുന്നത്. എന്നാൽ താമസിക്കേണ്ട, എന്നെ ബ്രാഹ്മണയാക്കി നിന്നോടൊപ്പമാക്കൂ."

"രജനീ... അത്..."

'എന്താ... അതോടെ പ്രശ്നം തീർന്നില്ലേ?"

ശ്രീക്ക് ഉത്തരം മുട്ടിപ്പോയി. ഇതുവരെ ഒരു കീഴാളസ്ത്രീയും ബ്രാഹ്മണയാക്കപ്പെട്ടതായി അവൻ കേട്ടിട്ടില്ല.

അവന്റെ കണ്ണുകളിലേക്ക് നോക്കി അവൾ പറഞ്ഞു. "വേരുകൾ ഉറപ്പില്ലാത്ത മരംപോലെയായിരിക്കുന്നു നീ. കാറ്റിൽ അത് ഏതു നിമിഷവും നിലംപൊത്താനെന്നപോലെ നാലുപാടും ഇളകിയാടുന്നു. ഔദാര്യത്തിനു യാചിക്കുകയല്ല, നിന്നോടുള്ള എന്റെ ഉള്ളിലെ പ്രണയത്തോട് സത്യസന്ധത പുലർത്താൻ ശ്രമിക്കുകയായിരുന്നു ഞാനിതുവരെ.

അത് മനസ്സിലാക്കാൻപോലും നിനക്ക് കഴിയുന്നില്ലല്ലോ..." അത് പറഞ്ഞപ്പോൾ എത്ര ശ്രമിച്ചിട്ടും അവളുടെ ശബ്ദമിടറി.

"രജനീ... എന്റെ അവസ്ഥ മനസ്സിലാക്ക്, എനിക്ക് നിന്നെ നഷ്ടപ്പെടുത്തേണ്ടെന്ന് തോന്നുന്നു. അല്പം കൂടെ സമയം എനിക്ക് താ... ഞാനൊരു മാർഗ്ഗം കണ്ടുപിടിക്കട്ടെ..."

രജനി ഒരു നിമിഷം ആലോചിച്ചു, പിന്നെ എണീറ്റു. "വേണ്ട ശ്രീ... നീ എന്നെ അർഹിക്കുന്നില്ല."

ഭാഗം ഏഴ്

ചെടി പുഴുവിനോട് പറഞ്ഞു: നിന്റെ രൂപാന്തരണം പൂർത്തിയായി കഴിഞ്ഞു. എന്നിട്ടും നീയെന്താണ് കൂട് പിളർന്നു പറക്കാത്തത്.

ചിത്രശലഭം: ഞാൻ ദുഃഖിതയാണ്, ഞാൻ ഏകയാണ്...! എന്റെ പ്രണയം പാതിയിൽ മുറിഞ്ഞു പോയിരിക്കുന്നു!

ചെടി: ഈ ഭൂമി നിന്നെ കാത്തിരിക്കുന്നു. ചിറകുകളിൽ ശക്തി ആവാഹിച്ച് സ്വച്ഛന്ദം പറന്നു തുടങ്ങുക. തേൻ നുകരുന്നതിനൊപ്പം എന്നെ പരാഗണത്തിന് സഹായിക്കുക. നിന്റെ വർഗ്ഗവും നിന്നെ കാത്തിരിക്കുന്നു.

ചിത്രശലഭം: എന്റെ വർഗ്ഗത്തിന് വേണ്ടി ഞാനെന്താണ് ചെയ്യേണ്ടത്?

ചെടി: അവരിൽ സ്വപ്നങ്ങൾ നിറച്ച് രൂപാന്തരണത്തിനു പ്രേരിപ്പിക്കുക. ഭംഗിയാർന്ന ചിറകുകളുള്ള ശലഭങ്ങളാൽ ഭൂതലം നിറയട്ടെ...

ചിത്രശലഭം മെല്ലെ ചിറകു വിടർത്താൻ തുടങ്ങി. ദുർബലമായ ആവരണം നീങ്ങിപ്പോയി.

ഒന്ന്

ഹോട്ടൽ മുറിയിലെത്തി രജനി എത്രനേരം കരഞ്ഞുവെന്നറിയില്ല. ശ്രീയുമൊത്തുള്ള നിമിഷങ്ങൾ അവളുടെ സ്മൃതിപഥത്തിൽ വന്നു നിറഞ്ഞു. അതവളുടെ ഹൃദയത്തെ വേദനിപ്പിച്ചു. കരഞ്ഞാലെങ്കിലും തന്റെ സങ്കടം കുറയുമെന്ന് അവൾ കരുതി. എന്നാൽ അതവളുടെ നൊമ്പരത്തെ വർദ്ധിപ്പിച്ചതേയുള്ളൂ.

ശ്രീ ദുർബലനായിരിക്കുന്നു. തന്റെ രക്തവുമായി ചേർന്നാൽ വംശ ശുദ്ധി ഇല്ലാതാകുമെന്ന വീട്ടുകാരുടെ ചിന്തയെ നുള്ളി നോവിക്കാൻ പോലും കഴിയാത്തത്രയും ദുർബലൻ. ആഹ്... എത്ര വേദനാജനക മാണത്. ഈ ശ്രീയെയല്ല താൻ പ്രണയിച്ചത്. തന്നോടുള്ള പ്രണയം അവനെ ജാതീയതയുടെ മരുഭൂമി താണ്ടി മാനവികതയുടെ താഴ്‌വാര ത്തിലെത്തിക്കുമെന്നു താൻ വൃഥാ മോഹിച്ചു. ഇത്രയുംദൂരം സഞ്ചരിച്ചു കാണാൻ വന്നിട്ട് തന്നെയൊന്ന് ചേർത്തുപിടിക്കാൻ കഴിയാത്ത അവന്റെ അവസ്ഥയോട് അവജ്ഞയാണിപ്പോൾ തോന്നുന്നത്.

ശ്രീ ഹോട്ടൽ തേടിപ്പിടിച്ചു റിസപ്ഷനിൽ വന്നു വിളിച്ചിട്ടും അവൾക്ക് കാണാൻ തോന്നിയില്ല. അതിന്റെ ആവശ്യമില്ല... ജാതിശ്രേഷ്ഠതാ മനോ ഭാവത്തിൽ നിന്ന് മുക്തനാകാൻ കഴിഞ്ഞിട്ടില്ലെങ്കിൽ പിന്നെ എന്തിന് ഇനിയും അവനെ കാണണം?

ഉച്ചഭക്ഷണം കഴിക്കാതെ അവൾ ഉറങ്ങിപ്പോയി. ശ്രീ കുറെനേരം കാത്തിരുന്നു മടങ്ങിപ്പോയെന്നു തോന്നുന്നു. വൈകുന്നേരമായപ്പോൾ അവൾ എണീറ്റു മുഖം കഴുകി വാഷ്ബേസിനോട് ചേർന്ന ജനലിന്റെ തണുത്ത അഴികളിൽ പിടിച്ചുനിന്നു. ഒന്നും ചെയ്യാൻ തോന്നാത്തത്ര മരവിപ്പ്. ജീവിതം ഒഴുക്ക് നഷ്ടപ്പെട്ട് നിശ്ചലമായ പോലെ... ശ്രീയുമാ യുള്ള പ്രണയത്തിൽ താൻ പൂർണ്ണമായും മുഴുകിപോയതാണ് ഇത്ര വേദനയുണ്ടാകാൻ കാരണം.

പ്രണയനഷ്ടമെന്നത് അഗാധമായൊരു ഗർത്തത്തിലേക്ക് പൊടു ന്നനെ കാൽ വഴുതി, തലയിടിച്ച് വീഴുന്നപോലെയാണ്. അതിലെ ശൂന്യ തയെ നേരിടാൻ കഴിയാത്തതുകൊണ്ടാണ് ആളുകൾ വിഷാദരോഗത്തി നടിപ്പെടുകയോ ജീവിതത്തിൽനിന്ന് നിഷ്കാസിതരാവുകയോ ചെയ്യുന്നത്.

ബെന്നി ഇല്ലാതായപ്പോൾ മെർലിൻ അനുഭവിച്ച വേദനയുടെ ആഴം തനിക്കിപ്പോൾ മനസ്സിലാവുന്നു.

ജനലിലൂടെ നോക്കുമ്പോൾ പുറത്തെ കാഴ്ചകൾ കാണാം. വൈകുന്നേരമായപ്പോൾ തെരുവ് കച്ചവടം കൂടുതൽ ചടുലമായിരിക്കുന്നു. ആളുകൾ നിരത്തിൽനിന്ന് മസാലച്ചായയും കചോരിയും വാങ്ങി കഴിക്കുന്നു. രാവിലെ കണ്ടപോലെയല്ല വൈകുന്നേരം തെരുവ് ചുവപ്പുകലർന്ന് വിഷാദമൂകമായി അവൾക്ക് തോന്നി. അതോ കടൽ ആകാശത്തെ പ്രതിഫലിപ്പിച്ച് നീലിക്കുന്ന പോലെ തന്നിലേക്കണയുന്നവരുടെ മനസ്സിനെയാണോ തെരുവ് പ്രതിഫലിപ്പിക്കുന്നത്? വിശപ്പകറ്റാനല്ല, തങ്ങളുടെ മാനസിക വിഷമതകളെ താൽക്കാലികമായെങ്കിലും ആവിയാക്കി പറത്തിക്കളയാനാണ് ആളുകൾ നിരത്തിൽനിന്ന് വൈകുന്നേരങ്ങളിൽ ചൂടുള്ള ചായയും പലഹാരങ്ങളും വാങ്ങി കഴിക്കുന്നതെന്ന് അവരെ അൽപനേരം നിരീക്ഷിച്ചപ്പോൾ അവൾക്ക് മനസ്സിലായി.

തെരുവിലേക്ക് നോക്കിനിൽക്കവേ തന്നെ വേദനിപ്പിക്കുന്ന ചിന്തകളെ മനസ്സിൽനിന്ന് ബാഷ്പമാക്കി പറത്തിക്കളയാൻ കഴിഞ്ഞെങ്കിലെന്ന് അവളാഗ്രഹിച്ചു.

വീട്ടിൽ നിന്ന് ഇറങ്ങാൻ നേരം എന്തുകൊണ്ടാണ് അമ്മ തന്നെ പതിവില്ലാത്ത വിധം ചേർത്തു നിർത്തിയതെന്ന് ഇപ്പോൾ മനസ്സിലാകുന്നു. തനിക്ക് ഒരു സാന്ത്വനം ആവശ്യമായി വരുമെന്ന് അമ്മ ഊഹിച്ചിരുന്നു. അമ്മ ചുംബിച്ച തന്റെ കവിളിൽ തൊട്ടു. അമ്മയുടെ ചുണ്ടുകൾ അവിടെ തന്നെയുണ്ട് അതിന്റെ തണുപ്പ് തന്റെ മനസ്സിലേക്ക് അരിച്ചിറങ്ങുന്നുണ്ട്.

ഈ വിഷമഘട്ടത്തെ എങ്ങനെയെങ്കിലും മറികടന്നേ മതിയാകൂ.

ആൽവാറിൽനിന്ന് ഡൽഹിയിലേക്ക് കഷ്ടിച്ച് മൂന്നുമണിക്കൂർ ട്രെയിൻ ദൂരമേ ഉള്ളൂ. അംബേദ്കർ അസോസിയേഷനിൽ ചെല്ലാമെന്നു മുൻപ് വാക്കു പറഞ്ഞിരുന്നു. ഒടുവിൽ ഡൽഹിക്കു പോകാമെന്നു അവൾ നിശ്ചയിച്ചു. വേദനിപ്പിക്കുന്ന ഓർമ്മകളിൽനിന്ന് കുറെ മോചനവുമാകും.

ഡൽഹിയിൽ പോകുന്ന കാര്യം അവൾ അമ്മയെ വിളിച്ചറിയിച്ചു. കൂട്ടത്തിൽ ശ്രീയെ കണ്ട കാര്യവും പറഞ്ഞു. അമ്മയോട് ഇനി എന്ത് മറച്ചുവെക്കാൻ? വിവരമറിഞ്ഞപ്പോൾ ദേവകിയുടെ പ്രതികരണം ഇങ്ങനെയായിരുന്നു.

“ഞാൻ ആദ്യമേ ഊഹിച്ചു.” അമ്മ അങ്ങനെ പറഞ്ഞപ്പോൾ രജനിക്കു ശരിക്കും ആശ്ചര്യം തോന്നി. വിദ്യാസമ്പന്നനെന്ന നിലയ്ക്ക് ശ്രീക്ക് വേണമെങ്കിൽ തന്നിലെ ചരടുകൾ പൊട്ടിച്ചെറിയാമായിരുന്നല്ലോ. അഥവാ അങ്ങനെയൊരു സാധ്യതയും നിലനിൽക്കുന്നുണ്ട്. എന്നിട്ടും അമ്മ ഇത് കൃത്യമായി ഊഹിക്കാൻ കാരണമെന്താണ്?

“ജാതിമേൽക്കോയ്മയെന്ന എണ്ണപ്പാത്തിയിൽ പരമാനന്ദമനുഭവിച്ചു കിടക്കുകയാണ് മോളെ പലരും. പിന്നെ അവരെങ്ങനെ ആ സുഖങ്ങളിൽ

നിന്നെണീറ്റ് പോരും?" അവളുടെ സംശയത്തിന് ഇതായിരുന്നു ദേവകിയുടെ മറുപടി.

"മോളെ... നിനക്ക് വെഷമൊന്നും ഇല്ലല്ലോ?" അമ്മ ചോദിക്കുന്നു.

"ഇല്ല." കണ്ണുകൾ തുടച്ച് അവൾ പറഞ്ഞു.

"ഉണ്ടാവരുത്... ദാസന്റെ മോളാണ് നിയ്യ്. അച്ഛനെ നഷ്ടപ്പെട്ടതിലും വലിയ ദുരന്തം നിനക്കിനി എന്ത് വരാനാണ്?"

അമ്മയോട് സംസാരിച്ചു വെച്ചപ്പോൾ കുറേ ആശ്വാസം ലഭിച്ചതായി അവൾക്കനുഭവപ്പെട്ടു. താൻ തകർന്നുപോകരുതെന്ന് അമ്മ ആഗ്രഹിക്കുന്നു.

അമ്മ പറഞ്ഞപോലെ ദാസന്റെ മകളാണ് താൻ. പോരാട്ടവും അതിജീവനവും തങ്ങൾക്ക് പുതിയ കാര്യമല്ല. ശ്രീയെ താൻ ഒരുപാട് വിശ്വസിക്കുകയും ആഗ്രഹിക്കുകയും ചെയ്തു. അതാണ് മനസ്സ് ഇത്രമേൽ മുറിപ്പെടാൻ കാരണം. സമയമെടുത്താലും ഇതിനെയും താൻ മറികടക്കും.

താഴെ റിസപ്ഷനിലിറങ്ങി ചെന്ന് ചായ കുടിച്ച് അൽപനേരം അവിടെയിരുന്നശേഷം അവൾ മുറിയിലേക്ക് വന്നു. ഡൽഹിയിലേക്കുള്ള യാത്രയെക്കുറിച്ചാലോചിച്ച് ജാലകത്തിനരികിൽ നിൽക്കവേ തെരുവ് നേരത്തെ കണ്ട വിഷാദച്ഛായ വെടിഞ്ഞു ശാന്തമാകാൻ തുടങ്ങിയതായി അവൾ കണ്ടു. രാത്രിയുടെ ഇരുൾ വീണതോടെ ആളുകൾ നിരത്തിനോട് വിട പറയാനൊരുങ്ങുന്നു.

ഇറങ്ങാൻ നേരം ശ്രീ ഇനിയും അവളെ തിരക്കി വരികയാണെങ്കിൽ കൊടുക്കാനായി ഒരു കത്തെഴുതി കവറിലിട്ടു റിസപ്ഷനിൽ ഏല്പിച്ചു. അതിന്റെ രത്നച്ചുരുക്കം ഇതായിരുന്നു. "എന്ന് ഒരു മനുഷ്യനായി ശ്രീ മാറുന്നുവോ, എന്ന് അവളോടുള്ള പ്രണയം മറ്റെല്ലാത്തിലുമുപരി പ്രിയപ്പെട്ടതാകുന്നുവോ, അന്ന് മാത്രം അവളെ തിരഞ്ഞു വരാം..."

രണ്ട്

ആൽവാറിൽനിന്നും പുലർച്ചെ ട്രെയിൻ കയറി നൂറ്റിയമ്പത് കിലോമീറ്റർ താണ്ടി ന്യൂദില്ലി സ്റ്റേഷനിൽ അവളെത്തുമ്പോൾ നേരം പുലർന്നിരുന്നു. അവൾ കടന്നുപോന്ന രാജസ്ഥാൻ അതിർത്തിയിലെ അജ്മീരി ഗേറ്റു മുതൽ പതിനാല് കവാടങ്ങൾക്കുള്ളിലാണ് ഡൽഹി സ്ഥിതിചെയ്യുന്നത്. വർഷങ്ങൾക്കുശേഷമാണ് വീണ്ടും ഡൽഹിയിൽ എത്തുന്നത്, പച്ചപ്പ് കുറഞ്ഞിരിക്കുന്നുവെന്നല്ലാതെ കാര്യമായ വ്യത്യാസമൊന്നും ചുറ്റുപാടുകൾ നിരീക്ഷിച്ചപ്പോൾ അവൾക്ക് തോന്നിയില്ല. ഓട്ടോറിക്ഷകൾ മുതൽ ദില്ലി കോർപ്പറേഷന്റെ ബസ്സുകൾ വരെ പ്രകൃതി വാതകത്തിലാണോടുന്നെന്നത് അവളെ മുൻപേ ആകർഷിച്ച കാര്യമായിരുന്നു.

ട്രെയിനിറങ്ങിയതും മഴ ചാറാൻ തുടങ്ങി. ജലത്തുള്ളികൾ മുഖത്ത് തട്ടിയപ്പോൾ അല്പനേരം സകലതും വിസ്മരിച്ചു നിന്നു. സമാശ്വസിപ്പിക്കാൻ മനുഷ്യർ തന്നെ വേണമെന്നില്ല, തന്റെ മിക്ക സങ്കടങ്ങളിലും മഴ കൂടെയുണ്ടായിരുന്നുവെന്ന് അവളോർത്തു. കോരിച്ചൊരിയുന്നൊരു വർഷക്കാലത്താണ് വായനശാലയുടെ ഓടുമേഞ്ഞ ഇറയത്ത് അന്ന് ഷേക്ക്ഷായെ കാണുന്നത്. വോൾസാനയിലെ കോഫിഷോപ്പിൽതന്നെ വിട്ടിട്ടുപോയ ജെന്നയെ തിരിച്ചുകൊണ്ടുവന്നതും മഴയായിരുന്നു. ജോലി ലഭിച്ച ദിവസവും മഴ തിമിർത്തു പെയ്തു തന്നോടൊപ്പം ആഘോഷിച്ചിരുന്നു. ഇന്നിപ്പോൾ വീണ്ടും ഇതാ മഴ തന്റെ സങ്കടങ്ങളെ കഴുകിക്കളയാൻ ശ്രമിക്കുന്നു.

മഴത്തുള്ളികൾക്കൊപ്പം റെയിൽവേ സ്റ്റേഷനെതിർവശത്തേക്ക് റോഡ് മുറിച്ചു നടന്നു ആദ്യം കണ്ട തമിഴരുടെ ഹോട്ടലിൽ കയറി അവൾ പ്രാതൽ കഴിച്ചു. ശേഷം അംബേദ്കർ അസോസിയേഷൻ ഓഫീസ് നിൽക്കുന്ന സ്ഥലത്തേക്ക് ടാക്സി വിളിച്ചു.

അസോസിയേഷൻ ഓഫീസ് ഇപ്പോഴും ചാന്ദ്നി ചൗക്കിനടുത്തുള്ള പഴയ കെട്ടിടത്തിൽ തന്നെയായതിനാൽ കണ്ടുപിടിക്കാൻ പ്രയാസമുണ്ടായില്ല. ട്രെയിനിറങ്ങിയപ്പോൾ വിളിച്ചു പറഞ്ഞിരുന്നതിനാൽ അസോസിയേഷൻ അധികൃതരും അവളെ കാത്തിരിക്കുന്നുണ്ടായിരുന്നു. ആ ഹോസ്റ്റലിൽ താമസിച്ചു പരീക്ഷയ്ക്ക് തയ്യാറെടുത്തിരുന്ന ഒരു വിദ്യാർത്ഥിനി വർഷങ്ങൾക്ക് ശേഷം അവരെ തിരഞ്ഞു വന്നതിലെ സന്തോഷം ആ മുഖങ്ങളിൽ ദൃശ്യമായിരുന്നു.

മുൻപ് ഹോസ്റ്റൽ കെട്ടിടത്തിൽ മൂന്നോ നാലോ പേരുണ്ടായിരുന്ന സ്ഥാനത്ത് ഇപ്പോൾ സിവിൽ സർവീസിന് തയ്യാറെടുക്കുന്നവരുൾപ്പെടെ ധാരാളം വിദ്യാർത്ഥികളുണ്ട്. അവിടെ താമസിച്ചു വിവിധ പൊതുപരീക്ഷകളിൽ മാറ്റുരച്ചവരുടെ പേരുവിവരങ്ങളടങ്ങിയ ബോർഡ് പ്രവേശന ഹാളിൽ കണ്ടു. അതിൽ അവളുടെ പേരുമുണ്ടായിരുന്നു.

വൈകീട്ട് അംബദ്കർ ഹാളിൽ നടന്ന ചടങ്ങിൽ രജനിയും സംസാരിക്കേണ്ടി വന്നു. ദളിത്സ്റ്റഡീസ് ഇൻസ്റ്റിറ്റ്യൂട്ട് ചെയർമാനും ചടങ്ങിൽ സന്നിഹിതനായിരുന്നു. ദളിതരെയും അവരുടെ വാസസ്ഥലത്തെയും പരിഗണിക്കാതെയാണ് ഇന്ത്യയിലെ മിക്ക വികസനപദ്ധതികളും നടപ്പിലാക്കുന്നതെന്ന വിഷയമാണ് അദ്ദേഹം പറയാൻ ശ്രമിച്ചത്. ഇക്കോ ഗ്രാമീണ പദ്ധതികളിൽപോലും ശാസ്ത്രീയമായ മാലിന്യനിർമ്മാർജ്ജനം ഉൾപ്പെടുത്താത്തത് ദളിതർ കുലത്തൊഴിലിൽതന്നെ തുടരട്ടെയെന്ന മേലാളമനോഭാവബുദ്ധിയാണെന്നും ഗ്രാമാതിർത്തിയിലേക്ക് ഒതുക്കപ്പെട്ട ദളിത് വാസസ്ഥലങ്ങൾക്ക് ചുറ്റിലുമാണ് ഈ അഴുക്കുകളെല്ലാം വന്നടിയുന്നതെന്നും അദ്ദേഹം പറഞ്ഞു.

തന്റെ യാത്രയ്ക്കിടയിൽ, ഇത്തരമൊരു മാതൃകാപാരിസ്ഥിതിക ഗ്രാമത്തിലൂടെ ബസ്സ്കടന്നു പോയിരുന്നതായി രജനിയപ്പോൾ ഓർത്തു. ഓരോ ഗ്രാമത്തിലും ചമർ, സുനർ, കുംഹർ തുടങ്ങിയ ജാതിയിലുള്ള ഒരാൾ

വേണമെന്നും അവരെല്ലാം അവരുടെ കുലത്തൊഴിലുകൾ ചെയ്യുന്നതിലൂടെ ഗ്രാമം സ്വയംപര്യാപ്തത കൈവരിക്കും എന്ന ഗാന്ധിജിയുടെ കാലഹരണപ്പെട്ട സങ്കല്പത്തിലാണ് ഈ ഗ്രാമങ്ങളൊക്കെയും വിഭാവനം ചെയ്തിട്ടുള്ളത്. കുലത്തൊഴിലുകൾ ചെയ്യാൻ നിർബന്ധിക്കപ്പെടുന്നതിലൂടെ തനിക്കനുയോജ്യമായ തൊഴിലുകൾ തിരഞ്ഞെടുക്കാനുള്ള ഒരു മനുഷ്യന്റെ നൈസർഗികവാസനയാണ് നിരാകരിക്കപ്പെടുന്നത്. ഡ്രൈവിങ് ലൈസൻസ് കൈവശമുള്ള ഒരു യുവാവിനെ ടാക്സിയോടിക്കാനനുവദിക്കാതെ തുച്ഛമായ വേതനത്തിന് അഴുക്കുനീക്കുന്ന ജോലിക്ക് നിർബന്ധിക്കപ്പെടുന്നത് ഇത്തരമൊരു ഗ്രാമത്തിലൂടെയുള്ള തന്റെ ബസ്സ് യാത്രയ്ക്കിടയിൽ രജനി കണ്ടിരുന്നു. കൊട്ടിഘോഷിക്കപ്പെട്ട ഇത്തരം പദ്ധതി ഗ്രാമങ്ങളിൽ, ആരുടെയൊക്കെയോ ആജ്ഞകളനുസരിച്ചു ജോലി ചെയ്യേണ്ടി വരുന്ന കീഴാളസമൂഹത്തിന്റെ നിസ്സഹായാവസ്ഥ ആധുനിക രാജ്യങ്ങളിൽതൊഴിൽ ചെയ്ത ഒരാളെന്ന നിലയിൽ അവളെ വല്ലാതെ അസ്വസ്ഥപ്പെടുത്തി.

ചെയർമാന്റെ പ്രസംഗശേഷം വിവിധ മേഖലകളിൽ കഴിവ് തെളിയിച്ച വിദ്യാർത്ഥികളെ ആദരിക്കുന്ന ചടങ്ങുണ്ടായിരുന്നു. നഗ്നപാദനായി ഓടി ഒന്നാം സ്ഥാനത്തെത്തിയിട്ടും ഒരു കീഴാളൻ തങ്ങളെ തുടർച്ചയായി തോല്പിക്കുന്നത് അംഗീകരിക്കാൻ കഴിയാതിരുന്ന മേൽജാതി വിദ്യാർത്ഥികൾ ആയിടെ ആക്രമിച്ചു പരിക്കേല്പിച്ച മിർച്ചപൂരിൽ നിന്നുള്ള പതിനേഴുകാരന് ഒരു ജോടി ട്രാക്ക്ഷൂ അധ്യക്ഷൻ സമ്മാനിച്ചു. ക്ലേമോഡലിംഗ് നൈപുണ്യമുണ്ടായിരുന്ന നായാടിവിഭാഗത്തിലെ ഒരു വിദ്യാർത്ഥിയെ സ്റ്റേജിലേക്ക് ക്ഷണിച്ചപ്പോൾ നൂറ്റാണ്ടുകളായുള്ള അകറ്റിനിർത്തപ്പെടലുകളുടെ ജനിസ്മൃതികളിൽ ആൾക്കൂട്ടത്തിനിടയിൽ നിൽക്കുന്നതിൽ അവൻ പരിഭ്രാന്തനായി കാണപ്പെട്ടു.

വിരുധ്നഗറിലെ ഹൈസ്കൂൾ വിദ്യാർത്ഥിയെ പഠനോപകരണങ്ങളേറ്റു വാങ്ങാൻ വിളിച്ചപ്പോൾ വൈകാരികമായ ചിലതുകൂടി അവിടെ അരങ്ങേറി. വാച്ചു ധരിച്ചതിന് സവർണ്ണവിദ്യാർത്ഥികൾ അവന്റെ ഇരു കൈകളും തല്ലിയൊടിച്ചിരുന്നു. വാച്ചു കെട്ടാനുള്ള മകന്റെ ദീർഘനാളത്തെ മോഹം കണ്ടു, കൂലിപ്പണിക്കാരിയായ അമ്മ വാങ്ങിക്കൊടുത്തതായിരുന്നു അത്.

സമ്മാനം കൈമാറാൻ ക്ഷണിച്ചത് രജനിയെയായിരുന്നു. പുസ്തക കിറ്റ് കൈമാറവേ, അത് പിടിക്കാനാവാത്തവിധം അസ്ഥികളൊടിഞ്ഞു പോയ അവന്റെ കുഞ്ഞുകൈ കണ്ട് അവളുടെ ഉള്ളം മുറിപ്പെട്ടു.

മറ്റൊന്നും ആലോചിക്കാതെ അവൾ ധരിച്ചിരുന്ന, ദേവൻ സമ്മാനിച്ച വാച്ചഴിച്ച് അവന്റെ വലതുകയ്യിൽ മൃദുവായി കെട്ടിക്കൊടുത്തു. “ദേവാ... നീ എന്നോട് ക്ഷമിക്കുക... എത്തേണ്ട സ്ഥലത്ത് തന്നെയാണ് ഇതെത്തിയിരിക്കുന്നത്.” അവൾ മനസ്സിൽ പറഞ്ഞു. എന്തുകൊണ്ടോ അവളുടെ മിഴികൾ സജലങ്ങളായി. അതുകണ്ടാവണം സദസ്സിലുണ്ടായിരുന്ന മറ്റു വിദ്യാർത്ഥികളുടെ കണ്ണുകളും നിറഞ്ഞു. അവനാകട്ടെ, വാച്ചിലേക്കും

രജനിയുടെ മുഖത്തേക്കും മാറി മാറിനോക്കുകയും ബാൻഡേജിട്ട കൈ കൊണ്ട് അവളെ ആലിംഗനം ചെയ്യാൻ ശ്രമിക്കുകയും ചെയ്തു.

തുടർന്നായിരുന്നു സദസ്സിനെ അഭിസംബോധന ചെയ്യാൻ രജനിയെ വിളിച്ചത്. അസോസിയേഷൻ ഹോസ്റ്റലിൽനിന്നും തുടങ്ങിയ തന്റെ ജീവിതയാത്രയിലെ കാര്യങ്ങൾ ചുരുക്കി പങ്കുവെക്കാനാണ് ഉദ്ദേശിച്ചിരുന്നതെങ്കിലും അവിചാരിതമായി രൂപപ്പെട്ട വൈകാരികമായ അന്തരീക്ഷം അവളെ പിടിച്ചുലച്ചു. അതിന്റെ ഇടർച്ച അവളുടെ ശബ്ദത്തിലുണ്ടായി. അതിനാൽ മറ്റൊന്നും പറയാതെ, യാത്രയിൽ കണ്ടറിഞ്ഞ കാര്യങ്ങളെ മുൻനിർത്തി സമൂഹത്തോട് ഇങ്ങനെ ചില ചോദ്യങ്ങൾ ചോദിച്ച് അവസാനിപ്പിച്ചു.

"ഓരോ മനുഷ്യനും അനുഭവങ്ങളുടെ ഓരോ താഴ്വരകളാണ്. ഞങ്ങളുമതേ... ഞങ്ങളാകുന്ന തുരുത്തുകളിലും പ്രത്യാശയുടെ നാമ്പുകൾ മുളയ്ക്കുകയും സൗഹൃദങ്ങളുടെ ഉറവ പൊട്ടുകയും പ്രണയത്തിന്റെ മഞ്ഞു വീഴുകയും സങ്കടങ്ങൾ ഘനീഭവിക്കുകയും ചെയ്യാറുണ്ട്. ഞങ്ങളിലും വികാരങ്ങളുടെ ഋതുഭേദങ്ങളുമുണ്ട്. ഞങ്ങളും മനുഷ്യരാണ്. ജനാധിപത്യ വിശ്വാസികളെ, ഞങ്ങളും മനുഷ്യരാണെന്ന് അവകാശപ്പെടേണ്ടി വരുന്ന അവസ്ഥ എത്ര ഭീതിദമാണ്.

ആധുനിക സമൂഹമേ..., കാറ്റിന്റെ ദിശ നോക്കി ഗ്രാമാതിർത്തിയിൽ ഞങ്ങളെ കുടിയിരുത്തുകയും കുലത്തൊഴിലെന്ന് ഓമനപ്പേരിട്ട് തോട്ടിപ്പണി പോലുള്ളവയ്ക്ക് ഞങ്ങളെ നിർബന്ധിക്കുകയും ജലാശയങ്ങളും നീന്തൽകുളങ്ങളും ഞങ്ങൾക്ക് തടയുകയും ദുരഭിമാനക്കൊലകൾക്ക് ഞങ്ങളെ ഇരയാക്കുകയും ഞങ്ങളുടെ ഓമനകൾ ആടയാഭരണങ്ങൾ ധരിക്കുന്നത് നിങ്ങളെ അസ്വസ്ഥരാക്കുകയും ചെയ്യുന്നുവെങ്കിൽ മനുഷ്യരെന്ന് വിളിക്കപ്പെടാൻ എന്തർഹതയാണ് നിങ്ങൾക്കുള്ളത്?

കാലങ്ങളായി ഞങ്ങൾക്ക് കല്പിച്ചു തരുന്ന ഈ പുഴുജീവിതത്തിൽ നിന്ന് മുക്തി നേടാനുറച്ച് കൊക്കൂണുകളിൽ പ്രവേശിക്കുമ്പോൾ ഞങ്ങളെ കൊത്തിയെടുക്കാൻ വരുന്ന ചുണ്ടുകളെയും നഖങ്ങളെയും തടയാനെങ്കിലും നിങ്ങൾക്കാവുമോ...?"

അവസാന ഭാഗം പറയുമ്പോൾ അവൾക്ക് ചെമ്പകക്കൊമ്പിലെ പഴയ പ്യൂപ്പയെ ഓർമ്മ വന്നു. അതിനോട് മിണ്ടിയാണ് താൻ അന്ന് യാത്ര തുടങ്ങിയത്. അന്നത് തന്നോട് എന്തോ പറയാൻ ശ്രമിച്ചിരുന്നു. നീയുമെന്നായിരുന്നോ അത്? ആ യാത്ര തന്റെയും മാറ്റങ്ങളുടെ ആരംഭമായിരുന്നു.

അവൾ രോഹിത്തിനെയും ഓർത്തു. കാൾസാഗനെപ്പോലെ ഒരു ശാസ്ത്രജ്ഞനായി രൂപാന്തരപ്പെടാൻ പ്യൂപ്പാവസ്ഥയിൽ കിടക്കുമ്പോഴാണ് ദംഷ്ട്രകളാൽ അവരാ പുഴുക്കൂട് കൊത്തിയെടുത്തത്. ചിറക് മുളയ്ക്കുന്ന ഘട്ടമായിരുന്നതിനാൽ കൂടിനുള്ളിൽ ഞെരിഞ്ഞമരുകയല്ലാതെ

മറ്റൊന്നിനും അവനു കഴിഞ്ഞില്ല. പ്യൂപ്പാവസ്ഥയിൽ നശിപ്പിക്കപ്പെട്ട അനേകം ദളിത് പ്രതിഭകളുടെ പുരാവൃത്തം കൂടിയാണ് ഇന്ത്യാചരിത്രം.

പ്രസംഗത്തിനൊടുവിൽ അൽപനേരം ഒന്നും പറയാതെ ചിന്താ നിമഗ്നയായി നിന്നത് കാരണം കയ്യടികളില്ലാതെയാണ് അവളുടെ സംസാരം അവസാനിച്ചത്. എന്നാൽ അവളുടെ വാക്കുകളെ അവർ ഹൃദയത്തിലേക്ക് ഏറ്റുവാങ്ങിയിരുന്നു. ഇവിടുത്തെ ഹോസ്റ്റലിൽ താമസിച്ച വിദ്യാർത്ഥിനിയെന്ന നിലയിൽ അവളോട് ഒരു പ്രത്യേക അടുപ്പം അവരിൽ ദൃശ്യമായിരുന്നു.

യോഗം പിരിഞ്ഞ ശേഷം അവൾക്കൊപ്പം നിന്ന് ഫോട്ടോയെടുക്കാൻ അവർ താത്പര്യപ്പെട്ടു. കടൽ കടന്നുപോയി പഠിക്കാൻ എന്തൊക്കെ ചെയ്യണമെന്ന് ചിലർ അവളോട് ഉപദേശം തേടുകയും ചെയ്തു. ജോസിന്റെ പഠനം ലയക്കമ്മിറ്റിയും പള്ളിയും കൂട്ടായി ഏറ്റെടുത്തപോലെ തന്റെ പരിചിതവൃത്തത്തിലുള്ളവരുമായി ചേർന്ന് ഒരു കൂട്ടായ്മ രൂപീകരിച്ച് കുറച്ചു കുട്ടികളുടെ സ്വപ്നങ്ങൾക്കെങ്കിലും ചിറക് നൽകണമെന്ന് അവളാഗ്രഹിച്ചു.

യോഗം ഔപചാരികമായി പിരിഞ്ഞിട്ടും ചെറിയ കൂട്ടങ്ങളായി അവർ സംസാരിച്ചുകൊണ്ടിരുന്നു. സ്വയം മാറാൻ തയ്യാറായവരുടെ പരിഛേദമായിരുന്നു അത്.

കറുത്തവരുടെ പ്രശ്നം കറുത്തവരുടേതുമാത്രമോ സ്ത്രീകളുടെ പ്രശ്നം സ്ത്രീകളുടേത് മാത്രമോ അല്ലാത്തതുപോലെ ദളിതരുടെ പ്രശ്നവും സമൂഹത്തിന്റേത് കൂടിയാണ്. അവർ പറഞ്ഞുകൊണ്ടിയിരുന്നു.

“വ്യക്തികളല്ല, വ്യവസ്ഥിതിയാണ് പ്രശ്നം. ബ്രാഹ്മണരല്ല, ബ്രാഹ്മണ്യമാണ് നമ്മുടെ ശത്രു.” അവരിൽ മുതിർന്ന ഒരാൾ അഭിപ്രായപ്പെട്ടു.

പ്രഭാകരനെ അതിജീവനത്തിന് സഹായിച്ച അനന്തഷേണായിയും ജന്മംകൊണ്ട് ബ്രാഹ്മണനാണല്ലോ എന്ന് രജനി അന്നേരം ചിന്തിച്ചു. അസമത്വത്തിന്റെ നീതിശാസ്ത്രമായ ബ്രാഹ്മണ്യത്തെ അദ്ദേഹവും നഖശിഖാന്തം എതിർത്തു. തന്റെ ഗർഭപാത്രത്തിൽ ഒരു പുലയച്ചെറുക്കൻ എങ്ങനെയുണ്ടായെന്ന് അമ്മ ദേവിഅമ്മാൾ അത്ഭുതപ്പെട്ടിരുന്നവത്രെ.

ബ്രാഹ്മണരെക്കുറിച്ചു ചിന്തിച്ചപ്പോൾ അവൾ ശ്രീയെയും ഓർത്തു, അല്ലെങ്കിലും അവനെയല്ലല്ലോ, അവന്റെ ബലഹീനതയെയാണ് താൻ വെറുക്കുന്നത്. അവനെ വെറുക്കാൻ തനിക്കിനിയും കഴിഞ്ഞിട്ടില്ല.

രാത്രി ഡൽഹിയിൽ തങ്ങിയശേഷം പിറ്റേന്ന് ഡൊമസ്റ്റിക് ഫ്ളൈറ്റ് വഴി കേരളത്തിലേക്ക് പോരാമെന്ന് അവൾ തീരുമാനിച്ചിരുന്നു. അന്ന് രാത്രി അസോസിയേഷൻ കെട്ടിടത്തിന്റെ മുകളിലത്തെ നിലയിൽ നിന്ന്, ശ്രീയുടെ ഓർമ്മകളിൽ നിന്ന് രക്ഷപ്പെടാൻ വേണ്ടിയായിരുന്നിരിക്കണം, അവൾ ഡൽഹി നഗരത്തെ ദീർഘനേരം നോക്കി നിന്നു. വാസ്തുവിദ്യയുടെയും സഹോദര കലാപങ്ങളുടെയും മുഗൾ ചരിത്രമുറങ്ങുന്ന ഡൽഹി.

കെട്ടിടത്തിന്റെ ഏറ്റവും മുകളിലത്തെ നിലയിൽ നിന്നാൽ അധികമകലെയല്ലാതെ ഷാജഹാൻ ചക്രവർത്തിയുടെ മൂത്തപുത്രി ജഹനാരബീഗം രൂപകൽപന ചെയ്ത നിലാവിന്റെ ചത്വരമായ ചാന്ദ്നി ചൗക്ക് തെളിഞ്ഞു കാണാം. ബീഗം ജഹനാര ഒരു സൂഫിയായിരുന്നില്ലേ? രാത്രി വെളിച്ചത്തിൽ ചത്വരം നോക്കിനിൽക്കെ രജനി സംശയിച്ചു. ജഹനാരയുടെ പ്രണയം ദുഃഖപൂർണ്ണമായിരുന്നുവെന്ന് അവൾ വായിച്ചറിഞ്ഞിട്ടുണ്ട്.

അല്ലെങ്കിലും പ്രണയത്തിന്റെ സ്ഥായീഭാവം ആനന്ദമല്ല, ദുഃഖമാണ്. വിരഹവും വേദനയുമാണ്. വിറക് എരിയുംപോലെ ഹൃദയമെരിഞ്ഞു തീരലാണ്.

പ്രണയനഷ്ടം നൽകിയ തീരാവേദനകൊണ്ടല്ലേ ബീഗം ജഹനാര സൂഫിയായതും രാജ്യം ഉപേക്ഷിച്ച് ഒരിക്കൽ തീർഥാടത്തിനു പോയതും? രാജകുമാരിയെ ഗാഢമായി പ്രണയിച്ചയാളെ ഒരു യുദ്ധത്തിനിടയിൽ വെച്ച് രാജാവിന്റെ ആളുകൾ ചതിയിൽ കൊലപ്പെടുത്തിയതായി രജനി എവിടെയോ വായിച്ചിട്ടുണ്ട്.

“സാഹിബാ... എന്റെ പ്രണയവും ഗളഛേദം ചെയ്യപ്പെട്ടിരിക്കുന്നു, രാജാവിനാലല്ല, ജാതിയാൽ.” അവൾ സ്വയം പറഞ്ഞു.

മൂന്ന്

പ്രിയപ്പെട്ട രജനി,

നിനക്ക് സുഖാണോ? വർഷങ്ങൾക്ക് ശേഷമാണ് ഞാൻ നിനക്കെഴുതുന്നത്. മുൻപത്തെ പോലെ ഈ എഴുത്തും നിന്നിലേക്കെത്താതിരുന്നാൽ നിർഭാഗ്യരായ മനുഷ്യരിൽ എന്റെയും പേരുണ്ടാകും.

ആരെന്നോർത്ത് പരിഭ്രമിക്കേണ്ട, ഇത് ഞാനാണ് സുനിൽ. ഹൈസ്കൂളിൽ നിന്റെ കൂടെ പഠിച്ച അതേ സുനിൽ. അന്ന് അലുംനി മീറ്റിൽ വെച്ച് കണ്ടശേഷം ഞാൻ നിന്നെ തിരക്കി നിന്റെ നാട്ടിലേക്ക് പോയിരുന്നു, നീ മുംബൈലാണെന്ന് അറിഞ്ഞു മടങ്ങിപ്പോന്നു. നിന്നെ കാണാൻ വന്നത് എന്തിനെന്നാകും അടുത്തതായി നീ ആശ്ചര്യപ്പെടാൻ പോകുന്നത്. ഒറ്റ വാക്കിൽ പറയാൻ സങ്കോചമുള്ളതുകൊണ്ട് അല്പം മുഖവുര ചേർത്തു പറയട്ടെ.

ഹൈസ്കൂൾ കാലത്ത് നിന്ന് തുടങ്ങാം.നീ അന്ന് നന്നായി വായിക്കുമായിരുന്നല്ലോ, അന്നൊക്കെ ക്ലാസിൽ മലയാളം അധ്യാപകൻ ഏതു പുസ്തകം ചർച്ച ചെയ്താലും നിനക്ക് അതേക്കുറിച്ച് എന്തേലും പറയാനുണ്ടാകും. ഈ അറിവുകളൊക്കെ നിനക്കെങ്ങനെ കിട്ടുന്നുവെന്ന് ആശ്ചര്യപ്പെട്ടും നിന്റെ ശ്രദ്ധ പിടിച്ചുപറ്റാൻ ഒരു എളുപ്പമാർഗ്ഗമെന്ന നിലയിലും വീടിനടുത്തുള്ളൊരു ഗ്രാമീണ വായനശാലയിൽ ഞാനും ചേർന്നിരുന്നു. ഏതൊരു തുടക്കക്കാരനെയും പോലെ കാല്പനിക

നോവലുകളായിരുന്നു എന്നെയും ആദ്യമാകർഷിച്ചിരുന്നത്. ഓണാവധിക്ക് ഷെൽഫിൽ നിന്ന് ചിറകുകൂട്ടിയെടുത്ത പൈങ്കിളിയെ മാറ്റിവെയ്പ്പിച്ച് അല്പം കൂടെ ഗൗരവമാർന്ന വായനയ്ക്ക് ലൈബ്രേറിയൻ ചന്ദ്രേട്ടൻ എന്നെ പ്രേരിപ്പിച്ചു. മലയാളത്തിലെ ഇതിഹാസങ്ങളെ, ബഷീറിനെയും തകഴിയേയും ഒ.വി. വിജയനെയുമെല്ലാം വായിക്കുന്നത് അങ്ങനെയാണ്. മുകുന്ദന്റെ ആദ്യകാലകഥാനായകരെ അനുകരിച്ചു മുടിവെട്ടാതെ നടന്നതിന് അമ്മയോട് എനിക്ക് അന്ന് തല്ലുകിട്ടിയിരുന്നു.

വായനയുടെ ലഹരി... അനുഭൂതി... അതിലെ അറിവിന്റെയും അനുഭവങ്ങളുടെയും വിഹായസ്സുകളിലൂടെ സഞ്ചരിക്കുകയായിരുന്നു ഞാൻ. എന്തുകൊണ്ടാണ് നീ വായനയെ ഇഷ്ടപ്പെടുന്നതെന്ന് എനിക്ക് മനസ്സിലായത് അങ്ങനെയാണ്. ലൈബ്രറിയിൽ സ്ഥിരമായി ചെന്ന് തുടങ്ങിയപ്പോൾ ചന്ദ്രൻചേട്ടൻ എന്റെ വായനയെ ലോകക്ലാസിക്കുകളുടെ വിവർത്തനങ്ങളിലേക്കും വഴിതിരിച്ചു വിട്ടു. പിന്നീട് സർക്കാർ ഗ്രാൻഡ് വന്നു പുതിയ പുസ്തകങ്ങൾ വാങ്ങാൻ പോകുമ്പോൾ എന്നോടും അഭിപ്രായം ചോദിക്കാൻ തുടങ്ങി. നിനക്ക് ഊഹിക്കാൻ കഴിയുമോ രജനി. മലയാളം അധ്യാപകരിൽ നിന്ന് നിനക്ക് കിട്ടിയിരുന്നപോലെ ഞാനെന്ന കൗമാരക്കാരന് നാട്ടുകാർക്കിടയിൽനിന്ന് കിട്ടിയ വലിയ അംഗീകാരമായിരുന്നു അത്.

ആയിടയ്ക്കാണ് ഞാൻ നിനക്ക് കത്തുകളെഴുതിത്തുടങ്ങിയത്. ഒരിക്കൽപോലും തരാൻ കഴിയാതെ പോയ എന്റെ കുഞ്ഞുഹൃദയാക്ഷരങ്ങൾ. വായനയിലെ മാറ്റം നിനക്കെഴുതിയ കത്തുകളെയും സ്വാധീനിച്ചു തുടങ്ങി. ഓരോ പുസ്തകം വായിച്ചു കഴിയുമ്പോഴും നീ അതിലെ നായികയായി മാറി. ലൈലയും മജ്നുവും മാറി നീ പെനിലോപ്പിയും ഞാൻ നിന്നെ തേടി വരുന്ന ഒഡീസിയസ്സുമായി. നീ ഫെർമിനഡാസയും ഞാൻ അരീസയുമായി. നീ അന്നയും ഞാൻ ദസ്തേയെവ്സ്കിയുമായി.

തരാൻ കഴിയാതെ ബാഗിലും പോക്കറ്റിലുമായി കത്തുകൾ വീർപ്പുമുട്ടി കിടന്നു. എന്റെ സഹജമായ സങ്കോചത്തിന് പുറമേ, അനുപമയും രഹാനയും എപ്പോഴും നിന്റെ ഇടംവലം നടന്നിരുന്നതിനാൽ നിന്നെ ഒറ്റയ്ക്ക് കണ്ടുകിട്ടിയതുമില്ല. അന്ന്, അധ്യാപകരും വിദ്യാർത്ഥികളും പ്രണയത്തിന് പരസ്യമായി എതിരായിരുന്നു. ഒരു പ്രേമലേഖനമെങ്ങാനും പിടിക്കപ്പെട്ടാൽ രക്ഷിതാക്കളെ കൊണ്ടുവരേണ്ടി വരുന്ന ദയനീയമായ അവസ്ഥ.

യൂണിഫോമില്ലാത്ത ദിവസങ്ങളിൽ മഞ്ഞയുടുപ്പിട്ട് നീ വരുമ്പോൾ വരാന്തയിൽ വെച്ച് നമ്മുടെ കണ്ണുകൾ തമ്മിലിടയുന്ന നിമിഷാർദ്ധങ്ങൾ, ഇവനെന്തിനാ എന്നെയിങ്ങനെ നോക്കുന്നതെന്ന നിന്റെ മുഖത്തെ അമ്പരപ്പ്, എനിക്കായെന്ന് ഞാൻ കരുതിയ നിന്റെ ചുണ്ടിൽ പടരുന്ന പുഞ്ചിരി, ഒക്കെയും മനസ്സിന്റെ ആഴങ്ങളിലാണ് പതിഞ്ഞിരുന്നത്.

പ്ലസ് വണ്ണിന് എൻട്രൻസ് കോച്ചിങ്ങ് സൗകര്യമുള്ള ടൗണിലെ സ്കൂൾ ഹോസ്റ്റലിലാക്കിയപ്പോൾ നിന്നെ കാണാനുള്ള സാധ്യതകളടയുകയായിരുന്നു. അപൂർവ്വമായി കിട്ടിയ അവധികളിൽ നിങ്ങളുടെ വാടകവീടിനു മുന്നിലുള്ള റോഡിലൂടെ സൈക്കിളോടിച്ചു ഞാൻ വന്നിരുന്നു. ആ ദിവസങ്ങളിലൊന്നും നിന്നെ പുറത്ത് കണ്ടുകിട്ടിയില്ല. എൻട്രൻസ് എക്സാം കഴിഞ്ഞ പിറ്റേദിവസം ഞാൻ നിന്നെ തിരക്കി വന്നപ്പോൾ നീ ഡൽഹിയിൽ കോച്ചിങ്ങിന് പോയതായറിഞ്ഞു. വൈകാതെ കടൽ കടന്നുപോയെന്നും. നിന്നെ പിന്നെ കാണുന്നത് വർഷങ്ങൾക്ക് ശേഷം ഇപ്പോഴാണ്.

നിനക്കറിയുമോ രജനി, എവിടെയെന്നറിയാത്തവിധം നീ മാഞ്ഞുപോയതോർത്തും ഇഷ്ടം പറയാൻ കഴിയാതെ പോയ നിർഭാഗ്യമോർത്തും എത്ര രാത്രികളിൽ ഞാൻ വേദനിച്ചിട്ടുണ്ടെന്ന്. വർഷങ്ങൾക്കുശേഷം നിന്നെ വീണ്ടും കണ്ടപ്പോൾ ചാരം മൂടികിടന്ന ഓർമ്മകളുടെ കനലുകളെ അത് ഊതി ഉണർത്തിയിരിക്കുന്നു. എനിക്ക് ഉറക്കം നഷ്ടപ്പെട്ടിരിക്കുന്നു.

ഈ എഴുത്തിനോട് നീ എങ്ങനെ പ്രതികരിക്കുമെന്ന് നിശ്ചയമില്ല. ഒരിക്കലെങ്കിലും നിന്നോട് ഇതെല്ലാം പറഞ്ഞില്ലെന്ന വേദന ജീവിതകാലം മുഴുവൻ പിന്തുടരാതിരിക്കാൻ വേണ്ടിയാണ് ഇതിനു തുനിയുന്നത്.

എന്ന്,

സുനിൽ

പേപ്പറിലാണ് സുനിൽ ഇതെഴുതിയതെങ്കിലും ഫോട്ടോയെടുത്ത് രജനിക്ക് മെസ്സേജ് ചെയ്യാൻ അവൻ തീരുമാനിച്ചു. ഇപ്പോഴെങ്കിലും അവളോട് ഇത് പറയാൻ കഴിഞ്ഞില്ലെങ്കിൽ പിന്നീടൊരിക്കലും അതിന് സാധിക്കില്ലെന്ന് അവന് ഉറപ്പായിരുന്നു. അലുംനി മീറ്റിലെ രജിസ്റ്ററിൽ നിന്ന് അഡ്രസ്സ് തപ്പിയെടുത്ത് രജനിയെ കാണാനുറച്ച് അവളുടെ ഗ്രാമത്തിൽ അവൻ ചെന്നിരുന്നു. അവളവിടെ ഇല്ലെന്നറിഞ്ഞു തിരിച്ചുപോരുകയാണുണ്ടായത്.

ആ യാത്രയിൽ കരുപ്പാട്ടുള്ള തന്റെ ബന്ധുവീട്ടിലും സുനിൽ കയറിയിരുന്നു. അവിടെ അടുത്തെത്തിയപ്പോഴാണ് അങ്ങനെയൊരു വീടിന്റെ കാര്യം അവനോർമ്മ വന്നത്. ദാസന്റെ മകൾ രജനിയെ തിരഞ്ഞാണ് സുനിൽ എത്തിയതെന്നറിഞ്ഞ് ബന്ധുക്കളായ ആ റിട്ടയേഡ് അധ്യാപക ദമ്പതികൾ ആദ്യമൊന്ന് അമ്പരന്നു പോയി. ഗ്രാമത്തിലാരും ദേവകിയോടും മക്കളോടും അധികം ഇടപഴകാറില്ലത്രെ. രജനിയുടെ അനിയത്തിയുടെ കല്യാണത്തിന് തയ്യാറാക്കിയ ഭക്ഷണം ഗ്രാമത്തിലെ ഭൂരിഭാഗം പേരും കഴിക്കാത്തതിനെ തുടർന്ന് പാഴായിപ്പോയിരുന്നു.

കേട്ടപ്പോൾ സുനിലിന് വലിയ ആശ്ചര്യമായി. കാരണമന്വേഷിച്ച പ്പോഴാണ് അവരാ ഗ്രാമത്തിലെ ഏകദളിത് കുടുംബമാണെന്നും അവളുടെ അച്ഛൻ ദാസന്റെ ദുരൂഹമരണവും അവനറിയുന്നത്.

രജനിയും സുനിലും ഒന്നിച്ചു പഠിച്ചതാണെന്നറിഞ്ഞപ്പോൾ അധ്യാപക ദമ്പതിമാർക്ക് അത്ര പ്രശ്നം തോന്നിയില്ല. കീഴാളർ പഠിക്കാൻ തുടങ്ങിയതിൽ പിന്നെ പാടത്തും പറമ്പിലും പണിയെടുക്കാൻ ആളെ കിട്ടാതായി എന്നതൊഴിച്ചാൽ അതിൽ വേറെ കുഴപ്പമൊന്നും അവർ കാണുന്നില്ല. എന്നാൽ സുനിൽ അവളെ വിവാഹമന്വേഷിച്ചു വന്നതാണെന്ന് കേട്ടപ്പോൾ അവർക്ക് ബോധക്ഷയം വന്ന പോലെയായി. തങ്ങൾക്ക് മാനക്കേടുണ്ടാക്കരുതെന്ന് അവർ അവനോടപേക്ഷിച്ചു. സുനിൽ പക്ഷേ അത് കാര്യമാക്കി എടുത്തില്ല. നവജാതശിശുക്കളിലോ, പോസ്റ്റ്മോർട്ടം ടേബിളിലെ അനാഥശവങ്ങളിലോ ജന്മാടയാളങ്ങളില്ലെന്ന് കണ്ടത് മുതൽ വിവേചനങ്ങളുടെ ചതുപ്പുനിലം അവൻ താണ്ടിയിരുന്നു.

ആ ഗ്രാമത്തിലെ മറ്റേതു പെൺകുട്ടിയേക്കാളും വിദ്യാഭ്യാസം നേടിയിട്ടും അനുപമമായ വ്യക്തിത്വത്തിന് ഉടമയായിട്ടും, രജനി ജന്മപ്രദേശത്ത് ബഹിഷ്കൃതയാണെന്നറിഞ്ഞപ്പോൾ സുനിലിന്റെ മനസ്സ് വേദനിച്ചു. എന്തുകൊണ്ടോ അവളോടുള്ള ഇഷ്ടം അവനിൽ വർദ്ധിക്കുകയാണ് ചെയ്തത്.

അയയ്ക്കുന്നതിനു മുൻപ് സുനിൽ ആ എഴുത്ത് ഒരിക്കൽ കൂടി വായിച്ചുനോക്കി. ഓരോ അക്ഷരങ്ങളിലും അവളോടുള്ള പ്രിയമുണ്ടായിരുന്നു, അവൾ കടന്നുപോയ ദുർഘടമായ പാതകൾ അവനൂഹിച്ചു. ആ ഓർമ്മകളിൽ അവന്റെ കണ്ണുകൾ നനഞ്ഞു.

നാല്

നാട്ടിലെത്തി രജനി രണ്ടു ദിവസം നല്ല ഉറക്കത്തിലായിരുന്നു. യാത്രാക്ഷീണം കൊണ്ടാണ് അവളുറങ്ങുന്നതെന്ന് മനസ്സിലാക്കി ദേവകി ശല്യപ്പെടുത്താൻ പോയില്ല. ഇടയ്ക്കുണർന്ന് എന്തെങ്കിലും കഴിച്ചു വീണ്ടും കിടക്കും. ശ്രീയെ തിരഞ്ഞുള്ള രാജസ്ഥാൻ യാത്രയുടെ വിവരങ്ങളൊന്നും പറഞ്ഞില്ലെങ്കിലും കാര്യങ്ങൾ ഏതാണ്ട് ദേവകി ഇതിനോടകം ഊഹിച്ചിരുന്നു. വോൾസാനയിലേക്ക് മടങ്ങിപ്പോകാൻ അവൾക്കിനിയും രണ്ടാഴ്ച കൂടിയുണ്ട്. അതിനിടയ്ക്ക് അവളുടെ തീരുമാനങ്ങളെക്കുറിച്ചു ചോദിച്ചറിയണം.

ശ്രീ പിന്നെയും രജനിയെ തിരക്കി ആൽവാറിലെ ഹോട്ടലിൽ വന്നിരുന്നുവെന്നും കുറിപ്പ് കൈപറ്റി തിരിച്ചുപോയെന്നും റിസപ്ഷനിൽ നിന്ന് അവളെ വിളിച്ചറിയിച്ചിരുന്നു. അംബേദ്കർ അസോസിയേഷന്റെ

പരിപാടിയിൽ അവൾ സംസാരിച്ചു കഴിഞ്ഞ ശേഷമായിരുന്നു അത്. തിരക്കിലായതിനാൽ കൂടുതലൊന്നും അവൾ ചോദിച്ചില്ല.

രജനിയുടെ എഴുത്ത് ശ്രീ അന്ന് പലതവണ വായിച്ചു. വായിക്കും തോറും അവളുടെ മുന്നിൽ താൻ ഒന്നുമല്ലാതെയാകുന്നതായി അവന് അനുഭവപ്പെട്ടു. അതവനെ കൂടുതൽ പ്രയാസത്തിലാക്കി. കാര്യമുണ്ടാകില്ലെന്നറിഞ്ഞിട്ടും അച്ഛനോടും അമ്മയോടും ഒരിക്കൽ കൂടി സംസാരിച്ചു നോക്കാനായി നാട്ടിലേക്ക് പോകാൻ അവൻ തീരുമാനിച്ചു.

അസോസിയേഷൻ പരിപാടിയിൽ പങ്കെടുക്കവെ തന്നെയായിരുന്നു തികച്ചും അവിചാരിതമായി സുനിലിന്റെ മെസ്സേജും അവളുടെ ഇൻബോക്സിൽ വന്നത്. തിരക്കിലായത് കാരണം അന്നത് വായിക്കാൻ കഴിഞ്ഞിരുന്നില്ല. വീട്ടിലെത്തിയ ശേഷം പാതി ഉറക്കത്തിൽ കട്ടിലിൽ ചാരിയിരുന്ന് അവളത് വായിച്ചു.

അവന്റെ വായനാനുഭവങ്ങളെന്ന നിലയിലാണ് അവളാ എഴുത്തിലൂടെ അലസമായി കണ്ണോടിച്ചത്. അവസാനമെത്തിയപ്പോഴാണ് അതൊരു വിവാഹാഭ്യർത്ഥനയാണെന്ന് മനസ്സിലായത്. സ്കൂൾകാലത്ത് സുനിൽ തന്നെ നിശ്ശബ്ദമായി പ്രണയിക്കുകയും കത്തെഴുതുകയും ചെയ്തിരുന്നുവെന്നത് കേട്ടമാത്രയിൽ തന്നെ അവളിൽ ഞെട്ടലുളവാക്കിയിരുന്നു. അന്നവൾ ധരിച്ചിരുന്ന വസ്ത്രങ്ങളുടെ നിറംപോലും അവനിപ്പോഴും മറന്നിട്ടില്ല. ഇങ്ങനെയൊക്കെ ഒരാളെ മറ്റൊരാൾ ഇത്രയും കാലം ഓർത്തുവെക്കുമോ? അതായിരുന്നു അവളുടെ സങ്കടം.

സുനിലിന്റെ പ്രണയം കാലംതെറ്റി പെയ്യുന്ന മഴപോലെ അവൾക്ക് അനുഭവപ്പെട്ടു. അവനത് തന്നോട് പണ്ടേ പറയാമായിരുന്നു. തങ്ങളിൽ സംഭവിച്ച മാറ്റങ്ങളെക്കുറിച്ച് ചിന്തിക്കാതെ നഷ്ടപ്പെട്ട പത്ത് വർഷങ്ങൾ തിരിച്ചുപിടിക്കാൻ ശ്രമിക്കുകയാണ് സുനിൽ.

അവന്റെ വ്യക്തിത്വത്തിലോ ആത്മാർഥതയിലോ അവൾക്ക് സംശയമൊന്നുമില്ല. എങ്കിലും വിവാഹാഭ്യർത്ഥനയിൽ പെട്ടെന്ന് പ്രതികരിക്കേണ്ടെന്ന് അവളുറപ്പിച്ചു.തന്റെ മനസ്സ് കടൽപോലെ പ്രക്ഷുബ്ധമാണ്, മാത്രമല്ല തനിക്ക് ചില കാര്യങ്ങൾ ചെയ്തു തീർക്കാനുമുണ്ട്.

ഡൽഹിയിൽ നിന്ന് വന്നു മൂന്നാംദിവസം അവൾ അതിരാവിലെ ഉറക്കമുണർന്നു. കണ്ണുതിരുമ്മി ആലസ്യം മാറ്റി അവൾ കട്ടിലിൽ എണീറ്റിരുന്നു. ജാലകപ്പഴുതിലൂടെ പുലർകാല വെളിച്ചം മഞ്ഞു പുകപടലമായി മുറിയിലേക്ക് വരാൻ ശ്രമിക്കുന്നു. പതിയെ നടന്നു ചെന്ന് ജാലകം തുറന്നതും അന്തരീക്ഷത്തിലെ കുളിരുള്ള ഇളംകാറ്റ് വന്ന് അവളുടെ മുഖത്ത് തട്ടി. പുറത്ത് സൂര്യൻ ഉദിച്ചുവരുന്നതേ ഉണ്ടായിരുന്നുള്ളൂ. മുറ്റത്തെ ചെമ്പകക്കൊമ്പിൽ രൂപാന്തരണം പൂർത്തിയായ ഒരു പ്യൂപ്പ കവചം പൊട്ടിക്കാനായി തൂങ്ങിയാടുന്നു.

എന്തോ ഓർമ്മ വന്നപോലെ അടുക്കളയിൽ ചെന്ന് അടുപ്പിനെതിർ വശത്തായി സ്ഥാപിച്ച മരത്തിന്റെ അലമാര തുറന്ന് അവൾ എണ്ണപ്പാത്രം തിരഞ്ഞു. മുകളിലെ തട്ടിൽ നിന്ന് ലഭിച്ച എണ്ണക്കുപ്പിയിൽ നിന്ന് പാതിയോളം ഉള്ളംകയ്യിലേക്കൊഴിച്ചു തലയിൽ വിസ്തരിച്ച് എണ്ണതേച്ചു. അവളുടെ ചലനങ്ങൾ പതിഞ്ഞതും ദൃഢവുമായിരുന്നു. പതിവില്ലാതെ കാലത്ത് എഴുന്നേറ്റ് രജനി എണ്ണയിടുന്നത് കണ്ടപ്പോൾ ഉണർന്നു കിടക്കുകയായിരുന്ന ദേവകിക്ക് ആശ്ചര്യമായി. രജനിയുടെ ശരീരഭാഷ തന്നെയും മാറിയിരിക്കുന്നതായി അവർ കണ്ടു.

ആകാശത്ത് പുലർകാല വെള്ളിമേഘങ്ങൾ നീങ്ങിത്തുടങ്ങിയിരിക്കുന്നു. രജനി ഇറയത്ത് നിന്ന് തോർത്തെടുത്ത് അരയിൽ ചുറ്റി വാതിൽ പടിയും കടന്നു പുറത്തേക്കിറങ്ങി. ദേവകി വന്ന് നോക്കുമ്പോൾ രജനി മുറ്റവും കടന്നു പോകുകയാണ്. അച്ഛന്റെ കുഴിമാടവും പിന്നിട്ട് ചെമ്മൺ പാതയിലിറങ്ങി അവൾ കിഴക്കോട്ട് നടക്കുന്നു.

മനയ്ക്കലെ കുളം ലക്ഷ്യമാക്കിയാണ് രജനി നടക്കുന്നത്. കുട്ടിക്കാലത്ത് അവൾ വഴുതി വീണ് പായലുകൾക്കിടയിലൂടെ താഴ്ന്നുപോയ, അവർണ്ണജാതിക്കാർക്ക് കുളിക്കാൻ വിലക്കുള്ള അതേ കുളം. അരയിൽ തോർത്ത് ചുറ്റി മുടിയഴിച്ചിട്ട് കൺപോളകൾ ചെറുതാക്കി കവിൾത്തടമിളക്കി പ്രത്യേകരീതിയിലുള്ള അവളുടെ നടത്തം പാതയോരത്തെ വീടുകളിലെ സ്ത്രീകളും പുരുഷന്മാരും ഭിന്നലിംഗക്കാരും ശ്രദ്ധിച്ചു. തെയ്യം കണ്ടു ശീലിച്ചവർക്ക് അവളുടെ ഭാവഭേദങ്ങളിൽ നിന്ന് ചമയങ്ങളില്ലാതെ ഒരു പെൺതെയ്യം നടന്നുനീങ്ങുന്നതായി അനുഭവവേദ്യമാകുമായിരുന്നു.

മുറ്റത്തു നിന്ന് പല്ലുതേക്കുകയായിരുന്ന കുട്ടികൾ വേലിക്കരികിൽ വന്നു ആശ്ചര്യത്തോടെ ആ നടത്തം നോക്കി നിന്നു. പ്രഭാതകിരണങ്ങളേറ്റ് അവളുടെ മുടി തിളങ്ങി. അവളങ്ങനെ നടന്നുനീങ്ങവേ അവളുടെ കാലുതട്ടി വഴിയോരത്തെ ചെടിയിലകളിലെ തുഷാരം വെള്ളിമുത്തുകൾ പോലെ താഴേക്ക് ചിതറി വീഴുന്നുണ്ടായിരുന്നു.

കുളത്തിനരികിലെത്തിയതും അവൾ ഒരു നിമിഷം നിന്നു. പിന്നെ തോർത്ത് അരയിൽ നിന്നഴിച്ചു ശ്രദ്ധയോടെ കുളക്കടവിൽ വെച്ചു. അവളെ പിന്തുടർന്ന് വന്ന കുട്ടികൾ അല്പം ദൂരെ വെച്ച് നിശ്ചലരായി. അവർ അവളുടെ ചെയ്തികളെ നിശ്ശബ്ദരായി സാകൂതം നോക്കി നിൽക്കുകയാണ്. മനയ്ക്കലെ സ്ത്രീജനങ്ങൾ സ്നാനത്തിനായി കുളത്തിലേക്ക് വരാനുള്ള തയ്യാറെടുപ്പിലായിരുന്നു.

രജനി ഉയരമുള്ള ഒരു കല്ലിൽ കയറി നിന്നു. പിന്നെ കണ്ണുകളടച്ചു കുളത്തിലേക്ക് കൂപ്പുകുത്തി. പായലുൾക്കിടയിലൂടെ താഴ്ന്നുപോയി അടിത്തട്ട് തൊട്ടശേഷം സാവധാനം മുകളിലേക്ക് ഉയർന്നുവന്നു. പായലുകൾ ഇരുവശങ്ങളിലേക്കും മാറിപ്പോയി തെളിമയാർന്ന തണുത്ത വെള്ളം

അവൾക്കുചുറ്റും നുരഞ്ഞുവന്നു. അവളുടെ തലയ്ക്ക് മുകളിലൂടെ പൊയ്ക്കൊണ്ടിരുന്ന വെള്ളിമേഘങ്ങൾ മലമുകളിൽ വെച്ച് നിശ്ചലമായ പോലെ കൂട്ടംകൂടി നിന്നു.

അവളെ പിന്തുടർന്ന കുട്ടികൾ കുളത്തിനരികിലേക്ക് വന്നതും ആ കാഴ്ച കണ്ടു. രജനിയതാ കുളത്തിൽ നീന്തിത്തുടിക്കുന്നു. ഒട്ടും ഭയപ്പെടാതെയും ആത്മഹർഷത്തോടെയുമാണ് അവൾ നീന്തുന്നത്.

മറ്റൊന്ന് കൂടി അവർ കണ്ടു, എവിടെ നിന്നോ പറന്നു വന്ന ഒരു കൂട്ടം കറുത്തു ഭംഗിയാർന്ന ശലഭങ്ങൾ കുളത്തെ വലംവെക്കുന്നു. ■

www.ingramcontent.com/pod-product-compliance
Lightning Source LLC
LaVergne TN
LVHW060617051026
849519LV00002B/640